AA000738

ಪ್ರೀತಿಯ ಹೂಬನ

ಸಾಯಿಸುತೆ

ಸುಧಾ ಎಂಟರ್‌ಪ್ರೈಸಸ್
ನಂ. 761, 8ನೇ ಮೈನ್, 3ನೇ ಬ್ಲಾಕ್,
ಕೋರಮಂಗಲ, ಬೆಂಗಳೂರು– 34

Preethiya Hoobana-A social novel by Smt. Saisuthe; published by Sudha Enterprises, # 761, 8th Main, 3rd Block, Koramangala, Bangalore-560 034.

ಮೊದಲನೆಯ ಮುದ್ರಣ	:	1986
ಎರಡನೆಯ ಮುದ್ರಣ	:	1992
ಮೂರನೆಯ ಮುದ್ರಣ	:	2007
ನಾಲ್ಕನೆಯ ಮುದ್ರಣ	:	2013
ಐದನೆಯ ಮುದ್ರಣ	:	2022
ಪುಟಗಳು	:	184
ಬೆಲೆ	:	ರೂ. 165
ಉಪಯೋಗಿಸಿದ ಕಾಗದ	:	70 ಜಿ.ಎಸ್.ಎಂ. ಮ್ಯಾಪ್‌ಲಿಥೋ
ಮುಖಪುಟ ವಿನ್ಯಾಸ	:	ಚಂದ್ರನಾಥ ಆಚಾರ್ಯ
ಹಕ್ಕುಗಳು	:	ಲೇಖಕಿಯವರದು

ಸಗಟು ಮಾರಾಟಗಾರರು :
ವಸಂತ ಪ್ರಕಾಶನ
ನಂ.360, 10ನೇ ಬಿ ಮುಖ್ಯರಸ್ತೆ, 3ನೇ ಬ್ಲಾಕ್,
ಜಯನಗರ, ಬೆಂಗಳೂರು–560 011.
ದೂರವಾಣಿ : 080–22443996
email : vasantha_prakashana@rediffmail.com
website: www.vasanthaprakashana.com

ಅಕ್ಷರ ಜೋಡಣೆ
ವಸಂತ ಪ್ರಕಾಶನ

ಮುದ್ರಣ
ರೀಗಲ್ ಪ್ರಿಂಟರ್ಸ್

ಮುನ್ನುಡಿ

ಒಂದು ಡಿಫರೆಂಟ್ ಕಥಾವಸ್ತು, ಅಷ್ಟೇ ಡಿಫರೆಂಟ್ ಪಾತ್ರ ಈ ಕಾದಂಬರಿಯ ಹರೀಶ್‌ನದು. 'ನನ್ನ ತಿಳಿವಳಿಕೆಗೆ ಬಂದಂತೆ ಇವತ್ತೇನು ತಪ್ಪು ಮಾಡ್ಲಿಲ್ಲ. ದಟ್ಸಾಲ್...' ಎಂದು ದೇವರ ಫೋಟೋ ಮುಂದೆ ದೀಪ ಹಚ್ಚಿಟ್ಟು ಕೈ ಮುಗಿಯುವ ಮುಗ್ಧತೆ ಅವನದು. ಅಂಥ ಒಂದು ಪಾತ್ರ ಓದುಗರಿಗೆ ಇಷ್ಟವಾಗಿತ್ತು.

ನಾಲ್ಕನೇ ಸಲ ಮತ್ತಷ್ಟು ಅಚ್ಚುಕಟ್ಟಾಗಿ ಓದುಗರ ಮುಂದಿಡುತ್ತಿರುವ ಸುಧಾ ಎಂಟರ್‌ಪ್ರೈಸಸ್‌ನ ಮಾಲೀಕರಿಗೆ ಮತ್ತು ಮುಖಚಿತ್ರ ಕಲಾವಿದರಾದ ಶ್ರೀ ಚಂದ್ರನಾಥ ಆಚಾರ್ಯ ಅವರಿಗೆ ವಂದನೆಗಳು.

ಓದುಗರು ಈ ಕಾದಂಬರಿ ಪ್ರತಿಗಳು ಸಿಕ್ಕಿತ್ತಿಲ್ಲವೆಂದು ಆಗಾಗ ಫೋನಾಯಿಸುತ್ತಾರೆ. ಇಂದು ಫೋನ್ ಮಾಡಿದ 'ಇಂದುಮತಿ' ಯವರಿಗೆ, ಆದಷ್ಟು ಬೇಗ ಪ್ರಕಟವಾಗಿ ನಿಮ್ಮ ಕೈ ಸೇರುತ್ತೆ ಎಂದಿದ್ದೇನೆ. ಅದು ಹತ್ತಿರದಲ್ಲೇ ನೆರವೇರಲಿದೆ.

ಸಾಯಿಸುತೆ

'ಸಾಯಿಸದನ'
12, 2ನೇ ಮುಖ್ಯರಸ್ತೆ, 2ನೇ ಅಡ್ಡರಸ್ತೆ,
ಮಾರುತಿನಗರ, ಕೋಗಿಲೆ ಕ್ರಾಸ್, ಯಲಹಂಕ
ಓಲ್ಡ್ ಟೌನ್, ಬೆಂಗಳೂರು–560 064.
ದೂ. : 080–28571361

ನಮ್ಮಲ್ಲಿ ದೊರೆಯುವ ಸಾಯಿಸುತೆಯವರ
ಇತರ ಕಾದಂಬರಿಗಳು

ನಲಿದ ಸಿಂಧೂರ
ಹೊಂಬೆಳಕು
ಸಾಗರ ತರಂಗಿಣಿ
ಈ ಪರಿಯ ಸೊಬಗು
ನಮ್ರತಾ
ಮಂಜಿನಲ್ಲಿ ಮಿಂದ ಪುಷ್ಪ
ಸ್ವರ್ಗದ ಹೂ
ಇಂಧ್ರ ಧನಸ್ಸು
ಈಶಾನ್ಯ
ವಸುಂಧರ
ಭುವಿಗಿಳಿದ ಹಕ್ಕಿ ಮತ್ತು ಇತರ ಕಿರು ಕಾದಂಬರಿಗಳು
ಬಿರಿದ ಮೊಗ್ಗು ಮತ್ತು ಇತರ ಕಿರು ಕಾದಂಬರಿಗಳು
ಸಮತಾ ಮತ್ತು ಇತರ ಕಿರು ಕಾದಂಬರಿಗಳು
ಸಿಸ್ಟರ್ ಅರುಣ ಮತ್ತು ಇತರ ಕಿರು ಕಾದಂಬರಿಗಳು
ಕೊಳಲನೂದುವ ಚತುರನಾರೆ...!
ಸವಿಗನಸು
ಮಾಗಿಯ ಮಂಜು
ಕೋಗಿಲೆ ಹಾಡಿತು
ಆನಂದ ಯಜ್ಞ
ದೀಪಾಂಕುರ
ಸಮನ್ವಿತ
ಸ್ವಯಂ ವಧು
ಬನದ ಮಲ್ಲಿಗೆ
ಮಾನಸ ವೀಣಾ
ನಲ್ಲಿಸದಿರು ಕೊಳಲಗಾನವ
ಅವನೀತ
ಮನಸ್ಸೇ ಸ್ವಲ್ಪ ನಿಲ್ಲು
ಅರುಣ ಕಿರಣ
ಹಿಮಗಿರಿಯ ನವಿಲು
ಶರಧಿ ಹೋಗಿ ಬಾ
ಅಭಿನಂದನೆ
ನಾತಿ ಚರಾಮಿ
ರಾಧ ಮೋಹನಾ
ಮೊಗ್ಗೊಡೆದ ಮೌನ
ಸಂಧ್ಯಾಗಗನ
ಹೇಮಾದ್ರಿ
ಪಾಂಚಜನ್ಯ
ಚಿರಂತನ
ವಿಧಿವಂಚಿತೆ
ಶ್ರಾವಣ ಪೂರ್ಣಿಮಾ
ಇಬ್ಬನಿ ಕರಗಿತು
ನನಾದ
ಬಾಡದ ಹೂ
ಅನುಪಲ್ಲವಿ
ಪ್ರೀತಿಯ ಹೂಬನ
ರಾಗಸುಧಾ
ನಿಶಾಂತ್
ಶ್ರೀರಂಜನ
ರಜತಾದ್ರಿಯ ಕನಸು
ಅಭಿಲಾಷ
ನೀಲಾಂಜನ
ಶಿಲ್ಪ ತರಂಗಿಣಿ
ಭಾವಸರೋವರ
ಪುಷ್ಕರಿಣಿ
ನೀಲ ಆಕಾಶ
ಮಧುರ ಗಾನ
ಮಧುರಿಮ
ಸಮ್ಮಿಲನ
ನನ್ನೆದೆಯ ಹಾಡು
ಮಧುರ ಆರಾಧನ
ಜೀವನ ಸಂಧ್ಯ
ಶ್ವೇತ ಗುಲಾಬಿ
ಮಿಡಿದ ಶ್ರುತಿ
ಮೇಘವರ್ಷಿಣಿ
ನವಚೈತ್ರ
ಪೂರ್ಣೋದಯ

ಅಪೂರ್ವ ಮೈತ್ರಿ
ನಶೆಯಿಂದ ಉಷೆಗೆ
ಸಪ್ತರಂಜನ
ವಸುದೈವ ಕುಟುಂಬ
ಪ್ರೇಮಸಾಫಲ್ಯ
ಸದ್ಗೃಹಸ್ಥೆ
ಕಾರ್ತೀಕದ ಸಂಜೆ
ನಾ ನನ್ನ ಧ್ಯಾನದೊಳಿರಲು
ಸುಪ್ರಭಾತದ ಹೊಂಗನಸು
ಕರಗಿದ ಕಾರ್ಮೋಡ
ಹೃದಯ ರಾಗ
ಅಮೃತಸಿಂಧು
ಬಣ್ಣದ ಚುಂಬಕ
ಸ್ವರ್ಣ ಮಂದಿರ
ಶ್ರೀರಸ್ತು ಶುಭಮಸ್ತು
ಗಂಧರ್ವಗಿರಿ
ಶುಭಮಿಲನ
ಸಪ್ತಪದಿ
ಚೈತ್ರದ ಕೋಗಿಲೆ
ಬೆಳ್ಳಿದೋಣಿ
ವಿವಾಹ ಬಂಧನ
ಮಂಗಳ ದೀಪ
ಡಾ॥ ವಸುಧಾ
ಮುಂಜಾನೆಯ ಮುಂಬೆಳಕು
ಸೊಬಗಿನ ಪ್ರಿಯದರ್ಶಿನ
ರಾಗಬೃಂದಾವನ
ಬಿಳಿ ಮೋಡಗಳು
ಅನುಬಂಧದ ಕಾರಂಜಿ
ಮಿಂಚು
ನಾಟ್ಯಸುಧಾ
ಪಸರಿಸಿದ ಶ್ರೀಗಂಧ
ಬೆಳದಿಂಗಳ ಚೆಲುವೆ
ವರ್ಷಬಿಂದು
ಸಪ್ನ ಸಂಭ್ರಮ
ನನ್ನ ಭಾವ ನನ್ನ ರಾಗ
ಸುಮಧುರ ಭಾರತಿ
ಮೌನ ಆಲಾಪನ
ಮತ್ತೊಂದು ಬಾಡದ ಹೂ
ಶಿಶಿರದ ಇಂಚರ
ಮುಂಗಾರಿನ ಹುಡುಗಿ
ಸಾಮಗಾನ
ಕಡಲ ಮುತ್ತು
ಆಡಿಸಿದಳು ಜಗದೋದ್ಧಾರನಾ
ಪಂಚವಟಿ
ಶ್ಯಾನುಭೋಗರ ಮಗಳು
ಮೂಡಿ ಬಂದ ಶಶಿ
ಜನನೀ ಜನ್ಮಭೂಮಿ
ಬಿರಿದ ನೈದಿಲೆ
ಶರದೃತುವಿನ ಚಂದ್ರ
ಮೋಹನ ಮುರಳಿ ಕರೆಯಿತು
ಮುಗಿಲ ತಾರೆ
ಅಗ್ನಿದಿವ್ಯ
ಧವಳ ನಕ್ಷತ್ರ
ಕಲ್ಯಾಣಮಸ್ತು
ದಂತದ ಗೊಂಬೆ
ಸುಭಾಷಿಣಿ
ಮಮತೆಯ ಸಂಕೋಲೆ
ಮಂತ್ರಾಕ್ಷತೆ
ಸಪ್ತಧಾರೆ
ಹೇಮಂತದ ಸೊಗಸು
ಬೆಳಕಿನ ಹಣತೆ
ಗ್ರೀಷ್ಮದ ಸೊಬಗು
ಗ್ರೀಷ್ಮ ಋತು
ಪ್ರಿಯ ಸಖೀ
ಚಿರಬಾಂಧವ್ಯ
ಆಶಾಸೌರಭ
ಗಿರಿಧರ

ಹರಿ ಮನೆಗೆ ಬಂದಾಗ ಹನ್ನೆರಡು ಐದು ನಿಮಿಷ. ಆಗಲೇ ಎರಡು ಟ್ಯಾಕ್ಸಿಗಳು ಷೆಡ್ ಸೇರಿದ್ದವು. ಬಾಲ್ಕನಿಯಲ್ಲಿ ಅಡ್ಡಾಡುತ್ತಿದ್ದ ಸಚ್ಚಿದಾನಂದ್ ಕೆಳಗಿಳಿದರು. ಅವನು ಮುಗುಳ್ನಕ್ಕ. ವಾಹನ ಮನೆಗೆ ಬಂದ ಹೊರತು ಅವರು ನಿದ್ದೆ ಹೋಗರೆಂದು ಅವನಿಗೆ ಗೊತ್ತು.

ಜೇಬಿನಲ್ಲಿದ್ದ ಕ್ಯಾಷ್ ಎಣಿಸಿ ಅವರಿಗೆ ಕೊಟ್ಟ. ಬಾಗಿಲಿಗೆ ಬಂದು ಇಣುಕಿದರು ಪದ್ಮಾವತಮ್ಮ "ಮಾರಾಯ, ಸಂಪಾದ್ನೇ ಕಡ್ಮೆಯಾದ್ರೂ ಪರ್ವಾಗಿಲ್ಲ, ಹತ್ತರೊಳಗೆ ಬಂದ್ಬಿಡು. ಇವ್ರು ಮಲಗೋಲ್ಲ, ನಮ್ಮನ್ನ ನಿದ್ದೆ ಮಾಡಗೊಡಿಸೋಲ್ಲ" ಗೊಣಗಿದರು.

ಹರಿ ಮುಕ್ತವಾಗಿ ನಕ್ಕುಬಿಟ್ಟ. ಇಂಥ ನಗು, ಹಾಸ್ಯ ಅವನ ಸಂಗಾತಿ.

ಸೈಕಲ್ ತಳ್ಳಿಕೊಂಡು ಹೊರಟಾಗ ಪದ್ಮಾವತಮ್ಮ ತಡೆದರು. "ಹೇಗೂ ಬಡಿಸಿದ ಅಡ್ಗೇ ಟೇಬಲ್ಲು ಮೇಲಿದೆ. ಊಟ ಮಾಡ್ಕೊಂಡ್ಹೋಗು" ಎಂದಾಗ ನಿರಾಕರಿಸಿದ.

"ಇವತ್ತು ಒಂಬತ್ತಕ್ಕೆಲ್ಲ ಊಟ ಮುಗ್ಸಿಬಿಟ್ಟೆ" ಸೈಕಲ್ ಹತ್ತಿ ಹೊರಟು ಬಿಟ್ಟ. ಕತ್ತಲೆಯ ನಡುವೆ ಮರೆಯಾಗುತ್ತಿದ್ದ ಅವನನ್ನೇ ನೋಡಿದರು ದಂಪತಿಗಳು. "ಒಳ್ಳೇ ಹುಡುಗ್ನೇ..." ಸಚ್ಚಿದಾನಂದ್ ನುಡಿದರು.

ಆಕೆ ಹಣೆ ಗಟ್ಟಿಸಿಕೊಂಡರು. 'ಒಳ್ಳೆಯವ, ಪ್ರಾಮಾಣಿಕ ವ್ಯಕ್ತಿ'ಯೆಂದು ಅವನಿಗೇನು ರಿಯಾಯಿತಿ ತೋರಿಸಿರಲಿಲ್ಲ. ಡೈನಿಂಗ್ ಹಾಲ್‌ಗೆ ಕರೆದು ಟೇಬಲ್ಲು ಮುಂದೆ ಕೂಡಿಸಿ ಊಟ ಹಾಕೋಕು ಅವರ ವಿರೋಧ.

"ಅವ್ನು ಬರಿ ಡ್ರೈವರ್ ಅವನದೇ ಸ್ಥಾನ ಇರುತ್ತೆ. ಒಳಕ್ಕೆ ಕರೀಬೇಡ" ಮುಖ ಗಂಟಿಕ್ಕಿಯೇ ಹೇಳುತ್ತಿದ್ದರು ಸಚ್ಚಿದಾನಂದ್. ಬಾಯಿ ಇರಬಹುದು. ಹಾಗೆಂದು ಮನೆ ಯಜಮಾನನ ಮಾತನ್ನು ಪೂರ್ತಿ ವಿರೋಧಿಸಲು ಸಾಧ್ಯವೇ.

ಪದ್ಮಾವತಮ್ಮ ಒಳಗೆ ಹೋದರು. ಅವರಿಗೆ ಹರೀಶನಂಥ ಮಗ ಇರಲಿಲ್ಲ. ಮೊದಲನೆಯವನಿಗೆ ಬುದ್ಧಿಮಾಂದ್ಯ, ಎರಡನೆ ಸಂತಾನವಾದ ಹೆಣ್ಣು ಕುರೂಪದ ಜೊತೆ ಮೂಗಿ, ಅರೆ ತಿಕ್ಕಲು. ಮೂರನೆಯ ಮಗಳೇ ಚೆನ್ನಾಗಿದ್ದುದು. ಆದರೂ ಅಂಥ ಬುದ್ಧಿವಂತ,

ಸುಂದರ ರೂಪಿನ ಹೆಣ್ಣಲ್ಲ, ಅಂತೂ ಸಾಮಾಜಿಕ ಬದುಕಿನಲ್ಲಿ ಮಾಮೂಲಿ ಜೀವನ ನಡೆಸಬಲ್ಲಳು.

ಛೇರ್ ಮೇಲೆ ಕೂತು ಸೀಲಿಂಗ್‌ನ ದಿಟ್ಟಿಸತೊಡಗಿದರು. ಫ್ಯಾನ್ ನಿಧಾನವಾಗಿ ಸುತ್ತುತ್ತಿತ್ತು.

"ಯಾಕೆ ಕೂತೆ? ನಂಗಂತೂ ಎದ್ದಿರ್ರೋ ಗ್ರಹಚಾರ ನಿನ್ನ ಪಾಡಿಗೆ ನೀನು ಮಲಗೋಕೇನು? ನಾವು ಕನಸು ಕಂಡರೆ ಬೀಳೋದೆಲ್ಲ ದುಃಸ್ವಪ್ನಗಳೇ" ವಟಗುಟ್ಟುತ್ತಲೇ ಸಚ್ಚಿದಾನಂದ್ ತಮ್ಮ ಕೋಣೆಗೆ ಹೋದರು.

ಅಷ್ಟರಲ್ಲಿ ಕಾಲಿಂಗ್ ಬೆಲ್ ಸದ್ದಾಯಿತು. ಆಕೆಯೇ ಎದ್ದು ಹೋಗಿ ತೆಗೆದರು.

"ಇನ್ನ ತೊಂಬತ್ತು ರೂಪಾಯಿ ನನ್ನಡೆನೇ ಇತ್ತು "ಹತ್ತರ ಒಂಬತ್ತು ನೋಟುಗಳನ್ನು ಅವರತ್ತ ನೀಡಿದ. ಮೆಚ್ಚಿಗೆ ಆಕೆಯ ಮುಖದಲ್ಲಾಡಿತು. "ಬೆಳಿಗ್ಗೆ ಕೊಟ್ಟಿದ್ರಾಗಿತ್ತು. ಇನ್ನೇನು ಮನೆಗೆ ಹೋಗ್ತೀಯಾ! ಮುಂದಿನ ಕೋಣೆಯಲ್ಲೇ ಮಲಗು."

ಹರೀಶ ಒಪ್ಪಲಾರ "ಇಲ್ಲಮ್ಮ, ನಂಗೆ ಮನೆಗೆ ಹೋಗ್ದ ಹೊರತು ಸಮಾಧಾನವಿಲ್ಲ. ಮನೆ ಪಡಗ, ಛೇರು, ಟೇಬಲ್ಲು, ಮುಂದಿನ ಬಾಗಿಲು ಸಮೇತ ಗೋಡೆಗಳು ನಂಗಾಗಿ ಕಾಯ್ತ ಇರುತ್ತೆ" ಎಂದು ನಕ್ಕ. ಪದ್ಮಾವತಮ್ಮ ಜೋರಾಗಿ ನಕ್ಕುಬಿಟ್ಟರು.

"ಬರ್ತೀನಿ..." ಮತ್ತೆ ಸೈಕಲ್ ತಳ್ಳಿಕೊಂಡು ಹೊರಟ.

ರಭಸದಿಂದ ಸೈಕಲ್ ತುಳಿದುಕೊಂಡು ಹಿಂದಕ್ಕೆ ಬಂದಿದ್ದರಿಂದ ಅಂಥ ರಾತ್ರಿಯ ಥಂಡಿಯಲ್ಲು ಬೆವೆತುಬಿಟ್ಟಿದ್ದ. ಇನ್ನಷ್ಟು ವೇಗವಾಗಿ ಸೈಕಲ್‌ನ ಚಕ್ರಗಳು ಉರುಳತೊಡಗಿತು. ಅವನಿಗೆ ವಿಮಾನದಲ್ಲಿ ಹಾರಿದ ಅನುಭವ.

ಬೀಟ್ ಕಾನ್ಸ್‌ಟೇಬಲ್ ಶಂಕರಪ್ಪ ದೂರದಿಂದಲೇ ಸೀಟಿಯೂದಿ ಕೈ ಬೀಸಿದ. ಜೋರಾಗಿ ಸಿಳ್ಳೆ ಹೊಡೆದ ಹರೀಶ ಸಣ್ಣನೆಯ ದನಿಯಲ್ಲಿ ಹಾಡುತ್ತ ಸೈಕಲ್ ತುಳಿಯತೊಡಗಿದ. ಇದೇನು ಅವನಿಗೆ ಹೊಸದಲ್ಲ. ಆದರೂ ರಾತ್ರಿ ಹತ್ತರ ಒಳಗೆ ಹಿಂದಿರುಗುವ ಎಲ್ಲಾ ಪ್ರಯತ್ನಗಳನ್ನು ಮಾಡುತ್ತಿದ್ದ. ಅದು ಯಜಮಾನರ ಅಪ್ಪಣೆ ಕೂಡ.

ಮನೆ ಬೀಗ ಬೀದಿ ದೀಪದ ಬೆಳಕಿನಲ್ಲಿ ಕಂಡಾಗ ಬಳಲಿಕೆಯಲ್ಲ ಹಾರಿ ಹೋಯಿತು. ಸೈಕಲ್‌ಗೆ ಸ್ಟಾಂಡ್ ಹಾಕಿ ಜೇಬಿನಿಂದ ಬೀಗದ ಕೈ ತೆಗೆದ. "ಸಾರಿ ಅಮ್ಮ, ಟೂಲೇಟ್ ಅಂತ ಬಯ್ಯಬೇಡ" ಬೇಗನೆ ಬೆರಳಿನಿಂದ ಸವರಿ ತುಟಿಗೊತ್ತಿಕೊಂಡ.

ಬಾಗಿಲು ತೆರೆದು ಒಳಗೆ ಬಂದವನು ಲೈಟು ಹಾಕಿ ಸುತ್ತಲೂ ನೋಟ ಹರಿಸಿದ. ಟೇಬಲ್ ಮೇಲಿದ್ದ ಪುಟ್ಟ ಟ್ರಾನ್ಸಿಸ್ಟರ್, ಅಲಾರಂ ಕೈ ಬೀಸಿ ಸ್ವಾಗತಿಸಿದಂತಾಯಿತು. ಕೈಯೆತ್ತಿ ಮುಗುಳ್ನಕ್ಕು ಅವನ್ನ ಅತ್ಯಂತ ಆತ್ಮೀಯವಾಗಿ ಸವರಿದ.

ಬಟ್ಟೆ ಬದಲಾಯಿಸಿ ಕೈಕಾಲು ತೊಳೆದು ಬಂದು ದೇವರ ಫೋಟೋ ಮುಂದೆ ದೀಪ ಹಚ್ಚಿಟ್ಟು ಕೈ ಮುಗಿದ. "ನನ್ನ ತಿಳಿವಳಿಕೆ ಬಂದಂತೆ ಇವತ್ತೇನು ತಪ್ಪು ಮಾಡಿಲ್ಲ. ದಟ್ಸಾಲ್

ರೈಟ್" ವರದಿ ಒಪ್ಪಿಸಿದ. ಇದು ಅವನ ಮುಖ್ಯ ಕಾರ್ಯಕ್ರಮಗಳಲ್ಲಿ ಒಂದು.

ಪುಟ್ಟ ಅಡಿಗೆಯ ಮನೆಗೆ ಬಂದ. ಪಾತ್ರೆಗಳು ಯಥಾಸ್ಥಿತಿಯಲ್ಲಿ. ಬೆಳಿಗ್ಗೆ ಮಾಡಿದ್ದ ಉಪ್ಪಿಟ್ಟು ಇತ್ತು. "ಖಂಡಿತಾ ಬೇಜಾರು ಮಾಡ್ಕೋಬೇಡ. ತಿಂದು ಮುಗಿಸೇ ಮಲಗೋದು" ಅಕ್ಕರೆಯಿಂದ ಎಲ್ಲವನ್ನು ಪ್ಲೇಟಿಗೆ ಬಗ್ಗಿಸಿಕೊಂಡು ಬಂದು ಆರಾಮಾಗಿ ಕೂತ.

ಬೆಳಿಗ್ಗೆ ಆರಕ್ಕೆ ಮೊದಲು ಮಾಡಿದ್ದು. ತಣ್ಣಗೆ ಕೊರೆಯುತ್ತಿತ್ತು. "ಹರಿ ಹೊಟ್ಟೆ ತುಂಬ ಊಟ ಮಾಡು." ತನಗೆ ತಾನೇ ಹೇಳಿಕೊಂಡು ನಿಧಾನವಾಗಿ ಎಲ್ಲ ತಿಂದು ಮುಗಿಸಿ ಪ್ಲೇಟು, ಪಾತ್ರೆ ತೊಳೆದಿಟ್ಟು ಬಂದು ಮಲಗಿದ.

ಅವನಿಗೆ ಬದುಕು ಶುದ್ಧವಷ್ಟೆ. ಪವಿತ್ರ ಜೀವನವನ್ನು ಪ್ರೀತಿಸುತ್ತಿದ್ದ.

ಹಾಸಿಗೆ ಕೊಡವಿ ಆರಾಮಾಗಿ ಮಲಗಿದ. ತಾಯಿ ಮಗುವನ್ನು ತಟ್ಟಿ ಮಲಗಿಸುವಂಥ ನಿದ್ದೆ. ತಕ್ಷಣ ಎಚ್ಚರ ಮಾಡಿಕೊಂಡು ಎದ್ದು ಕೂತವನು ಎದೆಯ ಮೇಲೆ ಕೈಯಿಟ್ಟುಕೊಂಡ.

"ಬೆಳಿಗ್ಗೆ ಐದಕ್ಕೇ ಏಳಬೇಕು. ಮೊದ್ಲು ಹೋಗಿ ಆ ಮೇಡಮ್‌ನ ಮೀಟ್ ಮಾಡ್ಬೇಕು" ಎಂದವನು ಮತ್ತೆ ಮಲಗಿದ. ಆದರೆ ಎಂದಿನಂತೆ ನಿದ್ದೆಯೇನು ಅವನ ಬಳಿ ಸುಳಿಯಲಿಲ್ಲ.

ರೈಲ್ವೇ ಸ್ಟೇಷನ್‌ನಿಂದ ಹೊರಟವನನ್ನು "ನೋಡಿ, ಈ ಅಡ್ರೆಸ್‌ಗೆ ಹೋಗ್ಬೇಕು, ಬರ್ತೀರಾ" ಅವನ ಕೈ ಚೀಟಿಗೆ ಬಂದಾಗ ಕ್ರಾಪ್‌ನಲ್ಲಿ ಕೈ ಯಾಡಿಸಿ ಆ ಯುವತಿಯ ಹಿಂದೆ ನೋಟ ಹರಿಸಿದ. "ಸ್ವಲ್ಪ ಎಚ್ಚರ ಇರ್ಲಿ. ಜನಾನ ನಂಬೋಕಾಗೋಲ್ಲ. ಸುಮ್ನೇ ನಾವು ಕಾನೂನಿನ ತೊಡಕಿನಲ್ಲಿ ಸಿಕ್ಕಿಹಾಕಿಕೊಳ್ಳೋದ್ಬೇಡ" ಸಚ್ಚಿದಾನಂದ್ ಆಗಾಗ ಇಂಥ ಎಚ್ಚರಿಕೆಯ ಮಾತುಗಳನ್ನಾಡುತ್ತಿದ್ದರು.

ಹರಿ ಏನಾದರೂ ಹೇಳಿ ನಿರಾಕರಿಸಿಬಿಡಬೇಕೆಂದುಕೊಂಡವನು ಹಿಂದೆ ನಿಂತ ಬಾಷಾನ ಕೆಂಗಣ್ಣು, ಬೀಡಿಯ ಹೊಗೆಯನ್ನು ನೋಡಿ ತನ್ನ ಮನಸ್ಸು ಬದಲಾಯಿಸಿ ಕೆಳಗಿಳಿದ.

ಹಿಂದಿನ ಡೋರ್ ತೆರೆದು "ಹತ್ತಿ, ಮೇಡಮ್" ಎಂದ. ಆ ವಿಳಾಸಕ್ಕೆ ಇಪ್ಪತ್ತು ನಿಮಿಷದ ಹಾದಿ, ಟ್ಯಾಕ್ಸಿ ಮುಂದಕ್ಕೆ ಓಡಿತು. ಅದು ಆರ್ಡಿನರಿ ಟ್ಯಾಕ್ಸಿ ಅಲ್ಲ, ಲಕ್ಷುರಿ.

ಐದಾರು ವರ್ಷದಿಂದ ನಗರದಲ್ಲಿ ಇದೇ ಪರ್ಮನೆಂಟ್ ಹುದ್ದೆ ಮಾಡಿಕೊಳ್ಳುವ ಹಿಂದಿನ ಎರಡು ವರ್ಷಗಳು ಟೆಂಪರರಿ ಟ್ಯಾಕ್ಸಿ ಡ್ರೈವರ್ ಆಗಿದ್ದುದ್ದರಿಂದ ನಗರ ಪೂರ್ತಿ ಪರಿಚಯವೇ.

ಆದರೂ ಒಂದೆರಡು ಕಡೆ ನಿಲ್ಲಿಸಿ ಮನೆ ನಂಬರ್ ನೋಡಿದ. ಅದರ ಜೊತೆ ನಾಯಿಗಳ ಗಲಾಟೆ ಬೇರೆ. ಮಧ್ಯೆ ಎಂಥದಾದರೂ ಅನಾಹುತವಾದೀತೆಂಬ ಭಯ ಬೇರೆ.

ಟ್ಯಾಕ್ಸಿ ನಿಲ್ಲಿಸಿ ಕೆಳಗಿಳಿದವನು "ಪಕ್ಕದ್ದು ಇಪ್ಪತ್ತೆಂಟು. ಇದು ಇಪ್ಪತ್ತೊಂಬತ್ತೇ ಇರ್ಬಹ್ದು. ಇಳೀರಿ" ಎಂದ ಡೋರ್ ತೆರೆಯುತ್ತ.

ಪರ್ಸ್ ತೆಗೆದು ಅವನ ಹಣ ಕೊಡಲು ಹೋದಾಗ ಅನುಮಾನಿಸಿದ. "ಡೋಂಟ್ ಮೈಂಡ್ ಮೇಡಮ್. ನೀವು ಮೊದಲ ಸಲನ ಇಲ್ಲಿಗೆ ಮತ್ತು ಈ ಮನೆಗೆ ಬರ್ತಾ

ಇರೋದು?" ಸುಮತಿ ನೋಡಿದವಳು ಹೌದೆನ್ನುವಂತೆ ತಲೆದೂಗಿದಳು.

"ಹಾಗಾದ್ರೆ.... ಮೊದ್ಲು ನೀವ್ಹೋಗಿ ಅದೇ ಜನಾನ ಅಂತ ಖಾತರಿ ಮಾಡ್ಕೊಳ್ಳಿ. ನಾನು ಅದ್ವರ್ಗೂ ವೆಯಿಟ್ ಮಾಡ್ತೀನಿ" ಟ್ಯಾಕ್ಸಿಗೆ ಒರಗಿ ನಿಂತ.

ಸುಮತಿ ಗೇಟು ಮೇಲೆ ಕೈ ಇಟ್ಟಳು. ದೊಡ್ಡದಾಗಿದ್ದ ಪಾಮೋರಿನ್ ಬೊಗಳುತ್ತ ಬಂತು. ತೆಗೆದ ಗೇಟನ್ನು ಮತ್ತೆ ಹಾಕಿದಳು.

ಹರೀಶ್ ಮುಂದಕ್ಕೆ ಬಂದ "ಸ್ವಲ್ಪ ಇರೀ ಮೇಡಮ್, ಗೇಟು ತೆರೆದು ಕೊಂಡವನೇ "ಆ...ಆ...." ಅದರ ಮೈ ಮುಖ ಸವರುತ್ತ ಬೊಗಳುವುದನ್ನು ನಿಲ್ಲಿಸಿ ಹೋಗಿ ಕಾಲಿಂಗ್ ಬೆಲ್ ಒತ್ತಿದ. 'ಇಂಥ ರಾತ್ರಿಗಳಲ್ಲಿ ಬಂದು ಯಾಕೆ ತೊಂದರೆ ಕೊಡ್ತಾರಪ್ಪ' ಬೇಸರಿಸಿಕೊಂಡ.

ನಾಲ್ಕು ಸಲ ಒತ್ತಿದ ಮೇಲೆ ಒಳಗೆ ಲೈಟು ಹತ್ತಿಕೊಂಡಿತು. "ಯಾರದು? ಯಾರದು?" ಬಾಗಿಲು ತೆಗೆಯುವ ಸೂಚನೆ ಕಾಣದಾಗ ಅವನಿಗೆ ಏನು ಮಾಡಬೇಕೋ ತೋಚಲಿಲ್ಲ. "ಸಾರ್, ಈ ವಿಳಾಸ. ಹೆಸರು ನಿಮ್ಮದೇನಾ ನೋಡಿ" ಕಿಟಕಿಯಿಂದ ಚೀಟಿಯನ್ನು ಒಳಗೆ ಹಾಕಿದ.

ಮೂರು ನಿಮಿಷದ ನಿಶ್ಯಬ್ಧ, ಪಿಸುಗುಟ್ಟುವಿಕೆಯ ನಂತರ "ಹೌದು, ಯಾಕೆ?" ಒಳಗಿನಿಂದ ಬಂದ ಸ್ವರ ಒರಟಾಗಿತ್ತು. "ಯಾರೋ ಗೆಸ್ಟ್ ಬಂದಿದ್ದಾರೆ. ಬಾಗ್ಲು ತೆಗೇರಿ" ಎಂದವನು ನಾಯಿಯ ಕತ್ತು ಸವರುತ್ತ ಬರುವಂತೆ ಸನ್ನೆ ಮಾಡಿದ.

"ನೀವು ಕೊಟ್ಟ ವಿಳಾಸದ ಜನಾನ. ನೀವು ಒಳ್ಗೆ ಹೋಗೋವರ್ಗೂ ನಾನು ನಾಯಿನ ಮಾತಾಡಿಸ್ತ ಇರ್ತೀನಿ" ಅದರ ಕತ್ತು ಸವರುತ್ತ ಅದರ ಯೋಗಕ್ಷೇಮವನ್ನು ಸ್ನೇಹಪೂರ್ವಕವಾಗಿ ವಿಚಾರಿಸತೊಡಗಿದ.

ಎರಡು ಮೂರು ಸಲ ಬಾಗಿಲ ಕಡೆ ನೋಡಿದ. ಇನ್ನು ಮುಚ್ಚಿಯೇ ಇತ್ತು. ನಾಲ್ಕು ಪ್ರಶ್ನೆ ಕೇಳಿದ ಮೇಲೆ "ಸುಶೀಲ ಊರಿನಲ್ಲಿಲ್ಲ" ಅಷ್ಟೇ ಉತ್ತರ ಬಂದಿದ್ದು. ಇಂಥ ಒಂದು ಕಲ್ಪನೆ ಕೂಡ ಸುಮತಿಗೆ ಇರಲಿಲ್ಲ. "ಥ್ಯಾಂಕ್ಯು, ತೊಂದರೆ ಕೊಟ್ಟಿದ್ದಾಯ್ತು."

ಎರಡು ಹೆಜ್ಜೆ ಹಿಂದಕ್ಕೆ ಬಂದಳು. "ಹೋದ್ಲು ತಾನೇ! ಹೋಗ್ಲಿ ಬಿಡಿ" ಸುಶೀಲ ಸ್ವರ ಕೇಳಿಸಿದಾಗ ವಿಷಾದದ ನಗೆ ಅವಳ ಮುಖದ ಮೇಲೆ ಇಣಕಿತು. ಸುಳ್ಳು, ಉತ್ಪ್ರೇಕ್ಷೆ ಅವರ ಜೀವನದಲ್ಲಿ ಪ್ರಥಮ ಬಾರಿ.

ಗೇಟಿನಿಂದ ಹಿಂದಕ್ಕೆ ಬಂದಾಗ ಹರೀಶ ನಾಯಿಗೆ ಟಾಟಾ ಮಾಡಿ ಬಂದ. ಅವನಿಗೆ ಕೂಡ ಬೇಸರದ ಜೊತೆ ಮುಜುಗರ, ಮುಂದೇನು ಮಾಡಬೇಕಪ್ಪ ಎನ್ನುವ ಚಿಂತೆ.

ಹಿಂದಿನ ಡೋರ್ ತೆರೆದ. ಹತ್ತಿರ ಮೇಲೆ ಡೋರ್ ಹಾಕಿ ಮುಖ ಮೇಲೆತ್ತಿದ್ದ. ಸ್ವಚ್ಛ ನೀಲಾಕಾಶದಲ್ಲಿ ನಕ್ಷತ್ರಗಳ ರಾಶಿ. ಪ್ರತಿಯೊಂದು ನಗುತ್ತಿತ್ತು. ಅವನ ತುಟಿಗಳ ಮೇಲೂ ನಗು ತೇಲಿತು.

"ಥ್ಯಾಂಕ್ಯೂ...." ಕೈ ಬೀಸಿ ಹತ್ತಿ ಕೂತ.

'ಈಗ ಎಲ್ಲಿಗೆ?' ಸುಮತಿಯ ಜೊತೆ ಹರೀಶನು ಯೋಚಿಸುತ್ತಿದ್ದ. ತಿರುವಿನಿಂದ ಮೈನ್ ರೋಡಿಗೆ ತಿರುಗಿದಾಗ ವೇಗವನ್ನು ನಿಯಂತ್ರಿಸಿದ.

"ಈಗ ಎಲ್ಲಿಗೆ ಮೇಡಮ್?" ಎಂದ.

"ಸ್ವಲ್ಪ ಲೈಟು ಹಾಕಿ" ಎನ್ನುತ್ತ ಪರ್ಸ್‌ನೊಳಗೆ ಕೈ ಹಾಕಿ ಬಾಲ್ ಪೆನ್ನು ತೆಗೆದಳು. ಸಣ್ಣ ಚೀಟಿಯೊಳಗೆ ವಿಳಾಸ ಗುರುತು ಹಾಕಿಕೊಟ್ಟಳು "ಇಲ್ಲಿಗೆ ಹೋಗ್ಬೇಕು" ಎರಡೆರಡು ಸಲ ನೋಡಿ ಜೇಬಿಗಿಟ್ಟುಕೊಂಡ.

ಇಲ್ಲಿ ಪಾಮೋರಿನ್ ಆದರೆ ಅಲ್ಲಿ ಆಲ್ಸೇಷಿಯನ್ ನಾಯಿನೇ ಇರಬೇಕು ಎಂದುಕೊಂಡ. ಬಹಳ ಬೇಗ ತಲುಪಿದರು ಕೂಡ.

ಸುಮತಿ ಡೋರ್ ತೆರೆದುಕೊಂಡು ಇಳಿದಳು. ಗೇಟಿನಲ್ಲಿ ತೂಕಡಿಸುತ್ತಿದ್ದ ವಾಚ್‌ಮನ್ ಎದ್ದು ಕೆಟ್ಟ ನಗೆ ಬೀರಿದ.

"ಪರೀಕ್ಷಿತ್... ಇದ್ದಾರ?" ಕೇಳಿದಳು.

ಅವನು ಇನ್ನಷ್ಟು ಕಣ್ಣೊಸಕಿಕೊಂಡು ನೋಡಿದ. ಯಜಮಾನನ ಖಯಾಲಿ ಅವನಿಗೆ ಗೊತ್ತು. ಸದಾ ಹೆಣ್ಣುಗಳನ್ನು ಬದಲಾಯಿಸುತ್ತಿದ್ದ.

"ಇದ್ದಾರೆ.... ಹೋಗಿ" ಒರಟಾಗೇ ಹೇಳಿದ್ದು ಹರೀಶ್‌ನ ಇಳಿಯುವಂತೆ ಮಾಡಿತು "ನೀವ್ಹೋಗಿ ಮೇಡಮ್." ಅಲ್ಲೇ ನಿಂತು ಸನ್ನೆ ಮಾಡಿ "ನಾನು ಸೂಟ್‌ಕೇಸ್ ತಂದು ಕೊಡ್ತೀನಿ" ಎಂದ.

ಸುಮತಿ ಗೇಟಿನೊಳಕ್ಕೆ ನಡೆದಳು. ಬಹಳ ವಿಶಾಲವಾದ ಕಾಂಪೌಂಡ್. ಗಿಡ, ಮರಗಳಿಂದ ತುಂಬಿಹೋಗಿತ್ತು.

ವಾಚ್‌ಮನ್ ಗದ್ದ ಹಿಡಿದು ಬೀದಿ ಲೈಟಿನ ಕಡೆ ತಿರುಗಿಸಿದ "ಅರರೇ, ಏನು ಕಳೆ!" ಕೆಂಪತ್ತಿದ ಕಣ್ಣುಗಳು. ಗಪ್ಪನೆಯ ಸಾರಾಯಿ ವಾಸನೆ "ನಮ್ಮ ದೇಶದಲ್ಲಿ ಹೆಣ್ಣು ಮಕ್ಳಿಗೆ ಮಾರ್ಯಾದೆ ಕೊಡ್ಬೇಕೂಂತಾರಲ್ಲ" ಭುಜದ ಮೇಲೆ ಕೈ ಹಾಕಿದ.

"ಇಂಥವ್ರಿಗಾ..." ಬಂಗ್ಲೆಯ ಕಡೆ ಮುಖ ಮಾಡಿ ಗಹಗಹಿಸಿದ "ದಿನಾ ಒಬ್ಬೊಬ್ರು ಬರ್ತಾರೆ. ಕೆಲವು ಸಲ ಬಂದವ್ರು ಬರ್ತಾರೆ. ಇಂಥ ಜನಕ್ಕೆ ಮರ್ಯಾದೆ...." ಅಪಹಾಸ್ಯವಿತ್ತು ಅವನ ಮಾತಿನಲ್ಲಿ. ಚಕಿತನಾದ ಹರೀಶ, ಜೊತೆಗೆ ಗಾಬರಿ ಕೂಡ.

ಅವನ ಮಾತುಗಳು ಕೇಳಿದಾಗ ಮುಂದಾಗಬಹುದಾದ ಅನಾಹುತವನ್ನು ನೆನೆದು ಅವನೆದೆ ನಡುಗಿತು. ಗೇಟು ತಳ್ಳಿಕೊಂಡು ಒಳಗೆ ಓಡಿದ.

ತೆರೆದ ಬಾಗಿಲು ಮೂಲಕ ನುಗ್ಗಿದ "ಯೂ ಬಿಚ್... ಯಾಕೆ ಇಷ್ಟು ಲೇಟು?" ತೀರಾ ಕುಡಿದು ಔಟಾದ ವ್ಯಕ್ತಿ ವಿಸ್ಕಿ ಗ್ಲಾಸ್ ಹಿಡಿದೇ ಮೇಲೆದ್ದಾಗ "ಮೇಡಮ್, ನೀವು ಈಗ ನಡೀರಿ. ಬೆಳಿಗ್ಗೆ ಬಂದು ಮಾತಾಡ್ಬಹ್ದು. ಅವ್ರು ಈಗ ಸ್ವರ್ಗದ ಬಾಗಿಲಲ್ಲಿ ಇರೋದ್ರಿಂದ

ಬರೀ ಮೇನಕೆ, ಊರ್ವಶಿ, ರಂಭೇನೇ ಕಾಣ್ತಾರೆ" ಮುಂದೆ ಬಂದವರನ್ನು ಹಿಡಿದುಕೊಂಡ.

ಸುಮತಿ ತುಟಿ ಕಚ್ಚಿ ಹೊರಗೆ ಬಂದಳು. ವಾಚ್‌ಮನ್ ಮುಂದಕ್ಕೆ ಬಂದು ಕೆಟ್ಟ ನಗೆಯೊಂದಿಗೆ ಏನೋ ಜೋಕ್ ಮಾಡಿದಾಗ, ಕೆನ್ನೆಗೆ ರಪ್ಪನೆ ಅಪ್ಪಳಿಸಿತು ಸುಮತಿಯ ಕೈ.

ಹಿಂದಿನಿಂದ ಬಂದ ಹರೀಶ್ ಅವನನ್ನ ಹಿಡಿದುಕೊಂಡು ಕೆನ್ನೆ ಸವರಿದ "ಬರೀ ಐದು, ಹತ್ತು ಸಿಕ್ಕುತ್ತೆ ಅಂದೇ. ಮೇಡಮ್‌ನೋರು ಬರಾಬರ್ ನೂರು ಕೊಟ್ಟಿದ್ದಾರೆ. ಅದು ಮುಗ್ಯೋವರ್ಗೂ ಯಾರ್ಹತ್ರಾನು ಕೇಳ್ಬೇಡ."

ಟ್ಯಾಕ್ಸಿ ಹತ್ತಿದವನು ಸ್ಟಾರ್ಟ್ ಮಾಡಿದ. "ನಾನು ನಾಯಿಗಳು ಇರ್ಬಹ್ದೂಂತ ಮಾಡಿದ್ದೆ...." ತನ್ನಲ್ಲೇ ಹೇಳಿಕೊಂಡ.

ಸುಮತಿ ತಾನೇ ಹೇಳಿದಳು. "ಯಾವುದಾದ್ರೂ ಹೋಟೆಲು, ಅಥ್ವಾ ಲಾಡ್ಜ ತಲುಪಿಸಿಬಿಡಿ."

ಹರೀಶ್ ಕೆನ್ನೆಯುಜ್ಜಿದ. ಅನುಭವಗಳು ಅವನಿಗೆ 'ಗುರು' ಆಗಿತ್ತು. ಜನ ಪ್ರತಿಯೊಬ್ಬ ವ್ಯಕ್ತಿ, ಸನ್ನಿವೇಶಗಳಿಗೆ ಹೇಗೆ ಪ್ರತಿಕ್ರಿಯಿಸುತ್ತಾರೆ, ಅದು ತಮ್ಮ ಅನುಕೂಲಕ್ಕೆ ಹೇಗೆ ಬಳಸಿಕೊಳ್ಳುತ್ತಾರೆಂದು ಅವನಿಗೆ ಗೊತ್ತು.

ಒಂದು ದೊಡ್ಡ ಲಾಡ್ಜ್ ಮುಂದೆ ನಿಲ್ಲಿಸಿ ಇಳಿದ. "ಇಲ್ಲಿ ರೂಮುಗಳು ಯಾವಾಗ್ಲೂ ಇರೋಲ್ಲ, ಇಲ್ಲ ಖಾಲಿ ಇರೋಲ್ಲ" ಒಳಗೆ ಹೋದವನು ರೂಮು ಬಾಯ್‌ನ ಜೊತೆಯಲ್ಲಿ ಕರೆತಂದ. "ರೂಮ್ ಇದೆ, ತಾವು ಹೋಗ್ಬಹ್ದು" ಎಂದವನು ಕೈಗಳನ್ನು ಹೊಸಕಿದ.

ಸುಮತಿ ಬಾಡಿಗೆಯ ವಿಷಯವನ್ನ ಮರೆತು ಹೊರಟಾಗ ಹಿಂದಕ್ಕೆ ಓಡಿದವನು ನಿಂತ "ಆಕೆ ಸಿ.ಬಿ.ಐ. ಆಫೀಸರ್ ಇರ್ಬಹ್ದು. ರೂಮು ಕೊಡೋದು ಬಿಡೋದು ನಿಮ್ಮಿಷ್ಟ" ರಿಸೆಪ್ಷನಿಸ್ಟ್‌ಗೆ ಹೇಳಿ ತಲೆ ಕೆಡಿಸಿದ್ದ. "ಓಕೇ.. ಓಕೇ.." ಎಂದು ಸರಸರನೆ ಲೆಡ್ಜರ್ ತಿರುವಿ ಮೇಲುಸಿರು ದಬ್ಬಿದ್ದ. ಈಗ ತಾನು ಹೋಗಿ ಹಣ ಕೇಳುವುದು ಸರಿಯೆನಿಸಲಿಲ್ಲ.

ಟ್ಯಾಕ್ಸಿಯಲ್ಲಿ ಕೂತು ಸ್ಟಾರ್ಟ್ ಮಾಡಿದ್ದ. ಅದೇ ತೊಂಬತ್ತು ರೂಪಾಯಿಗಳನ್ನು ಯಜಮಾನರಿಗೆ ತೆತ್ತಿದ್ದ. ಸಚ್ಚಿದಾನಂದ್ ಕೆಲವು ವಿಷಯಗಳಲ್ಲಿ ಎಷ್ಟು ಕಟ್ಟುನಿಟ್ಟೋ ಹರೀಶ್ ಅಷ್ಟೇ ಪ್ರಾಮಾಣಿಕ. 'ಆಕೆ ಕೊಡ್ಲಿಲ್ಲಾಂದ್ರೆ ನಿನ್ನ ಹುಂಡಿಗೆ ಋಣ, ಸಾಲ ಅವೆಲ್ಲ ಬೇಡ" ಟ್ಯಾಕ್ಸಿಯಿಂದಲೇ ತಿರುಪತಿಯ ವೆಂಕಟೇಶನಿಗೆ ಹೇಳಿದ್ದ.

ಜ ಜ ಜ

ಬಹುಶಃ ಸದಾ ಗಡದ್ದಾಗಿ ನಿದ್ದೆ ಹೊಡೆಯುವ ಹರೀಶ್ ಕಣ್ಣು ಮುಚ್ಚದೇ ಕಾಲಹರಣ ಮಾಡಿದ. ಅದೆಷ್ಟು ಘೋರ, ಭಯಂಕರ ಎನಿಸಿತು ಅವನಿಗೆ, ನಿಜವಾಗಿ ಉಳ್ಳವರ ಬಗ್ಗೆ ಕರುಣೆಯುಂಟಾಯಿತು!

ಸ್ನಾನ ಮುಗಿಸಿ ಅನ್ನ ಮಾಡಿ ಮೊಸರಿನಲ್ಲಿ ಕಲೆಸಿ ಒಗ್ಗರಣೆ ಹಾಕಿದ. ಇಡೀ ತನ್ನ ರೂಮು, ಮನೆಯನ್ನು ಕ್ಲೀನ್ ಮಾಡಿ ಪಟ್ಟಾಗಿ ಮೊಸರನ್ನ ಹೊಡೆದು ಹೊರಟು ನಿಂತ. ಆ ಕೋಣೆಯಲ್ಲಿದ್ದ ಕೆಲವೇ ಸಾಮಾನುಗಳ ಮೇಲೆ ಅವನಿಗೆ ಅತಿಯಾದ ಪ್ರೀತಿ. ಅವೆಲ್ಲ ಅವನ ಸ್ವಂತ ದುಡಿಮೆ. ಪಿತ್ರಾರ್ಜಿತ ಕರುಣೆ, ಅಕ್ರಮದ ಸಂಪಾದನೆ ಯಾವುದೂ ಅಲ್ಲ. ಅದಕ್ಕೆ ಅವುಗಳ ಮೇಲೆ ಅವನಿಗೆ ಪಂಚಪ್ರಾಣ.

"ಹೋಗೋಣ್ವಾ, ಮರಿ" ಸೈಕಲ್ ಸೀಟು ತಟ್ಟಿ ತುಟಿಗೊತ್ತಿಕೊಂಡ "ನಾಳೆ ದಿನ ನಿನ್ನ ಹಿಂದಿನ ಟೈರ್ ಬದಲಾಯಿಸ್ತೀನಿ" ಸೈಕಲ್ ಹೊರಗೆ ತಳ್ಳಿ ಬೀಗ ಹಾಕಿದ.

ಸೈಕಲ್ ಸಚ್ಚಿದಾನಂದ್ ಮನೆ ದಾರಿ ಹಿಡಿಯಿತು. ಎರಡೂವರೆ ಕಿಲೋ ಮೀಟರ್‌ನಷ್ಟು ದೂರ, ಅವನಿಗೆ ಹೆಲಿಕಾಪ್ಟರ್ ಹತ್ತಿದಷ್ಟು ಉತ್ಸಾಹ.

ಒಂದು ಸಲ ಟ್ಯಾಕ್ಸಿಯನ್ನ ಚೆಕ್ ಮಾಡುವ ವೇಳೆಗೆ ಪದ್ಮಮ್ಮ ಹೊರಗೆ ಬಂದರು.

"ಸಂಜೆ ದೇವಸ್ಥಾನಕ್ಕೆ ಹೋಗ್ಬೇಕು...ಯಾವ್ದ್ದಾ ಬಾಡ್ಗೆ ಒಪ್ಪಿಕೊಳ್ದೇ ಮನೆಗೆ ಬಾ"

ಹಿಂದಿನಿಂದ ಬಂದ ಸಚ್ಚಿದಾನಂದ್ ಹೆಂಡತಿಯ ಮೇಲೆ ರೇಗಿಕೊಂಡರು. "ನಂಗೆ ಅದೆಲ್ಲ ಇಷ್ಟವಾಗೋಲ್ಲ. ಅವ್ನು ಬರೋದು ರಾತ್ರಿಗೇನೆ. ನಿಂಗೆ ಬೇಕಾದ್ರೆ ಆಟೋನೋ, ಟ್ಯಾಕ್ಸಿನೋ ಮಾಡ್ಕೊಂಡ್ಹೋಗು, ಯಾವ್ದೇ ಕೆಲ್ಸಕ್ಕೆ ರೂಲ್ಸು ರೆಗ್ಯೂಲೇಷನ್ ಇರಬೇಕು. ಅವು ಸರ್ಕಾರಿ ಸ್ವಾಮ್ಯಕ್ಕೆ ಒಳಪಟ್ಟಂತೆ. ಸ್ವಂತಕ್ಕೆ ಉಪಯೋಗಿಸ್ಬಾರ್ದು."

ಹರೀಶ್ ಮುಖವನ್ನು ಬೇರೆಡೆ ತಿರುಗಿಸಿಕೊಂಡು ನಕ್ಕ.

ಪದ್ಮಮ್ಮ ಕಿಂಚಿತ್ ಜಗ್ಗಲಿಲ್ಲ "ಅವೆಲ್ಲ ನೀವೇ ಇಟ್ಕೊಳ್ಳಿ. ನೀವು ಟ್ಯಾಕ್ಸಿ ಅಂತ ತಿಳ್ಕೊಳ್ಳಿ. ಅದು ನಮ್ಗೆ ಕಾರು. ಮೂರು ವೆಹಿಕಲ್ ಮನೆಯಲ್ಲಿದ್ದೂ ನಾವ್ಯಾಕೆ ಆಟೋ, ಟ್ಯಾಕ್ಸಿಗೆ ಕಾಯೋಣ."

ಮುಂದಿನ ಗಾಜೊರೆಸುತ್ತ ಇದ್ದು ಬಿಟ್ಟ ಹರೀಶ. ಈಗ ಅವನೇನು ಮಾಡಬೇಕು?

"ಯಾವುದಾದ್ರೂ ತೀರ್ಮಾನ ಮಾಡಿ ಹೇಳಿ." ಅವರ ಮೇಲೆ ಹಾಕಿದ. ಇದು ಸದಾ ನಡೆಯುವಂಥದ್ದೇ, ಇದಕ್ಕಾಗಿ ಆಗಾಗ ಹಣಾಹಣಿ.

"ಬರೋದೇನು ಬೇಡ" ಸಚ್ಚಿದಾನಂದ್ ಹೇಳಿದರು.

ಒಳಗಿದ್ದ ವಾರಿಣಿ ತಾಯಿಗೆ ಒತ್ತಾಸೆಯಾಗಿ ಬಂದು ನಿಂತಳು. "ನಮ್ಗೆ ಸಂಜೆ ಕಾರು ಬೇಕೇಬೇಕು. ಇಲ್ದಿದ್ರೆ ದೇವಸ್ಥಾನಕ್ಕೆ ಹೋಗೋಲ್ಲ" ಮುದ್ದಿನ ಮಗಳ ಪಟ್ಟು. ರೂಲ್ಸು ಕುಸಿಯುವ ಎಲ್ಲಾ ಸಂಭವ ಇತ್ತು.

ಸಚ್ಚಿದಾನಂದ್ ಸೋತರು "ಹರೀ ಹೋಗ್ಲಿ. ಒಂದಿಷ್ಟು ರಿಪೇರಿ ಇದೆಯೆಂದ ಪಾಷಾ. ಅವ್ನ ಗಾಡಿಯಲ್ಲೇ ಹೋಗಿ, ಬೇಗ ಮಾಡ್ಸಿಕೊಂಡ್ಬಾಂತ ಹೇಳ್ತೀನಿ" ಪರಿಹಾರ ಸೂಚಿಸಿದರು.

ಇದನ್ನ ಪದ್ಮಾವತಮ್ಮ ಒಪ್ಪೋಲ್ಲ "ಏನಾದ್ರೂ ಮಾಡ್ಕೊಳ್ಳಿ. ನಾವಂತೂ ಹರಿ ಕಾರಿನಲ್ಲೇ ಹೋಗೋದು" ಪಟ್ಟು ಹಿಡಿದರು. ಸಚ್ಚಿದಾನಂದ್ ಸಿಟ್ಟು ನೆತ್ತಿಗೇರಿತ್ತು.

ಹೆಂಡತಿ, ಮಗಳನ್ನ ಒಳಗೆ ತಳ್ಳಿ ಬಾಗಿಲು ಹಾಕಿಕೊಂಡರು "ನೀನ್ಹೋಗು ಹರೀ, ಬುದ್ಧಿ ಇಲ್ಲದ ಮೂರನ್ನು ಹೆತ್ತ ಇವ್ಳಿಗೆ ಇಂಥ ಲೋಕಜ್ಞಾನ ಇರುತ್ತೆ!" ಜೋರಾಗಿಯೇ ಗೊಣಗಿದರು.

ಹರೀಶ್ ಒಮ್ಮೆ ಬಾಗಿಲು ಕಡೆ ನೋಡಿ ಕಾರು ಹತ್ತಿದ. ಗೇಟು ದಾಟಿ ಮುಂದಕ್ಕೆ ಹೋದ ಮೇಲೆಯೇ ಸಚ್ಚಿದಾನಂದ್ ಬಾಗಿಲು ಬೋಲ್ಟ್ ತೆಗೆದಿದ್ದು.

ಒಳ್ಳ ನುಗ್ಗಿದವರೇ ತರಾಟೆಗೆ ತಗೊಂಡರು.

"ನನ್ನ ಸುಮ್ನೇ ಕೆರಳಿಸ್ಬೇಡಿ. ನಾಲ್ಕು ಪೈಸೆ ಯೋಗ್ಯತೆ ಇಲ್ಲದ ಮಕ್ಕಳನ್ನು ಹೆತ್ತಿದ್ದೀಯ ನಂಗೂ ಸಾಕಾಗಿದೆ...." ಮುಂದಿನ ಮಾತುಗಳು ಗಂಟಲಲ್ಲಿ ಉಳಿದರೂ ಪದ್ಮಾವತಮ್ಮ ಅರ್ಥ ಮಾಡಿಕೊಂಡರು.

ಸಚ್ಚಿದಾನಂದ್ ಅಮ್ಮ ಬಂದಾಗಲೆಲ್ಲ ಒಂದೇ ರಾಗ "ಒಂದು ಸರಿ ಹೋಗ್ಲಿಲ್ಲವೋ ಇನ್ನೊಂದ್ಮದ್ವೆ ಮಾಡ್ಕೋ. ಅದ್ರ ಹೊಟ್ಟೆಯಲ್ಲಾದ್ರೂ ಸರಿಯಾಗಿರೋದು ಒಂದು ಹುಟ್ಟುತ್ತೇನೋ" ಇದರ ಪರಿಣಾಮ ಅವರ ಮೇಲೇನು ಬೀರಲಿಲ್ಲ. ಅಂಥದನ್ನ ಯೋಚಿಸುವ ಕೆಟ್ಟ ಮನಸ್ಕರಂತು ಅಲ್ಲ. ಆದರೂ ಸಮಯಕ್ಕೆ ಉಪಯೋಗಕ್ಕೆ ಬರುತ್ತಿತ್ತು.

ಹರೀಶ ನೇರವಾಗಿ ಬಸ್‌ಸ್ಟಾಂಡ್‌ಗೆ ಹೋದ. ಹಿಂದಿನ ರಾತ್ರಿಯ ಬಾಕಿ ವಸೂಲಿಗಿಂತ ಒಂದು ಸಮಸ್ಯೆ ಅವನನ್ನು ಕಾಡುತ್ತಿತ್ತು. ಅವನ ಟ್ಯಾಕ್ಸಿಯಲ್ಲೇ ಇಡೀ ದಿನ ತಿರುಗಾಡಿದ ಒಬ್ಬ ಯುವತಿ ದೇಹ ತಿಪ್ಪಗೊಂಡಹಳ್ಳಿ ಕೆರೆಯಲ್ಲಿ ಮರುದಿನ ತೇಲುತ್ತಿತ್ತು. ಅಂಥ ಭಯ ಅವನನ್ನು ಕಾಡುತ್ತಿತ್ತು.

ಬಂದ ಒಂದೆರಡು ಗಿರಾಕಿಗಳ ನಂತರ ಟ್ಯಾಕ್ಸಿಯನ್ನ ಕೊಂಡೊಯ್ದು ಲಾಡ್ಜ್ ಮುಂದೆ ನಿಲ್ಲಿಸಿ ಇಳಿದ. ಏನೆಂದು ವಿಚಾರಿಸುವುದು? ತೊಂಬತ್ತು ರೂಪಾಯಿ ಕಡಿಮೆ ಮೊತ್ತವೇನು ಅಲ್ಲ. ಆದರೆ ಅದೇ ಸಮಸ್ತವು ಎಂದು ಕೂಡ ತಿಳಿಯಲಾರ.

ರಿಸೆಪ್ಷನಿಸ್ಟ್ ಕೌಂಟರ್‌ಗೆ ಬಂದಾಗ ಕ್ಷಣ ನಿಂತ. "ನೆನ್ನೆ ರಾತ್ರಿ.. ಅವನು ಶುರು ಮಾಡುವುಷ್ಟರಲ್ಲಿ ಆತ ಅತ್ತಿತ್ತ ನೋಡಿ ಕೈ ಸನ್ನೆಯಿಂದ ಕರೆದ "ಲೇಡಿ ಸಿ.ಬಿ.ಐ. ಅಧಿಕಾರಿನ ಕರೆತಂದ ಡ್ರೈವರ್ ನೀನೇನಾ? ನನ್ನ ಡ್ಯೂಟಿಯಲ್ಲೇ ನಾಲ್ಕು ಸಲ ವಿಚಾರಿಸಿದ್ರು. ಮೊದ್ಲು ಹೋಗಿ ಭೇಟಿ ಮಾಡು" ಒಂದಿಷ್ಟು ಉದ್ವಿಗ್ನನಾದದ್ದು ಅವನ ಗಮನಕ್ಕೆ ಬಂತು. ಮನಸ್ಸಿನಲ್ಲೇ ನಕ್ಕ.

ಲಿಫ್ಟ್‌ನತ್ತ ಹೋಗದೇ ಎರಡೆರಡು ಮೆಟ್ಟಿಲು ಹಾರುತ್ತ ಮೂರನೆಯ ಅಂತಸ್ತಿಗೆ ಹೋದ. ಎರಡು ತಿಂಗಳ ಹಿಂದೆ ಈ ಶ್ರೀಮಂತ ಲಾಡ್ಜ್‌ನಲ್ಲಿ ಕೊಲೆಯಾಗಿತ್ತು. ಅದರ ಛಾಯೆಯಿಂದ ನೌಕರರು ಇನ್ನೂ ಮುಕ್ತವಾಗಿರಲಿಲ್ಲ. ಆಗಾಗ ಕರೆದು ಸಂಬಂಧ ಪಟ್ಟವರಿಗೆಲ್ಲ ಕೇಳುತ್ತಲೇ ಇದ್ದರು. ಅದನ್ನ ಮನಸ್ಸಿನಲ್ಲಿಟ್ಟುಕೊಂಡೇ ಸುಳ್ಳು ಹೇಳಿದ್ದ.

ಮೆಲ್ಲಗೆ ಚಿಲಕದ ಮೇಲೆ ಸದ್ದು ಮಾಡಿದ. ಹತ್ತು ಸೆಕೆಂಡ್ ಲೆಕ್ಕ ಹಾಕಿ ಹನ್ನೊಂದಕ್ಕೆ

ಸೆಕೆಂಡ್ ಮುಳ್ಳು ಜಾರುವ ವೇಳೆಗೆ ಬಾಗಿಲು ತೆರೆದುಕೊಂಡಿತು.

ಸುಮತಿಯ ಮುಖ ಕಂಡ ಕೂಡಲೇ ಸಂಕೋಚಿಸಿದ "ಎಕ್ಸ್‌ಕ್ಯೂಜ್ ಮಿ ಮೇಡಮ್...." ಸುಮತಿ ಹಿಂದಕ್ಕೆ ಸರಿದಳು. "ಒಳಕ್ಕೆ ಬನ್ನಿ, ರಾತ್ರಿ ನಿಮ್ಮ ಬಾಡ್ಗೇನೇ ಕೊಡೋಕೆ ಮರೆತೆ"

ಬಾಗಿಲ ಒಳಕ್ಕೆ ಹೆಜ್ಜೆ ಇಟ್ಟರೂ ಅಲ್ಲಿಯೇ ನಿಂತ. ಇದು ಅವನ ವೃತ್ತಿಯ ಮಿತಿ. ಎಂದೂ ಅತಿಕ್ರಮಿಸಲಾರ.

ಪರ್ಸ್‌ನಿಂದ ನೂರರ ನೋಟು ತೆಗೆದ ಸುಮತಿ ಅವನತ್ತ ಚಾಚಿದಳು. "ರಾತ್ರಿ ಮಾಡಿದ್ದು ದೊಡ್ಡ ಉಪಕಾರನೆ. ನಾನು ಈ ಸಿಟಿಗೆ ಬರ್‍ತಾ ಇರೋದು ಮೊದಲ ಸಲ. ಹಗಲಾಗಿದ್ರೆ ಮ್ಯಾನೇಜ್ ಮಾಡಿಕೊಳ್ಳಬಹುದಿತ್ತೇನೋ!" ಸ್ವರದಲ್ಲಿ ತುಸು ನೀರಸವಿತ್ತು.

ನೂರನ್ನ ಪಡೆದು ಹತ್ತಿರ ನೋಟನ್ನ ಹಿಂದಿರುಗಿಸಿ "ಬರ್ತೀನಿ ಮೇಡಮ್" ಹಿಂದಕ್ಕೆ ತಿರುಗಿದ "ಜಸ್ಟ್ ಎ ಮಿನಿಟ್....ನೇಮ್...' ಅಟೆನ್ಷನ್ ಭಂಗಿಯಲ್ಲಿ ತಿರುಗಿ ನಿಂತ.

"ಹೆಸರು ಮಾತ್ರ ತುಂಬ ಪವರ್‌ಫುಲ್, ಆಸ್ತಿಕರ ಜೊತೆ ನಾಸ್ತಿಕರ ಬಾಯಲ್ಲಿ ಕೂಡ ಇರುತ್ತೆ. ತುಂಬ ಚಿಕ್ಕದು ಹರಿ...ಹರೀಶ" ಎಂದ. ಸುಮತಿಯ ತುಟಿಗಳ ಮೇಲೆ ನಸುನಗು ಅರಳಿತು.

"ನಿಮ್ಮ ಟ್ಯಾಕ್ಸಿ ಎಂಗೇಜಾ?" ಕೇಳಿದಳು.

"ನೋ.....ನೋ... ಅಂಥದೇನಿಲ್ಲ! ತಾವು ಎಲ್ಲಿಗಾದ್ರೂ ಹೋಗ್ಬೇಕಿತ್ತಾ?" ಹೌದೆನ್ನುವಂತೆ ತಲೆಯಾಡಿಸಿದಳು. "ನೆನ್ನೆ ರಾತ್ರಿ ಸಂದರ್ಶಿಸಿದ ಮನೆ. ವ್ಯಕ್ತಿಗಳನ್ನ ಇಂದು ಕೂಡ ಭೇಟಿ ಮಾಡ್ಬೇಕು" ಬರೀ ವಿಷಾದವೇ ತುಂಬಿಕೊಂಡಿದ್ದಂತೆ ಕಂಡಿತು.

"ನೀವು ಬನ್ನಿ ಮೇಡಮ್, ವೆಯಿಟ್ ಮಾಡ್ತಾ ಇರ್ತೀನಿ" ಹೊರಗೆ ನಡೆದ. ಈಗಲೂ ಅವನು ಮೆಟ್ಟಿಲಿನತ್ತಲೇ ನಡೆದಿದ್ದು. ಅನವಶ್ಯಕವಾಗಿ ಮನುಷ್ಯ ತನ್ನ ಅಂಗಾಂಗಗಳನ್ನು ಸೋಮಾರಿಯಾಗಿಸಬಾರದು-ಇದು ಅವನ ನಿಲುವು.

ಹಿಂದೆಯೇ ಸುಮತಿ ಲಿಫ್ಟ್ ಸೇರಿದರೂ ಹತ್ತು ನಿಮಿಷದ ನಂತರವೇ ಕೆಳಗಡೆಯ ಫ್ಲೋರ್ ತಲುಪಿದ್ದು. ಹರಿ ಆರಾಮಾಗಿ ಸ್ಟೀರಿಂಗ್ ವೀಲ್ ಮೇಲೆ ಮೃದುವಾಗಿ ತಾಳ ಹಾಕುತ್ತಿದ್ದ. ಅವನ ತಲ್ಲೀನತೆ ನೋಡಿ ಆಶ್ಚರ್ಯಗೊಂಡಳು.

"ಹರಿ...." ಎಂದಕೂಡಲೇ ದಡಬಡಿಸಿಕೊಂಡು ಕೆಳಗಿಳಿದು ಹಿಂದಿನ ಡೋರ್ ತೆರೆದ "ಸಾರಿ, ಮೇಡಮ್...." ಸೌಜನ್ಯವಿತ್ತೇ ವಿನಹ ವಿನಯವಿರಲಿಲ್ಲ.

ಮೊದಲ ಮನೆಯ ವಿಳಾಸದ ಮುಂದೆ ಟ್ಯಾಕ್ಸಿ ತಂದು ನಿಲ್ಲಿಸಿದ. "ಹರಿ ನೀನು ವೈಟ್ ಮಾಡು, ಬರ್ತೀನಿ" ಗೇಟ್ ಬಳಿಗೆ ಹೋದವಳು ನಾಯಿಯನ್ನು ನೆನೆಸಿಕೊಂಡು ನಿಂತಳು.

ಗೇಟು ಸದ್ದು ಮಾಡಿದರೆ ಮನುಷ್ಯರ ಬದಲು ಆ ನಾಯಿ ಓಡಿ ಬಂತು. ಅಚ್ಚ ಬಿಳಿಯ ಬಣ್ಣದ ನಾಯಿ. ಹರಿ ಕೆಳಗಿಳಿದು ಅದನ್ನು ಎತ್ತಿಕೊಂಡ. ಸುಮತಿ ಒಳಗೆ ಹೋದಳು.

ಮೂರು ಸಲ ಕಾಲಿಂಗ್ ಬೆಲ್ ಒತ್ತಿದ ಮೇಲೆಯೇ ಬಾಗಿಲು ತೆರೆದು ಕೊಂಡಿದ್ದು, ಎದುರು ನಿಂತಿದ್ದು ಕೆಲಸದ ಹುಡುಗಿ.

"ಸುಶೀಲ ಇದ್ದಾರ? ಅವಳ ಹಿಂದೆ ನೋಟ ಹರಿಸಿದಳು. ಅವಳು ಅಡಿಯಿಂದ ಮುಡಿಯವರೆಗೆ ಮೂರು ಸಲ ನೋಟ ಹರಿಸಿದಳು. "ಇದ್ರೂ ಅವ್ರಿಗೆ ಪುರುಸೊತ್ತಿಲ್ಲ. ಮುಖಕ್ಕೆಲ್ಲ ಏನೋ ಹಚ್ಚಿಕೊಂಡು ಕೂತಿದ್ದಾರೆ"

ಅಂತೂ ಸುಶೀಲ ಮನೆಯಲ್ಲಿದ್ದಾಳೆ ಎನ್ನುವುದು ಸಾಕಾಗಿತ್ತು.

"ಅವ್ರಿಗೆ ಹೇಳು" ವರಾಂಡದಲ್ಲಿದ್ದ ಛೇರ್‌ನಲ್ಲಿ ಕೂತಳು. ಈಗ ಸುಶೀಲ ಹೇಗಿರಬಹುದು? ಅವಳ ಅತಿಯಾದ ಸಂಕೋಚ, ನಾಚಿಕೆ, ಅದರ ಜೊತೆ ಬದುಕಿನ ಬಗ್ಗೆ ಅವಳಿಗಿದ್ದ ರೊಮಾನ್ಸ್ ಮೂಡ್ ಎಲ್ಲಾ ನೆನಪು ಮಾಡಿಕೊಂಡಳು.

ಹತ್ತು ನಿಮಿಷದ ನಂತರ ಹೊರಗೆ ಸುಶೀಲ ಬಂದಳು. ಸುಮತಿ ಕಣ್ಣುಗಳಲ್ಲಿ ಬೆರಗು ಮೂಡಿತು. ಉಡುಗೆ, ತೊಡುಗೆ ಜೊತೆ ಮುಖ ಕೂಡ ಬದಲಾಗಿತ್ತು.

"ಓ..... ಸುಮಿ....." ಬಂದು ಕೈ ಹಿಡಿದುಕೊಂಡಳು. ಅವಳ ಮುಖದ ನಾಟಕೀಯ ನಗು ಅಸಹ್ಯ ತರಿಸಿತು. "ಯಾಕೆ ಉದ್ಗಾರ? ಹೇಗಿದೆ ಲೈಫ್" ಸುತ್ತಲೂ ನೋಟ ಹರಿಸಿ ಅವಳ ಮೇಲೆ ದೃಷ್ಟಿ ನೆಟ್ಟಳು. ಬಾಯಿ ಸೊಟ್ಟಗೆ ಮಾಡಿ ಒಂದು ತರಹ ನಕ್ಕಳು. ಇದೊಂದು ರೀತಿಯ ಮಾಡ್ರನ್ 'ಸ್ಟೈಲ್'

ಕಡೆಗೆ ಅವಳ ಮಾತುಗಳನ್ನ ಕೇಳಲಾರದೆ ಸುಮತಿ "ಪ್ಲೀಸ್ ಸುಶೀಲ, ಸಹಜವಾಗಿ ನಗು, ಮಾತಾಡು, ಬೇರೆಯವ್ರಿಗೆ ನಿನ್ನ ಮಾತು, ನಗುವಿನಿಂದ ಕಿರಿ ಕಿರಿಯಾಗೋದ್ಬೇಡ. ಅಭಿನಯ ಕೂಡ ಕಲೆ, ನೈಜವಾಗಿ ಸದಾ ಅಭಿನಯಿಸೋಕಾಗೋಲ್ಲ" ಮೇಲೆದ್ದಳು.

ಅವಳ ಮುಖ ಪೆಚ್ಚಾಯಿತು. ಬಲವಂತವಾಗಿ ನಗಲು ಪ್ರಯತ್ನಿಸಿ ಸೋತಳು. "ಏನು... ಬಂದಿದ್ದು?" ಪ್ರಶ್ನೆಗೆ ಅಕ್ಕರೆ ಬೆರೆಸಲು ನೋಡಿದಳು. ಬಂದ ಕೆಲಸ ಮುಗಿಯಿತು ಎನ್ನುವಂತೆ ಮೇಲೆದ್ದಳು "ನಿನ್ನೊತೆ ಕೆಲವು ದಿನ ಇರ್ಬೇಕೂಂತ ಅಂದ್ಕೊಂಡಿದ್ದೆ. ಈಗ... ಆಗೋಲ್ಲ... ಬರ್ತೀನಿ."

ಸುಶೀಲ ಮತ್ತೇನು ಹೇಳಲಾರದೆ ಹೋದಳು. ಬಾಗಿಲಿಂದ ಗೇಟಿನವರೆಗೂ ಬಂದಳು. ಸುಮತಿ ಬಂಧು ಮಾತ್ರವಲ್ಲ. ಆತ್ಮೀಯ ಗೆಳತಿ ಕೂಡ. ತಿಂಗಾಳುನುಗಟ್ಟಲೆ ಅವಳ ಜೊತೆಯಲ್ಲಿದ್ದವಳು. ಇಂದು ಕಡೇ ಪಕ್ಷ ಒಂದು ಲೋಟ ನೀರು ಕೊಡಲಾರದೆ ಹೋಗಿದ್ದಳು. ಯಾಕೆ?

"ಸಿ ಯೂ ಎಗೇನ್........." ಟ್ಯಾಕ್ಸಿ ಹತ್ತಿದಳು. ಸುಮತಿ ಕಣ್ಣಂಚಿನಲ್ಲಿ ಕಂಬನಿ ಶೇಖರವಾದರೂ ಕೆನ್ನೆಯ ಮೇಲೆ ಉರುಳಲಿಲ್ಲ. "ಸಾರಿ, ನನ್ನ ಮಾತಿಗೆ ಕೋಪ, ಬೇಸರ ಬಿಟ್ಟು ಯೋಚ್ಸು."

ಟ್ಯಾಕ್ಸಿ ಮುಂದಕ್ಕೆ ಉರುಳಿತು. ತುಟಿ ತೆರೆಯಲಾರದೆ ಕೂತಿದ್ದಳು. ಈಗ ಪರೀಕ್ಷಿತ್

ಬಗ್ಗೆ ಯೋಚಿಸುತ್ತಿದ್ದಳು. ಅವನು ಆ ಮಟ್ಟದಲ್ಲಿ ಕುಡಿಯಬಲ್ಲನೆಂದು ಅವಳು ತಿಳಿದಿರಲಿಲ್ಲ.

ಟ್ಯಾಕ್ಸಿ ಆ ಮನೆಯ ಮುಂದೆ ನಿಂತಿತು. "ಮೇಡಮ್........" ಹರೀಶನೇ ಎಚ್ಚರಿಸಬೇಕಾಯಿತು. ಸುಮತಿಗೆ ಕೆಳಗಿಳಿದು ಹೇಳಿದಳು "ಐದು ನಿಮಿಷ ಸಾಕು, ಬೇಗ್ಬಂದ್ಬಿಡ್ತೀನಿ" ಎಂದಾಗ ತಲೆದೂಗಿದ "ವೈಟಿಂಗ್ ಛಾರ್ಜ್ ಕೊಟ್ಟರೆ ಸಂಜೆವರ್ಗೂ ಇರೋಕು ಅಭ್ಯಂತರವಿಲ್ಲ" ಎಂದ.

ಸುಮತಿ ಗೇಟನ್ನ ತೆರೆದುಕೊಂಡು ಒಳಗೆ ಹೋದಳು. ಅಷ್ಟು ದೂರದಲ್ಲಿ ಯಾರೊಂದಿಗೋ ಮಾತಾಡುತ್ತಿದ್ದ ವಾಚ್‌ಮನ್ ಓಡಿ ಬಂದ. ಟ್ಯಾಕ್ಸಿಯಿಂದ ಇಳಿದ ಹರಿ ಅವನ ಬಳಿ ಹೋದ.

"ಅರರೇ, ಒಳ್ಗೇ ಹೋಗೇಬಿಟ್ಟರಲ್ಲ. ಸುಮ್ನೇ ನಾವುಗಳು ಬೈಗಳು ತಿನ್ನಬೇಕಾಗುತ್ತೆ" ಗೇಟಿನೊಳಕ್ಕೆ ಹೊರಟವನನ್ನ ಹರಿ ತಡೆದು ನಿಲ್ಲಿಸಿದ.

"ಮಹಿಳೆಯರಿಗೆ ರಾತ್ರಿ ಪ್ರವೇಶ ಅನ್ನೋ ಬೋರ್ಡೇ ಇಲ್ವಲ್ಲ" ಅವನ ಭುಜದ ಮೇಲೆ ಕೈ ಹಾಕಿದ "ಯಜಮಾನ್ರು ತುಂಬ ಸ್ಟ್ರಿಕ್ಟಾ?"

"ಬಿಡ್ರಿ....." ಎಂದು ಕೊಸರಿಕೊಂಡು ಹೊರಟವನನ್ನ ಹಿಡಿದು ನಿಲ್ಲಿಸಿದ "ಸ್ವಲ್ಪ.... ಸ್ವಲ್ಪ...ಆತುರಪಟ್ಟು ಏಟು ತಿನ್ನಬೇಡ. ಈಗ ಬಂದೋರು ಪೊಲೀಸ್ನೋರ ಕಡೆಯವ್ರು" ವಾಚ್‌ಮನ್ ಏನು ಬಿಳಿಚಿಕೊಳ್ಳದಿದ್ದರೂ ಸಮಾಧಾನಗೊಂಡ.

"ಸಾಕು ಬಿಡ್ರಿ. ನಾನು ಎಂತೆಂಥ ಜನಾನ ನೋಡಿದ್ದೀನಿ!" ಮತ್ತೆ ಕೊಡವಿದ.

ಆದರೆ ಹರೀಶನ ನಯವಾದ ನುಡಿಗಳಿಗೆ ತಣ್ಣಗಾದ ಪರೀಕ್ಷಿತ್ ಅತ್ಯಂತ ಪ್ರತಿಷ್ಠಿತ ವ್ಯಕ್ತಿ, ಅವನದು ಫೈವ್‌ಸ್ಟಾರ್ ಕಲ್ಚರ್. ಬದುಕಿನ ಬಗ್ಗೆ ತೀರಾ ಹಗುರಭಾವ-ಇದೆಲ್ಲ ವಾಚ್‌ಮನ್ ಮಾತುಗಳಿಂದ ವ್ಯಕ್ತವಾದದ್ದು. ತೀರಾ ಇಂಟರೆಸ್ಟಿಂಗ್ ಮನುಷ್ಯ ಎಂದುಕೊಂಡ.

ಸುಮತಿ ಡ್ರಾಯಿಂಗ್ ರೂಮಿನಲ್ಲಿ ಅರ್ಧಗಂಟೆ ಕಾದು ಕೂತ ನಂತರವೇ ಪರೀಕ್ಷಿತ್ ಬಂದಿದ್ದು. ಆಗ ತಾನೇ ಸ್ನಾನ ಮುಗಿಸಿದ್ದ. ತೊಟ್ಟ ಹೌಸ್ ಕೋಟಿನಲ್ಲಿ ಬಂದವನೇ ಹುಬ್ಬೇರಿಸಿದ. ತನ್ನ ಕಣ್ಣುಗಳನ್ನೇ ನಂಬದಾದ.

"ಸುಮತಿ, ನೀನು ಬಂದಿದ್ದೀಯಾಂದ್ರೆ ನಂಗೆ ನಂಬೋಕೆ ಆಗ್ಲೇ ಇಲ್ಲ. ಅಂತೂ ಈ ಬಡವನ ಮೇಲೆ ಕೃಪೆ" ಹುಬ್ಬುಗಳನ್ನ ಕುಣಿಸಿ ಕಣ್ಣಲ್ಲಿ ಮಿಂಚು ತುಳುಕಿಸಿ ಅವಳ ಸನಿಹದಲ್ಲಿಯೇ ಕೂತ. ಆತ್ಮಸಾಕ್ಷಾತ್ಕಾರದ ಅನುಭವ.

"ಅದೇ........... ಮಾತುಗಳು........" ಎಂದ ಸುಮತಿ ರಾತ್ರಿಯ ದೃಶ್ಯವನ್ನ ಜ್ಞಾಪಿಸಿಕೊಂಡಳು. ಹೆಣ್ಣನ್ನ ಇವನು ಕಾಣುವುದು 'ಬಿಚ್' ದೃಷ್ಟಿಯಲ್ಲೇ "ಹೇಗಿದ್ದೀಯಾ, ಪರೀಕ್ಷಿತ್?" ಅವಳ ಪ್ರಶ್ನೆಗೆ ಕ್ರಾಪ್ ಹಾರಿಸಿ ಜೋರಾಗಿ ನಕ್ಕ "ಸೂಪರ್........ ಲೈಫ್ ತುಂಬ ರಂಗು ರಂಗಾಗಿದೆ. ಇನ್ನ ಬರೀ ಹತ್ತು ವರ್ಷ, ಎಲ್ಲಾ ಅನುಭವಿಸಿಬಿಡೋದು.

ಆಮೇಲೆ ಡಾಕ್ಟ್ರು, ಬೆಡ್, ಬೇರೆಯವ್ರ ಸಂತಾಪ, ಸಹಾನುಭೂತಿ ಮುಗ್ದುಹೋಯ್ತು" ಏರು ಯೌವನದಲ್ಲಿಯೇ ಇನ್ನ ಹತ್ತು ವರ್ಷದ ಬದುಕಿನ ಬಗ್ಗೆ ಯೋಚಿಸಲು ಹೊರಟ ಮೆರೀ ಫಿಲಾಸಫರ್‌ನಂತೆ ಕಂಡ.

"ಪರ್‍ವಾಗಿಲ್ಲ...." ಎಂದಳು.

"ಈಗೇನು ತಗೋತೀಯಾ? ಬಾ... ಡೈನಿಂಗ್ ಹಾಲ್‌ಗೆ ಹೋಗೋಣ" ರೆಟ್ಟೆ ಹಿಡಿದು ಎಳೆದೊಯ್ದ "ಛಿ, ಏನೇನು ಬೆಳೆದಿಲ್ಲ" ರೇಗಿಕೊಂಡಳು ಸುಮತಿ. ಅವನು ತೀರಾ ಅವಳಿಗೆ ಪರಿಚಿತ ಮಾತ್ರವಲ್ಲ, ಮತ್ತು ಒಳ್ಳೆ ಫ್ರೆಂಡ್ ಕೂಡ.

ತಿಂಡಿ ಮುಗಿಯುವರೆಗೂ ಅವನೇ ಮಾತಾಡಿದ. ಅವಳು ಬರೀ ಕೇಳಿದಳು.

"ಇದೇನು ಸರ್‌ಪ್ರೈಜ್ ವಿಸಿಟ್. ಯಾರದಾದ್ರೂ ಫ್ರೆಂಡ್ ಮದ್ವೆಗೆ ಬಂದಿದ್ಯಾ? ಐ ಡೋಂಡ್ ಬಿಲೀವ್ ನನ್ನ ನೋಡೋಕೆ ಬಂದಿರೋದು, ನಿಜ ತಾನೆ?" ನೀರು ಕುಡಿದಿಟ್ಟ.

ಅವನಲ್ಲಿ ನಾಟಕೀಯತೆ ಇಲ್ಲ. ಬಹಳ ಬೋಲ್ಡಾಗಿ ಮಾತಾಡುತ್ತಿದ್ದ. ಅವನು ಯಾವುದನ್ನೂ ಮುಚ್ಚಿಡಲಾರ ಅಥವಾ ಮುಚ್ಚಿಡುವುದು ಅವನಿಗೆ ಗೊತ್ತಿಲ್ಲ ಅಥವಾ ಅಗತ್ಯವೂ ಇರಲಾರದು.

ನಿಧಾನವಾಗಿ ಮೇಲಕ್ಕೆದ್ದಳು "ಡಿಸ್ಟರ್ಬ್ ಮಾಡಿದೇಂತ ಕಾಣಿಸುತ್ತೆ. ಮತ್ತೆ ಮೀಟ್ ಆಗೋಣ" ಪರೀಕ್ಷಿತ್ ಕಣ್ಣುಗಳು ಕಿರಿದಾಗಿ ಅದರಲ್ಲಿ ತೀಕ್ಷ್ಣತೆ ತುಂಬಿಕೊಂಡಿತು.

"ವಾಟ್ ಕೆನ್ ಐ ಡೂ ಫಾರ್ ಯು. ಎಂದಾದ್ರೂ ಸುಮತಿ ಹುಡ್ಕಿಕೊಂಡು ಬಂದಿದ್ದುಂಟಾ? ಇಂಪಾಜಿಬಲ್... ಇಂದು ಬಂದು ನನ್ನ ಮನೆ, ಮನಸ್ಸು ಪಾವನ ಮಾಡಿದ್ದೀಯ, ಏನಾದ್ರೂ ಆಜ್ಞಾಪಿಸು" ಜೋಕ್ ಹಾರಿಸಿದ. ಸುಮತಿ ಮುಗುಳ್ನಕ್ಕಳು.

"ಜೋಕ್ ಆಫ್ ದಿ ಡೇ...." ಛೇರ್ ಮೇಲಿದ್ದ ಪರ್ಸ್ ಕೈಗೆತ್ತಿಕೊಂಡಳು "ಇಲ್ಲೇ ಇದ್ರೆ.... ಮತ್ತೊಮ್ಮೆ ಸಿಗ್ತೀನಿ" ಮನಸ್ಸು ಬದಲಾಯಿಸಿದಳು.

ಪರೀಕ್ಷಿತ್ ಪಾರ್ಟಿಗಳಲ್ಲಿ ಕುಡಿಯುತ್ತಿದ್ದುದು ಅವಳಿಗೆ ಗೊತ್ತು. ಆಕರ್ಷಕವಾಗಿದ್ದ, ಮಾತಿನ ಮೋಡಿಯಿಂದ ಯುವತಿಯರನ್ನ ತನ್ನತ್ತ ಆಕರ್ಷಿಸುತ್ತಿದ್ದ. ಅದನ್ನೆಂದು ಅವಳು ಹೆಚ್ಚಿಗೆ ಭಾವಿಸಿರಲಿಲ್ಲ. ಕೆಟ್ಟದಾಗಿ ಕಂಡೂ ಇರಲಿಲ್ಲ. ರಾತ್ರಿಯ ಅವನ ಅವತಾರ ಅವಳ ಭಾವನೆಗಳನ್ನು ನಶಿಸುವಂತೆ ಮಾಡಿತ್ತು.

"ಏನು ತಿಳಿಸ್ದೇ ಹೋಗ್ತಾ ಇದ್ದೀಯಾ!" ತಡೆದ.

"ತಾನಾಗಿ ತಿಳಿಯುತ್ತೆ" ನಡೆದುಬಿಟ್ಟಳು.

ಹಿಂದೆಯೇ ಬಂದ ಪರೀಕ್ಷಿತ್ ಅವಳ ಕೈ ಹಿಡಿದುಕೊಂಡು "ನಿನ್ನ ಫ್ರೆಂಡ್ ಸುಶೀಲನ ನೋಡಿದ್ಯಾ?" ಹೌದೆನ್ನುವಂತೆ ತಲೆದೂಗಿದಳು.

ಅಷ್ಟರಲ್ಲಿ ಫೋನ್ ಸದ್ದಾಯಿತು "ಇಂದು ಪೂರ್ತಿಯಾದ್ರೂ ಇಲ್ಲಿರು...." ಎಂದವನು ಒಳಗೆ ಓಡಿದ. ಸುಮತಿ ಆರಾಮಾಗಿ ಬಂದು ಟ್ಯಾಕ್ಸಿ ಹತ್ತಿದಳು. ಅಭದ್ರತೆ ಅವಳನ್ನು

ಕಾಡಿತು.

ಟ್ಯಾಕ್ಸಿ ಸ್ವಲ್ಪ ಮುಂದಕ್ಕೆ ಹೋದ ಮೇಲೆ ಹರಿ ತಲೆ ಕರೆದುಕೊಂಡು "ಮೇಡಮ್, ಈಗ ಲಾಡ್ಜ್‌ಗಾ?" ಕೇಳಿದ.

"ಬೇಡ ಹರಿ..." ಸುಮ್ಮನಾದಳು.

ಸಂದಿಗ್ಧತೆಯನ್ನ ಸ್ವಲ್ಪಮಟ್ಟಿಗೆ ಅರ್ಥಮಾಡಿಕೊಂಡು ಟ್ಯಾಕ್ಸಿಯ ವೇಗ ಹೆಚ್ಚಿಸಿದ. ನಗರದ ಹೊರಗೆ ಉದ್ಯಾನವನ ರೆಸ್ಟೋರೆಂಟ್ ಮುಂದೆ ಟ್ಯಾಕ್ಸಿ ನಿಂತಿತು.

"ಆರಾಮಾಗಿದೆ. ಮರಗಳ ಮಧ್ಯೆ ತಿರ್ಗಾಡಿ ರಿಲ್ಯಾಕ್ಸ್ ಮಾಡಿಕೊಳ್ಳೋಕೆ ಜನ ಬರ್ತಾರೆ. ನಾನು ಟ್ಯಾಕ್ಸಿಯಲ್ಲೇ ಇರ್ತೀನಿ" ಅರ್ಥಪೂರ್ಣವಾಗಿ ಹೇಳಿದ.

ಸುಮತಿ ಇಳಿದು ಮುಂದಿನ ಗೇಟು ಹೊಕ್ಕಳು. ಸಣ್ಣ ಕಾಡಿನ ಅನುಭವ ತರುವ ಪುಟ್ಟ ರೆಸ್ಟೋರೆಂಟ್. ಮಧ್ಯಾಹ್ನದ ವೇಳೆ ಜನ ವಿರಳ. ಮರದ ಕೆಳಗಿನ ಕಲ್ಲು ಬೆಂಚಿನ ಮೇಲೆ ಹೋಗಿ ಕೂತಳು. ಮುಂದೇನು?

ಹರೀಶ್ ಕಾದು ಕಾದು ಭಯಗೊಂಡ. ವೃತ್ತಿಗೆ ಬಂದ ಮೇಲೆ ಚಿತ್ರ ವಿಚಿತ್ರ ಜನರ ಜೊತೆ ಅಪರೂಪದ ಅನುಭವಗಳು. ಇಳಿದು ಬಂದ ವಿಶಾಲ ಕಾಂಪೌಂಡ್‌ನ ಒಂದು ಸುತ್ತು ಹಾಕಿಕೊಂಡು ಬಂದ. ಸುಮತಿ ವಿಗ್ರಹದಂತೆ ಕೂತಿದ್ದಳು. ಕದ್ದು ಬರುವ ಗೃಹಿಣಿಯರು, ಮೋಜು ಮಾಡುವ ಕಾಲೇಜು ಯುವತಿಯರನ್ನ ನೋಡಿದ್ದ. ಅಂಥವರ ಜೊತೆ ಸುಮತಿಯನ್ನ ಸೇರಿಸಲು ಇಚ್ಛಿಸಲಿಲ್ಲ. ಗೌರವ ಮೂಡುವಂಥ ಮುಖಭಾವ, ನಡತೆ.

ಸ್ವಲ್ಪ ದೂರದಲ್ಲಿ ನಿಂತ "ಇಲ್ಲಿ ಲೆಮನ್ ರೈಸ್, ಗೀ ರೈಸ್, ವೆಜಿಟೇಬಲ್ ರೈಸ್ ಸಿಕ್ಕುತ್ತೆ. ಏನಾದ್ರೂ ತಂದು ಕೊಡ್ಲಾ, ಮೇಡಮ್" ಕೇಳಿದ.

ಸುಮತಿ ಬೇಡವೆಂದು ತಲೆಯಾಡಿಸಿದವಳು ಪರ್ಸ್‌ನಿಂದ ಇಪ್ಪತ್ತರ ನೋಟು ತೆಗೆದು ಅವನತ್ತ ನೀಡಿದಳು. "ನೀನು ಊಟ ಮಾಡ್ಬಿಡು" ನಮ್ರವಾಗಿ ನಿರಾಕರಿಸಿದ "ಸಾರಿ..."

ನೋಟು ಪರ್ಸ್‌ಗೆ ಸೇರಿಸಿ ಎದ್ದಳು. ಈಗ ಎಲ್ಲಿಗೆ? ಸುಶೀಲ ಪರೀಕ್ಷಿತ್ - ಅವರ ಹಾದಿಯೇ ಸುಗಮವಾಗಿರಲಿಲ್ಲ. ಅಂಥವರ ನೆರಳು ಕೂಡ ಬೇಕಿರಲಿಲ್ಲ.

"ಡೋಂಟ್ ಮೈಂಡ್, ನನ್ನೊತೆ ತಿಂಡಿ ತಿನ್ನೋಕೆ ಅಭ್ಯಂತರವಿಲ್ಲ ತಾನೇ!" ಸ್ನೇಹಪೂರ್ವಕವಾಗಿ ಕೇಳಿದಳು. ನಸುನಕ್ಕ.

ವೆಜಿಟೇಬಲ್ ರೈಸ್, ಮಸಾಲೆ ವಡೆ ತಂದ. ಅವನು ಮರಕ್ಕೆ ಒರಗಿಯೇ ತಿಂದ. ಟ್ಯಾಕ್ಸಿ ಲಾಡ್ಜ್ ಮುಂದೆ ನಿಂತಿತು. "ಹರೀಶ್, ನನ್ನ ಕೋಣೆಗೆ ಬನ್ನಿ" ಹೇಳಿ ಇಳಿದಳು. ಇಂಥ ಮಾತುಗಳಿಗೆ ಬೇರೆ ಬೇರೆ ಅರ್ಥ ಹುಡುಕಬಹುದು. ಯಾಕೋ ಆ ತರಹ ಯೋಚಿಸಲು ಅವನಿಂದಾಗಲಿಲ್ಲ.

ಒಬ್ಬ ಶ್ರೀಮಂತ ಮಹಿಳೆ ಸೈಟ್ ಸೀಯಿಂಗ್‌ಗಾಗಿ ಬಂದು ಇಡೀ ದಿನ ಸುತ್ತಾಡಿದ

ಅತೃಪ್ತ ಹೆಣ್ಣು ಹತ್ತು ಸಾವಿರದ ಒಂದು ಕಟ್ಟು ಅವನತ್ತ ಎಸೆದು, ಕೆಲವು ದಿನ ಅವನ ಸಂಗಾತಿಯಾಗಿರಲು ಕೇಳಿದ್ದಳು.

ಅಂದು ಎರಡು ಕಿವಿ ಹಿಡಿದು ಐದು ಸಲ ಬಸ್ಕಿ ಹೊಡೆದು ಕೈ ಜೋಡಿಸಿದ್ದ "ನಮಸ್ಕಾರ ತಾಯಿ, ನಮ್ಮಂಥವರನ್ನ ಹಾಗೆಯೇ ಇರಲು ಬಿಡಿ" ನಿಲ್ಲದೆ ಓಡಿದ್ದ. ಅದಕ್ಕಿಂತ ವಿಚಿತ್ರವಾದ ರೋಚಕದ ಅನುಭವಗಳು ಅವನ ಪಾಲಿಗೆ ಬಂದಿದ್ದವು.

ವಿಂಡ್ ಬಾನೆಟ್ ಮೇಲೆಲ್ಲ ಬಟ್ಟೆ ಆಡಿಸಿ ಲಾಡ್ಜ್‌ನತ್ತ ಹೆಜ್ಜೆ ಹಾಕಿದ "ಮೇಡಮ್ ಬರ ಹೇಳಿದ್ದಾರೆ" ರಿಸೆಪ್ಷನಿಸ್ಟ್ ಕೇಳುವ ಮುನ್ನವೇ ಹೇಳಿದ.

ಇವನಿಗಾಗಿಯೇ ಕಾದು ಕೂತಿದ್ದ ಸುಮತಿ "ಹರೀಶ್, ನಿಮ್ಮ ಮನೆಯಲ್ಲಿ ಯಾರು ಯಾರು ಇದ್ದಾರೆ?" ಪ್ರಶ್ನೆಗೆ ಮುಖ ಮೇಲೆತ್ತಿ ನಕ್ಕ "ತುಂಬ ಜನನೇ, ಜಗಳ, ಕದನವಿಲ್ಲದ ಸಾಮರಸ್ಯ ಜೀವನ"

"ನಾನು ನಿಮ್ಮ ಮನೆಗೆ ಒಂದ್ಸಲ ಬರಬಹುದಾ?" ಹರೀಶ್ ಬೆಚ್ಚಿದ. ಯಾರು ಇಂಥ ಬಯಕೆ ವ್ಯಕ್ತಪಡಿಸಿರಲಿಲ್ಲ. "ಬೈ ಆಲ್ ಮೀನ್ಸ್.... ಖಂಡಿತ ಬನ್ನಿ" ನಕ್ಕ. ತಮಾಷೆಯೆಂದು ಕೊಂಡಿದ್ದ.

"ನಾಳೆ ಬೆಳಿಗ್ಗೆ ಬರ್ತೀನಿ, ತೊಂದರೆ ಇಲ್ಲ ತಾನೇ?" ಸ್ವರದಲ್ಲಿನ ದೃಢತೆಗೆ ಬೆಚ್ಚಿದ "ತೊಂದರೆನೋ, ಅಲ್ವೋ... ಗೊತ್ತಿಲ್ಲ. ನಮ್ಮಗಳ ಜೀವನದ ಬಗ್ಗೆ ಆರ್ಟಿಕಲ್ ಬರೀತೀರಾ? ನಂದು ಬರೀ ಸ್ಪೀರಿಯೋ ಟೈಪ್‌ದು. ಬೇಕಾದ್ರೆ ನನ್ನ ಕೊಲೀಗ್ಸ್‌ನ ಪರಿಚಯ ಮಾಡಿಕೊಡ್ತೀನಿ. ಮೇಲ್ನೋಟಕ್ಕೆ ಕಲರ್‌ಫುಲ್ ಆಗಿ ಕಂಡರೂ... ಅಲ್ಲಿ ನಲಿವಿಗಿಂತ ನೋವೇ ಜಾಸ್ತಿ" ಎಂದ.

ಸುಮತಿ ಬರೀ ಮುಗುಳ್ನಕ್ಕಳು. ಆಚೆಗೆ ಹೋದ ಹರೀಶ್ ಹಿಂದಕ್ಕೆ ಬಂದ "ಈಗ್ಲೇ ಬರೋದಾದ್ರೆ ಬನ್ನಿ, ಯಜಮಾನ್ರು ಯಾರಾದ್ರೂ ಪಾರ್ಟಿನ ಒಪ್ಪಿಕೊಂಡಿದ್ರೆ.... ಬರೋದು ಕಷ್ಟವಾಗುತ್ತೆ"

ಸುಮತಿ ಸುಮ್ಮತಿಸಿದಳು. ಹರೀಶ್ ಮೆಟ್ಟಿಲಿನತ್ತ ಹೆಜ್ಜೆ ಹಾಕಿದ. ಮಾತು, ನಡತೆಯಿಂದಲೇ ತುಂಬ ಓದಿದ ಹೆಣ್ಣು, ಶ್ರೀಮಂತರ ಮನೆಯ ಯುವತಿ, ಆದರೆ ಹೆಚ್ಚು ಅಹಂಕಾರವಿಲ್ಲ - ಇದು ಅವನ ತರ್ಕ.

ಟ್ಯಾಕ್ಸಿ ಹತ್ತಿದ ಕೂಡಲೇ ತನ್ನಲ್ಲಿ ತಾನೇ ನಕ್ಕ. ತನ್ನ ಪುಟ್ಟ ಪ್ರಪಂಚ ಒಡನಾಡಿಗಳನ್ನ ನೋಡಿ ಮೇಡಮ್ ಏನು ಹೇಳಬಹುದು. ತಾನು ಬರೆಯುವ ವಿಷಯಕ್ಕೆ ಒಂದು ವಸ್ತುವನ್ನಾಗಿ ಆಯ್ದುಕೊಳ್ಳಬಹುದೇ?

ತೀರಾ ಪುಟ್ಟ ಕಾಂಪೌಂಡ್‌ಗೆ ಅಂಟಿಕೊಂಡಂತಿದ್ದ ಸಣ್ಣ ಮನೆಯ ಬೀಗ ನೋಡಿದ ಕೂಡಲೇ ಸುಮತಿಯ ಹುಬ್ಬುಗಳು ಬೆಸೆದುಕೊಂಡವು. 'ತುಂಬ ಜನಾನೇ' ಅಂದಿದ್ದ.

ಮೊದಲು ಇಳಿದ ಹರೀಶ್ ಹಿಂದಿನ ಡೋರ್ ತೆಗೆದ "ವೆಲ್‌ಕಮ್ ಮೇಡಮ್...

ನೀವಾಗಿ ನಮ್ಮ ಮನೆಗೆ ಬಂದಿದ್ದು ತುಂಬ... ತುಂಬ ಸಂತೋಷದ ವಿಷಯ" ಹೃತ್ಪೂರ್ವಕವಾಗಿ ಆಹ್ವಾನಿಸಿದ.

ಬೆರಗುಗಣ್ಣುಗಳಿಂದಲೇ ಸುಮತಿ ಕೆಳಗಿಳಿದಳು. "ಇವತ್ತು ಬೇಗ್ಬಂದೆ, ಮೇಡಮ್ ನಿಮ್ಮನ್ನೆಲ್ಲ ನೋಡ್ಬೇಕೂಂದ್ರ. ಸ್ವಲ್ಪ ಸಿನ್ಸಿಯರ್ ಆಗಿ ನಡ್ಕೊಳ್ಳಿ" ಗೇಟು ತೆರೆದ. ಯಾರಿಗೆ ಹೇಳುತ್ತಿರುವುದು ಎಂದು ಯೋಚಿಸಿದವಳು ವಿಸ್ಮಯಗೊಂಡಳು.

"ಇದು ಹಳದಿ ಗುಲಾಬಿ, ಈ ಗಿಡ ರೆಡ್ ರೋಸ್" ಕುಂಡದಲ್ಲಿನ ಎರಡು ಗುಲಾಬಿಗಳನ್ನು ಪರಿಚಯಿಸುವುದರ ಜೊತೆ ಪಕ್ಕದಲ್ಲಿ ಬೆಳೆದಿದ್ದ ನಂದಿ ಬಟ್ಟಲ ದೊಡ್ಡ ಗಿಡವನ್ನು ತೋರಿಸಿದ "ಇದು ತುಂಬ ಸೀನಿಯರ್ ನಾನು ಇಲ್ಲಿಗೆ ಬರೋಕೆ ಮೊದ್ಲೇ ಇಲ್ಲಿದ್ದು ಸ್ವಾಗತ ಬಯಸಿತು. ಇದು ನನ್ನಕ್ಕ ಇದ್ದಂಗೆ" ತನ್ಮಯತೆಯಿಂದ ಗಿಡದ ಮೇಲೆಲ್ಲ ಕೈಯಾಡಿಸಿದ.

ಬೀಗನ ಮುಟ್ಟಿ ತುಟಿಗೊತ್ತಿಕೊಂಡ "ಈ ಮತ್ತು ಬೀಗ ನನ್ನ ಪರಿಚಯ ಐದು ವರ್ಷದಷ್ಟು ಹಿಂದಿನದು. ಒಂದು ದಿನ ತಡವಾಗಿ ಬಂದೇಂತ ಇಟ್ಕೊಳ್ಳಿ... ಹತ್ತು ನಿಮಿಷ ಸತಾಯಿಸುತ್ತೆ" ತೆರೆದುಕೊಂಡು ಒಳ ನಡೆದ.

ಟೇಬಲ್ಲು, ಅಲಾರಂ ಟೈಮ್ ಪೀಸ್, ಮಂಚ ಪಾತ್ರೆ ಪಡಗ, ಸ್ಟೌವನ್ನ ತನ್ನವರೆನ್ನುವಂತೆ ಗೌರವಾಭಿಮಾನಗಳಿಂದ ಪರಿಚಯಿಸಿದಾಗ ಸುಮತಿಯ ಬಾಯಿಂದ ಮಾತುಗಳೇ ಹೊರಡಲಿಲ್ಲ.

"ನೋಡಿದ್ರಾ ಮೇಡಮ್, ಸದಾ ನಾನು ತೃಪ್ತಿಯಿಂದ, ಸಂತೋಷದಿಂದ ಇರೋಕೆ ಇವೆಲ್ಲ ಕಾರಣ. ಹೇಗೆ ಅನ್ನಿಸ್ತು?" ಕೂಡುವಂತೆ ಕುರ್ಚಿ ಸರಿಸಿಟ್ಟ.

ಯಾವುದು ಅಸ್ತವ್ಯಸ್ತವಾಗಿರಲಿಲ್ಲ. ಪ್ರತಿಯೊಂದು ಅಚ್ಚುಕಟ್ಟು. ಬಹುಶಃ ಇವೆಲ್ಲ ಹರೀಶನ ಪಾಲಿಗೆ ಬರೀ ವಸ್ತುಗಳು ಆಗಿರಲಾರದು. ಇವನ್ನೆಲ್ಲ ಅವನು ಪ್ರೀತಿಸುತ್ತಿದ್ದ.

"ಫೆಂಟಾಸ್ಟಿಕ್" ಎಂದಳು ಕೂಡುತ್ತ.

ಒಂದು ಲೋಟ ಹಾಲು ಬಿಸಿ ಮಾಡಿಕೊಂಡು ಬಂದು ಕೊಟ್ಟ. "ಸ್ವೀಕರಿಸಬೇಕು..." ಅಲ್ಲೇ ಗೋಡೆಗೊರಗಿ ನಿಂತ. ಇದ್ದ ಎರಡು ಫೋಟೋಗಳ ಮುಂದೆ ನೀಲಾಂಜನಗಳು ಇನ್ನೂ ಸಣ್ಣ ಉರಿಯುತ್ತಿತ್ತು.

ಬಹಳ ತೃಪ್ತಿಯಿಂದ ಕುಡಿದಳು ಸುಮತಿ. ತೀರಾ ಸಾದಾ ಟ್ಯಾಕ್ಸಿ ಡ್ರೈವರ್ ಆಗಿದ್ದ. ಹರೀಶ್ ಬದುಕನ್ನ ತನ್ನದೇ ಆದ ರೀತಿಯಲ್ಲಿ ರೂಪಿಸಿಕೊಂಡಿದ್ದ. ಸುತ್ತಲ ಪರಿಸರ, ಜಗತ್ತನ್ನ ದಟ್ಟವಾಗಿ ಪ್ರೀತಿಸುತ್ತಿದ್ದ 'ಪ್ರೀತಿ' ಎನ್ನುವ ಪದವನ್ನು ತೀರಾ ಸಂಕುಚಿತ ದೃಷ್ಟಿಯಲ್ಲಿ ನೋಡಲಾರ.

"ಹೋಗೋಣ....." ಸುಮತಿ ಪರ್ಸನ್ನ ಕೈಗೆತ್ತಿಕೊಂಡಳು.

ಹರೀಶ ಲಾಡ್ಜ್ ಮುಂದೆ ತಂದು ಟ್ಯಾಕ್ಸಿ ನಿಲ್ಲಿಸಿದ. ಇಳಿದ ಸುಮತಿ ಟ್ಯಾಕ್ಸಿ ಹಣವನ್ನು

ಕೊಟ್ಟಳು.

"ಹರಿ, ನಾಳೆ ಬೆಳಿಗ್ಗೆ ಬನ್ನಿ," ಸರ ಸರನೆ ಸರಿದು ಹೋದಳು. "ಯಾರ ಸಮಸ್ಯೆಗಳು ಏನೋ..." ಟ್ಯಾಕ್ಸಿಯನ್ನು ಸ್ಟಾಂಡ್‌ನತ್ತ ತಿರುಗಿಸಿದ.

ಅಷ್ಟು ದೂರವಿದೆ ಎನ್ನುವಾಗಲೇ ವಾರಿಣಿ ಕೈ ಬೀಸಿದ್ದು ಕಾಣಿಸಿತು. ಅಲ್ಲೇ ಕೊಂಡೊಯ್ದು ನಿಲ್ಲಿಸಿದ.

ಮುಂದಿನ ಡೋರ್ ತೆಗೆಯಲು ಹೋದಾಗ ತಡೆದ. "ಹಿಂದೆ... ಹಿಂದೆ ಕೂತ್ಕೋಬೇಕು. ಯಜಮಾನ್ರಿಗೆ ಇನ್ನಷ್ಟು ಸಿಟ್ಟು ಬರಿಸೋದ್ಬೇಡ" ತಾನೇ ಹಿಂಬದಿಯ ಡೋರನ್ನ ತೆಗೆದ.

"ನಿನ್ನೊಬ್ಬನ ಇಷ್ಟೊಂದು ಒಬೀಡಿಯೆಂಟ್ ತನ್ನಕ್ಕೆ ನಮ್ಮಪ್ಪ ಏನಾದ್ರೂ ಬೋನಸ್ ಕೊಡ್ತಾರಾ? ನೀನೊಬ್ಬ ಪೆದ್ದು" ಮೂತಿ ಸೊಟ್ಟಗೆ ಮಾಡಿಯೇ ಹತ್ತಿದಳು.

"ಯಾರು ಕರ್ಕೊಂಡ್ಬಾಂದ್ರು?" ಗಾಡಿಯನ್ನು ರಿವರ್ಸ್ ತಗೊಂಡ. "ನಾನು..." ಸಿಡಿದಳು. ಕಾರಿನ ವೇಗ ಹೆಚ್ಚಿಸಿದ. ವಿಮಾನದಂತೆ ತೇಲಿತು.

ಸಚ್ಚಿದಾನಂದ್, ಪದ್ಮಮ್ಮ ಹೊರಗಡೆಯೇ ಇದ್ದರು. ಇಬ್ಬರ ಮುಖಗಳು ಧುಮುಗುಟ್ಟುತ್ತಿದ್ದವು. ಯುದ್ಧದ ನಂತರದ ಪರಿಸ್ಥಿತಿಯನ್ನು ಮನಗಂಡ.

"ಹರಿ...." ಸಚ್ಚಿದಾನಂದ್ ಟ್ಯಾಕ್ಸಿಯ ಹತ್ತಿರ ಬಂದರು. ಇಳಿದ ಹರೀಶ್ ಕೈಗಳನ್ನು ಬೆಸೆದ. "ಚಿಕ್ಕಮ್ಮಾವ್ರು.... ಬಂದಿದ್ರು. ಅದ್ಕೇ ಬಂದೆ. ಇಬ್ಬರು ಒಪ್ಪಿದಂಗೆ" ನಸುನಕ್ಕ. ಅವರಿಬ್ಬರ ಮಗಳಾದ ವಾರಿಣಿಯ ಅಧಿಕಾರ ಅವರಿಬ್ಬರಿಗೂ ಹೆಚ್ಚಿಗೆ ಎನ್ನುವಂತೆ ಸೂಚಿಸಿದಂತಾಯಿತು. ಸಚ್ಚಿದಾನಂದ್ ಒಳಗೊಳಗೆ ಕೋಪವನ್ನು ನುಂಗಿದರು.

ಇಡೀ ಸಂಸಾರ ಟ್ಯಾಕ್ಸಿ ಹತ್ತಿತು. ಸಚ್ಚಿದಾನಂದ್ ವಾರಿಣಿಯ ಜೊತೆ ಮುಂದೆ ಕೂತರೆ ಪದ್ಮಮ್ಮ ಬುದ್ಧಿಗೇಡು ಮಗ. ಮಗಳನ್ನ ಹಿಂದೆ ಕೂಡಿಸಿಕೊಂಡರು. ಈ ಮಕ್ಕಳೊಂದು ನಿರಂತರ ನೋವು ಅವರಿಗೆ.

ನಗರದ ಕೊನೆಯಲ್ಲಿನ ಭವಾನಿ ಟೆಂಪಲ್ ಬಳಿ ಟ್ಯಾಕ್ಸಿ ನಿಲ್ಲಿಸಿದ. ಮಗ ನಾಗರಾಜನಿಗೆ ತೀರಾ ಬುದ್ಧಿಮಾಂದ್ಯ. ಅವನನ್ನು ಸಂಭಾಳಿಸುವುದು ಕಷ್ಟವೇ.

ಎಲ್ಲಾದರೂ ಬಂದಾಗ ಅದನ್ನು ಹರೀಶ ವಹಿಸಿಕೊಳ್ಳುತ್ತಿದ್ದ.

ಇಂದು ಇಳಿದ ಪದ್ಮಮ್ಮ ಮಂಕು ಮಂಕಾಗಿ ಕಣ್ಣುಗಳನ್ನು ತಿರುಗಿಸುತ್ತಿದ್ದ ಮಗನತ್ತ ಕರುಣೆಯ ನೋಟ ಹರಿಸಿದರು. "ಈ ಜನ್ಮಕ್ಕೆ ಏನು ಇಲ್ಲವಾಯ್ತು. ಮುಂದಿನ ಜನ್ಮಕ್ಕಾದ್ರೂ ಒಳ್ಳೆದಾಗ್ಲಿ. ಅವನನ್ನು ಕರ್ದುಕೊಳ್ಳೋಣ್ವಾ?" ಗಂಡನತ್ತ ತಿರುಗಿದರು. ಸಚ್ಚಿದಾನಂದ್ ಕಣ್ಣುಗಳಲ್ಲಿ ಕೆಂಡಗಳು ಉರುಳಿದವು.

"ಈ ಪ್ರಾರಬ್ಧ ಕರ್ಮಕ್ಕೆ ಎಲ್ಲಿಗೂ ಬರೋಕೆ ಇಷ್ಟವಾಗೋಲ್ಲ. ಅವನನ್ನು ನೋಡಿಕೊಳ್ಳೋದೇ ಸರಿಹೋಗುತ್ತೆ. ಇನ್ನೆಲ್ಲಿ ಪೂಜೆ ಮಾಡಿಸ್ತೀಯಾ!" ರೇಗಿಕೊಂಡರು.

ತಾಯಿ ಕರುಳು ನೊಂದಿತು. ಹರೀಶ್ ಮುಂದೆ ಬಂದ. "ನೀವುಗಳು ಹೋಗಿ ಪೂಜೆ ಮಾಡ್ಸಿಕೊಂಡ್ಬನ್ನಿ. ನಾನು ಆಮೇಲೆ ಕರ್ಕೊಂಡ್ಹೋಗ್ತೀನಿ ಒಂದು ಸಮಸ್ಯೆಗೆ ಪರಿಹಾರ ಸಿಕ್ಕಂತಾಯಿತು.

ಆಕೆ ಕಣ್ತುಂಬಿ ಮಗನತ್ತ ನೋಟ ಹರಿಸುತ್ತಲೇ ಹೋದರು. ಇನ್ನೊಂದು ಹುಡುಗಿಯ ಕೈಯನ್ನು ಸಚ್ಚಿದಾನಂದ್ ಹಿಡಿದಿದ್ದರು. ಇವಳಿಗೆ ಅರೆ ಬುದ್ಧಿಮಾಂದ್ಯ. ಇವಳ ಆರ್ಭಟ ಜಾಸ್ತಿ. ಅವನಿಗಿಂತ ಇವಳನ್ನು ಸುಧಾರಿಸುವುದು ಕಷ್ಟ.

ಹರೀಶ ಕಾರಿಗೆ ಒರಗಿ ನಿಂತು ಬಂದು ಹೋಗುವವರನ್ನು ನೋಡತೊಡಗಿದ. ಇಲ್ಲಿಗೆ ಅವನು ಬರುವುದು ಅಪರೂಪವಲ್ಲ. ಸಾಕಷ್ಟು ಸಲ ಬಂದಿದ್ದ. ತಿಂಗಳಿಗೆ ಒಮ್ಮೆ ಅಥವಾ ಎರಡು ಸಲ ಬರುವುದುಂಟು.

ನಾಗರಾಜ ಇದ್ದಕ್ಕಿದ್ದ ಹಾಗೆ ಕಿಟಾರನೆ ಕಿರುಚಿದ. ಅವನ ಕಣ್ಣಿನಲ್ಲಿ ಗೋಲಿಗಳು ಭರ ಭರ ಸುತ್ತತೊಡಗಿದವು. ಹೊಸಬರು ಅಂಜುತ್ತಾರೆ. ಹರೀಶ್ ಅವನನ್ನು ಕೈ ಹಿಡಿದು ಪ್ರಾಂಗಣದೊಳಕ್ಕೆ ಕರೆದೊಯ್ದು ಪಕ್ಕದಲ್ಲಿ ಕೂಡಿಸಿಕೊಂಡು ಕೂತ.

ಸುಮ್ಮನೆ ಕೂತ ನಾಗರಾಜ ಎದ್ದು ಓಡಿಬಿಟ್ಟ. ಹರೀಶ್‌ನ ಅರಿವಿಗೆ ಬರುವ ವೇಳೆಗೆ ಒಂದು ಹುಡುಗಿಯನ್ನು ಅವನು ಬೆನ್ನಟ್ಟಿಬಿಟ್ಟಿದ್ದ.

"ಮೈಗಾಡ್...." ಜಿಂಕೆಯಂತೆ ಅವನ ಹಿಂದೆ ಬಿದ್ದ "ನಾಗರಾಜ.. ನಿಂತ್ಕೋ" ಇವನು ಹೋಗಿ ಹಿಡಿಯುವ ವೇಳೆಗೆ ಆ ಹುಡುಗಿ ಅವನ ಕೈಗೆ ಸಿಕ್ಕಿ ಚೀರುತ್ತಿದ್ದಳು. ಅವನ ಬಲಿಷ್ಟ ಕೈಯಿಂದ ಬಿಡಿಸುವ ವೇಳೆಗೆ ಸಾಕು ಸಾಕಾಯಿತು.

ಆಗಲೇ ಜಮಾಯಿಸಿಬಿಟ್ಟ ಜನರಲ್ಲಿ ಕೆಲವರು ಬಿಟ್ಟ ಕಣ್ಣುಗಳಿಂದ ನೋಡಿದರೆ, ಮಿಕ್ಕವರು ಛೀಮಾರಿ ಹಾಕಿದರು. "ಯಾಕ್ರೀ. ಬೀಡ್ತೀರಿ ಅವನನ್ನು?" ಹರೀಶ್ ಅವನನ್ನು ಜಗ್ಗಿ ಎಳೆದೊಯ್ಯುತ್ತ ಕ್ಷಮೆ ಯಾಚಿಸಿದ. "ಏನಿಲ್ಲ, ಯಾವಾಗ್ಲೂ ಈ ತರಹ ಇರೋಲ್ಲ!"

ಅಷ್ಟರಲ್ಲಿ ಸಚ್ಚಿದಾನಂದ್ ಕುಟುಂಬ ಹೊರಬಂದಿತ್ತು. ಆತನಿಗೆ ತಲೆಯೆತ್ತಲಾಗಲಿಲ್ಲ. ಕಣ್ಣುಗಳಲ್ಲಿ ಕಿಡಿ ಹಾರಿತು. "ಛಿ...." ನೆಲಕ್ಕೆ ಉಗುಳಿದರು. ಪೂರ್ಣ ಆಕ್ರೋಶ ಹೆಂಡತಿಯ ಕಡೆಗೆ. ತಾವು ಅವನ ತಂದೆಯೆಂಬುದನ್ನು ಮರೆತರು.

ನಾಗರಾಜನನ್ನು ಬಲವಂತವಾಗಿ ಎಳೆದೊಯ್ದು ಹಿಂದಿನ ಸೀಟಿಗೆ ದಬ್ಬಿದ. ಆ ಕೆಲಸ ಕನಿಷ್ಟ ನಾಲ್ಕು ಜನರಾದರೂ ಮಾಡಬೇಕಿತ್ತು. ಅವನದು ಭೀಮ ಬಲ.

"ಮನೆಯಲ್ಲಿ ಬೇಡ. ಹುಚ್ಚಾಸ್ಪತ್ರೆಗೆ ಸೇರ್ಸಿಬಿಡೋಣ" ಕೆಲವೊಮ್ಮೆ ಹೆಂಡತಿಗೆ ಹೇಳುತ್ತಿದ್ದರು. "ಅವ್ನು ಹುಟ್ಟೇ ಇಲ್ಲಾಂತ ಮರ್ತುಬಿಡೋಣ" ಇದು ಅವರಿಂದ ಕೂಡ ಸಾಧ್ಯವಿರಲಿಲ್ಲ.

ಅಂಥ ಪ್ರಯೋಗ ಮಾಡಿಬಿಟ್ಟಿದ್ದರು. ಎರಡು ವರ್ಷಕ್ಕೂ ಮಿಕ್ಕಿ ನ್ಯೂರೋ ಸೆಂಟರ್‌ಗೆ ಅಲೆದಿದ್ದರು. ಅವನಿಗೆ ಬುದ್ಧಿ ಮಾಂದ್ಯವೋ, ಬುದ್ಧಿ ವಿಕಲ್ಪವೋ ಒಂದೂ ಅರ್ಥ

ವಾಗಿರಲಿಲ್ಲ. ಕೆಲವೊಮ್ಮೆ ಬುದ್ದಿ ವಿಹೀನನಾದರೆ ಇನ್ನು ಕೆಲವೊಮ್ಮೆ ಹುಚ್ಚನಂತೆ ಆರ್ಭಟಿಸುತ್ತಿದ್ದ. ಈ ಎರಡರ ಮಧ್ಯದ ಬದುಕು ಮನೆಯವರಿಗೆ ನರಕಸದೃಶವಾಗಿತ್ತು.

ಕರ್ಚೀಫ್‌ನಿಂದ ಮುಖದ ಬೆವರು ತೊಡೆಯುತ್ತ ಯಜಮಾನಿತಿಯತ್ತ ನೋಡಿದ. "ಇವತ್ತು ಬೇಡಮ್ಮ! ಪುರುಸೊತ್ತಾಗಿ ನಾನೇ ಕರ್ಕೊಂಡ್ಬಂದು ದೇವರ ದರ್ಶನ ಮಾಡ್ಸಿಕೊಂಡ್ಹೋಗ್ತೀನಿ" ಅವನ ಸ್ವರದಲ್ಲಿ ನೋವು ಮಿನುಗಿತು.

ಈಗ ಕಾರು ಹತ್ತುವುದು ಸಚ್ಚಿದಾನಂದ್‌ಗೆ ಅಪಾಯವಾಗಿ ಕಾಣುತ್ತಿತ್ತು. ಕೆಲವೊಮ್ಮೆ ನಾಗರಾಜ ಕಚ್ಚಿಬಿಡುತ್ತಿದ್ದ. ಅಂಥ ಪ್ರಯೋಗಗಳು ತಾಯಿಯ ಮೇಲೆ ಹೆಚ್ಚು ಮಾಡಿದ್ದ.

ವಿಂಡ್‌ನಿಂದ ಕೈಗಳನ್ನು ಹೊರಗೆ ಹಾಕಿ ನಾಗರಾಜ ವಿಕಾರವಾಗಿ ಕಿರುಚುತ್ತಿದ್ದ. ಮೆಲ್ಲಗೆ ಅವನೆರಡು ಕೈಗಳನ್ನ ಒಳಗೆಳೆದು ಗಾಜು ಸರಿಸಿದ.

"ನೀವು ಬೇರೆ ವೆಹಿಕಲ್ ಮಾಡ್ಕೊಂಡು ಮನೆಗೆ ಬನ್ನಿ. ನಾನು ಹೇಗೊ ಮ್ಯಾನೇಜ್ ಮಾಡ್ಕೊಂಡ್ ಹೋಗ್ತೀನಿ" ಅವನೇ ಸಲಹಿಸಿದ ಸಚ್ಚಿದಾನಂದ್ 'ಹ್ಲೂ' ಗುಟ್ಟಿದರು.

ಪದ್ಮಮ್ಮ ಕಣ್ಣೊರೆಸಿಕೊಂಡರು.

ಕಾರು ಹೋದ ಮೇಲೆ ಸಚ್ಚಿದಾನಂದ್ ಹೆಂಡತಿಯ ಮೇಲೆ ಸಿಡಿದುಬಿದ್ದರು. " ಈ ಮಕ್ಕಳನ್ನ ಕರ್ಕೊಂಡು ಮೆರವಣಿಗೆ ಮಾಡದಿದ್ರೆ... ಆಗೋಲ್ವಾ! ನಿಂಗೆ ನಾಚ್ಕೆ, ಮಾನ, ಮರ್ಯಾದೆ ಯಾವ್ದು ಇಲ್ಲ. ಮಗನ ಮುಂದಿನ ಜನ್ಮಕ್ಕೆ ಈಗ್ಲೇ ಬುತ್ತಿ ಕಟ್ಟುತ್ತಾಳೆ"

ಆಕೆ ತಲೆಯೆತ್ತಲಿಲ್ಲ. ಅತ್ಯಂತ ನಿರಾಸೆಯಾದ್ದು ವಾರಿಣಿಗೆ. ಅವಳಿಗೆ ತಾಯಿ ತಂದೆಯವರ ಮೇಲೆ ಅಸಹ್ಯ, ಕೋಪ.

ಕಡೆಗೆ ತಾಯಿಗೆ ಎಚ್ಚರಿಕೆ ಕೊಟ್ಟಳು. "ನಾನು, ಇನ್ಮೇಲೆ ನಿಮ್ಮ ಗಳ ಜೊತೆಗೆ ಎಲ್ಲಿಗೂ ಬರೋಲ್ಲ. ಅವಂತು ಸತ್ತ ಶವಗಳು. ನನ್ನ ಯಾಕೆ ಹಾಳು ಮಾಡ್ತೀರಾ!" ರೋಡು ಎಂಬುದನ್ನ ಮರೆತು ಅತ್ತುಬಿಟ್ಟಳು.

ಸಚ್ಚಿದಾನಂದ್ ವೆಹಿಕಲ್ ಹುಡುಕಿಕೊಂಡು ಹೊರಟಾಗ ಮೂವರು ಒಂದು ಪಕ್ಕಕ್ಕೆ ನಿಂತರು. ತನಗೇ ಯಾಕೆ ದೇವರು ಇಂಥ ಮಕ್ಕಳನ್ನು ಕೊಟ್ಟ? ಆ ಪ್ರಶ್ನೆಗೆ ದೇವರು ಬಂದು ಉತ್ತರಿಸದಿದ್ದರೂ ವೈಜ್ಞಾನಿಕವಾಗಿ ಚಿಂತಿಸಿದರೆ ಅರ್ಥವಾದೀತು.

ಸಚ್ಚಿದಾನಂದ್ ವಂಶವಾಹಿನಿಯ ಬಗ್ಗೆ ತಲೆ ಕೆಡಿಸಿಕೊಂಡರೇ ಆತನ ಅಕ್ಕನ ಮಗಳು ಪದ್ಮಮ್ಮ. ಆಕೆ-ತಾಯಿ ಮದುವೆಯಾಗಿದ್ದು ಸ್ವಂತ ಸೋದರ ಮಾವನನ್ನೇ. ಅವರ ತಂದೆ ತಾಯಿಗಳು ಕೂಡ ಹತ್ತಿರದ ಸಂಬಂಧದಲ್ಲಿಯೇ ದಾಂಪತ್ಯ ಜೋಡಿಸಿಕೊಂಡಿದ್ದರು. ಹತ್ತಿರದ ರಕ್ತ ಸಂಬಂಧಗಳ ದಾಂಪತ್ಯ ಕೂಡದು! ಅಂತಹವರ ಮಕ್ಕಳಲ್ಲಿ ಕೆಲವರಾದರೂ ಇಂಥ ತೊಂದರೆಗಳಿಗೆ ಒಳಗಾಗುತ್ತಾರೆ. ಜೆನೆಟಿಕ್ಸ್ ಬಗ್ಗೆ ತಿಳಿದವರ ವಿಮರ್ಶೆ.

ಓದಿದವರೇ ಕಡಿಮೆ ಇರುವ ಈ ದೇಶದಲ್ಲಿ ಅಂತಹ ಗಂಭೀರ ವಿಷಯಗಳ ಬಗ್ಗೆ ತಲೆ ಕೆಡಿಸಿಕೊಳ್ಳುವವರು ಯಾರು. ಮಗು ಹುಟ್ಟಿದ ಕೂಡಲೇ ಒಂದು ಸಂಬಂಧ

ಜೋಡಿಸುತ್ತಾರೆ. ಇದನ್ನೆಲ್ಲ ನಂಬಲಾರರು. ಅದಕ್ಕೆ ತಮ್ಮವೇ ಕಾರಣಗಳನ್ನ ಕೊಡುತ್ತಾರೆ.

* * *

ಎರಡು ದಿನ ಲಾಡ್ಜ್ ಕಡೆಗೆ ಹರೀಶ ಹೋಗಲಾಗಲಿಲ್ಲ. ಮೂರನೆ ದಿನ ಇವನು ಹೋದಾಗ ಪೇಪರ್ ನೋಡುತ್ತಿದ್ದ ಸುಮತಿ ತಲೆಯೆತ್ತಿದಳು.

"ಡ್ರೈವರ್ ಪಾಷಾ ಬಂದಿದ್ನಾ ಮೇಡಮ್? ಎರ್ಡು ದಿನ ಟ್ಯಾಕ್ಸಿನ ಮನೆ ಮುಂದೆ ನಿಲ್ಸಿಕೊಂಡು ಹಣ ಕೊಟ್ರು. ಬರೋಕಾಗ್ಲಿಲ್ಲ" ಸಂಕೋಚ ವ್ಯಕ್ತಪಡಿಸಿದ.

ಸುಮತಿ ಪೇಪರ್ ಪಕ್ಕಕ್ಕಿಟ್ಟಳು "ನಾನು ಎರ್ಡು ದಿನದಿಂದ ಹೊರ್ಗಡೆ ಹೋಗ್ಲೇ ಇಲ್ಲ. ಕೂತ್ಕೊಳ್ಳಿ' ಹರಿ. ಸದ್ಯಕ್ಕೆ ಇಲ್ಲೇನು ನೀವು ಟ್ಯಾಕ್ಸಿ ಡ್ರೈವರ್ ಅಲ್ಲ" ಬಲವಂತಪಡಿಸಿದಳು. ಬಹಳ ವಿನಯದಿಂದಲೇ ಹರೀಶ್ ಕೂತ.

ರಿಸೆಪ್ಷನಿಸ್ಟ್ ಹತ್ತಿರ ಅವನು ಸುಳ್ಳು ಹೇಳಿದ್ದರೂ ಅವನಿಗೂ ಈಗ ಅನುಮಾನವೇ. ತನ್ನ ಮನೆ ನೋಡಿದ್ದು ಕೂಡ ಯಾವುದರ ಹಿನ್ನೆಲೆಯೋ ಅಂದುಕೊಂಡಿದ್ದ. ಅವನ ಪ್ರಕಾರ ಯಾವುದೇ ಸಿವಿಲ್, ಕ್ರಿಮಿನಲ್ ಮೊಕದ್ದಮೆಗಳಿಗೆ ಅವನು ಸಂಬಂಧಿಸಿರಲಿಲ್ಲ. ಇದುವರೆಗೂ ಸಣ್ಣ ಆಕ್ಸಿಡೆಂಟ್ ಕೇಸ್‌ನಲ್ಲಿ ಕೂಡ ಸಿಕ್ಕಿಕೊಂಡಿರಲಿಲ್ಲ. ಮತ್ತೆ.... ಮತ್ತೆ... ಯೋಚನೆಗೊಳಗಾದರು, ಚಿಂತಿಸಲಿಲ್ಲ.

ಫೋನ್ ಮಾಡಿ ಕಾಫಿ ತರಿಸಿದಳು. "ಕಾಫಿ ತಗೋಳ್ಳೋಕೆ ಏನು ಅಭ್ಯಂತರವಿಲ್ಲವಲ್ಲ. ನಿಮ್ಗೆ ಯಾಕೆ ಇನ್‌ಫಿಯಾರಿಟಿ ಕಾಂಪ್ಲೆಕ್ಸ್?" "ಸುಮತಿಯ ಮಾತಿಗೆ ಜೋರಾಗೆ ನಕ್ಕು ಬಿಟ್ಟ.

"ಖಂಡಿತಾ ಇಲ್ಲ. ಯಾಕೆ ಇನ್‌ಫಿಯಾರಿಟಿ ಕಾಂಪ್ಲೆಕ್ಸ್ ಬೆಳ್ಸಿಕೊಳ್ಳಿ? ನಂಗೆ ಪ್ರತಿಯೊಂದು ಕೆಲ್ಸದ ಬಗ್ಗೆಯೂ ಗೌರವವೇ, ಐ ಲೈಕ್ ಮೈ ಜಾಬ್ ಐ ಲವ್ ದಟ್" ಹೆಮ್ಮೆಯಿಂದ ಎದೆಯುಬ್ಬಿಸಿದ.

ನಸುನಗುತ್ತ ಸುಮತಿ ಅವನನ್ನೇ ನೋಡಿದಳು. ತುಂಬು ಆತ್ಮವಿಶ್ವಾಸದ ಕಣ್ಣುಗಳಲ್ಲಿ ಪ್ರೀತಿಯ ಸೆಳೆತ. ಪ್ರತಿಯೊಂದನ್ನು ಪ್ರೇಮಿಸುವ ಸುಂದರ ಕಾವ್ಯಮಯ ಮನಸ್ಸಿತ್ತು.

"ಇವತ್ತು ಹೊರ್ಗೆ ಹೋಗೋಣ" ಡ್ರಾಯರ್‌ನಲ್ಲಿದ್ದ ತನ್ನ ಪರ್ಸ್ ಎತ್ತಿಕೊಂಡಳು. "ಮೇಡಮ್, ಒಂದ್ಕೆಲ್ಸ ಮಾಡಿ. ನೀವೆಷ್ಟು ದಿನ ಇಲ್ಲಿ ಇರ್ತೀರೋ ಅಷ್ಟು ದಿನಕ್ಕೆ ನಮ್ಮ ಯಜಮಾನ್ರ ಹತ್ರ ಮಾತಾಡಿ, ಒಂದು ರೇಟ್ ಫಿಕ್ಸ್ ಮಾಡ್ಕೊಳ್ಳಿ. ಬರೀ ಮೀಟರ್ ಛಾರ್ಜ್ ಕೊಡೋದೂಂದ್ರೆ ದುಬಾರಿಯಾಗುತ್ತೆ. ತಗೊಳ್ಳಿ ಫೋನ್ ನಂಬರ್..." ಒಂದು ಕಾರ್ಡನ್ನ ಅವಳ ಮುಂದಿಟ್ಟ.

ಕಾರ್ಡ್ ಕೈಗೆತ್ತಿಕೊಂಡ ಸುಮತಿ ಪರ್ಸ್‌ನೊಳಕ್ಕೆ ಹಾಕಿಕೊಂಡಳು. "ಇದು ನನ್ಹತ್ರ ಇರಲಿ. ಸಮಯ ಬಂದಾಗ ಸಂಪರ್ಕಿಸ್ತೀನಿ. ಈಗ ಅದರ ಅಗತ್ಯವಿಲ್ಲ" ಎಂದಾಗ ಮುಗುಳು ನಕ್ಕ.

"ನನ್ನ ಅಭ್ಯಂತರವೇನಿಲ್ಲ" ಕೈಯೆತ್ತಿದ.

ಟ್ಯಾಕ್ಸಿಯಲ್ಲಿ ಬಂದು ಕೂತ ಸುಮತಿ "ಒಂದು ನಿರ್ದಿಷ್ಟ ಸ್ಥಳಕ್ಕೆ ಹೋಗ್ಬೇಕೂಂತ ಏನಿಲ್ಲ. ಬರೀ ಸುತ್ತಾಟ ಅಷ್ಟೇ" ಸೂಚಿಸಿದಳು.

ಇಡೀ ದಿನ ಸುತ್ತಿದ್ದೇ ಆಯಿತು. ಸಿಟಿಯಲ್ಲಿನ ಎಲ್ಲಾ ದೇವಸ್ಥಾನಗಳನ್ನು ತೋರಿಸಿದ. ಅವುಗಳ ಬಗ್ಗೆ ಇರುವ ಕತೆಗಳನ್ನು ಹೇಳಿದ. ಅವನಿಗೆ ಪ್ರತಿಯೊಂದರ ಬಗ್ಗೆ ಇದ್ದ ಆಸಕ್ತಿಯನ್ನು ಗಮನಿಸಿದಳು.

ರಾತ್ರಿ ಹೋಟೆಲ್‌ನಲ್ಲಿ ಊಟ ಮುಗಿಸಿ ಹಿಂದಿರುಗಿದಾಗ ರಿಸರ್ವ್ ಆಗಿದ್ದಳು "ಹರೀಶ್, ಸ್ವಲ್ಪ ದಿನ ನಿನ್ನ ಮನೆಯಲ್ಲಿ ಇರ್ಬೇಕೂಂತ ಇದ್ದೀನಿ. ಏನಾದ್ರೂ ಅಭ್ಯಂತರನಾ?" ವಿಸ್ಮಯದಿಂದ ಕಣ್ಣರಳಿಸಿದರೂ ನಕ್ಕುಬಿಟ್ಟ.

"ಜೋಕ್ ಮಾಡ್ತೀರಾ, ಮೇಡಮ್?"

ಸುಮತಿ ಭಾರವಾದ ಉಸಿರೆಳೆದು ದಬ್ಬಿದಳು. "ಖಂಡಿತ ಇಲ್ಲ. ಸದ್ಯಕ್ಕೆ ಇಲ್ಲಿ ನೀನೊಬ್ನೇ ನಂಗೆ ಪರಿಚಯ. ಈಗ ನಿನ್ನ ಹೆಲ್ಪ್ ಕೇಳ್ಬೇಕು. ಯೋಚ್ಸಿ ಬೆಳಿಗ್ಗೆ ಬಂದು ಹೇಳು"

ಹರೀಶನಿಗೆ ಇನ್ನು ನಂಬಲು ಕಷ್ಟವಾದರೂ ನಿರಾಕರಿಸಲಾರ. "ತಲೆ ಕೆಡ್ಸಿಕೊಳ್ಳೋಂಥದೇನಿದೆ! ಖಂಡಿತ ಬಂದು ಇರಿ!" ಮುಕ್ತವಾಗಿ ಉಸುರಿದ, ಅವಳ ನಿರೀಕ್ಷೆಯೂ ಅದೇ ಆಗಿತ್ತು.

"ಥ್ಯಾಂಕ್ಯೂ ಹರೀಶ್, ನಂಗೆ ಈಗ ಯಾವ್ದೇ ಕೆಲ್ಸವಿಲ್ಲ. ಬರೀ ನಿಮ್ಮ ಗೆಸ್ಟ್" ಎಂದಳು.

"ಖಂಡಿತ .... ಬನ್ನಿ. ನಂಗೆ ಅಂಥ ತೊಂದರೆಯ ಹಾಗೆ ಕಾಣೋಲ್ಲ. ಒಂದು ರೀತಿಯ ಸಂಭ್ರಮವೇ. ಆಗಾಗ ಸ್ನೇಹಿತರು ಅನ್ನಿಸ್ಕೊಂಡ ಜನ ಬಂದರೂ ಒಂದೆರಡು ಗಂಟೆ ಮೇಲೆ ಇದ್ದಿಲ್ಲ. ಈಗ ನೀವು..." ಬರೀ ನಕ್ಕ. ಅವನ ನಗೆಯಲ್ಲಿ ಶುಭ್ರತೆ ಇತ್ತು.

ಸುಮತಿ ಲಾಡ್ಜಿಗೆ ಹೋದ ಮೇಲೆ ಟ್ಯಾಕ್ಸಿಯನ್ನು ಯಜಮಾನರ ಮನೆಯ ಕಡೆ ತಿರುಗಿಸಿದ. ಆಗಲೇ ಒಂಬತ್ತು ಇಪ್ಪತ್ತು. ಮತ್ತೆ ರೈಲ್ವೆ ಸ್ಟೇಷನ್‌ಗೆ ಹೋಗಬೇಕೆನಿಸಲಿಲ್ಲ.

ಷೆಡ್‌ನಲ್ಲಿ ಕಾರು ನಿಲ್ಲಿಸಿ ತನ್ನ ಸೈಕಲ್ ಹೊರಗೆ ತಗೊಂಡ. ಮುಂದಿನ ಬಾಲ್ಕನಿಯಲ್ಲಿ ಮಗಳು, ಹೆಂಡತಿಯೊಂದಿಗೆ ಕೂತಿದ್ದ ಸಚ್ಚಿದಾನಂದ್ ಸ್ವಲ್ಪ ಸಂತೋಷವಾಗಿಯೇ ಇದ್ದರು.

"ಬೇಗ ಬಂದಿದ್ದು ಒಳ್ಳೆದೇ ಆಯ್ತು. ಪಾಷಾನ ಗಾಡಿ ಮಧ್ಯ ದಾರಿಯಲ್ಲೇ ಆಫ್ ಆಗಿ ಫೋನ್ ಮಾಡ್ದ. ಹೋಗಿ ಇನ್ನೊಂದು ಗಾಡಿಗೆ ಕಟ್ಟಿಸಿಕೊಂಡು ಎಳೆಕೊಂಡು ಬಂದಿದ್ದಾಯ್ತು" ಎಂದಿನಂತೆ ಬಿಸಿಯುಸಿರು ದಬ್ಬಲಿಲ್ಲ.

ಒಂದತ್ತು ನಿಮಿಷಗಳ ಮಾತು, ವ್ಯವಹಾರದ ನಂತರ ಹೊರಟ. ಕೂತಿದ್ದ ಪದ್ಮಮ್ಮ ಮೇಲೆದ್ದರು.

"ಹರೀ, ಇವತ್ತಾದ್ರೂ ಒಂದಷ್ಟು ತಿಂಡಿ ತಿನ್ನು" ತಾಯಿಯ ಮಾತಿಗೆ ವಾರಿಣಿ ತನ್ನ ಒತ್ತಾಯವನ್ನು ಹೇರಿದಳು. "ಇವತ್ತು ಸಬೂಬು ಬೇಡ ಖಂಡಿತ ತಿನ್ಲೇಬೇಕು."

ಹರೀಶನ ಮುಖ ಒಂದು ತರಹ ಆಯಿತು. ಅವನಿಗೆ ಇಂಥ ಸಂದರ್ಭಗಳು ಇಕ್ಕಟ್ಟು, ನೆಮ್ಮದಿ ಇರದು.

"ಅಮ್ಮ...." ಏನೋ ಹೇಳಲು ಮುಂದಾದಾಗ ವಾರಿಣಿ ಬಂದು ಅವನ ತೋಳಿಡಿದಳು. "ಅವೆಲ್ಲ ಬೇಡ, ಒಳಕ್ಕೆ ನಡೀ" ಅವಸರದಿಂದ ಹರೀಶ್ ಮುಂದಕ್ಕೆ ಹೋದ.

ಸಚ್ಚಿದಾನಂದ್ ಅತ್ತ ನೋಡದಿದ್ದರೂ ಅವರ ಕೆಂಗಣ್ಣು ಮಗಳ ಕಡೆ ಇದೆಯೆಂದು ಅವರಿಗೆ ಗೊತ್ತು. ಐದು ವರ್ಷದ ಹಿಂದೆ ವಾರಿಣಿ ತೀರಾ ಚಿಕ್ಕವಳು ಅಲ್ಲದಿದ್ದರೂ ಇಂದಿನಷ್ಟು ದೊಡ್ಡವಳಾಗಿರಲಿಲ್ಲ. ಅವನ ಜೊತೆ ತಾನಾಗಿ ಬಂದು ಹರಟುತ್ತಿದ್ದಳು. ಬರೀ ಸಿನಿಮಾ ಮಾತುಗಳೇ. ಅವಳಿಗೆ ಫೈಟಿಂಗ್ ಅಂದರೆ ಇಷ್ಟ. ಅಂದಿನಿಂದಲೇ ಮಗಳ ಸ್ವಭಾವ ವಿರೋಧಿಸುತ್ತಿದ್ದರು. ಈಗಂತು ಬೆಂಕಿ.

"ನಿಂಗೆ ಯಾವಾಗ ಬುದ್ಧಿ ಬರೋದು? ಅವ್ನ ತೋಳು ಹಿಡ್ಯೋಕೆ ನಿಂಗೆ ನಾಚ್ಕೇ ಆಗೋಲ್ವಾ?" ಹೊಡೆಯುವಷ್ಟು ಸಿಟ್ಟಾದರು. ಅವಳು ಮುಖ ತಿರುಗಿಸಿಕೊಂಡು ಒಳಗೆ ಹೋದಳು.

ಹರೀಶ ವರಾಂಡದಲ್ಲಿರೋ ಛೇರ್ ಮೇಲೆ ಕೂತಿದ್ದ. 'ಆಯಿತಾ ಮಂಗಳಾರತಿ' ಎನ್ನುವಂತೆ ನೋಡಿ ನಕ್ಕ. ಜೀವನವನ್ನು ನೋಡಿ ನಗುತ್ತಿದ್ದನೋ ಅಥವಾ ನಗುವೇ ಅವನ ಜೀವನವಾಗಿತ್ತೋ, ಅಂತೂ ಸಂತೋಷವಾಗಿರುತ್ತಿದ್ದ.

ಇಡೀ ಸಂಬಳ ಒಂದು ದಿನ ಕಳೆದುಕೊಂಡಿದ್ದ. ಇವರೆಲ್ಲ ಚಿಂತಿತರಾಗಿದ್ದರು. "ಯಾಕೆ ಯೋಚ್ನೆ? ಯಾರ್ಗೋ ಸಾಲ ಕೊಟ್ಟಿದ್ದೀನಿ ಅಥವಾ ಅವ್ರೇ ಸಾಲ ಪಡೆದಿದ್ರೆ... ಹಿಂದಿರ್ಗಿಸ್ತಾರೆ" ಹಗುರವಾಗಿ ಮಾತಾಡ್ದ. ಅದು ಮೇಲ್ಮುಖದ ಮಾತುಗಳಲ್ಲ. ಅವನು ತಲೆ ಕೆಡಿಸಿಕೊಳ್ಳಲಾರ.

ತಾಯಿ, ಮಗಳದು ಅವನ ಮೇಲಿನ ಅಭಿಮಾನ ಅತಿ. ಡೈನಿಂಗ್ ಹಾಲ್‌ಗೆ ಬಲವಂತದಿಂದ ಕರೆದೊಯ್ಯುತ್ತಿದ್ದರು. ಆದರೆ ಸಚ್ಚಿದಾನಂದ್‌ದು ಪೂರ್ತಿ ವಿರೋಧ.

"ಅವಂತೂ ಬುದ್ಧಿಗೇಡಿಗಳು. ನಿಂಗೆ ತಲೆ ಬೇಡ್ವಾ! ಅವ್ನು ಒಬ್ಬ ಡ್ರೈವರ್, ನೆಂಟನಲ್ಲ. ಒಳ್ಗೇ ಯಾಕೆ ಕರ್ಕೊಂಡ್ಹೋಗ್ತೀರಾ?" ಬೆಂಕಿಯಾಗುತ್ತಿದ್ದರು.

ಕೇಳಿದ್ದರೂ ಅವನು ಸಿಟ್ಟಾಗಿರಲಿಲ್ಲ. "ಯಜಮಾನ್ರು ಹೇಳೋದ್ರಲ್ಲಿ ಸತ್ಯವಿದೆ. ಸ್ವಲ್ಪ ಕತ್ಲು ಇರೋ ಡೈನಿಂಗ್ ಹಾಲ್‌ಗಿಂತ ವರಾಂಡ ಬೆಳಕೇ ಹಿತವಾಗಿದೆ. ನಿಧಾನವಾಗಿ ತಿನ್ನೋಕು ಅವಕಾಶ" ಬೆಳದಿಂಗಳಿನಂಥ ನಗೆ ಬೀರಿದ್ದ.

ತಟ್ಟೆ ತುಂಬ ತಿಂಡಿ ತಂದ ಪದ್ಮಮ್ಮ ಅಲ್ಲಿಯೇ ಕೂತರು. "ಇದಿಷ್ಟು ತಿನ್ಲೇಬೇಕು" ಆಗ್ರಹಪಡಿಸಿದರು.

ಪದ್ಮಮ್ಮ ಮನಬಿಚ್ಚಿ ಅವನೊಂದಿಗೆ ತಮ್ಮ ಕಷ್ಟ ಸುಖ ತೋಡಿಕೊಳ್ಳುತ್ತಿದ್ದರು. ಇದೆಲ್ಲ

ಗಂಡನಿಗೆ ಸರಿಹೋಗದಿದ್ದರೂ ಅವರೇನು ಬದಲಾಗಿರಲಿಲ್ಲ.

"ವಾರಿಣಿನ ನೋಡೋಕೆ ಗಂಡಿನ ಮನೆಯವ್ರು ಬಂದಿದ್ರು. ನಮ್ಗೇನೋ ಸಂಬಂಧ, ಒಪ್ಗೇ" ವಿವರಿಸಿದರು. ನೂರು ಆಸೆಗಳು ಆಕೆಯ ಕಣ್ಣುಗಳಲ್ಲಿ.

ಪ್ಲೇಟು ಕಡೆ ನೋಡಿದವನು ನೋಟವನ್ನು ಆಕೆಯತ್ತ ಹರಿಸಿದ. "ತುಂಬ ಸಂತೋಷಮ್ಮ. ಅಂತೂ ವಾರಿಣಿ ಮದ್ವೆಯ ಓಡಾಟವೆಲ್ಲ ನಂದೆ! ಕಣ್ಣಲ್ಲಿ ಹರ್ಷವನ್ನು ಚುಮುಕಿಸಿದ. ವಾರೆಗಣ್ಣಿಂದ ನೋಡಿದಳು ವಾರಿಣಿ. ಮುಂದಿನ ಭವಿಷ್ಯದ ಅಪಾರ ಕನಸುಗಳು ಅವಳ ಕಣ್ಣುಗಳಲ್ಲಿ.

"ಅವ್ರುಗಳು ಒಪ್ಲೇಬೇಕು. ಹಾಳು ಜನ ಅವ್ರುಗಳ ತಲೆ ಕೆಡಿಸ್ತಾರೆ. ಹೊರ್ಗೇ ಬರದ ಹಾಗೆ ನಾಗರಾಜನ್ನ ಕೋಣೆಯಲ್ಲಿ ಕೂಡಿ ಹಾಕಿದ್ದಾಯ್ತು. ಹರಿಣಿನ ಕೊಟ್ಟಿಗೆಯಲ್ಲಿ ಕೂಡ್ಸಿದ್ದಾಯ್ತು. ಇವ್ಳ ಜೀವನವಾದ್ರೂ ನೇರವಾದ್ರೆ... ಸಾಕು" ವಾರಿಣಿಯತ್ತ ನೋಡಿದರು.

ಮೈ ತುಂಬ ಆಭರಣ, ದಟ್ಟ ಕಡು ನೀಲಿ ಬಣ್ಣದ ರೇಶಿಮೆಯ ಸೀರೆಯಲ್ಲಿ ತಾಯಿಯ ಕಣ್ಣಿಗೆ ಸುಂದರಿಯಾಗಿ ಕಂಡಳು.

ತಿಂಡಿಯ ತಟ್ಟೆಗೆ ಕೈ ಹಾಕದೆ ಅವರ ಮಾತುಗಳನ್ನೇ ಕೇಳುತ್ತ ಕೂತಿದ್ದ. ಅವರು ಹೇಳುವುದು ಪೂರ್ತಿಯಾದ ಮೇಲೆಯೇ ಅವನಿಗೆ ಬಿಡುಗಡೆ.

"ಈಗ ಊಟದ ವೇಳೆ ತಿಂಡಿ ತಿಂದ್ರೆ ಕಷ್ಟವಾಗುತ್ತೆ. ಇದೆಲ್ಲ ಪ್ಯಾಕ್ ಮಾಡ್ಕೊಂಡ್ಹೋಗ್ತೀನಿ. ಬೆಳಿಗ್ಗೆ ತಿಂತೀನಿ" ಎಂದಿನ ಮಾತುಗಳೇ. ಆಕೆಯೇನು ಬೇಸರಿಸಲಿಲ್ಲ.

ಹಾರಿ ಬಂದ ವಾರಿಣಿ ತಟ್ಟೆಯನ್ನು ಕೊಂಡೊಯ್ದವಳು ಒಂದು ಕ್ಯಾರಿಯರನ್ನೇ ತಂದು ಅವನಿಗೆ ಕೊಟ್ಟಳು.

"ನೀನು ಯಾವಾಗ್ಲೂ...ಹೀಗೇನೇ! ಬೆಳಿಗ್ಗೆ ತಿನ್ನೋದು ಮರೀಬೇಡ" ಮೂತಿ ಉದ್ದ ಮಾಡಿದಳು. "ಖಂಡಿತ ತಿಂತೀನಿ" ಎತ್ತಿಕೊಂಡು ಹೊರಬಂದ.

ಸಚ್ಚಿದಾನಂದ್ ಅತ್ತಿಂದಿತ್ತ ಶತಪಥ ಹಾಕುತ್ತಿದ್ದರು. ಸ್ಫುರದ್ರೂಪಿ ಯುವಕ ಹರೀಶನ ಸ್ನೇಹ ವಾರಿಣಿಯನ್ನು ಎತ್ತ ಒಯ್ಯುವುದೋ ಎನ್ನುವ ಭಯ ಅವರಿಗೆ. ಅವನು ಒಳ್ಳೆಯವನಿರಬಹುದು. ಅದೊಂದೇ ಸಾಕೆ? ದಿಕ್ಕು ದಿಶೆ ಇಲ್ಲದವ ಆಸ್ತಿ, ಅಂತಸ್ತಿಲ್ಲ. ನಾಳೆ ಪ್ರೇಮ, ಪ್ರೀತಿ ಅನ್ನೋ ಮಡುವಿನಲ್ಲಿ ಮಗಳನ್ನು ಬೀಳಿಸಿಕೊಂಡುಬಿಟ್ಟರೆ? ಇಂಥ ಕಲ್ಪನೆಯೇ ಅವರನ್ನು ರೊಚ್ಚಿಗೆಬ್ಬಿಸುತ್ತಿತ್ತು. ಆದಷ್ಟು ಅವನನ್ನು ದೂರವಿರಿಸಲು ಪ್ರಯತ್ನಿಸುತ್ತಿದ್ದರು.

"ಬರ್ತೀನಿ...ಯಜಮಾನ್ರೇ" ಎಂದವನು ಏನೋ ನೆನಪಿಸಿಕೊಂಡು ನಿಂತ. "ಆ ಶ್ರೀ ಚಕ್ರದ ಮನೆಗೆ ಇನ್ನು ಯಾರು ಬಾಡ್ಗೇಯೋರು ಬಂದಿಲ್ಲಾ ಯಜಮಾನ್ರೆ?" ಈಗ ಸಚ್ಚಿದಾನಂದ್ ಕೂತರು.

"ಯಾರು...ಯಾರೋ ಕೇಳ್ತಾ ಇದ್ದಾರೆ. ನಾನೇ ಹಿಂದೇಟು ಹಾಕ್ತಾ ಇದ್ದೀನಿ.

ಅಂಥಿಂಥವ್ರಿಗೆ ಕೊಟ್ಟರೆ ಬಾಡ್ಗೇ ಸರ್ರ್ಯಾಗಿ ಬರೋಲ್ಲ. ಹುಡುಗರಿಗೆ ಕೊಟ್ಟರೆ ಬಾಡ್ಗೇ ಬರುತ್ತೆ. ಮನೆ ಹಾಳಾಗುತ್ತೆ. ಎಲ್ಲಾ ತಲೆನೋವೇ" ಬೇಸರ ವ್ಯಕ್ತಪಡಿಸಿದರು.

ಒಂದೆರಡು ನಿಮಿಷ ಮೌನವಹಿಸಿದ. "ಆ ಮನೆಯಲ್ಲಿ ನಾನೇ ಇರ್ತೀನಿ. ಟ್ಯಾಕ್ಸಿ ಬಿಟ್ಟುಕೊಳ್ಳೋಕು ದಾರಿ ಆಗುತ್ತೆ" ಎಂದ.

ಸಚ್ಚಿದಾನಂದ್ ಆಶ್ಚರ್ಯಗೊಂಡರು. "ಏನಯ್ಯಾ ವಿಷ್ಯ? ಹಿಂದೆ ನಾನೇ ಹೇಳಿದ್ರೆ ಬೇಡಾಂದೆ. ಈಗೇನಾದ್ರೂ ಮದ್ವೆ ಆಗೋ ಯೋಚನೇನಾ?" ತಮಾಷೆ ಮಾಡಿದರು.

ಹಣೆಯುಜ್ಜಿದ ಹರೀಶ್ "ಇಂಪಾಜಿಬಲ್, ಸದ್ಯಕ್ಕೆ ಮದ್ವೆ ಬಗ್ಗೆ ಯೋಚ್ನೇ ಕೂಡ ಮಾಡೋಲ್ಲ. ಹಕ್ಕಿ ಹಾಗೇ ಹಾರಾಡಿಕೊಂಡಿದ್ದೀನಿ. ಅಷ್ಟು ಸಾಕು."

ಇವತ್ತಿನ ಸಚ್ಚಿದಾನಂದ್ ಮೂಡ್ ಚೆನ್ನಾಗಿತ್ತು.

"ಹೋಗಿರು, ಎಷ್ಟೋ ಪ್ರಾಬ್ಲಮ್ ಕಮ್ಮಿ ಆಗುತ್ತೆ."

ಒಳಗಿನಿಂದ ಬೀಗದ ಕೈ ತಂದು ಅವನಿಗೆ ಕೊಟ್ಟೇಬಿಟ್ಟರು. ಜೇಬಿಗೆ ಸೇರಿಸಿ ಸೈಕಲ್ ಹತ್ತಿದ. ಅವನ ಜೀವನದಲ್ಲಿ ಒಬ್ಬರು ಪ್ರಥಮ ಬಾರಿ ಗೆಸ್ಟ್ ಆಗಿ ಅವನ ಮನೆಗೆ ಬರುವವರಿದ್ದರು. ಇದು ಸಂತೋಷದ ವಿಷಯವೇ. ಕೆಟ್ಟದಾಗಿ ಯೋಚಿಸಲಾರ.

ಇಡೀ ರಾತ್ರಿ ಆ ಮನೆಯಿಂದ ಈ ಮನೆಗೆ ಓಡಾಡಿ ಸಾಮಾನು ಸಾಗಿಸಿದ, ಎರಡು ಗುಲಾಬಿಗಳ ಗಿಡಗಳ ಜೊತೆ ನಂದಿ ಬಟ್ಟಲು ಬೇರು ಸಮೇತ ಇಲ್ಲಿಗೆ ವರ್ಗಾವಣೆ ಯಾಯಿತು. ಇದು ಬಂಗ್ಲೆಯಲ್ಲದಿದ್ದರೂ ಗೋಡೆಗಳು ಹೊಳಪಾಗಿದ್ದವು. ಕಿಚನ್‌ಗೆ ಅಟ್ಯಾಚ್ ಆದಂತೆ ಬಾತ್‌ರೂಂ ಜೊತೆ ಒಂದು ಹಾಲ್ ಇತ್ತು. ಆದಷ್ಟು ಅಚ್ಚುಕಟ್ಟಾಗಿತ್ತು. ಮುಂದೆ ವಿಶಾಲವಾದ ಜಾಗ. ಇದು ಔಟ್ ಹೌಸ್ ಅಂತಲೇ ಕಟ್ಟಿಸಿ ಮುಂದೆ ಮೈನ್ ಬಿಲ್ಡಿಂಗ್ ಕಟ್ಟಿಸಲು ಯೋಚಿಸಿದ್ದರು ಸಚ್ಚಿದಾನಂದ್. ಈಗ ಹಿಂದೆ ಮುಂದೆ ನೋಡುತ್ತಿದ್ದರು.

"ಬ್ಯೂಟಿಫುಲ್ ಹೌಸ್...." ಉದ್ಗರಿಸಿದ.

ಒಂದೇ ಗಂಟೆಯಲ್ಲಿ ಅಚ್ಚುಕಟ್ಟಾಗಿ ಜೋಡಿಸಿದ. ಸಮಾಧಾನವಾಯಿತು. ಒಂದಲ್ಲ, ನಾಲ್ಕು ದಿನ ಇರೀ, ನನ್ನದೇನು ಅಭ್ಯಂತರವಿಲ್ಲ, ಮೇಡಮ್' ಎಂದು ಜೋರಾಗಿಯೇ ಹೇಳಿಕೊಂಡ.

ಸ್ನಾನ ಮುಗಿಸಿ ಸೈಕಲ್ ತಳ್ಳಿಕೊಂಡು ಹೊರಗೆ ಬಂದ 'ಯಾವಾಗ ಬರ್ಬಹುದು' ಯೋಚಿಸುತ್ತಲೇ ಯಜಮಾನರ ಮನೆಯ ಕಡೆಗೆ ಜೋರಾಗಿ ತುಳಿಯತೊಡಗಿದ.

ಗೇಟಿನಲ್ಲೇ ಪಾಷಾ ಎದುರಾದ "ಇವತ್ತು ನಿನ್ನ ಗಾಡಿ ತಗೊಂಡ್ಹೋಗ್ತೀನಿ. ಯಜಮಾನ್ರು ಹೇಳಿದ್ದಾರೆ, ನಿಂಗೆ ರಜ" ಉಸುರಿ ಬೀಡಿ ಹಚ್ಚಿದಾಗ ಸೈಕಲ್ ಸ್ಟಾಂಡ್ ಹಾಕಿ ಒಳಗೆ ನಡೆದ.

ಪೇಪರ್ ನೋಡುತ್ತಿದ್ದ ಸಚ್ಚಿದಾನಂದ್ ಹೊರಗೆ ಬಂದರು "ಇವತ್ತು ನೀನು ರಜ ತಗೋ, ಪಾಷಾನ ಗಾಡಿ ಗ್ಯಾರೇಜ್‌ನಲ್ಲಿದೆ. ಎಲ್ಲೋ ಹೋಗೋದಿದೆ" ಉಸುರಿದರು.

ಒಂದು ರೀತಿಯಲ್ಲಿ ನಿಶ್ಚಿಂತೆಯೆನಿಸಿತು.

ಹರಿಣಿ ತಲೆಯಲ್ಲಿ ಬುದ್ಧಿ ಬೆಳೆದಿಲ್ಲದಿರಬಹುದು. ಆದರೂ ಹೆಣ್ಣಾಗಿದ್ದಳು. ಏನೋ... ಎಂತೋ ಸದಾ ಅವರನ್ನು ಕೆಟ್ಟ ವಿಷಯಗಳೇ ಕಾಡುತ್ತಿದ್ದರಿಂದ ಜಾಗರೂಕರಾಗಿದ್ದರು. ಹರೀಶ್ ಯುವಕ. ಕೆಲವು ಚಲನ ಚಿತ್ರಗಳ ವಿಪರೀತ ದೃಶ್ಯ ಸದಾ ಅವರನ್ನು ಹೆದರಿಸುತ್ತಿತ್ತು. ಇವುಗಳಿಂದ ಎಂದಿಗೆ ಬಿಡುಗಡೆ"? ಹುಚ್ಚರಾಗಿ ಬಿಡಬೇಕೆನಿಸುತ್ತಿತ್ತು ಅವರಿಗೆ.

"ಸರಿ... ನಾಳೆ ಬೆಳಿಗ್ಗೆ ಬರ್ತೀನಿ. ಆ ಮನೆಗೆ ಶಿಫ್ಟ್ ಮಾಡಿದ್ದಾಯ್ತು" ಉಸುರಿದ. ಸಚ್ಚಿದಾನಂದ್ ಆಶ್ಚರ್ಯದಿಂದ ಕಣ್ಣರಳಿಸಿದರು. ಅವರ ಮೂಗಿನ ಮೇಲಿದ್ದ ಕನ್ನಡಕ ಕೈಗೆ ಬಂತು. " ಇಷ್ಟು ತರಾತುರಿಯಾಗಿ ಅದು ರಾತ್ರಾನೂ ರಾತ್ರಿ...." ಆ ಮಾತಿಗೆ ನಕ್ಕುಬಿಟ್ಟ.

ಬಂದ ವಾರಿಣಿ ಅಲ್ಲಿಯೇ ನಿಂತಳು. "ಹರೀ, ನೀನೇ ತಾನೇ ಬರೋದು? ಆ ಪಾಷಾ ಬರೋದ್ಬೇಡ. ಬರೀ ಬೀಡಿ ವಾಸ್ನೆ" ಮುಖದಲ್ಲಿ ಕಹಿ ಇಣಕಿತು.

ಸಚ್ಚಿದಾನಂದ್ ಕೋಪದಿಂದ ಮಗಳ ಕಡೆ ನೋಡಿದರು "ಸುಮ್ನೇ ಒಳಗೆ ಹೋಗು. ಹೋಗೋದು ಮುಖ್ಯನೇ ವಿನಃ ಯಾವ ಡ್ರೈವರ್ ಅನ್ನೋದು ಬೇಕಿಲ್ಲ." ರೇಗಿದರು.

ವಾರಿಣಿ ಮುಖ ಗಡಿಗೆ ಗಾತ್ರ ಮಾಡಿಕೊಂಡು ಒಳಗೆ ಹೋದಳು. ತಿಕ್ಕಲ ನಾಗರಾಜನಿಗೂ ಹರೀಶನೆಂದರೆ ಇಷ್ಟ. ಆದರೆ ಸಚ್ಚಿದಾನಂದ್‌ಗೆ ಭಯ!

ಗೇಟಿನಿಂದ ಹೊರಗೆ ಬಂದ ಹರೀಶ್ ಸೈಕಲ್ ಏರಿದ, ಅವನ ತಿಳಿವಳಿಕೆಗೆ ಬಂದಂತೆ ಸುಮತಿ ದೊಡ್ಡ ವಿದ್ಯಾವಂತೆಯ ಜೊತೆ ಸಭ್ಯ, ಸಂಸ್ಕೃತ ಶ್ರೀಮಂತ ಮನೆತನದ ಹೆಣ್ಣೆಂಬ ಭಾವನೆ.

ಜೇಬಿನಲ್ಲಿದ್ದ ಬೀಗದ ಕೀ ಬಂಚ್ ಕೈಗೆತ್ತಿಕೊಂಡ "ಮತ್ತೆ ಈ ಮನೆಗೆ ಬದಲಾಯಿಸುವುದೇಕೆ? ಅಲ್ಲೇ ಇದ್ದು ಬಿಟ್ಟರಾಯಿತು" ತೀರ್ಮಾನಕ್ಕೆ ಬಂದ.

ವೇಗವಾಗಿ ಸೈಕಲ್ ತುಳಿಯತೊಡಗಿದ. ಆ ಮನೆಯ ಬಳಿಗೆ ಬಂದಾಗ ಅವನಿಗೆ ಆಶ್ಚರ್ಯ ಕಾದಿತ್ತು. ತನ್ನ ವಿ.ಐ.ಪಿ. ಸೂಟ್‌ಕೇಸ್ ಹಿಡಿದು ಸುಮತಿ ನಿಂತಿದ್ದಳು.

"ನಾನೇ ಬಂದು ಕರ್ಕೊಂಡ್ಬರ್ತಾ ಇದ್ದೆ. ಎಂಥ ಕೆಲ್ಸವಾಯ್ತು!" ಅಸ್ತವ್ಯಸ್ತವಾಗಿದ್ದ ಕ್ರಾಪ್ ಕೂದಲನ್ನ ಹಿಂದಕ್ಕೆ ತಳ್ಳಿದ. ಸುಮತಿ ನಿರ್ಮಲವಾದ ನಗೆ ಬೀರಿದಳು. "ಬೀಗ ನೋಡಿ ಇಡೀ ದಿನ... ರಾತ್ರಿಯವರೆಗೂ ಕಾಯಬೇಕಾಗುತ್ತೇನೋ ಅಂದ್ಕೊಂಡೆ"

ಮುಖ ಮೇಲೆತ್ತಿ ನಕ್ಕುಬಿಟ್ಟ "ಹಾಗೇನಾದ್ರೂ ಆಗಿದ್ರೆ.... ತೀರಾ ಅಚ್ಚರಿಯ ಸುದ್ದಿಯೇ. ಈ ಹರೀಶನ ಮನೆಗೆ ಯಾವ ನೆಂಟರು. ಸ್ನೇಹಿತರು, ಲಗ್ಗೆ ಹಾಕಿದ್ದಿಲ್ಲ. ಹೇಗೂ ಲಾಡ್ಜಿಂಗ್‌ನಲ್ಲಿ ನೀವು ಸಿ.ಬಿ.ಐ. ಆಫೀಸರ್ ಇರಬಹುದ್ದೂಂತ ಹೇಳಿದ್ದೆ. ಅದು ನಿಜ್ವಾಗಿಬಿಡ್ತಾ ಇತ್ತು" ಭಯ, ಆತಂಕ, ವಿಷಾದವಿಲ್ಲದ ಮುಕ್ತವಾಗಿ ಹರಿದ ಮಾತುಗಳು.

ಮೆಚ್ಚಿಗೆಯಿಂದ ನೋಡಿದಳು ಸುಮತಿ. ತುಂಬು ಪುರುಷತ್ವದಿಂದ ವಿಜೃಂಭಿಸುವ ಮುಖ. ಜಗತ್ತನ್ನೇ ಪ್ರೇಮಿಸಲು ಹೊರಟ ಸುಂದರ ಹೃದಯದ ವ್ಯಕ್ತಿ.

"ಸೂಟ್‌ಕೇಸ್ ಕೊಡಿ. ಮನೆ ಬದಲಾಯಿಸಿದ್ದೀನಿ. ಇಲ್ಲಿ ಸ್ವಲ್ಪ ಗಾಳಿ. ನೀರಿನ ಕೊರತೆ. ಈ ಮನೆಯ ಓನರ್ ಅವೆರಡರ ಸ್ನೇಹ ಕಳ್ದುಕೊಂಡುಬಿಟ್ಟಿದ್ದಾರೆ. ನಿಮಗ್ಯಾಕೆ ಶಿಕ್ಷೇಂತ ಮನೆ ಬದಲಾಯಿಸಿದ್ದು" ಸೂಟ್‌ಕೇಸ್ ಇಸಿದುಕೊಂಡ.

ಸುಮತಿಯ ಹುಬ್ಬುಗಳು ಮೇಲೇರಿದವು. ಹರೀಶ್ ಅರ್ಥಮಾಡಿಕೊಂಡ "ಹೇಳಿದಷ್ಟೇ ವಿಷ್ಯ. ಅಂಥದ್ದೇನು ವಿಶೇಷವಿಲ್ಲ, ಬರೋ ಗೆಸ್ಟ್‌ಗೆ ಊಟ, ತಿಂಡಿಗಿಂತ ಕನಿಷ್ಟ ಗಾಳಿಯಾದ್ರೂ ಧಾರಾಳವಾಗಿ ಒದಗಿಸೋಣಾಂತ" ಸೂಟ್‌ಕೇಸನ್ನ ಸೈಕಲ್ ಸ್ಟಾಂಡ್ ಮೇಲಿಟ್ಟ.

ಇಬ್ಬರು ನಡದೇ ಹೊರಟರು. ದಾರಿಯುದ್ದಕ್ಕೂ ಹರೀಶ್ ಮಾತಾಡುತ್ತಿದ್ದರೆ ಆರಾಮಾಗಿ ಕೇಳುತ್ತ ನಡೆದಳು. ಅವನ ಮಾತುಗಳಲ್ಲಿ ನಿರಾಶೆಯ ನೆರಳಿಲ್ಲ. ಜೀವನದ ಬಗೆಗಿನ ಅಪಾರವಾದ ಪ್ರೀತಿ ವ್ಯಕ್ತವಾಗುತ್ತಿತ್ತು.

ವಿಶಾಲವಾದ ಕಾಂಪೌಂಡ್‌ನಲ್ಲಿ ಅಡಿಯಿಟ್ಟಾಗ ಗುಲಾಬಿ ಗಿಡಗಳು ಅವಳನ್ನ ನೋಡಿ ನಕ್ಕಂತಾಯಿತು. ಅಲ್ಲೇ ನಿಂತಳು.

"ನೋಡಿ... ಇವರು ನಮ್ಮ ಗೆಸ್ಟ್. ಅಪರೂಪಕ್ಕೂ ಗೀರಿ, ತರಚಿ ನೋಯಿಸಬಾರ್ದು ಅಂಡರ್ ಸ್ಟಾಂಡ್" ಅವುಗಳಿಗೆ ಹೇಳಿದ. ಹಾಸ್ಯವಾಗಿ ಕಾಣಲಿಲ್ಲ. ಜೀವಂತ ವ್ಯಕ್ತಿಗೆ ಹೇಳಿ ಎಚ್ಚರಿಸಿದಂತಿತ್ತು.

ಬೀಗ ತೆಗೆದು ಸೂಟ್‌ಕೇಸ್ ಒಳಗಿಟ್ಟು ಬಾಗಿಲಿಗೆ ಬಂದ "ವೆಲ್‌ಕಮ್ ಮೇಡಮ್... ವೆಲ್‌ಕಮ್... ಈ ಮನೆಯಲ್ಲಿನ ಎಲ್ಲಾ ಸಾಮಾನುಗಳು ನಿಮಗೆ ಸ್ವಾಗತ ಬಯಸುತ್ತೆ" ಎಂದಾಗ ಸುಮತಿ ಒಳಗೆ ಅಡಿಯಿಟ್ಟಳು.

ಅಲ್ಲಿಗಿಂತ ವಿಶಾಲವಾದ ಮನೆ, ಕಿಟಕಿ, ಬಾಗಿಲು ಸೇರಿಯೇ ದೊಡ್ಡದ್ದಾಗಿದ್ದವು. ನೆಲ ಕೂಡ ಮಂಕಾಗಿರಲಿಲ್ಲ.

"ಸದ್ಯಕ್ಕೆ ಟೇಬಲ್ಲು, ಕುರ್ಚಿ, ಮಂಚ ನಿಮ್ಮ ಉಪಯೋಗಕ್ಕೆ . ಏನು ತೊಂದರೆ ಆಗೋಲ್ಲ ತಾನೇ" ಇಲ್ಲವೆನ್ನುವಂತೆ ತಲೆಯಾಡಿಸಿದಳು.

ಗೋಡೆಗೊರಗಿಸಿದ್ದ ಕುರ್ಚಿಯ ಮೇಲೆ ಕೂತಳು. ಹರೀಶ್ ಕಾಫಿ ಮಾಡಿ ತಂದು ಕೊಟ್ಟ "ನೀವು ಸ್ನಾನ ಮುಗಿಸೋ ವೇಳಗೆ ಬಿಸಿ ಬಿಸಿ ಬ್ರೇಕ್ ಫಾಸ್ಟ್ ರೆಡಿ. ಚೆನ್ನಾಗಿ ಅಲ್ಲದಿದ್ರೂ ಕೆಟ್ಟದಾಗಿ ಮಾಡೋಲ್ಲ" ಬಚ್ಚಲ ಮನೆ ತೋರಿಸಿ, ತನ್ನ ಪುಟ್ಟ ಕಿಚನ್‌ನತ್ತ ನಡೆದ.

ಸುಮತಿ ಸ್ನಾನ ಮುಗಿಸಿ ಬಂದಿದ್ದರಿಂದ ಆ ತೊಂದರೆಯೇನು ಇರಲಿಲ್ಲ. ಆರಾಮಾಗಿ ಕೂತಳು. ಅವಳ ನಿರ್ಧಾರ ಸರಿಯೆನಿಸದಿದ್ದರೂ ಸದ್ಯದ ಪರಿಸ್ಥಿತಿಯಲ್ಲಿ ಸೂಕ್ತವೆನಿಸಿತು.

ಒಗ್ಗರಣೆಯ ವಾಸನೆಯ ಜೊತೆ ಹರೀಶನ ಹಾಡು ಹರಿದು ಬರುತ್ತಿತ್ತು. ಹಳೆಯ ರಫೀ ಹಾಡಿದ ಹಾಡು, ಕಂಠ ಕೂಡ ಸುಶ್ರಾವ್ಯವಾಗಿತ್ತು. ಹಾಡುವಿಕೆಯಲ್ಲಿ ಉತ್ಸಾಹ, ಉಲ್ಲಾಸ ಎರಡೂ ಇತ್ತು.

ಮೊದಲ ಸಲ ಹರೀಶ್‌ನ ಬಗ್ಗೆ ಯೋಚಿಸಿದಳು. ಅನಾಥ ಮನೆಯವರಿಂದ ಸಿಡಿದು ಹೊರ ಬಂದಿರಬೇಕು. ಮೊದಲನೆಯದಕ್ಕಿನ್ನ ಎರಡನೆಯದನ್ನೇ ನಂಬಿದಳು. ಯಾರೊಂದಿಗೂ ಸಿಡಿದು ಬರುವ ವ್ಯಕ್ತಿಯಾಗಿ ಹರೀಶ್ ಕಾಣಲಿಲ್ಲ.

ಕೈಗಳನ್ನೊರೆಸುತ್ತ ಹೊರಗೆ ಬಂದ ಹರೀಶ್ ಗಕ್ಕನೇ ನಿಂತ. "ಅರೇ, ಸ್ನಾನ ಮಾಡಲಿಲ್ವಾ? ಒಂದು ಬಕೆಟ್ ಬಿಸಿ ನೀರು ಇತ್ತು. ಸಾರಿ ಮೇಡಮ್.... ಇನ್ನಷ್ಟು ಕಾಯಿಸಿ ಇಡ್ಲಾ?" ಅವನ ದನಿಯಲ್ಲಿ ಸಂಕೋಚವೇನು ಇರಲಿಲ್ಲ.

ಸುಮತಿ ಮೇಲೆದ್ದಳು "ಲಾಡ್ಜ್‌ನಲ್ಲೇ ಸ್ನಾನ ಮುಗಿಸಿದ್ದೆ. ಈಗ ಬ್ರೇಕ್ ಫಾಸ್ಟ್ ಸಾಕು" ಟೇಬಲ್ಲು ಮೇಲಿದ್ದ ಪುಸ್ತಕವನ್ನ ಕೈಗೆತ್ತಿಕೊಂಡಳು. ಡ್ರೈವಿಂಗ್‌ಗೆ ಸಂಬಂಧಪಟ್ಟ ಪುಸ್ತಕ.

ಎರಡು ಪ್ಲೇಟ್‌ಗೆ ಒಗ್ಗರಣೆ ಅವಲಕ್ಕಿ ಹಾಕಿ ತಂದ. "ತಗೊಳ್ಳಿ ಮೇಡಂ. ನಿಮ್ಗೆ ಹೊಸಾ ಟೇಸ್ಟ್ ಇರ್ಬಹ್ದು," ಆರಾಮಾಗಿ ನೆಲದ ಮೇಲೆ ಕೂತು ತಿನ್ನಲು ಶುರು ಮಾಡಿದ.

ಇದ್ದಿದ್ದು ಒಂದೇ ಕುರ್ಚಿ. ಅವನು ನೆಲದ ಮೇಲೆ ಕೂಡುವುದು ಅನಿವಾರ್ಯ. ಸುಮತಿ ತಿಂದು ಮುಗಿಸುವ ವೇಳೆಗೆ ಅವನು ಹೋಗಿ ಕಾಫಿ ತಂದ.

"ನಿಮ್ಮ ಟೇಸ್ಟ್ ಗೊತ್ತಿಲ್ಲ. ಸಿಹಿನೋ, ಕಹಿನೋ, ಹಾಲು ಜಾಸ್ತಿನೋ, ಇವತ್ತು ಕುಡ್ದು ಹೇಳಿದ್ರೆ...ನಾಳೆ ಸರಿಪಡಿಸ್ತೀನಿ" ತುಟಿಗೆ ಕಪ್ ಹಚ್ಚಿದ.

ಕಾಫಿ ಕುಡಿದಿಟ್ಟ ಸುಮತಿ ಕೇಳಿದಳು "ನಿಮ್ಗೆ ಯಾವಾಗ್ಲಾದ್ರೂ ಕೋಪ ಬಂದಿದ್ಯಾ, ಹರೀಶ್?"

ಹರೀಶ್ ಮೊದಲು ನಕ್ಕ, ಆಮೇಲೆ ಗಂಭೀರವಾದ. ಅವನಿಗೆ ಕೋಪ ಬರುವುದು ಅಪರೂಪವೇ. ಸದಾ ನಗು, ಹಸನ್ಮುಖವೇ ಅವನ ಆಸ್ತಿ. ಆದರೆ ಅವನಿಗೂ ಕೋಪ ಬರುತ್ತಿತ್ತು. ಯಾವಾಗ?

ಅವನಲ್ಲಿ ಅವನೇ ನಕ್ಕ "ಈಗ ಬೇಡ ಬಿಡಿ, ಹೇಗೂ ಎರ್ಡು ದಿನ ಇರ್ತೀರಲ್ಲ ಮೇಡಮ್. ಹೇಳ್ತೀನಿ" ಕಪ್‌ಗಳನ್ನು ಎತ್ತಿಕೊಂಡು ಒಳಗೆ ಹೋದ.

ಅವನು ತನಗೆ ಕೋಪ ಬಂದ ಸಂದರ್ಭಗಳನ್ನೇ ಮೆಲುಕು ಹಾಕುತ್ತಿದ್ದ ಅಂಥ ಅಪರೂಪ ಸನ್ನಿವೇಶಗಳಲ್ಲದಿದ್ದರೂ.... ಆಗ ಉಗ್ರನರಸಿಂಹನಾಗಿದ್ದ.

* * *

ಸುಮತಿ ಈ ಮನೆಗೆ ಬಂದು ನಾಲ್ಕು ದಿನವಾಗಿತ್ತು. ಬೆಳಗಿನ ಉಪಾಹಾರದ ಜೊತೆಗೆ ಅಡಿಗೆಯನ್ನು ಮಾಡಿಡುತ್ತಿದ್ದ. ಅದೇ ಮಾಮೂಲಿ ಅಡಿಗೆ.

ಇಂದು ಚಪಾತಿ ಹಿಟ್ಟು ಕಲಿಸುತ್ತಲೇ ಟೈಮ್ ನೋಡಿದ. ಆರಕ್ಕೆ ಹತ್ತು ನಿಮಿಷವಿತ್ತು. ಅದನ್ನ ಮುಚ್ಚಿಟ್ಟು ಹಾಲ್‌ಗೆ ಹಾರಿ ಷರಟು ತೊಟ್ಟ.

"ಸಾರಿ, ಮೇಡಮ್...." ಗೊಣಗುತ್ತಲೇ ಷರಟಿನ ಗುಂಡಿಗಳನ್ನು ಹಾಕಿ ತೋಳುಗಳನ್ನ

ಹಿಂದಕ್ಕೆ ಮಡಚಿದ "ಮಧ್ಯಾಹ್ನ ಕ್ಯಾರಿಯರ್ ತಂದುಬಿಡ್ತೀನಿ ಹೋಟೆಲ್‌ನಿಂದ, ಈಗ...." ಕೂದಲಿನ ಮೇಲೆ ಬಾಚಣಿಗೆಯಾಡಿಸಿದ.

ಕೈಯಲ್ಲಿದ್ದ ಮ್ಯಾಗಝೀನ್ ಪಕ್ಕಕ್ಕಿಟ್ಟ ಸುಮತಿ "ನಿಮ್ಗೇ ಮಧ್ಯಾಹ್ನ ಬರೋಕೆ ಸಾಧ್ಯವಾಗುತ್ತ? ಯಾರಾದ್ರೂ ಪ್ಯಾಸೆಂಜರ್...." ಬಾಚಣಿಗೆಯನ್ನ ಕನ್ನಡಿ ಸ್ಟಾಂಡ್ ಮೇಲಿಟ್ಟು "ಅಯ್ಯಯ್ಯೋ... ಬರಲಿಲ್ಲಾಂದ್ರೆ ಏನರ್ಥ? ಮನೆಯಲ್ಲಿರೋ ಗೆಸ್ಟ್‌ನ ಉಪವಾಸ ಕೆಡವೋಕೆ ಆಗುತ್ತ? ಖಂಡಿತ... ಬರ್ತೀನಿ" ಎಂದ.

ಇಂದು ಅವಳಿಗೆ ತೀರಾ ಬೇಸರವಾಗಿತ್ತು. ಕೂತು, ಓದಿ ವೇಳೆ ಕಳೆದು ಸಾಕಾಗಿತ್ತು. ಹರೀಶ್ ಬೆಳಿಗ್ಗೆ ಮನೆ ಬಿಟ್ಟರೆ ರಾತ್ರಿ ಬರುತ್ತಿದ್ದುದು ಹತ್ತರ ಮೇಲೆ. ಊಟ ಮುಗಿದ ಕೂಡಲೇ ಮಲಗಿಬಿಡುತ್ತಿದ್ದ. ಪುನಃ ಬೆಳಗಿನವರೆಗೂ ಅಲ್ಲಾಡುತ್ತಿರಲಿಲ್ಲ.

"ಹರೀಶ್, ಎಲ್ಲೋ ಹೋಗ್ಬೇಕು. ಇಲ್ಲಿಗೆ ಟ್ಯಾಕ್ಸಿ ತನ್ನಿ." ಎಂದಳು ಸುಮತಿ ಎತ್ತಲೋ ನೋಡುತ್ತ. ಹರೀಶ್ ಸರ್ರನೇ ಹಿಂದಕ್ಕೆ ತಿರುಗಿದ "ಓ.ಕೆ. ಮೇಡಮ್. ಮನೆಗೆ ಬಂದ ಅತಿಥಿಗಳಿಗೆ ಒಂದು ಪಾಯಸದ ಅಡ್ಗೆಯಾದ್ರೂ ಮಾಡಿ ಬಡಿಸಬೇಕೂಂತಾರೆ. ನಂಗೇನು ಮಾಡೋಕೆ ಆಗ್ಲಿಲ್ಲ. ಇವತ್ತೊಂದು ದಿನ ಇದ್ಬಿಡಿ. ನಾಳೆ ಹೋಗ್ಬಹುದ್ದು" ಎಂದ. ಅವನು ಅರ್ಥ ಮಾಡಿಕೊಂಡ ರೀತಿಯೇ ಬೇರೆ.

"ಅಕ್ಸೆಪ್ಟ್......" ಎಂದಳು.

"ಥ್ಯಾಂಕ್ಯೂ ಮೇಡಮ್....." ಸೆಲ್ಯೂಟ್ ಹೊಡೆದು ಹೊರಗೆ ಹೊರಟವನು ಹಿಂದಕ್ಕೆ ಬಂದ. "ಮತ್ತೇಲ್ಲಾದ್ರೂ... ಷಾಪಿಂಗ್... ಪರ್ಚೇಸಿಂಗ್‌ಗೆ ಬೇಕಾದ್ರೆ...ಹೋಗ್ಬನ್ನಿ. ಇನ್ನ ಹತ್ತು ನಿಮಿಷದಲ್ಲಿ ಬರ್ತೀನಿ" ಜೇಬಿಗೆ ಕೈ ತುರುಕಿ ಹೊರಟ.

'ಹೀ ಮ್ಯಾನ್' 'ರಿಯಲೀ ಜಂಟಲ್‌ಮನ್' ಈ ನಾಲ್ಕು ದಿನದಲ್ಲಿ ಅವನನ್ನು ಅಭ್ಯಸಿಸಿ ಅವಳು ಕೊಟ್ಟ ಸರ್ಟಿಫಿಕೇಟ್ಸ್. ಅವನ ಕಲಿಕೆ ಎಷ್ಟೆಂದು ಅವಳಿಗೆ ತಿಳಿಯದಿದ್ದರೂ ಅವನಂತು ಯಾವುದೇ ಯೂನಿವರ್ಸಿಟಿಯಿಂದ ಡಿಗ್ರಿ ಪಡೆದವನಲ್ಲ. ಅವಳ ಹಾಗೆ ಅವನಿಗೆ ಹೆಚ್ಚು ಓದಿನಲ್ಲಿ ಆಸಕ್ತಿ ಇಲ್ಲ. ಆಡಂಬರ, ಐಶ್ವರ್ಯವಿಲ್ಲದ ಸರಳ ಜೀವನದ ಅವನದು. ಅವನಿಗೆ ಕನಸುಗಳು ಇವೆಯೋ, ಇಲ್ಲವೋ ಅವಳಿಗೆ ತಿಳಿಯದು. ಒಟ್ಟಿನಲ್ಲಿ ಅವನು ಸುಖಿ! ಸುಖವಾಗಿರುವ ಕಲೆ ಅವನಿಗೆ ಕರಗತ.

ಸಾದಾ ಸೀದಾಗಿ ಹರಟುತ್ತಿದ್ದರೂ ಅವನ ಬಂಧುಗಳ, ಬದುಕಿನ ಬಗ್ಗೆ ಅವನೇ ಮಾತಾಡುತ್ತಿರಲಿಲ್ಲ. ಅವನ ಟ್ಯಾಕ್ಸಿ, ಯಜಮಾನರು, ಪ್ಯಾಸೆಂಜರ್ಸ್ ಸಕಲವು ಎನ್ನುವಂತೆ ಭಾವಿಸಿದಂತೆ ಕಾಣುತ್ತಿದ್ದ.

ಅಷ್ಟೇ ಅಲ್ಲ. ತುಂಬು ಯೌವನದ ಯುವಕ. ಎಂದೂ ಅವನ ಕಣ್ಣುಗಳಲ್ಲಿ ಕಾತುರತೆಯಾಗಲಿ, ಗಲಿಬಿಲಿಯಾಗಲಿ ಕಂಡಿದ್ದೇ ಇಲ್ಲ. ಅವಳ ಮಂಚಕ್ಕೆ ಸ್ವಲ್ಪ ದೂರದಲ್ಲಿಯೇ ಹಾಸಿಕೊಂಡು ಮಲಗುತ್ತಿದ್ದ. ಮಲಗಿಯೇ ನಿದ್ದೆ ಬರುವವರೆಗೂ ಹರಟುತ್ತಿದ್ದ.

ಅವಳ ಗುಂಗಿಗೆ ಲಗ್ಗೆ ಹಾಕುವಂತೆ ಹರೀಶ್ ಪ್ರತ್ಯಕ್ಷನಾದ. "ರೆಡಿಯಾಗಿದ್ದರೆ... ಬನ್ನಿ. ಇಲ್ದಿದ್ರೆ ವೆಯಿಟ್ ಮಾಡ್ತಾ ಇರ್ತೀನಿ, ಬನ್ನಿ" ಹೊರ ನಡೆದ.

'ರೆಡಿ' ಅಂತ ವಿಶೇಷ ಅಲಂಕಾರ ಮಾಡಿಕೊಳ್ಳುವುದಾಗಲಿ, ಕನ್ನಡಿಯ ಮುಂದೆ ನಿಲ್ಲುವುದಾಗಲಿ ಅವಳಿಗೆ ಇಷ್ಟವಿಲ್ಲ. ಪರ್ಸ್ ಕೈಯಲ್ಲಿಡಿದು ಬೀಗ ಎತ್ತಿಕೊಂಡಳು.

ಟ್ಯಾಕ್ಸಿಗೆ ಒರಗಿ ನಿಂತಿದ್ದ ಹರೀಶ್ ಓಡಿ ಬಂದ. "ನೀವು ನಡೀರಿ ಮೇಡಮ್, ನಾನು ಬೀಗ ಹಾಕ್ಕೊಂಡ್ ಬರ್ತೀನಿ" ನಮ್ರತೆಯಿಂದ ನುಡಿದ ಅವಳೆಷ್ಟೇ ಸ್ನೇಹಪೂರ್ವಕವಾಗಿ ವರ್ತಿಸಿದರೂ ಅವನು ಮಾತ್ರ ಮಿತಿಯಲ್ಲೇ ಇದ್ದ.

ಅವಳ ಪ್ರಕಾರ ಅವನದು ಅಪರೂಪ ವ್ಯಕ್ತಿತ್ವ.

ಟ್ಯಾಕ್ಸಿ ಅಲ್ಲಿಂದ ನೇರವಾಗಿ ಷಾಪಿಂಗ್ ಕಾಂಪ್ಲೆಕ್ಸ್‌ಗೆ ಬಂದಾಗ ನಿಲ್ಲಿಸಿದ. "ಇಲ್ಲಿ ಎಲ್ಲಾ ಸಾಮಾನು ಸಿಕ್ಕುತ್ತೆ. ಏನಾದ್ರೂ ಬೇಕಾದ್ರೆ ತಗೊಂಡ್ಬನ್ನಿ, ಮೇಡಮ್" ಎಂದ.

ಉತ್ಸಾಹವಿಲ್ಲದಿದ್ದರೂ ಸುಮತಿ ಇಳಿದಳು.

"ನೀವು ಬನ್ನಿ, ಹರೀಶ್" ಕರೆದಳು. ಕೆಳಗಿಳಿದು ಡೋರ್ ಹಾಕಿದವನು ಟ್ಯಾಕ್ಸಿಗೆ ಒರಗಿದ. "ಇಲ್ಲೇ ಇರ್ತೀನಿ. ನೀವು ಹೊರಲಾರದ ಸಾಮಾನು ಕೊಂಡಾಗ ಸನ್ನೆ ಮಾಡಿ." ಅಂತು ಅವಳ ಆಹ್ವಾನವನ್ನು ನಿರಾಕರಿಸಿದ್ದ.

ಅಷ್ಟರಲ್ಲಿ ಬಂದ ಕಾರು ಟ್ಯಾಕ್ಸಿಯ ಪಕ್ಕದಲ್ಲಿಯೇ ನಿಂತಿತು. ಪರೀಕ್ಷಿತ್ ಕೆಳಗಿಳಿದು ಬಂದ.

"ಇಲ್ಲೇ ಇದ್ದು ಕೂಡ ನನ್ನ ಭೇಟಿ ಮಾಡ್ಲಿಲ್ಲ. ಸುಶೀಲನ ಕೂಡ ವಿಚಾರಿಸ್ದೇ" ಪರೀಕ್ಷಿತ್‌ನ ಮಾತುಗಳಲ್ಲಿ ಅಸಹನೆ, ಬೇಸರ ಇತ್ತು. ನೊಂದವನಂತೆ ಕಂಡ.

"ಇಂದೋ, ನಾಳೆನೋ ಭೇಟಿ ಮಾಡೋ ವಿಚಾರವಿತ್ತು" ತಣ್ಣಗೆ ಉಸುರಿದಳು. ಮಂಜು ಸೋಕಿದಂತಾಯಿತು ಅವನಿಗೆ.

ಪರೀಕ್ಷಿತ್ ಕಹಿ ಮುಖ ಮಾಡಿದ "ಎಲ್ಲಿದ್ದೀಯಾ? ಲಾಡ್ಜ್‌ನಲ್ಲಾ? ಏನ್ಮಾಡ್ತಾ ಇದ್ದೀಯಾ?" ಅವನ ಹುಬ್ಬೇರಿತ್ತು.

ಸದ್ಯಕ್ಕೆ ನಿನ್ನ ಪ್ರಶ್ನೆಗಳಿಗೆ ಯಾವಾಗ್ಲಾದ್ರೂ ಉತ್ತರ ಹೇಳ್ತೀನಿ, ನಿನ್ನ ಬಿಸಿನೆಸ್ ಹೇಗೆ ನಡೀತಾ ಇದೆ?" ಅವನ ಜಾಡನ್ನು ತಪ್ಪಿಸಿದಳು.

ಪರೀಕ್ಷಿತ್ ಅತ್ತಿತ್ತ ನೋಡಿ ತನ್ನ ಕ್ರಾಪ್ ಕೂದಲನ್ನು ಸರಿ ಮಾಡಿಕೊಂಡ. "ಆಯ್ತು, ಈಗ ಮನೆಗೆ ಹೋಗೋಣ ಬಾ. ಇವತ್ತು ಆಫೀಸ್‌ಗೆ ಹೋಗದಿದ್ರೂ ಪರ್ವಾಗಿಲ್ಲ" ಕಾರಿನತ್ತ ನಡೆದ. ಸುಮತಿ ಅಲ್ಲಿಂದ ಕದಲಲಿಲ್ಲ. ಅವನ ಬಗ್ಗೆ ಆ ರಾತ್ರಿಯೇ ಒಂದು ತೀರ್ಮಾನಕ್ಕೆ ಬಂದಿದ್ದಳು. "ಸಾರಿ, ಪರೀಕ್ಷಿತ್ ಸಾಧ್ಯವಾದ್ರೆ ಬಂದು ಆಫೀಸ್‌ನಲ್ಲೇ ಮೀಟ್ ಮಾಡ್ತೀನಿ."

ಅವನು ಹಿಂದಕ್ಕೆ ಬಂದ. "ಯಾಕೆ ಇಷ್ಟೊಂದು ಹಟ ಮಾಡ್ತೀಯಾ! ಅಂದೇ ನಿನ್ನ

ನಾನು ಬಿಡದೆ ಕಟ್ಟಿ ಹಾಕ್ಬೇಕಿತ್ತು. ಆ ಸ್ನೇಹ, ಅಧಿಕಾರ ಎಲ್ಲಾ ನಂಗಿದೆ" ಕೆನ್ನೆಯುಜ್ಜಿದ.

ಸುಮತಿ ನಸುನಕ್ಕಳು. ಪರೀಕ್ಷಿತ್ ಜೊತೆ ಕನಿಷ್ಟ ಐದಾರು ವರ್ಷವಾದರೂ ಆಡಿ ಬೆಳೆದವಳು. ಅವನ ಜೊತೆ ರಕ್ತ ಸಂಬಂಧವಿಲ್ಲದಿದ್ದರೂ ಸ್ನೇಹಬಾಂಧವ್ಯವಿತ್ತು.

"ಸುಮ, ನನ್ನ ಮನಸ್ಸಿಗೆ ತುಂಬ ನೋವಾಗುತ್ತೆ, ಕಮಾನ್" ಯಾಚಿಸಿದ. ಹಿಂದಕ್ಕೆ ತಿರುಗಿದಳು. ಹರೀಶ್ ಟ್ಯಾಕ್ಸಿಯನ್ನು ಒರೆಸುವುದರಲ್ಲಿ ಮಗ್ನವಾಗಿದ್ದ. ಅವನಿಗೆ ಇತ್ತ ಲಕ್ಷ್ಯವಿಲ್ಲ. ಬಹುಶಃ ನೋಡಿ ಕೂಡ ತನಗೆ ಯಾಕೆಂದು ನಿರಾಸಕ್ತಿ ವಹಿಸಿರುವನೋ!

ನಿಂತಲ್ಲಿಂದಲೇ ಕೂಗಿದಳು. "ಹರೀಶ್...." ಅವಳ ಸ್ವರ ಬೇರೆಯೇ ವಾಹನದ ಸದ್ದಿನೊಂದಿಗೆ ಅಡಗಿಹೋಯಿತು. "ಟ್ಯಾಕ್ಸಿ ಡ್ರೈವರ್‌ಗೆ ಹಣ ಕೊಡ್ಬೇಕಾ...." ಚಪ್ಪಾಳೆ ತಟ್ಟಿ ಹರೀಶ್‌ನ ಸನ್ನೆ ಮಾಡಿ ಬರುವಂತೆ ಕರೆದ.

ಹರೀಶ್ ಕೈಯಲ್ಲಿದ್ದ ಬಟ್ಟೆಯನ್ನು ಒಳಗೆ ಹಾಕಿ ನಿಧಾನವಾಗಿಯೇ ಬಂದ.

ಪರೀಕ್ಷಿತ್ ಜೇಬಿನಿಂದ ನೋಟುಗಳನ್ನು ತೆಗೆದಾಗ ತಡೆದಳು. "ಬೇಡ ನಾನು ಅದೇ ಟ್ಯಾಕ್ಸಿಯಲ್ಲಿ ಹಿಂದಿರುಗ್ಬೇಕು" ಎಂದವಳು ಪರೀಕ್ಷಿತ್‌ನೊಂದಿಗೆ ಮಾತಾಡಿ ಒಂದು ಕಾರ್ಡನ್ನ ಹರಿಶ್‌ಗೆ ಕೊಟ್ಟಳು. "ನೀನು ಇಲ್ಲಿಗೆ ಬಾ ಹರೀಶ್..." ವಿಸಿಟಿಂಗ್ ಕಾರ್ಡ್‌ನ ನೋಡಿ ಜೇಬಿಗೆ ಸೇರಿಸಿ "ಆಗ್ಲೀ ಮೇಡಮ್, ಎಷ್ಟೊತ್ತಿಗೆ ಬರಲಿ?" ಪ್ರಶ್ನಿಸಿದ.

ಈಗ ಪರೀಕ್ಷಿತ್ ತುಟಿ ತೆರೆದ "ನಾನೇ ನಿನ್ನ ಡ್ರಾಪ್ ಮಾಡ್ತೀನಿ ಮಹರಾಯಿತಿ. ಪುನಃ ಟ್ಯಾಕ್ಸಿ ಯಾಕೆ? ನಾನೇ ಡ್ರೈವರ್ ಆಗ್ತೀನಿ. ಹೇಳಿದ ಕಡೆಗೆಲ್ಲ ಕರ್ಕೊಂಡ್ಹೋಗ್ತೀನಿ" ಎಂದ. ಆದರೆ ಸುಮತಿ ಅವನ ಮಾತುಗಳನ್ನು ಒಪ್ಪಲಿಲ್ಲ.

"ಒಂದ್ಹತ್ತು ನಿಮಿಷ ಮಾತಾಡ್ಬಹ್ದು. ಇಲ್ಲ ಅರ್ಧ ಗಂಟೆ ಆಗ್ಬಹ್ದು. ಹಿಂದೆನೇ ಬಂದುಬಿಡು" ಎಂದಾಗ ಪರೀಕ್ಷಿತ್ ಹಣೆಯುಜ್ಜಿ ಮೇಲೆ ನಿಟ್ಟುಸಿರು ಚೆಲ್ಲಿದ.

ಅವರುಗಳು ಕಾರು ಹತ್ತಿದ ಮೇಲೆ ಹರೀಶ್ ತನ್ನ ಟ್ಯಾಕ್ಸಿಯತ್ತ ಬಂದ. ಅಂದಿನ ರಾತ್ರಿ ಆ ಪುಣ್ಯಾತ್ಮನ ಅವಸ್ಥೆಯನ್ನು ನೋಡಿದ್ದು ಮಾತ್ರವಲ್ಲ, ಹಿಂದೆ ಒಮ್ಮೆ ಒಬ್ಬ ಯುವತಿ ರೈಲ್ವೆ ಸ್ಟೇಷನ್‌ನಿಂದ ಅವನ ಟ್ಯಾಕ್ಸಿಯಲ್ಲೇ ಪರೀಕ್ಷಿತ್ ಮನೆಗೆ ಹೋಗಿದ್ದಳು. ಅವಳನ್ನು ಬಹಳ ರೊಮ್ಯಾಂಟಿಕ್ ಆಗಿ ರಿಸೀವ್ ಮಾಡಿಕೊಂಡಿದ್ದನ್ನ ಕಂಡಿದ್ದ. ಆದರೆ ಹೆಚ್ಚು ಯೋಚಿಸಲಾರ ಹರೀಶ್. ಕೆಟ್ಟ ಊಹೆ, ಕೆಟ್ಟ ಕಲ್ಪನೆಯಿಂದ ತನ್ನ ಮನಸ್ಸನ್ನ ದೂರ ಇಟ್ಟಿದ್ದ.

ಅವನ ಟ್ಯಾಕ್ಸಿ ಬಸ್ ಸ್ಟಾಪ್ ಕಡೆ ಬರುವ ವೇಳೆಗೆ ಅಲ್ಲೇ ಇದ್ದ ವಾರಿಣಿ ಕೈ ಬೀಸಿದಳು. ನಿಧಾನಿಸಿ ಅನುಮಾನಿಸಿದ.

ಓಡಿ ಬಂದ ವಾರಿಣಿ ಹಿಂದಿನ ಡೋರ್ ತೆಗೆದು ಹತ್ತಿ ಕೂತಳು "ಬರೀ ಧಗೆ, ಕೂಲಾಗಿರೊ ಕಡೆ ಕರ್ಕೊಂಡ್ಹೋಗು" ತಲೆದೂಗಿದವನೇ ವೇಗ ಹೆಚ್ಚಿಸಿದ.

"ಯಾರು ಪ್ಯಾಸೆಂಜರ್ಸ್ ಇರಲಿಲ್ವಲ್ಲ...ನನ್ ಪುಣ್ಯ!" ವಾರಿಣಿ ಹಣೆಯ ಬೆವರನ್ನು ಒತ್ತಿದವಳು ಮುಂದಿನ ಸೀಟಿನ ಬೆನ್ನ ಮೇಲೆ ಗದ್ದವೂರಿದಳು. "ಗಂಡು ಕಡೆಯವ್ರು

ಒಪ್ಪಿಕೊಂಡಿದ್ದಾರೆ. ಅವ್ರಿಗೆ ನಾಗರಾಜ, ವಾರಿಣಿ ಸಂಗ್ತಿ ಗೊತ್ತಿಲ್ಲ. ಎಂದಾದ್ರೂ ಗೊತ್ತಾದ್ರೆ ಏನು ರಾಮಾಯಣವಾಗುತ್ತೋ!" ಹೇಳತೊಡಗಿದಳು, ಹರೀಶ್ ಪ್ರತಿಕ್ರಿಯಿಸಲು ಹೋಗಲಿಲ್ಲ. ಸದಾ ಆಳ, ನಗುವಿನ ಮಧ್ಯೆಯೇ ಇರುವ ಹೆಣ್ಣು, ತುಂಬು ಸಹಾನುಭೂತಿ ಅವನಿಗೆ.

ಒಂದು ಪಾರ್ಕ್ ಮುಂದೆ ನಿಲ್ಲಿಸಿ "ಇಳೀರಿ, ಇದರ ಒಳಗೆ ತಣ್ಣಗಿರುತ್ತೆ ಅಂತಾರೆ" ವಾರಿಣಿ ಇಳಿಯಲಿಲ್ಲ "ಯಾಕೋ ತುಂಬಾ ಬೇಜಾರು ಕಣೋ ಹರಿ. ಸುಮ್ನೇ ಎಲ್ಲಾದ್ರೂ ಸುತ್ತಾಡೋಣ" ಎಂದಳು.

ಹರೀಶ್ ಎರಡು ಕ್ಷಣ ಸುಮ್ಮನಿದ್ದು ಸ್ಟೀರಿಂಗ್ ವ್ಹೀಲ್ ಮೇಲೆ ತಾಳ ಹಾಕಿದ "ಯಜಮಾನ್ರು ಬಸ್ ಸ್ಟಾಂಡ್ ಹತ್ರ ಕಾಯ್ತಾ ಇರ್ತಾರೆ. ಹೋಗಿ ಕೇಳಿ ಬರ್ತೀನಿ. ಇಲ್ಲೇ ಇರಿ." ಹಗುರವಾಗಿ ಆಡಿದ.

ವಾರಿಣಿ ಅವನ ಕ್ರಾಪ್ ಜಗ್ಗಿ ಬೆನ್ನಿಗೊಂದು ಗುದ್ದಿ ಗೊಣಗುತ್ತಲೇ ಇಳಿದಳು. 'ಬಾಡ್ಗೇ..." ಕೈ ಚಾಚಿದ ಪರ್ಸ್‌ನಿಂದ ಐವತ್ತರ ನೋಟು ಕೊಟ್ಟಾಗ ಮೀಟರ್ ನೋಡಿ ಮಿಕ್ಕದ್ದನ್ನು ಹಿಂದಿರುಗಿಸಿದ "ಯಜಮಾನ್ರು ರೋಷ ಮಾಡ್ಕೋತಾರೆ. ಮನೆಗೆ ಹೋಗಿ."

ಕೋಪದಿಂದ ಅವನತ್ತ ನೋಡಿ ಕಾಲುಗಳನ್ನು ನೆಲಕ್ಕೆ ಅಪ್ಪಳಿಸಿದಳು "ಯೂಸ್‌ಲೆಸ್ ಫೆಲೋ..." ಬೈದಾಡಿಕೊಂಡೇ ಹೋದಳು.

ಅವಳು ಹೋದತ್ತಲೇ ನೋಡುತ್ತಿದ್ದ ಹರೀಶ್, ಮರೆಯಾದ ಕೂಡಲೇ ಜಗ್ಗಿದ ಕೂದಲಿನ ಮೇಲೆ ಕೈಯಾಡಿಸಿದ. ನೋವೆನಿಸಿತು. ಇದೇನು ಹೊಸದಲ್ಲ, ನಾಗರಾಜ ಕೂಡ ಕೆರಳಿದಾಗ ಅವನ ಕೂದಲಿಗೇ ಕೈ ಹಾಕುತ್ತಿದ್ದುದು. ಆದರೆ ಅವನು ಹೆದರುತ್ತಿದ್ದುದು ಹರಿಣಿಯ ನೋಟಕ್ಕೆ. ಅವಳ ಕಣ್ಣಲ್ಲಿ ಕುಣಿಯುವ ಬಯಕೆ ಕಂಡರೇನೇ ಅವನಿಗೆ ನಾಲ್ಕರ ಚಳಿ. ಆದರೆ ಇವನೊಬ್ಬನ ಮೇಲೆಯೇ ಪದ್ಮಮ್ಮನಿಗೆ ಭರವಸೆ.

ಎಲ್ಲಾದರೂ ಹೊರಟಾಗ ಹೇಳುತ್ತಿದ್ದರು. "ನಾಗತ್ತೆ, ಲಚ್ಚಿ ಮನೆಯಲ್ಲೆ ಇರ್ತಾರೆ. ಆದ್ರೂ ನಂಗೆ ಭಯ. ಸ್ವಲ್ಪ ಹರಿಣಿ, ನಾಗರಾಜನನ್ನ ನೋಡ್ಕೋ" ಅವನಿಗೆ ಉಸಿರು ನಿಂತಂತಾಗುತ್ತಿತ್ತು. ತಕ್ಷಣ ಅವನ ನೆರವಿಗೆ ಸಚ್ಚಿದಾನಂದ್ ಧಾವಿಸುತ್ತಿದ್ದರು.

"ಅವನ್ಯಾಕೆ? ಅವನೆಲ್ಲಿ ಇವನ್ನ ನೋಡ್ಕೊಂಡು ಕೂತ್ಕೋತಾನೆ! ಅದೆಲ್ಲ... ಹೇಳ್ಬೇಡ" ಹೆಂಡತಿಯನ್ನು ತೆಪ್ಪಗಾಗಿರಿಸುತ್ತಿದ್ದರು. ಆದರೂ ಅವರುಗಳ ಬಗ್ಗೆ ಅವನಿಗೆ ಅಕ್ಕರೆ.

ಎಂದಾದರೂ ಬೇಗ ಬಂದಾಗ ಸಚ್ಚಿದಾನಂದ್ ಇಲ್ಲದಾಗ ಪದ್ಮಮ್ಮ ಅವನ ಮುಂದೆ ತೋಡಿಕೊಳ್ಳುತ್ತಿದ್ದರು. "ಕೆಲವರು ಅವ್ರಿಗೆ ಮದ್ವೆ ಮಾಡಿದ್ರೆ ಸರಿಹೋಗುತ್ತೆ ಅಂತಾರೆ, ನಿಜಾನ? ವಾರಿಣಿಗಿಂತ ಹರಿಣಿ ಸ್ವಲ್ಪ ಮೂಗು ಮುಖ ಚೆನ್ನಾಗಿಲ್ಲ ಅಂದರೂ ಕಳೆ ಇದೆ. ಕೆಲವೊಮ್ಮೆ ಎಷ್ಟು ಲಕ್ಷಣವಾಗಿ ಕಾಣ್ತಾಳೆ!" ಇವೆಲ್ಲ ತೀರಾ ಉತ್ಪ್ರೇಕ್ಷೆಯ ಮಾತುಗಳೆಂದುಕೊಂಡರೂ ಅವನಿಗೆ ಅಲ್ಲಿ ಕಾಣುತ್ತಿದ್ದುದು ಬರೀ ತಾಯಿಯ ಮಮತೆ.

"ಹೌದಮ್ಮ.... ಹೌದು....." ಎನ್ನುತ್ತಿದ್ದ.

'ಪರೀಕ್ಷಿತ್ ಫರ್ಟಿಲೈಜರ್' ಆಫೀಸ್ ಕಟ್ಟಡ ಪಾರ್ಕಿಂಗ್ ಸ್ಥಳದಲ್ಲಿ ಟ್ಯಾಕ್ಸಿಯನ್ನು ನಿಲ್ಲಿಸಿದವನು ಇಳಿದ. ಸುತ್ತಲು ನೋಟವರಿಸಿ ಮತ್ತೆ ಬಂದು ಸ್ಟೀರಿಂಗ್ ವ್ಹೀಲ್ ಮುಂದೆ ಕೂತ. ತೀರ ಸಣ್ಣ ದನಿಯಲ್ಲಿ ಹಾಡಿಕೊಳ್ಳ ತೊಡಗಿದ. ಅವನ ಪ್ರಕಾರ ಹರೀಶ್ ಬಂದೇ ಅರ್ಧ ಗಂಟೆಯಾಗಿತ್ತು.

ಪರೀಕ್ಷಿತ್ ಕಾರು ಒಂದು ಕಡೆ ಪಾರ್ಕಿಂಗ್ ಆಗಿತ್ತು. ಮತ್ತೆ ಹತ್ತು ನಿಮಿಷ ಕಾದ. ಸುಮತಿಯ ಜೊತೆ ಪರೀಕ್ಷಿತ್ ಕೂಡ ಹೊರಗೆ ಬಂದ.

"ಹರೀಶ್, ತುಂಬ ಕಾಯಿಸಿಬಿಟ್ಟೆ. ಸಾರಿ...." ಎಂದಾಗ ಪರೀಕ್ಷಿತ್ ಮುಖ ಮುಖ ನೋಡಿದ "ಅದಕ್ಯಾಕೆ ಸಾರಿ! ವೆಯಿಟಿಂಗ್ ಛಾರ್ಜ್ ಕೊಟ್ಟರಾಯ್ತು" ಸ್ವಲ್ಪ ಸೀರಿಯಸ್ಸಾದ. ಅವನ ಮಾತನ್ನ ಗಮನಕ್ಕೆ ತಂದುಕೊಳ್ಳದಂತೆ ಹತ್ತಿ ಕೂತಳು. "ಬೈ, ನಾಳೆಯಿಂದ್ಲೇ ಬರ್ತೀನಿ" ಕೈ ಬೀಸಿದಳು. ಟ್ಯಾಕ್ಸಿಯ ಚಕ್ರಗಳು ಮುಂದಕ್ಕೆ ಉರುಳಿತು.

"ಮತ್ತೆಲ್ಲಿಗೆ ಹೋಗ್ಬೇಕು, ಮೇಡಮ್?" ಪ್ರಶ್ನಿಸಿದ.

"ಮೊದ್ಲು ಊಟ. ಯಾವುದಾದ್ರೂ ಒಳ್ಳೆ ಹೋಟೆಲ್ ಮುಂದೆ ನಿಲ್ಲಿಸು" ಅವನನ್ನು ಗಮನದಲ್ಲಿಟ್ಟುಕೊಂಡು ಆ ಸಲಹೆ ಕೊಟ್ಟಳು "ನೀನು ಇಲ್ಲೇ ಕೆಲ್ಸ ಮಾಡ್ಬಹ್ದು. ನಂಗೂ ಎಷ್ಟೋ ಸಹಾಯವಾಗುತ್ತೆ. ಹೇಗೂ ಬಿಜಿನೆಸ್ ಮ್ಯಾನೇಜ್‌ಮೆಂಟ್ ಮಾಡಿದ್ದೀಯ. ಸ್ವಲ್ಪ ನಂಗೂ ಉಪಯೋಗವಾಗ್ಲಿ" ಕಣ್ಣಲ್ಲಿ ಪರೀಕ್ಷಿತ್ ಅಕ್ಕರೆಯನ್ನ ತುಂಬಿಕೊಂಡು ಹೇಳಿದ್ದ.

ಹೋಟೆಲ್ ಮುಂದೆ ಪಾರ್ಕಿಂಗ್ ಮಾಡಿದ "ನೀವು ಊಟ ಮುಗ್ಸಿಕೊಂಡ್ಬನ್ನಿ" ಹೇಳಿದ "ನೀನು ಬಾ ಹರೀ" ಎನ್ನುತ್ತಲೇ ಇಳಿದಾಗ ಮೃದುವಾಗಿ ನಿರಾಕರಿಸಿದ "ಸಾರಿ ಮೇಡಮ್, ನೀವು ಹೋಗ್ಬನ್ನಿ. ನಾವು ಕೆಲವು ನಿಯಮಗಳನ್ನ ಪಾಲಿಸಬೇಕು. ಅದು ಒಳ್ಳೆಯದು ಕೂಡ" ನಿಶ್ಚಿಂತೆಯ ನುಡಿಗಳು ಅವನ ಬಾಯಿಂದ ಬಂದವು.

ಒಲ್ಲದ ಮನಸ್ಸಿನಿಂದಲೇ ಇಳಿದಳು ಸುಮತಿ. ಕ್ಷಣ ಯೋಚಿಸಿದಳು "ಬೇಡ ಹರೀಶ್, ಮಾರ್ಕೆಟಿಂಗ್ ಸೆಂಟರ್ ಹತ್ರ ಹೋಗೋಣ. ಒಂದು ಕಂಡೀಷನ್ ಮೇಲೆ. ನಾನು ಹೇಗೂ ನಿಮ್ಮ ಗೆಸ್ಟ್. ನನ್ಜೊತೆ ಬರೋಕೂ ಅಭ್ಯಂತರನಾ?" ಮನಸ್ಸಿನಲ್ಲೇ ನಕ್ಕ. ಅವನ ಹೃದಯ ತುಂಬಿ ಬಂದಿತು. ಇಷ್ಟೊಂದು ಗೌರವ ಕೊಡುತ್ತಿರುವ ಹೆಣ್ಣು ಅವನ ಜೀವನದಲ್ಲಿ ಪ್ರವೇಶಿಸಿರಲೇ ಇಲ್ಲ. ಸುಮತಿಯ ಬಗ್ಗೆ ಗೌರವ, ಅಭಿಮಾನ.

"ಸಾರಿ.... ಮೇಡಮ್... ತಪ್ಪು ತಿಳ್ಕೋಬೇಡಿ!" ಎಂದ. "ಆಯ್ತು ನೇರವಾಗಿ ಮನೆಗೆ," ಈಗ ಇಳಿದ ಹರೀಶ್ "ಬನ್ನಿ, ಉಪವಾಸ ಮಾಡೋದ್ಬೇಡ" ತಾನೇ ಎರಡು ಊಟದ ಟೋಕನ್ ಖರೀದಿಸಿದ.

ಅವನಿಗೆ ಸಂಕೋಚವಿಲ್ಲದಿದ್ದರೂ ಇಷ್ಟವಾಗಲಿಲ್ಲವೆಂದು ಅವನು ಊಟ ಮಾಡಿದ ರೀತಿಯಿಂದಲೇ ವ್ಯಕ್ತವಾಯಿತು. ಆದರೆ ಸುಮತಿ ಆರಾಮಾಗಿ ಊಟ ಮಾಡಿದಳು.

ಸಂಜೆಯವರೆಗೂ ಸುತ್ತಾಡಿ ಹಿಂದಿರುಗುವ ವೇಳೆಗೆ ಒಂದಿಷ್ಟು ಹೂ. ಹಣ್ಣು ಖರೀದಿಸಿದ. ಹರೀಶ್. ಬಂದ ಗೆಸ್ಟ್‌ನ ಬೀಳ್ಕೊಡುವ ಸಿದ್ಧತೆ.

ಮನೆಯ ಬಳಿ ಇಳಿಸಿದವನು ತಾನೇ ಹೂ, ಹಣ್ಣನ್ನ ಒಳಗಿರಿಸಿ ಹೊರ ಬರುವ ವೇಳೆಗೆ ನೂರರ ಎರಡು ನೋಟುಗಳನ್ನು ಕೊಟ್ಟಳು. ಮೀಟರ್ ಲೆಕ್ಕ ಹಾಕಿ ಉಳಿದ ಚಿಲ್ಲರೆ ಹಿಂದಿರುಗಿಸಿದ. ಇವತ್ತು ಸ್ವಲ್ಪ ನಷ್ಟವೇ! ಸಚ್ಚಿದಾನಂದ್ ಮುಖದಲ್ಲಿ ಬೇಸರ ಮೂಡ ಬಹುದು ಅಷ್ಟೆ. ಹಾಗೆಂದು ಅವನನ್ನೇನು ವಿಚಾರಿಸಲಾರರು.

"ಬೇಗ... ಬಂದ್ಬಿಡ್ತೀನಿ" ಟ್ಯಾಕ್ಸಿಯತ್ತ ನಡೆದ.

ಸುಮತಿ ಟ್ಯಾಕ್ಸಿ ಮುಂದಕ್ಕೆ ಹೋಗುವವರೆಗೂ ನೋಡುತ್ತ ನಿಂತಳು. ಹರೀಶ್ ಅವಳಿಗೆ ಮೆಚ್ಚಿಗೆಯಾಗಿದ್ದ. ಯಾಕೆ? ಏನು? ಯಾರಾದರೂ ಪ್ರಶ್ನಿಸಿದರೆ ಅಭಿಮಾನದಿಂದ ಉತ್ತರಿಸಬಲ್ಲಳು. 'ಸ್ವಾಭಿಮಾನಿ, ಹಸನ್ಮುಖಿ, ಜೀವನದ ಬಗ್ಗೆ ಅವನಿಗೆ ಕೀಳರಿಮೆ ಇಲ್ಲ. ಬದುಕನ್ನ ಅಗಾಧವಾಗಿ ಪ್ರೀತಿಸುತ್ತಾನೆ. 'ಪ್ರೇಮ'ವೇ ಅವನ ನಿಜವಾದ ದೇವರು.

ಇವನು ಟ್ಯಾಕ್ಸಿ ನಿಲ್ಲಿಸಿ ಒಳಗೆ ಹೋಗುವ ವೇಳೆಗೆ ಪದ್ಮಮ್ಮ. ಸಚ್ಚಿದಾನಂದ್ ಹೊರಗಡೆಯೇ ನಿಂತಿದ್ದರು. ಕಂಗೆಟ್ಟ ಮುಖಗಳು. ಚಕಿತನಾದ.

"ಯಾಕೆ ಯಜಮಾನ್ರೆ?" ಅಲ್ಲೇ ನಿಂತ.

ಸಚ್ಚಿದಾನಂದ್ ಅತ್ತಿಂದಿತ್ತ ಇತ್ತಿಂದತ್ತ ಓಡಾಡಿದರು. ಅವರಿಗೆ ಹೇಳುವ ಇಷ್ಟವಿಲ್ಲವೆಂದು ಅರಿತ. ದುಡ್ಡನ್ನು ಅವರಿಗೆ ಒಪ್ಪಿಸಿ ಹಿಂದಕ್ಕೆ ತಿರುಗಿದ.

"ಹರೀಶ್...." ಎಂದ ಸಚ್ಚಿದಾನಂದ್ ಸುಮ್ಮನಾದರು. ಗೇಟು ತೆರೆದು ಕೊಂಡು ಹೊರಗೆ ನಡೆದ "ಹರಿ!.... ಪದ್ಮಮ್ಮ ಕೂಗಿದರು. ಹಿಂದಕ್ಕೆ ಬಂದ "ಫ್ರೆಂಡ್ ಮನೆಗೆ ಅಂತ ಹೋದ ವಾರಿಣಿ ಇನ್ನೂ ಮನೆಗೆ ಬಂದಿಲ್ಲ" ಅವನೆದೆ ಧಸಕ್ಕೆಂದಿತು.

ಮಧ್ಯಾಹ್ನ ಅವಳ ಗೊಣಗಾಟ ಕೇಳಿದ್ದ. ಅವಳೊಬ್ಬಳೇ ಹತ್ತಿದ್ದು ಪಾರ್ಕ್‌ನ ಬಳಿ ಇಳಿದಿದ್ದು. ಎಲ್ಲಿ ಹೋದಳು?

"ಫ್ರೆಂಡ್ ಮನೆ ಗೊತ್ತಾ?" ಕೇಳಿದ. ಅವನು ಕೆಟ್ಟ ದೃಶ್ಯಗಳನ್ನು ಕಲ್ಪಿಸಿಕೊಳ್ಳದಿದ್ದರೂ ಹೆದರಿದ. "ಎಲ್ಲಾ ನೋಡಿ ಬಂದಾಯ್ತು!" ಸಚ್ಚಿದಾನಂದ್ ನುಡಿದರು.

ಕೋಪ, ನಿರಾಶೆಗಿಂತ ಜಿಗುಪ್ಸೆಯೇ ಜಾಸ್ತಿ ಆಗಿತ್ತು ಅವರಿಗೆ. ಮಕ್ಕಳಿಂದ ಅವರಿಗೆ ಸುಖ, ಸಂತೋಷವೇ ಇಲ್ಲ. 'ಹತ್ತಿರದ ಸಂಬಂಧಗಳ ವಿವಾಹ ಕೂಡದು' ಎನ್ನುವ ವೈಜ್ಞಾನಿಕ ನಿಲುವು ಕೂಡ ಅವರಿಗೆ ತಿಳಿಯದು. ಅದೆಲ್ಲ ನಿಜವೆಂದು ನಂಬುವುದಕ್ಕೆ ಬದಲಾಗಿ ತಮ್ಮ 'ಕರ್ಮ' ವನ್ನು ದೂಷಿಸಿಕೊಳ್ಳುತ್ತಿದ್ದರು. ಜೆನೆಟಿಕ್ಸ್ ಬಗ್ಗೆ ತಿಳಿಯುವಷ್ಟು ಪ್ರಬುದ್ಧರಲ್ಲ.

"ನೋಡಿ... ಬರಲಾ?" ಆತಂಕಗೊಂಡಿದ್ದ ಹರೀಶ್.

ಅಡ್ಡಾಡಿ ಸಾಕಾದ ಸಚ್ಚಿದಾನಂದ್ ಕೂತರು "ಎಲ್ಲಾದ್ರೂ ಹಾಳಾಗ್ಲಿ! ಎಲ್ಲೀಂತ ಹುಡ್ಕೋದು? ನಮ್ಮ ರಂಪಾಟದಲ್ಲಿ ಅವರಿವರಿಗೆ ಸುದ್ದಿ ಸಿಕ್ಕಿ ಇನ್ನಷ್ಟು ಪಂಚಾಯಿತಿ

ಯಾಗುವುದು ಬೇಡ" ಈಗಿನ ಪರಿಸ್ಥಿತಿಗಿಂತ ಅವರು ಮಗಳ ಮುಂದಿನ ಭವಿಷ್ಯದ ಬಗ್ಗೆಯೇ ಚಿಂತಿಸುತ್ತಿದ್ದರು.

ಹರೀಶ್ ತನ್ನ ಕೆಲಸ ಮುಗಿಯಿತೆನ್ನುವಂತೆ ಹೋಗಲು ಅನುವಾದ. ಪದ್ಮಮ್ಮ ತಡೆದರು "ಬೇಡಪ್ಪ....ಬೇಡ! ನೀನಾದ್ರೂ ಇದ್ದರೇ ಒಂದಿಷ್ಟು ಧೈರ್ಯ" ಅತ್ತರು.

ಆದರೆ ಸಚ್ಚಿದಾನಂದ್ ಅಷ್ಟೇ ಕಲ್ಲಾಗಿದ್ದರು "ನೀನ್ಹೋಗು ಹರೀ. ನೀನಿದ್ದು ಏನ್ಮಾಡ್ತಿ!" ಕನಲಿದರು.

ಹರೀಶ್ ತನ್ನ ಸೈಕಲ್ ತಳ್ಳಿಕೊಂಡು ಹೊರಟ ಅವನಿಗೆ ಪದ್ಮಮ್ಮನ ಬಗ್ಗೆ ಮರುಕ. ಸದಾ ಆತಂಕ. ಚಿಂತೆಯ ಮಧ್ಯೆಯೇ ಆಕೆಯ ಜೀವನ ಸವೆದುಹೋಗುತ್ತಿತ್ತು. ನಾಗರಾಜ, ಹರಿಣಿಯನ್ನು ನೋಡಿಕೊಳ್ಳುವುದು ತೀರಾ ಕಠಿಣ ಕೆಲಸ. ಆದರೂ ತಾಯ ಅಂತಃಕರಣ ಅದನ್ನೆಲ್ಲ ನಿಭಾಯಿಸಿಕೊಂಡು ಹೋಗುತ್ತಿತ್ತು.

ಮನೆ ತಲುಪಿದಾಗ ಹರೀಶ್ ಇಂದು ಸುಸ್ತಾಗಿದ್ದ. ವಾರಿಣಿಯ ಬಗ್ಗೆ ಆಂದೋಳನ. ಅವಳು ಎಲ್ಲಾ ರೀತಿಯಲ್ಲೂ ಸರಿಯಾಗಿದ್ದಳೆಂದು ತೀರ್ಮಾನಿಸಿದರು ಬುದ್ಧಿವಂತಳಲ್ಲ. ಅವಳ ಮುಗ್ಧತನ ಎಲ್ಲಿ ದುರುಪಯೋಗವಾಗುತ್ತೋ ಎನ್ನುವ ಭಯ.

ಬಾಗಿಲು ತೆಗೆದ ಸುಮತಿಯ ಕೈಗಳಲ್ಲಿನ ಹಿಟ್ಟು ನೋಡಿ ನಕ್ಕುಬಿಟ್ಟ. "ನೀವೇ ಏನೋ ಪ್ರಿಪೇರ್ ಮಾಡೋ ಹಾಗೆ ಕಾಣುತ್ತೆ. ಎರ್ಡು ನಿಮಿಷ..." ಷರಟು ಬಿಚ್ಚಿ ಹ್ಯಾಂಗರ್‌ಗೆ ತಗುಲಿ ಹಾಕಿ ಸಣ್ಣನೆಯ ದನಿಯಲ್ಲಿ ಹಾಡುತ್ತಲೇ ಕೈಕಾಲು ತೊಳೆದು ಅಡಿಗೆಯ ಮನೆಗೆ ಧಾವಿಸಿದ. ಕಲಿಸಿದ ಹಿಟ್ಟಿನ ಜೊತೆ, ಒಂದಿಷ್ಟು ತರಕಾರಿಯೂ ಹೆಚ್ಚಿತ್ತು.

"ಎಂಥ ಕೆಲ್ಸ ಆಯ್ತು!" ಗೊಣಗುತ್ತಲೇ ಕೂತ.

ಬಂದ ಸುಮತಿ "ಇವತ್ತು ನೀವು ಕೂತ್ಕೊಳ್ಳಿ, ನಾನು ಮಾಡ್ತೀನಿ. ನಂಗೆ ಅಡಿಗೆ ಕಲಿಯೋಕೆ ಇಷ್ಟ. ಹೇಗೂ ನಿಮ್ಮನ್ನ ನೋಡಿ ಅಷ್ಟಿಷ್ಟು ಕಲೀತಿದ್ದೀನಿ" ಚಪಾತಿ ಮಣೆ ಹತ್ತಿರಕ್ಕೆ ಎಳೆದುಕೊಂಡಳು.

ಹರೀಶ್ ಕೈ ಜೋಡಿಸಿದ. "ಇಂದು ಈ ಶಿಕ್ಷೆ ಬೇಡ. ಹೊಟ್ಟೆ ಏನು ಬೇಕಾದ್ರೂ ತುಂಬಿಸಿಕೊಳ್ಳಬಲ್ಲದು. ಆದರೆ ಈ ನಾಲಿಗೆ ಕೇಳೋಲ್ಲ."

ಆದರೂ ಸುಮತಿ ಅವನ ಕೈ ಕಟ್ಟಿ ಒಂದು ಕಡೆ ಕೂಡಿಸಿ ತಾನೇ ಚಪಾತಿ, ಪಲ್ಯ ಮಾಡಿದಳು. ಹರೀಶ್ ಮೌನವಾಗಿ ನೋಡುತ್ತ ಕೂತಿದ್ದ. ಇದು ಅವನಿಗೆ ಹೊಸ ಅನುಭವ. ಮುಂದಿರುವ ಯುವತಿ ಯಾರೋ ಏನೋ ಅವನಿಗೆ ಗೊತ್ತಿಲ್ಲ. ಆದರೆ ಬೇರೆಯವರಿಂದ ಸಹಾನುಭೂತಿಯನ್ನು ಮಾತ್ರ ಅವನು ಅಪೇಕ್ಷಿಸಲಾರ.

ಎರಡು ತಟ್ಟೆಗಳಿಗೆ ಚಪಾತಿ, ಪಲ್ಯ ಹಾಕಿಕೊಂಡು ಬಂದು ಹಾಲ್‌ನಲ್ಲಿ ಇಟ್ಟಳು. ಹರೀಶ್ ನೀರಿಡಿದು ಬಂದು ಕೂತ.

"ನಿಮಗೆ ಅಜ್ಜಿ ಕತೆಗಳ ಬಗ್ಗೆ ನಂಬಿಕೆ ಇದೆಯಾ? ನಂಗಂತೂ ನಂಬೋ ಹಾಗೇ ಆಗಿದೆ.

ದೇವತೆಗಳು ಕೆಲವೊಮ್ಮೆ ಮನುಷ್ಯರ ರೂಪ ಧರಿಸಿ ಭೂಲೋಕಕ್ಕೆ ಬರ್ತಾರಂತೆ." ತಟ್ಟೆಯನ್ನು ಮುಂದಕ್ಕೆಳೆದು ಕೊಂಡ.

ಸುಮತಿ ನಸುನಕ್ಕಳು "ನಂಗಂತೂ ನಂಬ್ಕೇ ಇಲ್ಲ. ಅದೆಲ್ಲ ಕೇಳೋಕೆ ರಂಜನೀಯ." ಇನ್ನಷ್ಟು ಪಲ್ಯವನ್ನು ಅವನ ತಟ್ಟೆಗೆ ಸುರಿದಳು.

ಅವನಿಗೆ ಈಗ ವಾರಿಣಿಯ ನೆನಪಾಯಿತು. ಅಪ್ಪಿತಪ್ಪಿ ಅವನಿಗೆ ತಿಂಡಿ ಕೊಡಬೇಕಾದ ಸಂದರ್ಭ ಅವಳಿಗೆ ಸಿಕ್ಕರೆ ಪ್ಲೇಟು ಭರ್ತಿ ತರುವುದರ ಜೊತೆ ಸಾಕಷ್ಟು ತುಪ್ಪ ಸುರಿದಿರುತ್ತಿದ್ದಳು.

ಕೈಗೆತ್ತಿಕೊಂಡ ಚಪಾತಿಯ ಚೂರು ಕೆಳಗೆ ಬಿತ್ತು. ಅಷ್ಟೇ ಬೇಗನೇ ಎತ್ತಿಕೊಂಡು ತಿನ್ನ ತೊಡಗಿದ. ಅವಳು ಮಾತಾಡುತ್ತ ತಿನ್ನಲು ಪ್ರಾರಂಭಿಸುವುದರೊಳಗಾಗಿ ತನ್ನ ತಟ್ಟೆ ಖಾಲಿ. ತೊಳೆದು ತಂದುಬಿಟ್ಟೆ. ಇವತ್ತು ಅವನು ತಿಂದ ಸ್ಪೀಡಿಗೆ ಅವನೇ ದಂಗಾಗಿದ್ದ.

"ಸಾರಿ, ತುಂಬ ಹಸಿವಿನ ಜೊತೆ ವಿಪರೀತ ಟೇಸ್ಟ್" ಇನ್ನ ಗಂಟಲಲ್ಲಿ ಇದ್ದದ್ದನ್ನ ಬಲವಂತನಿಂದ ಒಳಕ್ಕೆ ಇಳಿಸಿದ.

ಸುಮತಿ ಗಾಬರಿಯಾದಳು.

"ನೀವು ಹೇಳಿದ್ದೆಲ್ಲ ಸುಳ್ಳು!" ಸುಮತಿ ಆಕ್ಷೇಪಿಸಿದಳು.

"ಹೌದು!" ಅವನ ಮುಖದಲ್ಲಿ ಚಿಂತೆ ಇಣಕಿತು. "ನಮ್ಮ ಯಜಮಾನ್ರ ಮಗ್ಳು ವಾರಿಣಿ ಇನ್ನೂ ಮನೆಗೆ ಬಂದಿರಲಿಲ್ಲ. ಆ ತಾಯಿ ತುಂಬ ಒದ್ದಾಡ್ತ ಇದ್ರು. ಈಗ್ಲೂ ಬಂದಿದ್ದಾಳೋ, ಇಲ್ಲವೋ!" ತೀವ್ರವಾದ ವೇದನೆಯಿಂದ ನುಡಿದ.

ಆಮೇಲೆ ಅಲ್ಪಸಲ್ಪ ಅವರ ಮನೆಯ ಚಿತ್ರಣವನ್ನು ಬಿಟ್ಟ. ಬಾಡಿಗೆ, ಮೂರು ಟ್ಯಾಕ್ಸಿ ಆದಾಯದ ಜೊತೆ ಸೀಮೆ ಹಸುಗಳನ್ನು ಸಾಕಿ ಅದರ ಹಾಲನ್ನು ಡೈರಿಗೆ ಹಾಕುತ್ತಿದ್ದರು ಸಚ್ಚಿದಾನಂದ್. ಊಟ, ಬಟ್ಟೆಗೆ ತೊಂದರೆ ಇಲ್ಲದ ಜೀವನ. ಆದರೆ ಮುಂದಿನ ಮಕ್ಕಳ ಭವಿಷ್ಯ ಕರಾಳ ಕತ್ತಲು, ಭಯಂಕರ ಕತ್ತಲಿನಲ್ಲಿ ಸಾಗುವ ಅವರ ಬದುಕು ಬರ್ಬರ.

"ಅವ್ರುಗಳ್ನ ಚಿಕಿತ್ಸೆಗೆ ಒಳಪಡಿಸೋದ್ಬಿಟ್ಟು ಮನೆಯಲ್ಲಿ ಇಟ್ಟುಕೊಂಡಿರೋದು.. ವಾರಿಣಿಗೂ ಆ ನೆರಳಿನ ಭಯ" ಸುಮತಿ ನುಡಿದಳು. ಉದಾಸ ನಗೆ ಬೀರಿದ ಹರೀಶ್.

"ಅದೆಲ್ಲ ನುಡಿ ಮುಗ್ಸಿದಾರೆ. ಅವ್ರು ಮಾಮೂಲಿ ಸ್ಥಿತಿಗೆ ಬರ್ತಾರೆ ಅನ್ನೋ ನಂಬ್ಕೆ ಇಲ್ಲ. ಹೇಗೆ ಸಾಕೋದು? ನಮ್ಮ ನಂತರ ಅವರ ಪಾಡೇನು? ಇದೇ ಚಿಂತೆಯಲ್ಲಿ ಬೇಯ್ತಾ ಇದ್ದಾರೆ. ಸದ್ಯಕ್ಕೆ ಅವ್ರ ಬದುಕಿನ ಆಶಾಕಿರಣ ವಾರಿಣಿಯೊಬ್ಬಳೆ" ಬಹಳ ನೊಂದವನಂತೆ ಕಂಡ.

ಟೇಬಲ್ಲು ಮೇಲಿದ್ದ ಹೂ, ಹಣ್ಣುಗಳನ್ನು ನೋಡಿದ ಸುಮತಿ ಕಿರುನಗೆ ಬೀರಿದಳು. "ಯಾರಿಗೋಸ್ಕರ ತಂದ್ರಿ? ದೇವಸ್ಥಾನದ ಪ್ರೋಗ್ರಾಂ ಇತ್ತಾ?" ನಕ್ಕುಬಿಟ್ಟ ಹರೀಶ್.

"ಅಂಥದೇನು ಇಲ್ಲ! ಅತಿಥಿಗಳ್ನ ಬೀಳ್ಕೊಡಲು..... ಇಂಥ ಸಣ್ಣ ಪುಟ್ಟ... ಅಷ್ಟೇ.

ಬೆಳಿಗ್ಗೆ ಎಷ್ಟೊತ್ತಿಗೆ ಹೊರಡೋದು?" ಸಹಜವಾಗಿ ಕೇಳಿದ.

ಸುಮತಿ ಮುಖದಲ್ಲಿ ಕಾರ್ಮೋಡಗಳು ಇಣಕಿದರೂ ನಿಧಾನವಾಗಿ ಚದುರಿ ಹೋದವು.

ಹರೀಶ್ ಸದ್ಯಕ್ಕೆ ನಾನು ಇಲ್ಲೇ ಇರೋ ತೀರ್ಮಾನ ಮಾಡಿದ್ದೀನಿ. ನಿಮ್ಗೇನಾದ್ರೂ... ತೊಂದರೇನಾ?" ಎಂದು ಕೇಳಿದಾಗ ಹರೀಶ್ ಗಾಬರಿಯಾದರೂ ನಕ್ಕುಬಿಟ್ಟ.

ಇಂಥ ಒಂದು ಸಂಭವವಿದೆಯೆಂದು ಅವನು ನಂಬಲಾರ. ಶ್ರೀಮಂತಿಕೆ, ವಿದ್ಯೆ, ಅಂದ ಚೆಂದ, ವಯಸ್ಸು ಇರುವ ಹೆಣ್ಣು ಈ ಮನೆಯಲ್ಲಿ ಇರುವುದು! - ಇದು ಅವನಿಗಂತೂ ನಂಬಲಾರದ ಸುದ್ದಿ. ಸುಮತಿಯ ಹಿನ್ನೆಲೆ ಅವನಿಗೆ ಗೊತ್ತಿಲ್ಲ. ಈಗಲೂ ತಿಳಿಯುವ ಆಸಕ್ತಿ ಇಲ್ಲ.

ನಂಗೇನು ತೊಂದರೆ ಇಲ್ಲ. ನಿಮ್ಗೇ ತುಂಬ ತಾಪತ್ರಯ. ಬರೀ ಅನಾನ್ಕೂಲಗಳ ಅಡಿಯಲ್ಲಿ ನಲುಗಬೇಕಾಗುತ್ತೆ. ಬೇಕಾದ್ರೆ ನಿಮಗೋಸ್ಕರ ಒಂದು ಮನೆ ಹುಡ್ಕಿಕೊಡ್ತೀನಿ. ನಮ್ಮ ಯಜಮಾನರದು ಒಂದು ಇದೆ. ಬಾಡ್ಗೆಯವ್ರು ಇದ್ದರೂ ಸದ್ಯಕ್ಕೆ ಬಿಡ್ತಾರೆ. ನಾನೇ ಮಾತಾಡ್ತೀನಿ.

"ಸದ್ಯಕ್ಕೆ ಬೇರೆ ಮನೆ ಬೇಡ. ಇಲ್ಲೇ ಇರ್ತೀನಿ. ಪರೀಕ್ಷಿತ್ ಆಫೀಸ್‌ನಲ್ಲಿ ಕೆಲ್ಸ ಮಾಡೋಕೆ ಒಪ್ಪಿದ್ದೀನಿ" ಅವಳ ಸ್ವರದಲ್ಲಿ ದೃಢತೆಯಿತ್ತು. ಆದರೆ ಅವನಿಗೆ ಸರಿಯೆನಿಸಲಿಲ್ಲ.

ಮೌನವಾಗಿ ಕೂತುಬಿಟ್ಟ. ಅವನಿಗೇನು ಅರ್ಥವಾಗಲಿಲ್ಲ. ಸುಮತಿಯದು ಸಿನಿಮೀಯ ಪಾತ್ರವೆನಿಸಿತು. ಅವಳಾಗಿ ಬಾಯಿ ಬಿಟ್ಟು ಏನನ್ನೂ ಹೇಳಿರಲಿಲ್ಲ.

"ಸ್ವಲ್ಪ ಯೋಚ್ಸಿ. ವಿದ್ಯೆ, ಉದ್ಯೋಗಕ್ಕೆ ಅನುಕೂಲವಾಗಿ ಅಕಾಮಡೇಷನ್ ಬೇಕಾಗುತ್ತೆ. ಪರೀಕ್ಷಿತ್ ಫರ್ಟಿಲೈಜರ್ ದೊಡ್ಡ ಕಂಪನಿ. ಅಲ್ಲಿ ನೀವು ಆಫೀಸರ್ ಆಗಿ ಕೆಲ್ಸ ಮಾಡೋರು. ಈ ಸಾಧಾರಣ ಮನೆಯ ವಾಸ ಯೋಗ್ಯವಲ್ಲ. ನಾನು ನಿಮ್ಗೆ ಮನೆ ಹುಡ್ಕಿ ಕೊಡ್ತೀನಿ. ಅಡ್ವಾನ್ಸ್ ಬಗ್ಗೆ ತಲೆ ಕೆಡ್ಸಿಕೊಳ್ಳೋದ್ಬೇಡ. ನನ್ನ ಅಕೌಂಟ್‌ನಲ್ಲಿ ಒಂದಿಷ್ಟು ಹಣ ಇದೆ. ನೀವು ನಿಧಾನವಾಗಿ ಹಿಂದಿರುಗಿಸಬಹುದ್ದು" ಎಂದವನು ನಾಲಿಗೆ ಕಚ್ಚಿಕೊಂಡ.

ಅವಳ ಕೈಯಲ್ಲಿನ ಬಂಗಾರದ ಬಳೆಗಳ ಬೆಳಕು ಅವನ ಮುಖಕ್ಕೆ ರಾಚಿದಂತಾಯಿತು.

"ತಪ್ಪೇನಾದೂ ಹೇಳಿದ್ದರೆ...ಕ್ಷಮ್ಸಿಬಿಡಿ, ಮೇಡಮ್" ಕ್ಷಮೆ ಯಾಚಿಸಿದ.

ಸುಮತಿಯಂತು ಮನಸ್ಸು ಬದಲಾಯಿಸಲಾರಳು.

"ಪ್ಲೀಸ್, ನಂಗೆ ಇಲ್ಲಿರೋಕೆ ಒಪ್ಗೆ ಕೊಡಿ ಹರೀ" ರಿಕ್ವೆಸ್ಟ್ ಮಾಡಿಕೊಂಡಳು.

ಹರೀಶ್ ಒಂದು ನಿರ್ಧಾರಕ್ಕೆ ಬಂದ. "ಓ.ಕೇ.... ನಿಮ್ಮಿಷ್ಟ. ನನ್ನದೇನು ಅಭ್ಯಂತರವಿಲ್ಲ" ಕೆಳಗೆ ಕಾರ್ಪೆಟ್ ಬಿಡಿಸಿಕೊಂಡು ಆರಾಮಾಗಿ ಮಲಗಿಬಿಟ್ಟ. ಈಗಲೂ ಅವನು ಸುಮತಿಯ ಬಗ್ಗೆ ಕೇಳಲಿಲ್ಲ.

ಸುಮತಿ ಮಂಚದ ಮೇಲೆ ಉರುಳಿಕೊಂಡಳು. "ಹೆಣ್ಣಾಗಲಿ ಗಂಡಾಗಲಿ ಸ್ವತಃ ಚಿಂತನೆಯಿಂದ ತಮ್ಮ ವ್ಯಕ್ತಿತ್ವವನ್ನು ಬೆಳೆಸಿಕೊಳ್ಳಬೇಕು. ಬದುಕಿನಲ್ಲಿ ಹಣ, ಸ್ಥಾನ

ಮಾನಗಳಷ್ಟೇ ಮುಖ್ಯವಲ್ಲ. ಸ್ವಾಭಿಮಾನ. ಒಳ್ಳೆಯತನ, ಇತರರನ್ನ ಪ್ರೇಮಿಸುವ ಗುಣವಿರಬೇಕು" ಅವಳ ತಾತ ಹೇಳುತ್ತಿದ್ದ ಮಾತುಗಳು. ಮಗ್ಗುಲು ಬದಲಾಯಿಸಿದಳು.

ಅರ್ಧಗಂಟೆಯ ಮೊದಲೇ ಬಾಗಿಲು ಬಡಿದ ಸದ್ದು. ನಿದ್ದೆಯ ಗುಂಗಿನಲ್ಲಿ ಹರೀಶ್ ಮೇಲೆದ್ದ. ಸುಮತಿ ಎದ್ದು ಕೂತಿದ್ದಳು.

"ಯಾರೋ ನಾನು ನೋಡ್ತೀನಿ" ಲುಂಗಿಯನ್ನು ಮೊಣಕಾಲಿಂದ ಮೇಲಕ್ಕೆ ಕಟ್ಟಿ ಬಾಗಿಲು ತೆಗೆಯಲು ಮುಂದಾದವನು ಅನುಮಾನಿಸಿದ. ಅವನೊಬ್ಬನೇ ಇದ್ದರೆ ಲೆಕ್ಕಿಸಲಾರ.

ಎದ್ದು ಬಂದ ಸುಮತಿ "ಮೊದ್ಲು ಕಿಟಕಿಯಲ್ಲಿ ನೋಡಿ" ಇನ್ನಷ್ಟು ಸದ್ದಿನ ಜೊತೆ "ಹರೀ.... ಹರೀ....." ಸಚ್ಚಿದಾನಂದ್ ಸ್ವರ. ದಡಬಡಿಸಿಕೊಂಡು ಬಾಗಿಲು ತೆರೆದ.

"ಬೇಗ.... ಹೊರಟು ..... ಬಾ" ಅವರು ನಡೆದುಬಿಟ್ಟರು. ಹರೀಶ್ ಸುಮತಿಯತ್ತ ನೋಡಿದ "ನೀವು ಭದ್ರವಾಗಿ ಬೋಲ್ಟ್ ಹಾಕ್ಕೊಳ್ಳಿ. ಮೇಡಮ್, ಏನೋ ವಿಚಾರಿಸ್ತೀನಿ. ಅರ್ಜೆಂಟ್ ಕಸ್ಟಮರ್ಸ್ ಇದ್ದರೆ ಹೋಗುವುದು ಅನಿವಾರ್ಯವಾಗುತ್ತೆ" ಒಂದು ಷರಟು ತೊಟ್ಟು ಹೋಗಿಬಿಟ್ಟ.

ಸುಮತಿ ಬಾಗಿಲು ಹಾಕಿಕೊಂಡಳು.

ಅವಳ ತಾತ ಆನಂದರಾಯರು ಸಾಯುವವರೆಗೆ ಬಹಳ ಸುಖವಾಗಿದ್ದವಳು. ನಂತರವೇ ಗೊತ್ತಾಗಿದ್ದು. ಷೇರುಗಳಲ್ಲಿ ದಿಢೀರ್ ನಷ್ಟ ಅನುಭವಿಸಿದ ಅವರು ಲಕ್ಷಾಂತರ ರೂಪಾಯಿಗಳ ಸಾಲಗಾರರಾಗಿದ್ದರು.

ಸುಬ್ಬಯ್ಯ ಬಂದು ಅವಳ ಮುಂದೆ ನಿಂತರು. "ಬಂಗ್ಲೆ, ಕಾರು, ಬ್ಯಾಂಕ್‌ಗಳಲ್ಲಿನ ಹಣ ಕೂಡ ಸಾಲಕ್ಕೆ ಕಟ್ಟೋದಿಕ್ಕೆ ಸಾಲ್ಲೋಲ್ಲ. ಏನ್ಮಾಡೋದು?" ಕೈ ಕೈ ಹೊಸೆದಿದ್ದರು.

ಸುಮಾರು ಮೂವತ್ತು ವರ್ಷಗಳಿಂದ ಅವಳ ತಾತನ ಅಕೌಂಟೆಂಟಾಗಿ ದುಡಿಯುತ್ತಿದ್ದವರು. ಈ ಮನೆಯ ಒಳಗೂ ಹೊರಗೂ ಎಲ್ಲಾ ಅವರಿಗೆ ಚೆನ್ನಾಗಿ ಗೊತ್ತು. ಆನಂದರಾಯರು ವೈಕುಂಠ ಸಮಾರಾಧನೆಗೆ ಬಂದ ದಿನವೇ ಬಂಧು ಬಳಗ ಸದ್ದುಗದ್ದಲ ವಿಲ್ಲದೆ ಚದುರಿ ಹೋಗಿದ್ದರು. ತಿಂಗಳಾನುಗಟ್ಟಲೇ ಅವರ ಮನೆಯಲ್ಲಿದ್ದು ಬೇಕಾದಷ್ಟು ಸಹಾಯ, ಸಹಕಾರ ಪಡೆಯುತ್ತಿದ್ದ ಜನ ಇನ್ನು ನಾಲ್ಕು ದಿನ ಇರಲು ಇಚ್ಛಿಸಿರಲಿಲ್ಲ.

"ಏನ್ಮಾಡಿದ್ರೆ... ಸರಿ ಹೋಗುತ್ತೆ?" ಅವರನ್ನೇ ಪ್ರಶ್ನಿಸಿದ್ದಳು.

ಅವರು ಆಕಾಶದ ಕಡೆ ಕೈ ತೋರಿಸಿದರು. "ದೇವರೇ ಕಾಪಾಡ್ಬೇಕು. ಯಾರಿಂದಲೂ ಏನು ನಿರೀಕ್ಷಿಸೋಕ್ಕಾಗೋಲ್ಲ. ಬರೀ ಸ್ವಾರ್ಥಿಗಳು, ಇನ್ನ ಸಾಲಗಾರರು ಕೂಡ ತಡೆಯೋಲ್ಲ" ತಮ್ಮ ನಿಸ್ಸಹಾಯಕತೆ ತೋಡಿ ಕೊಂಡರು.

ಆಗ ಅವಳು ಒಂಟಿಯಾಗಿ ಸಮುದ್ರದ ಮಧ್ಯೆ ಇದ್ದಳು. ಸಹಾಯಕರಿಲ್ಲ. ದಡ ಸೇರುವುದು ಪ್ರಯಾಸವೆನಿಸಿದರೂ ಮುಳುಗಿ ತಳ ಸೇರುವುದು ಅವಳಿಗೆ ಬೇಕಿರಲಿಲ್ಲ.

ಇಡೀ ದಿನ ಕೂತು ಫೋನ್ ಮಾಡಿದರೂ ಯಾರೊಬ್ಬರೂ ಸರಿಯಾಗಿ

ಮಾತನಾಡಲಿಲ್ಲ. ಕೆಲವರು ಇಲ್ಲ ಅನ್ನಿಸಿಕೊಂಡರು. ಕೆಲವರು ರಿಸೀವರ್ ಇಡುವ ಆತುರ ತೋರಿಸಿದರು. ಮತ್ತೆ ಹಲವರು ಆನಂದರಾಯರನ್ನು ನಿಂದಿಸಿದರು. ತಾನಾಗಿ ಫೋನಿಟ್ಟಳು ಸುಮತಿ.

ಆಡಿಟರ್ ಭಾರತಿರಾಜನ ಕರೆಸಿ ಇಡೀ ಆಸ್ತಿ. ಅಂದರೆ ಇರೋ ಬಂಗ್ಲೆ ಚಾಮರಾಜ ಕಾರ್ನರ್‌ನಲ್ಲಿರೋ ಸೈಟು, ಒಂದು ಹಳೇ ಮರ್ಸಿಡಿಸ್ ಮತ್ತು ಹೊಸ ಅಂಬ್ಯಾಸಿಡರ್ ಕೂಡ ಅದರ ಜೊತೆಗೆ ಸೇರಿತು. ಆದರೆ ಸಾಲಗಾರರು ತಮ್ಮ ಪತ್ರಗಳನ್ನು ಹಿಡಿದು ಬಂದಾಗ ಅವಳೆದೆ ಕುಸಿಯಿತು.

ತೊಂಬತ್ತು ಲಕ್ಷದಷ್ಟು ಸಾಲ. ಇದು ಅವಳ ಕಲ್ಪನೆಗೂ ಬಾರದು. ಸುಬ್ಬಯ್ಯನ ಕಡೆ ನೋಡಿದಳು. ಆತ ಏನೂ ಪ್ರತಿಕ್ರಿಯಿಸಲಾರದೆ ಹೋದ. ಸಾಲದೆ ಬಂದ ಹಣಕ್ಕೆ ಬ್ಯಾಂಕ್‌ನ ಲಾಕರ್‌ನಲ್ಲಿದ್ದ ಒಡವೆಗಳು, ಮನೆಯಲ್ಲಿನ ಫರ್ನಿಚರ್ ಸೇರಿಹೋಯಿತು. ಬರೀ ಸೂಟುಕೇಸ್‌ನಷ್ಟು ಬಟ್ಟೆಗಳ ಜೊತೆ ಹತ್ತು ಸಾವಿರ ರೂಪಾಯಿಗಳನ್ನ ಕೈಯಲ್ಲಿ ಹಿಡಿದು ಹೊರ ಬಂದಿದ್ದಳು. ಅವಳ ಬದುಕಿನ ಒಂದು ಸುಂದರ ಅಧ್ಯಾಯ ಮುಗಿದುಹೋಗಿತ್ತು. ಮುಂದಿನದು ಹೋರಾಟ ಸ್ವಪ್ನ ಒಡೆದು ವಾಸ್ತವ ಮುಂದಿತ್ತು.

ಸುಶೀಲ ಅವಳ ಗೆಳತಿ. ಕಷ್ಟದಲ್ಲಿದ್ದವಳು. ಆದರೆ ಆನಂದರಾಯರು ತಾವೇ ನಿಂತು ಮದುವೆ ಮಾಡಿದ್ದರು. ಆಗ ಸುಮತಿ ಕೊಟ್ಟಿದ್ದೆಷ್ಟೋ, ಅವಳಂತು ಲೆಕ್ಕವಿಡಲಾರಳು. ಹಣಕ್ಕಲ್ಲದಿದ್ದರೂ ಸುಮತಿ ತೋರಿದ ಸ್ನೇಹಕ್ಕೆ ಅವಳು ಕೃತಜ್ಞಳಾಗಿರಬೇಕಿತ್ತು. ಅವಳು ಆ ತರಹದ ಹೆಣ್ಣಲ್ಲ. ಆನಂದರಾಯರ ಸಾವಿನ ಜೊತೆ ಮಿಕ್ಕ ಸಂಗತಿ ಕೂಡ ಅವಳಿಗೆ ತಿಳಿದಿತ್ತು.

ಪರೀಕ್ಷಿತ್‌ಗೆ ಮಾತ್ರ ಏನೂ ಗೊತ್ತಿರಲಿಲ್ಲ. ಅವನಿದ್ದ ಅಮಲಿನಲ್ಲಿ ಸುಮತಿಯನ್ನು ಗುರ್ತಿಸುವ ಸ್ಥಿತಿಯಲಿರಲಿಲ್ಲ.

* * *

ಕಾರನ್ನು ಎರಡು ದಿನದ ರಿಪೇರಿಗಾಗಿ ಗ್ಯಾರೇಜ್‌ಗೆ ತಳ್ಳಿದ್ದ ಹರೀಶ್ ಬಿಡುವಿನಿಂದ ಆರಾಮಾಗಿದ್ದ. ಬೆಳಿಗ್ಗೆ ಎದ್ದವನೇ ಯಜಮಾನರ ಮನೆಗೆ ಹೋಗಿ ಹಿಂದಿರುಗುವ ವೇಳೆಗೆ ಸುಮತಿ ತಾನೇ ತಿಂಡಿ ಮಾಡಿಟ್ಟಿದ್ದಳು.

"ಹರೀಶ್. ಬೇಗ ಸ್ನಾನ ಮುಗ್ಸಿ ಬನ್ನಿ. ನಂಗೆ ಹೊತ್ತಾಗುತ್ತೆ" ಅವಸರಿಸಿದಳು. ಹರೀಶ್ ಆರಾಮಾಗಿ ಛೇರ್ ಮೇಲೆ ಕುಳಿತ " ಈ ದಿನ ಯಾವ್ದೇ ಅರ್ಜೆಂಟ್ ಇಲ್ಲ. ನೀವು ಬರೋ ವೇಳೆಗೆ ಇಡೀ ಮನೆಯ ಬಣ್ಣನೇ ಬದಲಾಯ್ಸಿಬಿಟ್ಟಿರುತ್ತೀನಿ. ಆಮೇಲೆ ಸ್ನಾನ, ತಿಂಡಿ, ಊಟ" ಸೀಲಿಂಗ್‌ನತ್ತ ನೋಡಿದ.

ಸುಮತಿ ಒಪ್ಪಲಿಲ್ಲ. "ಅದೇನಾದ್ರೂ ಆಗ್ಲಿ. ಈಗ ಸ್ನಾನ ಮಾಡಿ ನನ್ಜೊತೆ ತಿಂಡಿ ತಿನ್ಲೇಬೇಕು" ಒತ್ತಾಯಿಸಿದಳು. "ತೋಬಾ... ತೋಬಾ... ಕೆನ್ನೆಗೆ ಹಾಕಿಕೊಂಡು ವಿನಯ

ವಿದ್ಯಾರ್ಥಿಯಂತೆ ಎದ್ದು ಹೋದ.

ಈಗೀಗ ಅಡಿಗೆ, ತಿಂಡಿ ಜೊತೆ ಮನೆ ಕೆಲಸ ಕೂಡ ಮಾಡಲು ಪ್ರಾರಂಭಿಸಿದ್ದಳು. ಆದರೆ ಹರೀಶ್ ಬಿಡಲಾರ. 'ರಾಜಕುಮಾರಿ ಶಾಪಗ್ರಸ್ಥೆಯಾಗಿ ಕುಟೀರದಲ್ಲಿದ್ದ ಮಾತ್ರಕ್ಕೆ ಅವಳು ಅಲ್ಲಿಯ ನಿವಾಸಿಯೆ? ಶಾಪ ವಿಮೋಚನೆಯಾದ ಕೂಡಲೇ ತನ್ನ ಜಾಗಕ್ಕೆ ಮರಳಿ ತೆರಳುತ್ತಾಳೆ - ಇದು ಅವನ ಯೋಚನೆಯ ಧಾಟಿ.

ಎರಡು ಪ್ಲೇಟುಗಳಿಗೆ ಉಪ್ಪಿಟ್ಟು ತುಂಬಿ ತಂದಿಟ್ಟಳು. ದೇವರಿಗೆ ಕೈ ಮುಗಿದು ಹಣೆಗೆ ಕುಂಕುಮ ಹಚ್ಚಿಕೊಂಡು ಬಂದು ಕೂತ ತೀರಾ ಕಳೆಯಾಗಿ ಕಂಡ.

"ಹಾಗೂ ಎರಡು ನಿಮಿಷ ಲೇಟು!" ಸುಮತಿ ಸ್ನೇಹದಿಂದ ಆಕ್ಷೇಪಿಸಿದಳು. ಉಲ್ಲಾಸದ ನಗೆ ಬೀರಿದ "ಮೇಡಮ್, ನೀವು ಆಫೀಸ್‌ನಲ್ಲಿ ಹೇಗಿರುತ್ತೀರೋ ನೋಡ್ಬೇಕಲ್ಲ."

ಬಾಯಿ ಬಳಿ ಹೋದ ಅವಳ ಕೈ ಹಾಗೆಯೇ ನಿಂತಿತು. "ಹರೀಶ್, ಹೇಗೂ ಇವತ್ತು ನೀವು ಫ್ರೀ. ನಮ್ಮ ಆಫೀಸ್‌ಗೆ ಬನ್ನಿ" ಕರೆದಳು.

ಎರಡು ಸಲ ಉಪ್ಪು ಬಿದ್ದಿದ್ದರಿಂದಲೋ ಏನೋ ಉಪ್ಪಿಟ್ಟಿನ ರುಚಿಯೇ ಬೇರೆಯಾಗಿತ್ತು. ಸದ್ದುಗದ್ದಲವಿಲ್ಲದೆ ತಿನ್ನುತ್ತಿದ್ದ ಅವನು ಏನೂ ಹೇಳಲಾರದೆ ಹೋದ.

ಸುಮತಿ ತಿನ್ನಲಾರದೆ ತಟ್ಟೆಯನ್ನು ಇಟ್ಟುಬಿಟ್ಟಳು. "ನನ್ನ ತಿಂಡಿ ಎಷ್ಟು ಕೆಟ್ಟದಾಗಿದೆ. ನಿಮಗ್ಯಾಕೆ ಶಿಕ್ಷೆ?" ಅವನ ಕೈಯಲ್ಲಿನ ತಟ್ಟೆ ತೆಗೆದಿಟ್ಟಳು. ನೀರು ಕುಡಿದು ಮೇಲೆದ್ದ ಹರೀಶ್.

ಹೋಗುವ ಮುನ್ನ ಖಂಡಿತ ಬರುವಂತೆ ಒತ್ತಾಯಿಸಿಹೋಗಿದ್ದಳು. ಹೊರಗಿನ ಗೇಟಿನವರೆಗೂ ಹೋಗಿ ಟಾಟಾ ಹೇಳಿದ್ದ. ಸುಮತಿ ಯಾರು? ಪರೀಕ್ಷಿತ್‌ಗೆ ತುಂಬ ಗೊತ್ತಿರಬಹುದು. ಸಂಜೆ ಕೆಲವೊಮ್ಮೆ ಅವನ ಕಾರಿನಲ್ಲಿಯೇ ಬಂದು ಇಳಿಯುತ್ತಿದ್ದಳು. ಇದು ಅವನಿಗೆ ಗೊತ್ತಿಲ್ಲದಿದ್ದರೂ ಒಮ್ಮೆ ಟ್ಯಾಕ್ಸಿಯಲ್ಲಿ ಡಬಲ್ ರೋಡಿನಲ್ಲಿ ಹೋಗುತ್ತಿರುವಾಗ ಸುಮತಿಯನ್ನ ಅವನ ಕಾರಿನಲ್ಲಿ ಕಂಡಿದ್ದ. ಹೆಚ್ಚು ಭಾವಿಸಲಾರ. ಕಂಡು, ಕೇಳಿ, ತನ್ನ ಬಗ್ಗೆ ಅರಿಯದ ಸಾಧಾರಣ ಡ್ರೈವರ್‌ನೊಂದಿಗೆ ಸ್ನೇಹವಾಗಿ ಇರುವ ಸುಮತಿಯ ವ್ಯಕ್ತಿತ್ವವೇ ಅಂಥದೆಂದುಕೊಂಡ. ಇದು ಅವನ ಪ್ರಕಾರ ಅಪರೂಪದ್ದು ಕೂಡ.

ಊಟ ಮುಗಿಸಿ ಮೂರರ ಸುಮಾರಿಗೆ ಮನೆ ಬಿಟ್ಟ. 'ಹಾಯ್....' ಸೈಕಲ್ ಹ್ಯಾಂಡಲ್ ಮುಟ್ಟಿ ತುಟಿಗೊತ್ತಿಕೊಂಡ. ಹತ್ತು ಕಿಲೋಮೀಟರ್‌ನಷ್ಟು ಹಾದಿ. ಇನ್ನೊಬ್ಬ ಟ್ಯಾಕ್ಸಿ ಡ್ರೈವರ್ ಸಿಕ್ಕಿ ಅರ್ಧ ಗಂಟೆ ಮಾತಿಗೆ ನಿಂತು ತಡವಾಗಿ ನಾಲ್ಕು ಇಪ್ಪತ್ತರ ವೇಳೆಗೆ ಪರೀಕ್ಷಿತ್ ಫರ್ಟಿಲೈಜರ್ ತಲುಪಿದ.

ರಿಸೆಪ್ಷನಿಷ್ಟ್‌ನ ವಿಚಾರಿಸಿಕೊಂಡೇ ಕೋಣೆ ಹೊಕ್ಕವನು ದಂಗಾದ. ಅವಳಿಗೆ ಪ್ರತ್ಯೇಕ ಛೇಂಬರ್. ಮುಂದೆ ವಿಶಾಲವಾದ ಟೇಬಲ್. ಆದರೆ ಮೇಲೆ ಫೈಲ್‌ಗಳ ಜೊತೆ ಎರಡು ಫೋನ್, ಪೆನ್ ಸ್ಟಾಂಡ್ ಇತರ ಪರಿಕರಗಳು ಹೆಮ್ಮೆಪಟ್ಟುಕೊಂಡ.

"ನಮಸ್ತೆ.... ಮೇಡಮ್" ಸ್ಪ್ರಿಂಗ್ ಡೋರ್ ಕೈಯಲ್ಲಿಡಿದೇ ಹೇಳಿದ. "ಯೆಸ್ ... ಕಮಾನ್" ಡಿಕ್ಟೇಷನ್ ಕೊಡುತ್ತಿದ್ದವಳು ಅವಳನ್ನ ಕಳಿಸಿ "ಬನ್ನಿ ಹರೀಶ್, ಕೂತ್ಕೊಳ್ಳಿ" ಎದುರಿನ ಛೇರ್ ತೋರಿಸಿದಳು. ಅವನಲ್ಲಿ ಅಪರೂಪದ ಸಂಕೋಚ ಆವರಿಸಿತು.

"ಪರ್‍ವಾಗಿಲ್ಲ..." ಎಂದು ಉಸುರಿದ.

"ಕೂತ್ಕೊಳ್ಳಿ.... ಹರೀಶ್" ಮತ್ತೆ ಹೇಳಿದಳು.

ಇಂದು ಸಂಕೋಚದಿಂದಲೇ ಕೂತ. ಇಷ್ಟು ದೊಡ್ಡ ಹುದ್ದೆಯಲ್ಲಿರುವ ವಿದ್ಯಾವಂತ ಹೆಣ್ಣು 'ಹರೀಶ್' ಎಂದು ಗೌರವದಿಂದ ಸಂಬೋಧಿಸುವುದು ಅವನಿಗೆ ಹೆಗ್ಗಳಿಕೆಯಾಗಿ ಕಂಡಿತು.

"ತುಂಬ.... ಚೆನ್ನಾಗಿದೆ" ಸುತ್ತಲೂ ನೋಟ ಹರಿಸಿದ. "ಆಫೀಸಾ? ಕೆಲಸಾನಾ? ನಿನ್ನ ಪ್ರೊಫೆಷನಷ್ಟು ಕಲರ್‌ಫುಲ್ ಆಗಿಲ್ಲ. ಆದ್ರೂ ಇಂಟರೆಸ್ಟಿಂಗ್ ಜಾಬ್" ಎಂದವಳು ಬೆಲ್ ಒತ್ತಿದಳು.

ಐದೇ ನಿಮಿಷದಲ್ಲಿ ಕಾಫೀ ಬಂತು. ತಾನೇ ಒಂದು ಕಪ್‌ನ ಅವನ ಮುಂದಿಟ್ಟಳು. "ಇದು ಮೂರಕ್ಕೆ ಕುಡಿಯಬೇಕಾದ ಕಾಫೀ. ನಿಮಗೋಸ್ಕರ ಈವರೆಗೂ ತಳ್ಳಿದೆ" ಕಪ್ ಎತ್ತಿ ತುಟಿಗಚ್ಚಿದಳು.

'ಅಂದರೆ ತನಗೋಸ್ಕರ ಕಾಯುವುದ?' ಹೆಚ್ಚು ಭಾವಿಸದಿದ್ದರೂ ಅವನಲ್ಲಿ ಅಭಿಮಾನ ಮೂಡಿತು. ಕುಡಿದಿಟ್ಟ.

ಇಂಟರ್‌ಕಾಮ್ ಎತ್ತಿದಳು. "ಅರ್ಧ ಗಂಟೆ ಮೊದ್ಲು ಹೋಗೋಕೆ ಪರ್ಮಿಷನ್ ಬೇಕು, ಸರ್" ಕೇಳಿದಳು ರಿಸೀವರ್ ಇಟ್ಟು "ಒಂದು ನಿಮಿಷ... ಹರೀಶ್...." ಒಳಗೆ ಓಡಿದಳು.

ಪರೀಕ್ಷಿತ್ ಅವಳಿಗಾಗಿಯೇ ಕಾಯುವಂತೆ ಕೂತಿದ್ದ. "ಯೆಸ್, ದಿ ಲಾಸ್ಟ್ ಎಂಪೆರರ್ ಫಿಲಂ ಬಂದಿದೆ, ಹೋಗೋಣ" ಎಂದ. ಅದನ್ನ ನೋಡುವ ಆಸಕ್ತಿ ಇದ್ದರೂ ನಮ್ರವಾಗಿ ನಿರಾಕರಿಸಿದಳು. "ಸಾರಿ ಸರ್, ಹರೀಶ್ ಬಂದಿದ್ದಾರೆ. ಅವ್ರ ಜೊತೆ ಹೋಗ್ತೀನಿ" ಪರೀಕ್ಷಿತ್ ಕೆಳ ತುಟಿಯನ್ನ ಹಲ್ಲಿನಡಿಯಲ್ಲಿ ಕಚ್ಚಿಕೊಂಡು ಅವಳನ್ನ ನೋಡಿದ. ಅವಳು ಶಾಂತವಾಗಿದ್ದರೇ ಅವನೆದೆಯಲ್ಲಿ ವಿಪ್ಲವ.

"ಸರಿ..." ಕ್ರಾಪ್‌ನ ಒರಟಾಗಿ ಹಿಂದಕ್ಕೆ ದೂಡಿ ಪೂರ್ತಿ ಸೀಟಿಗೊರಗಿದವನು ಮತ್ತೆ ಹೇಳಿದ. "ನಿನ್ನ ಓಡಾಟಕ್ಕೆ ತೊಂದರೆ ಬೇಡ. ಆಫೀಸ್ ಕಾರು ಉಪಯೋಗಿಸ್ಕೋ. ಇಲ್ಲದಿದ್ರೆ ಲೋನ್ ತಗೊಂಡ್ ವೆಹಿಕಲ್ ಪರ್ಚೇಸ್ ಮಾಡು" ಅವನ ದನಿಯಲ್ಲಿ ಬಿಗುವಿದ್ದುದನ್ನು ಗುರ್ತಿಸಿದಳು.

"ಆನಂದರಾಯರ ಮೊಮ್ಮಗ್ಳು ಕಷ್ಟಪಡೋದು ನಂಗೆ ಇಷ್ಟವಾಗೋಲ್ಲ!" ಸಹನೆ ಕಳೆದುಕೊಂಡು ಮೇಜಿನ ಮೇಲೆ ಗುದ್ದಿ ಹೇಳಿದ್ದ. ಅವನ ಇಂದಿನ ಈ ಸ್ಥಿತಿಗೆ ಅವರೇ ಕಾರಣ.

"ಥ್ಯಾಂಕ್ಯೂ ಸರ್" ಹೊರ ನಡೆದಳು.

ಪರೀಕ್ಷಿತ್ ಕೂದಲಲ್ಲಿ ಕೈ ಹಾಕಿ ಕಿತ್ತ. ಅವನು ಒಂದು ಸ್ಥಿತಿಗೆ ಬಂದ ಮೇಲೆ ಅವರನ್ನು ಹೆಚ್ಚು ಕಡಿಮೆ ಮರೆತೇಬಿಟ್ಟಿದ್ದ.

ಅವಳ ಕೈ ಹಿಡಿದು ಹೇಳಿದ್ದ. "ನೀನು ಎಲ್ಲೋ ಇರೋದು ಯಾಕೆ? ನನ್ನ ಮನೆಯಲ್ಲೇ ಇರು" ಎಂದವನು ತುಟಿ ಕಚ್ಚಿಕೊಂಡು "ಬೇರೆ ಮನೆ ಮಾಡಿಕೊಡ್ತೀನಿ. ಅಲ್ಲಿರಬಹ್ದು, ಈ ವನವಾಸ ಯಾಕೆ? ಒಬ್ಬ ಡ್ರೈವರ್ ಮನೆಯಲ್ಲಿರೋದೂಂದ್ರೆ ಏನರ್ಥ!" ಸ್ವಲ್ಪ ಲಿಬರಲ್ ಆಗಿಯೇ ಮಾತಾಡಿದ್ದ.

"ಏನಿದೆ ಅರ್ಥ? ನಾನು ನೀನು ಚಿಕ್ಕಂದಿನ ಸ್ನೇಹಿತರು. ಹರೀಶ್‌ನ ಭೇಟಿ ನಿಧಾನವಾಗಿ ಆಗಿರ್ಬಹ್ದು. ಆದರೆ ತೋರಿದ ಸ್ನೇಹ, ಆತ್ಮೀಯತೆ ಹತ್ತಾರು ವರ್ಷದ್ದು ಅನ್ನಿಸುತ್ತೆ. ನಂಗೆ ಅಂಥ ಸರಳ ಜೀವನ ಇಷ್ಟವಾಗಿದೆ" ಸರಳವಾಗಿ ನುಡಿದಿದ್ದಳು.

ಪರೀಕ್ಷಿತ್ ಹೆಚ್ಚು ನಿರ್ಬಂಧಿಸಲಾಗದೆ ಹೋಗಿದ್ದ. ಬಾಲ್ಕನಿಗೆ ಬಂದ. ಅವನ ಆಫೀಸ್ ಮೂರನೇ ಅಂತಸ್ತಿನಲ್ಲಿದ್ದುದು ಹರೀಶ್ ಸೈಕಲ್‌ನ ತಳ್ಳಿಕೊಂಡು ಹೋಗುತ್ತಿದ್ದ. ಅವನ ಜೊತೆ ಸುಮತಿ ನಗುತ್ತ ಹೋಗುತ್ತಿದ್ದಳು.

ಅವಳಿಗಾಗಿಯೇ ಎರಡು ಕಾರುಗಳು ಇದ್ದ ದಿನಗಳನ್ನ ನೆನಪಿಸಿಕೊಂಡ. ಆನಂದ ರಾಯರು ಮೊಮ್ಮಗಳನ್ನು ರಾಜಕುಮಾರಿಯಂತೆ ಬೆಳೆಸಿದ್ದರು. ಅವರ ಕನಸುಗಳು ಏನಿದ್ದವೋ ಏನೋ ಆದರೂ ಅವರಾಡುತ್ತಿದ್ದ ಮಾತುಗಳು ನೆನಪಿನಲ್ಲಿ ಇತ್ತು.

"ನನ್ನ ಸುಮತಿನ ಅಂತಿಂಥವರಿಗೆ ಕೊಟ್ಟು ಮದ್ವೆ ಮಾಡೋಲ್ಲ. ಸೌಂದರ್ಯ, ವಿದ್ಯೆ, ತುಂಬು ಪುರುಷತ್ವ ಅವನಲ್ಲಿ ಇರ್ಬೇಕು. ಅಂಥವನನ್ನು ಅರಸುತ್ತೇನೆ."

ಬಹುಶಃ ಅವರು ಬದುಕಿದ್ದರೆ ಖಂಡಿತ ಅಂಥ ಪ್ರಯತ್ನದಲ್ಲಿ ಸಫಲರಾಗುತ್ತಿದ್ದರು. ಪರೀಕ್ಷಿತ್ ಅಂಥವರು ಸುಮತಿಯ ಬಗ್ಗೆ ಯೋಚಿಸುವುದು ಕೂಡ ಸಾಧ್ಯವಿರಲಿಲ್ಲ.

ಒಮ್ಮೆ ಸುಮತಿಗೆ ಅವಳ ತಾತನ ಮಾತುಗಳನ್ನು ಹೇಳಿದಾಗ ಮುಕ್ತವಾಗಿ "ಆ ಬಗ್ಗೆ ನಾನೆಂದು ತಲೆ ಕೆಡ್ಸಿಕೊಳ್ಳೋಲ್ಲ. ಅವ್ರು ಹುಡ್ಕಿದವ್ರಿಗೆ ಹಾರ ಹಾಕಿಬಿಡ್ತೀನಿ" ಶೈಶವಾವಸ್ಥೆಯಲ್ಲಿದ್ದ ಅವನ ಆಸೆಗಳು ಹೇಳ ಹೆಸರಿಲ್ಲದೆ ಹೋಗಿತ್ತು.

ಪರೀಕ್ಷಿತ್ ಎರಡು ಕೈಯಲ್ಲು ಮುಖವನ್ನುಜ್ಜುತ್ತ ಅವನ ಸೀಟಿನಲ್ಲಿ ನಕ್ಕಿದ್ದಳು. ಹೋಗಿ ಕುಸಿದ. ಆಗ ಆರಾಮಾಗಿ ನಲಿಯುತ್ತ ಇದ್ದ ದಿನಗಳಲ್ಲಿಯೂ ಕೂಡ ಸುಮತಿಯದು ಕೆಲವು ವಿಷಯಗಳಲ್ಲಿ ಪ್ರತ್ಯೇಕತೆ. 'ಹಾಲಿನ ಮೈ ಬಣ್ಣದ ಆ ಹೆಣ್ಣು....' ಸಿಗರೇಟು ತುದಿಗೆ ಲೈಟರನ್ನ ಸೋಕಿಸಿದ. ಆ ಹೊಗೆಯಲ್ಲಿ ಅವಳನ್ನು ಚಿತ್ರಿಸಿಕೊಳ್ಳಲಾರದೆ ಒದ್ದಾಡಿದ.

ಹೊರಗೆ ಬಂದು ಕಾರು ಹತ್ತಿದ. ಸರ್ಕಲ್‌ನಲ್ಲಿ ಸೈಕಲ್ ಜೊತೆ ನಿಂತಿದ್ದ ಸುಮತಿಯನ್ನು ನೋಡಿ ಮುಖ ಪಕ್ಕಕ್ಕೆ ತಿರುಗಿಸಿಕೊಂಡ.

"ನಿಂಗೆ ಜಾಬ್, ನಾನೇ ಮನೆಯಲ್ಲಿದ್ದು ನಿಂಗೆ ಎಲ್ಲಾ ವಹಿಸಿಕೊಟ್ಟು ಬಿಡ್ತೀನಿ. ಅದ್ನ

ಹೆಲ್ಪ್ ಅಂತ ತಿಳ್ಕೋತೀನಿ" ಅಂದಿದ್ದ ಅಂದು. ಆನಂದರಾಯರ ಮೊಮ್ಮಗಳಿಗೆ ಕೆಲಸ ಕೊಡುವುದು ಕೃತಜ್ಞತೆಯ ಜೊತೆಗೆ ಗೌರವವೂ ಅನ್ನಿಸಿತ್ತು.

ದೂಡುತ್ತಿದ್ದ ಸೈಕಲ್ ನಿಲ್ಲಿಸಿದ ಹರೀಶ್ "ಎಷ್ಟು ದೂರಾಂತ ನಡೀತೀರಾ, ಮೇಡಮ್. ನೀವು ಆಟೋದಲ್ಲಿ ಹೋಗಿ. ನಾನು ಸೈಕಲ್‌ನಲ್ಲಿ ಬರ್ತೀನಿ" ಎಂದ.

ಸುಮತಿ ಅದೆಲ್ಲ ಒಪ್ಪಲಿಲ್ಲ. "ಹರೀಶ್, ನೀವು ಅದ್ನ ಮೊದ್ಲೇ ಯೋಚ್ಸಬೇಕಿತ್ತು. ಮೊದ್ಲು ಒಂದಿಷ್ಟು ತಿಂಡಿ ತಿಂದು ಇತ್ಯರ್ಥ ಮಾಡೋಣ....ಹೋಟೆಲ್...." ಪಕ್ಕಕ್ಕೆ ನೋಟವರಿಸಿದಳು.

ಹರೀಶ್ ಹೋಗುತ್ತಿದ್ದುದ್ದು ಸಾಧಾರಣ ಹೋಟೆಲ್‌ಗೆ. 'ಸುಮತಿಯವರನ್ನು ನೋಡ್ಬೇಕು' ಅಂದಾಗ ಮ್ಯಾನೇಜರ್ ಎಂದಿದ್ದ. ಕೋಣೆಯ ಕಡೆ ತೋರಿಸಿದ್ದರು. ಅಂಥದ್ದರಲ್ಲಿ... ತಟ್ಟನೇ ಅವನ ಚಪ್ಪಲಿಯ ಪಟ್ಟಿ ಹರಿಯಿತು. ಬಗ್ಗಿ ನೋಡಿದ.

"ಇದಕ್ಕೆ ಚಿಕಿತ್ಸೆ ಬೇಕು" ನವಿರಾಗಿ ನಕ್ಕ.

ಸುತ್ತಲೂ ನೋಟ ಹರಿಸಿದ ಸುಮತಿ ದೂರಕ್ಕೆ ಕೈ ತೋರಿಸಿದಳು. "ಅಲ್ಲಿವರ್ಗೂ ಚಪ್ಪಲಿ ಕೈಯಲ್ಲಿ ಹಿಡಿಯುವುದು ಅನಿವಾರ್ಯ" ಹಾಸ್ಯ ಇಣಕಿತು ಅವಳ ದನಿಯಲ್ಲಿ.

ಮುಂದಕ್ಕೆ ಹೋಗಿದ್ದ ಪರೀಕ್ಷಿತ್ ಕಾರು ಹಿಂದಕ್ಕೆ ಬಂತು. ಚಪ್ಪಲಿ ಅಂಗಡಿಯ ಬಳಿ ಹೊರಗೆ ನಿಂತು ರಿಪೇರಿ ಮಾಡಿಸುತ್ತಿದ್ದ ಜೋಡಿ ಕಣ್ಣಿಗೆ ಬಿತ್ತು. ಅವನೆದೆಯಲ್ಲಿ ಅಸೂಯೆಯ ದೇವಾನಲ ಹತ್ತಿಕೊಂಡಿತು.

"ನೀನು ತಪ್ಪು ಮಾಡ್ದೇ!" ಎಂದಿದ್ದ ಅಂದು.

"ನೆವರ್, ಖಂಡಿತ ಇಲ್ಲ. ಹರೀಶ್‌ನಂಥ ಒಬ್ಬ ಫ್ರೆಂಡ್ ಸಿಕ್ಕಿದ್ದಕ್ಕೆ ನಂಗೆ ಸಂತೋಷ. ಬದುಕಿನಲ್ಲಿ ಹಣ, ಅಂತಸ್ತು ಮುಖ್ಯವಲ್ಲ.. ಎರಡು ತಿಂಗ್ಳ ಹಿಂದೆ ಶ್ರೀಮಂತ ಆನಂದರಾಯರ ಮೊಮ್ಮಗ್ಳು, ಇಂದೇನು? ಹಣ ಅಂತಸ್ತು ಹೋಗಿದ್ದಕ್ಕೆ ನೋವಿಲ್ಲ. ಆದ್ರೆ... ಒಂಟಿಯಾದೆ. ತಾತ ಈ ಸ್ಥಿತಿ ಹೆದರಿಸ್ಲಾರ್ದೇ ಕಣ್ಣು ಮುಚ್ಚಿಕೊಂಡ್ರೇನೋ, ನಾನು....." ಭಾರವಾದ ಉಸಿರೆಳೆದು ದಬ್ಬಿದಳು.

ಎಲ್ಲರ ಪ್ರಕಾರ ಅವಳು ದಂತದ ಬೊಂಬೆಯೇ.

ಪರೀಕ್ಷಿತ್ ಕಾರು ರಭಸದಿಂದ ಮುಂದಕ್ಕೆ ಹೋಯಿತು. ಮೈನ್ ಗೇಟ್ ತಲುಪುವ ವೇಳೆಗೆ ಒಂದು ಹಳೆಯ ಫಿಯೆಟ್ ಕಾರು ಬಂತು. ಅದು ಸುಶೀಲದ್ದೆಂದು ಅವನಿಗೆ ಗೊತ್ತು. ಅದನ್ನ ಕೊಳ್ಳಲು ಇಪ್ಪತ್ತೈದು ಸಾವಿರ ಇವನಿಂದಲೇ ಪಡೆದಿದ್ದಳು.

ಇವನ ಕಾರು ಮುಂದಕ್ಕೆ ಹೋಗಿ ಬಾಲ್ಕನಿಯಲ್ಲಿ ನಿಂತಿತು. ಇಳಿದವನು ನೇರವಾಗಿ ಒಳಗೆ ಹೋಗಿಬಿಟ್ಟ. ಇನ್ನೂ ಅವನೆದೆಯ ಬೆಂಕಿ ಆರಿರಲಿಲ್ಲ.

"ಹಲೋ...." ಸುಶೀಲ ಒಳಗೆ ಬಂದಳು.

"ಹಲೋ....." ನೀರಸವಾಗಿತ್ತು ಅವನ ದನಿ.

ಸುಶೀಲ ಅವನೆದುರಿನಲ್ಲಿ ಕೂತು ಮೂರು ನಿಮಿಷ ಕಾದರೂ ಅವನೇನೂ ಮಾತಾಡಲಿಲ್ಲ. ಇಂದು ಪರೀಕ್ಷಿತ್ ಮಾಮೂಲಿಯಾಗಿರಲಿಲ್ಲ.

"ಯಾಕೋ ಒಂದು ತರಹ ಇದ್ದೀರಲ್ಲ?" ಸುಶೀಲ ಭಯಪಡುತ್ತಲೇ ಕೇಳಿದಳು. ಅವನೆಷ್ಟು ಜಾಲಿಯ ವ್ಯಕ್ತಿಯೋ ಅಷ್ಟೇ ಮುಂಗೋಪ. ಯಾರನ್ನೂ ಲೆಕ್ಕಿಸಲಾರ "ಏನಿಲ್ಲ ...." ಪೂರ್ತಿ ಸೋಫಾಗೆ ಒರಗಿದ.

ಮಾರುತಿ ಬಂದು ಎದುರು ನಿಂತ "ಏನು ತರಲಿ?" ಕೇಳಿದ. "ನಿನ್ನ ತಲೆ, ಗೆಟ್ ಔಟ್" ಅಬ್ಬರಿಸಿದ. ಅವನು ನಾಪತ್ತೆಯಾದ.

ಪರೀಕ್ಷಿತ್‌ದು ತೀರಾ ಕೆಟ್ಟ ಕೋಪ, ಶಾಂತವಾಗಿದ್ದಾಗ ಎಷ್ಟು ಮೃದುವೋ, ಕೋಪ ಬಂತೆಂದರೆ ಅಷ್ಟೇ ಗಟ್ಟಿ.

"ಬಂದೇ ಕುತ್ಕೋ ಸುಶೀಲ" ಎದ್ದು ಹೋದ.

ಕೈಗೆ ಸಿಕ್ಕ ಪತ್ರಿಕೆ ತೆಗೆದುಕೊಂಡು ತಿರುವತೊಡಗಿದಳು. ಆನಂದರಾಯರ ಒಳ್ಳೆಯತನ, ಧಾರಾಳ ಸ್ವಭಾವ ಅವಳ ಈ ಸ್ಥಿತಿಗೆ ಕಾರಣ.

"ಹುಡ್ಗೀಗೆ ಹಾಕಿದ ಬಂಗಾರ ಸಾಲ್ದು" ಮದುವೆಯಲ್ಲಿ ಅವಳ ಅತ್ತೆಯ ಮನೆಯವರು ಗಲಾಟೆ ಎಬ್ಬಿಸಿದಾಗ ಸುಮತಿ ತನ್ನ ಕುತ್ತಿಗೆಯಲ್ಲಿ ನೆಕ್ಲೆಸ್, ಬಳಿ ತೆಗೆದು ಅವಳಿಗೆ ಹಾಕಿದ್ದಳು. "ಸಾಕಾ, ಇನ್ನು ಏನಾದ್ರೂ ಬೇಕಾ?" ಅವರುಗಳತ್ತ ತಿರುಗಿ ಕೇಳಿದ್ದಳು. ಅವರುಗಳೆಲ್ಲ ತಲೆ ತಗ್ಗಿಸಬೇಕಾಯಿತು. ಆ ಒಡವೆಗಳು ಅವಳ ಬೀರುವಿನಲ್ಲಿ ಜೋಪಾನವಾಗಿದ್ದವು ಇಂದಿಗೂ.

ಅಂಥ ಸುಮತಿ ಅವಳು ಕತ್ತಲಿನ ರಾತ್ರಿಯಲ್ಲಿ ಬಂದಾಗ ನಿರ್ದಯಿಯಾಗಿ ವರ್ತಿಸಿದ್ದಳು. ಸುಶೀಲಗೆ ಸಂತೋಷ ಬೇಕಿತ್ತೇ ವಿನಃ ಸಮಸ್ಯೆಗಳು ಬೇಕಿರಲಿಲ್ಲ.

ಅರ್ಧ ಗಂಟೆ ಕಾದರೂ ಪರೀಕ್ಷಿತ್ ಬರಲಿಲ್ಲ. ಅವನ ಮೂಡ್ ಸರಿಯಿಲ್ಲವೆಂದು ಅವಳಿಗೆ ಮನದಟ್ಟಾಯಿತು. ಬಂದ ಕೆಲಸ ಹೇಗೆ? ಚಡಪಡಿಸಿದಳು.

ಹೋಗುತ್ತಿದ್ದ ಮಾರುತಿಯನ್ನು ಸನ್ನೆ ಮಾಡಿ ಕರೆದಳು "ಯಜಮಾನ್ರು ಬಹುಶಃ ಹೊರ್ಗಡೆ ಬರೋಲ್ಲ. ಸುಮ್ನೇ ಕಾದು ಪ್ರಯೋಜನವಿಲ್ಲ" ಉಸುರಿದ.

"ನೋಡ್ಲೇಬೇಕು" ಮೇಲೆದ್ದಳು.

ಮಾರುತಿ ತನ್ನ ಪಾಡಿಗೆ ತಾನು ಹೋದ. ತನಗೆ ಸಂಬಂಧಪಡದ ವಿಷಯಗಳ ಬಗ್ಗೆ ಅವನು ಸ್ಥಿತಪ್ರಜ್ಞ.

ಸುಶೀಲ ಕೋಣೆಯ ಬಾಗಿಲಿಗೆ ಬಂದಳು. ರೆಸ್ಟ್ ಉಡುಪು ತೊಟ್ಟ.

ಪರೀಕ್ಷಿತ್ ಮಂಚದ ಮೇಲೆ ಉರುಳಿ ದಿಂಬಿಗೊರಗಿ ಕಣ್ಮುಚ್ಚಿದ್ದ. ಎಂದೂ ಇಲ್ಲದ ಮ್ಲಾನವತೆ ಅವನ ಮುಖದ ಮೇಲೆ.

"ಒಳ್ಗೇ........ಬರಬಹುದಾ?" ಅವಳ ದನಿ ತೀರಾ ತಗ್ಗಿತ್ತು.

ಕಣ್ಣು ತೆರೆಯದೆಯೇ 'ಹ್ಞೂ' ಗುಟ್ಟಿದ. ಹೆಜ್ಜೆ ಸದ್ದು ಮಾಡದೇ ಒಳಗೆ ಬಂದು ನಿಂತಳು "ಪ್ಲೀಸ್, ಸಿಟ್ ಡೌನ್, ಏನು ಬಂದಿದ್ದು?" ಅರೆ ಮಲಗಿದಂತೆ ಕೂತ.

ಸುಶೀಲ ಉಗುಳು ನುಂಗಿದಳು. ಪದೇ ಪದೇ ಅವನ ಸಹಾಯ ಬೇಡುವುದು ಅವಳಿಗೆ ಅಭ್ಯಾಸವಾಗಿತ್ತು. ಗಂಟಲು ಸರಿಪಡಿಸಿಕೊಂಡಳು. ಯಾಕೋ ಇಂದು ಅವನ ಮುಖದ 'ಸೀರಿಯಸ್‌ನೆಸ್' ಅವಳನ್ನ ಹೆದರಿಸುತ್ತಿತ್ತು.

"ಯಾಕೆ, ಮೌನದ ಗೌರಿ ಹಾಗೇ ಕೂತೆ? ಮಾಮೂಲಿ ಪ್ರಾಬ್ಲಮ್ಸ್ ತಾನೇ?" ಅವನ ಸ್ವರದಲ್ಲಿ ತೀಕ್ಷ್ಣತೆ ಇತ್ತು.

ಅವಳ ಗಂಡ ಇದ್ದಿದ್ದು ಒಂದು ಪ್ರೈವೇಟ್ ಫರ್ಮ್‌ನಲ್ಲಿ. ಆದರೂ ಉತ್ತಮ ಸಂಬಳ, ಸೌಲಭ್ಯ. ಆದರೆ ಈ ಮನುಷ್ಯನದು ತೀರಾ ಆಸೆಬುರುಕತನದ ಜೊತೆ ಜಲಸಿ. ಮಾತು ಜಾಸ್ತಿ. ಸದಾ ಏನಾದರೊಂದು ಕುಯುಕ್ತಿ ಮಾಡಿ ಸಿಕ್ಕಿಬೀಳುತ್ತಿದ್ದ. ಆಗ ಛೀಮಾರಿ. ಎಕ್ಸ್‌ಪ್ಲನೇಷನ್ ಕೇಳುವುದು, ಸಸ್ಪೆಂಡ್ -ಇವೆಲ್ಲ ಸರ್ವೇಸಾಧಾರಣವಾಗಿ ಬಿಟ್ಟಿದ್ದವು.

"ನಿನ್ನ ಯಾಕೆ ವಜಾ ಮಾಡ್ಬಾರ್ದೂಂತ ನೋಟಿಸ್ ಕೊಟ್ಟಿದ್ದಾರೆ ಅವ್ರಿಗೆ" ಕೆಳಸ್ವರದಲ್ಲಿ ಹೇಳಿದಳು. ಪರೀಕ್ಷಿತ್ ನಕ್ಕು ಬಿಟ್ಟ "ಒಳ್ಳೇದೇ ಆಯ್ತು ಬಿಡು. ಒಂದು ದೊಡ್ಡ ಪ್ರಾಬ್ಲಮ್ ಸಾಲ್ವ್ ಆದ ಹಾಗೇ ಆಯಿತು. ಆ ಕಂಪನಿಯಲ್ಲಿ ನಿಂಗೂ ನೆಮ್ದೀ. ಮಾಡೋ ರಾಜಕೀಯವೆಲ್ಲ ಮನೆಯಲ್ಲೇ ಮಾಡ್ಲೀ" ಅವನಲ್ಲಿ ತಿರಸ್ಕಾರ ಇಣಕಿತು.

ಸುಶೀಲ ಮುಖ ಬಿಳಿಚಿಕೊಂಡಿತು. ತೀರಾ ಸಾಧಾರಣ ಬಡ ಕುಟುಂಬದಲ್ಲಿ ಹುಟ್ಟಿದ್ದರೂ ಅವಳಿಗೆ ಶ್ರೀಮಂತ ಜೀವನದ ಬಗ್ಗೆ ಮೊದಲಿನಿಂದಲೂ ಆಸೆ. ಹೇಗಾದರೂ ಹೊಂದಲೇಬೇಕೆಂಬ ಛಲ. ಗಂಡನಿಗೆ ಬರುವ ಸಂಬಳದಲ್ಲಿ ಸುಮಾರಾದ ಬಂಗ್ಲೆಯಂಥ ಮನೆ, ಜೂಲಿಯಂಥ ನಾಯಿ, ಸೆಕೆಂಡ್ ಹ್ಯಾಂಡ್ ಫಿಯೆಟ್ ಕಾರು, ವಾರಕ್ಕೊಮ್ಮೆ ಬ್ಯೂಟಿ ಪಾರ್ಲರ್‌ನ ದರ್ಶನ ಇವೆಲ್ಲ ಸಾಧ್ಯವಿರಲಿಲ್ಲ. ಅದಕ್ಕಾಗಿ ಬೇರೆ ಮಾರ್ಗ ವಿಡಿದಿದ್ದಳು. ಅಲ್ಲಿ ನೈತಿಕ, ಅನೈತಿಕತೆಯ ಪ್ರಶ್ನೆ ಇರಲಿಲ್ಲ. ಅವಳಿಗೆ ಹಣದ ಅಗತ್ಯವಿತ್ತು. ಪಾಪ, ಪುಣ್ಯದ ಬಗ್ಗೆ ಯೋಚಿಸಲಾರಳು.

ಕಣ್ಣಿಗೆ ಕರ್ಚಿಫ್ ಹಚ್ಚಿ ಮುಸಿ ಮುಸಿ ಅತ್ತಳು. "ಮುಂದೆ ನಮ್ಮ ಗತಿಯೇನು? ನಮ್ಗೆ! ಯಾವ್ದೇ ಆಸ್ತಿ ಪಾಸ್ತಿ ಇಲ್ಲ."

ಪರೀಕ್ಷಿತ್ ಕರಗಿಹೋಗಲಿಲ್ಲ. ಇಂಥ ಸಂದರ್ಭಗಳಲ್ಲಿ ಸುಶೀಲ ಕಣ್ಣೀರು ಸುರಿಸುವುದು ಅನಿವಾರ್ಯವಾಗಿತ್ತು.

"ನಾನು ಮಾತಾಡ್ತೀನಿ. ನೀನು ಹೋಗು" ಎಂದ ಅಷ್ಟೇ. ಅವನು ಖಂಡಿತ ಮಾತಾಡಲಾರ. ಸಾಕಾಗಿ ಹೋಗಿತ್ತು ಅವನಿಗೆ. "ನೀನ್ಯಾಕೆ ಅವ್ನ ಸ್ವಭಾವ ಸ್ವಲ್ಪ ಬದಲಾಯಿಸೋಕೆ ಪ್ರಯತ್ನ ಪಡ್ಲಿಲ್ಲ. ತಿಳ್ದು ತಿಳ್ದು ಯಾರು ಅಂಥವನನ್ನ ಕೆಲ್ಸಕ್ಕೆ ಇರಿಸಿಕೊಳ್ಳೋಲ್ಲ!" ಸ್ವಲ್ಪ ಖಾರವಾಗಿಯೇ ನುಡಿದ.

"ಅಂಥದೇನಿಲ್ಲ, ಅವ್ರ ಬಗ್ಗೆ ಬೇರೆಯವ್ರಿಗೆ ಅಸೂಯೆ, ಸದಾ ಏನಾದ್ರೂ ಕಿರಿಕ್ ಮಾಡ್ತಾರೆ" ಎಂದಳು ಭಯದಿಂದ.

ಪರೀಕ್ಷಿತ್ ಜೋರಾಗಿ ನಕ್ಕುಬಿಟ್ಟ. ಅವಳು ಹಣಕ್ಕಾಗಿ ಕೆಟ್ಟಿದ್ದರೂ ಗಂಡನ ಮೇಲೆ ಪ್ರೀತಿ, ವಿಶ್ವಾಸದ ಜೊತೆ ಅವನನ್ನು ಸಮರ್ಥಿಸಿಕೊಳ್ಳುವ ಛಾತಿಯು ಇದೆಯೆಂದುಕೊಂಡ.

"ಯೂ ಫೂಲ್! ನೀನು ಮಾತಾಡ್ತಾ ಇರೋದು ಪರೀಕ್ಷಿತ್ ಹತ್ರ. ಬಿ ಕೇರ್ ಫುಲ್. ಈಗ ಹೋಗು" ಎಂದ. ಎರಡು ಕೈಗಳನ್ನ ಬೆಸೆದು ತಲೆಯ ಹಿಂದಕ್ಕೆ ಇಟ್ಟುಕೊಂಡ.

ಅವಳ ಗಂಡ ಕೆಲಸವನ್ನು ಆ ಕಂಪನಿಯಲ್ಲಿ ಬಹಳ ದಿನ ಉಳಿಸುವುದು ಕಷ್ಟವೆಂದು ಅವಳ ಅರಿವಿಗೆ ಬಂದಿತ್ತು. ಈಗ ಪರೀಕ್ಷಿತ್ ಒಪ್ಪಿದರೆ... ಆತಂಕದ ಕ್ಷಣಗಳು ಮರೆಯಾಗ ಬಹುದು. ಆದರೆ ನಂಬಿಕೆ ಇಲ್ಲ. ಪ್ರಯತ್ನಿಸಿ ಬಿಡಬಾರದೇಕೆ ಎನ್ನುವ ಹಂಬಲ.

ಬಾಗಿಲವರೆಗೂ ಹೋದವಳು ಹಿಂದಕ್ಕೆ ಬಂದಳು "ಪರೀಕ್ಷಿತ್ ಇದೊಂದು ಹೆಲ್ಪ್ ಮಾಡು. ನಿನ್ನ ಫರ್ಟಿಲೈಜರ್ಸ್‌ನಲ್ಲಿ ನನ್ನವ್ರಿಗೆ ಒಂದ್ಕೆಲ್ಸ ಕೊಡು" ರಿಕ್ವೆಸ್ಟ್ ಮಾಡಿಕೊಂಡಳು.

"ಅಂಥ ಆಸೆ ಇಟ್ಕೋಬೇಡ. ಸುಮತಿ ಕೈ ಕೆಳಗೇ ನಿನ್ನ ಪತಿದೇವರು ಬಹುಶಃ ನಾಲ್ಕು ದಿನ ಕೂಡ ಕೆಲ್ಸ ಮಾಡರು. ಅವಳ ಬಗ್ಗೆ ನಿಂಗೆ ಗೊತ್ತಿಲ್ಲ. ಆನಂದರಾಯರು ಕೆಲವು ತಪ್ಪಗಳ್ನ ಮಾಡಿರ್ಬಹ್ದು. ಅವಳು ಆ ತಪ್ಪುಗಳ್ನ ಕೂಡ ಮಾಡಲಾರಳು" ನಗುತ್ತಾ ಹೇಳಿದ.

ಅವಳ ನಾಲಿಗೆಯಲ್ಲಿನ ಪಸೆಯಾರಿತು. ಅವಳು ಮಾಡಿದ ಸಹಾಯಕ್ಕೆ ಇಂದಿಗೂ ಬೆಲೆ ಕಟ್ಟಲು ಸಾಧ್ಯವಾಗಿರಲಿಲ್ಲ. ಸುಮತಿ ಅಪ್ಪಟ ಚಿನ್ನ. ಆನಂದರಾಯರು ಬೆಳೆಸಿದ ರೀತಿಯೇ ಅದು.

"ಸುಮತಿ ಇದ್ದಾಳ?" ಅವಳ ಸ್ವರ ಒಣಗಿತು.

ಕೆಳಗಿಳಿದ ಪರೀಕ್ಷಿತ್ ಕ್ರಾಪನ್ನ ಸರಿಮಾಡಿಕೊಂಡ. "ಅವಳು ನಿಂಗೆ ತುಂಬ ಫ್ರೆಂಡ್. ಆನಂದರಾಯರು ಸತ್ಮೇಲೆ ಸ್ವಲ್ಪ ಕಷ್ಟದಲ್ಲಿ ಇದ್ದಾಳೆ. ಹಾಗಂತ ಅವ್ಳು ತಿಳ್ಕೊಂಡಿಲ್ಲ." ಅರಿವಾಗದಂತೆ ಅವಳ ಕಂಠ ಭಾರವಾಯಿತು. ಸುಮತಿಯ ಬಗ್ಗೆ ಅವನಿಗೆ ಪ್ರೀತಿ, ಪ್ರೇಮ, ಗೌರವ, ಕೃತಜ್ಞತೆ ಎಲ್ಲಾ ಇತ್ತು.

ಪರೀಕ್ಷಿತ್ ಮಿದುಳಲ್ಲಿ ಮಿಂಚು ಹರಿದಾಡಿತು. ಅವಳು ತನ್ನ ಮನೆಯಲ್ಲಿರುವುದಕ್ಕೆ ಒಪ್ಪದೇ ಇರಬಹುದು. ಆದರೆ ಸುಶೀಲ ಜೊತೆಯಲ್ಲಿ ಅವಳ ಮನೆಯಲ್ಲಿ ಇರಬಹುದಲ್ಲ. ಅದಕ್ಕಾಗಿ ಏನು ಬೇಕಾದರೂ ಮಾಡಬಲ್ಲ.

ತಟ್ಟನೇ ಸುಶೀಲಳತ್ತ ತಿರುಗಿದ. "ನನ್ನ ಕಂಪನಿಯಲ್ಲಿ ಮ್ಯಾನೇಜರ್ ಆಗಿ ಕೆಲ್ಸ ಮಾಡ್ತಾ ಇದ್ದಾಳೆ" ಯಾಕೋ ಹರೀಶ್‌ನ ಹೆಸರನ್ನ ಹೇಳಲು ಇಷ್ಟಪಡಲಿಲ್ಲ. "ನಿನ್ನ ಜೊತೆಯಲ್ಲಿ ಇರೋದಿಕ್ಕೆ ಒಪ್ಪಿಸ್ಕೋ. ನಾನು ಏನು ಸಹಾಯ ಬೇಕಾದ್ರೂ ಮಾಡ್ತೀನಿ. ಆನಂದರಾಯರಿಗೆ ನಾನು ಸಲ್ಲಿಸೋ ಕೃತಜ್ಞತೆ ಇದೇ."

ಫಳಫಳನೆ ಹೊಳೆಯುವ ಸುಮತಿ ಕಣ್ಣುಗಳನ್ನೆದುರಿಸುವ ಆತ್ಮವಿಶ್ವಾಸ ಅವಳಿಗೆ

ಇರಲಿಲ್ಲ. ಚಿನ್ನ, ನೋಟುಗಳ ಮಧ್ಯೆ ಬೆಳೆದವಳು ಸುಮತಿ. ಆದರೆ ಅದರ ಗಳಿಕೆಗಾಗಿ ತನ್ನ ಸಮಸ್ತವನ್ನು ಒತ್ತೆಯಿಡುತ್ತಿದ್ದವಳು ಸುಶೀಲ ಅವರಿಬ್ಬರ ನಡುವೆ ಬಹು ದೊಡ್ಡ ಅಂತರ.

"ನಂಗೆ ಅನುಮಾನ ಪರೀಕ್ಷಿತ್. ಅವ್ಳು ಒಪ್ತಾಳೋ ಇಲ್ಲವೋ, ಅವ್ಳು ತುಂಬ ಶ್ರೀಮಂತಿಕೆಯಲ್ಲಿ ಬೆಳೆದವಳು. ನಮ್ದು ಸಾಧಾರಣ ಕುಟುಂಬ' ಅಡ್ಡ ಗೋಡೆಯ ಮೇಲೆ ದೀಪವಿಟ್ಟಳು.

ಸೈಕಲ್ ತಳ್ಳುತ್ತ ಹೋಗುತ್ತಿದ್ದ ಹರೀಶ್ ಜೊತೆ ಹೋಗುತ್ತಿದ್ದ ಸುಮತಿಯ ನೆನಪಾಯಿತು ಅವನಿಗೆ. ತೀರಾ ಸಾಧಾರಣ ಜೀವನವನ್ನು ಅಪ್ಪಿಕೊಂಡಿದ್ದಳು.

"ನೀನು ಪ್ರಯತ್ನ ಮಾಡು. ಮಾಡೋದೇನು ಸುಮತಿಯ ಕಾಲಿಡಿದಾದರೂ ಒಪ್ಸು. ನಿಂಗೆ ಕೃತಜ್ಞತೆ ಸಲ್ಲಿಸೋಕೆ ಇದೊಂದು ಅವಕಾಶ" ನೇರವಾಗಿತ್ತು ಅವನ ಮಾತುಗಳು. ವಿವರ್ಣವಾಯಿತು ಅವಳ ಮುಖ.

"ಆಯ್ತು ನಾರಾಯಣ್.... ಬಗ್ಗೆ" ತಡವರಿಸಿದಳು.

ಪರೀಕ್ಷಿತ್ ನಕ್ಕ. ಆ ನಗೆಯಲ್ಲಿ ತಿರಸ್ಕಾರವಿತ್ತು. "ಈಗ ನೀನ್ಹೋಗು. ನಾಳೆ ಮರೀ ಬೇಡ" ಎಚ್ಚರಿಸಿದ.

ಫ್ರಾಕ್ ಹಾಕಿಕೊಂಡು ಶಾಲೆಗೆ ಹೋಗುವ ದಿನಗಳಿಂದಲೂ ಸುಮತಿ ಅವನಿಗೆ ಗೊತ್ತು. ಅವರಿಬ್ಬರ ನಡುವೆ ಶ್ರೀಮಂತಿಕೆಯ ಅಂತರ ಅಪಾರ. ಅದನ್ನ ತೋರ್ಪಡಿಸಿಕೊಂಡಿರಲಿಲ್ಲ.

ಸಿಹಿ ನೆನಪಿನೊಂದಿಗೆ ಕಣ್ಮುಚ್ಚಿದ.

ಫೋನ್ ರಿಂಗಾಯಿತು. ಬೇಸರದಿಂದಲೇ ಎತ್ತಿದಳು "ಹಲೋ...." ಸುಮತಿಯ ತಣ್ಣನೆಯ ಸ್ವರ. "ಅಕೌಂಟ್ ಫೈಲು ನನ್ನ ಬೀರುನಲ್ಲಿದೆ. ಚೀಫ್ ಅಕೌಂಟೆಂಟ್‌ಗೆ ಬಿ.ಪಿ. ಇದೆ. ಯಾವ್ದೇ ಅನಾಹುತವಾಗ್ಬಾರ್ದು" ಎಂದಾಗ ಕ್ರೇಡಲ್ ಮೇಲೆ ರಿಸೀವರ್ ಇಟ್ಟ.

ಆಫೀಸ್‌ನಲ್ಲಿ ಅವನು ಎಂ.ಡಿ. ಅವಳು ಮ್ಯಾನೇಜರ್. ಈ ಮಿತಿಯಲ್ಲೇ ಮಾತುಕತೆಗಳು ಕೂಡ. ಎಂದೋ ಮರೆತಂದಿದ್ದ ಸುಮತಿ ಅವನೆದೆಯ ರಾಗ ಅನುರಾಗಗಳ ನಡುವೆ ನಾಟ್ಯ ವಾಡುತ್ತಿದ್ದಳು.

ಎದ್ದು ಎರಡು ಪೆಗ್ ಹಾಕಿ ಮಲಗಿದ.

* * *

ಎಂದಿಗಿಂತ ಅರ್ಧಗಂಟೆ ಮೊದಲು ಪರೀಕ್ಷಿತ್ ಆಫೀಸಿಗೆ ಬಂದ. ಸುಮತಿ ಇನ್ನೂ ಬಂದಿಲ್ಲವೆನ್ನುವುದು ಗುರ್ತಿಸಿಕೊಂಡಿದ್ದ.

ಸುಶೀಲ ಕರೆಗೆ ಅವಳ ಪ್ರತಿಕ್ರಿಯೆ ಹೇಗಿರಬಹುದೆಂದು ಯೋಚಿಸುತ್ತಿದ್ದ. ಅಂಥ ಭರವಸೆಯೇನು ಮೂಡಲಿಲ್ಲ.

ಸ್ಪ್ರಿಂಗ್ ಡೋರ್ ಸದ್ದಾಯಿತು. "ಮೈ, ಐ ಕಮಿನ್ ಸಾರ್" ಅವನ ಮುಖ

ಬಿಗಿದುಕೊಂಡಿತು "ಯೆಸ್, ಕಮಿನ್" ಎಂದ. ಇದೊಂದು ರೀತಿಯ ಹಿಂಸೆ ಅವನಿಗೆ.

ಫೈಲು ಟೇಬಲ್ ಮೇಲಿಟ್ಟು ಕೂತಳು. ನೇರವಾಗಿ ಅವಳನ್ನ ನೋಡಿದ. ಚೇಷ್ಟೆ ಅವನ ಕಣ್ಣುಗಳಲ್ಲಿ ಇಣುಕಿತು. "ಎಲ್ಲಾ ನೋಡಿದ್ದೀನಿ" ಎಂದಳು. ಪೇಪರ್ ವೈಟ್‌ನ ಮೂರು ರೌಂಡ್ ಹೊಡೆಸಿದ. ಅದು ಉರುಳಿ ಕೆಳಗಿನ ಕಾರ್ಪೆಟ್ ಮೇಲೆ ಬಿತ್ತು. ಜೋರಾಗಿ ನಕ್ಕು ಬಿಟ್ಟ "ತಾತ, ನನ್ನ ಕಿವಿ ಹಿಂಡಿದ್ದು ಜ್ಞಾಪ್ಕ ಇದ್ಯಾ?" ಹಿಂದಿನ ಪ್ರಸಂಗ ನೆನಪಿಸಿದ. ಸುಮತಿಯ ತುಟಿಯಂಚಿನಲ್ಲಿ ನಸು ನಗು ಅರಳಿತು "ಪರೀಕ್ಷಿತ್, ಆಫೀಸ್, ಆ ನೆನಪುಗಳೆಲ್ಲ ಹೊರ್ಗೇ,"

ಪರೀಕ್ಷಿತ್ ಮುಖ ಗಂಭೀರವಾಯಿತು.

"ನೆನಪಿಸಿಕೊಳ್ಳೋಕೆ ನೀನೆಲ್ಲಿ ಸಿಕ್ತೀಯಾ! ಒಂದ್ಸಲನಾದ್ರೂ ಮನೆಗೆ ಬಂದಿದ್ದೀಯಾ. ನಿಂಗೆ ನಾನು ಫ್ರೆಂಡ್ ಅನ್ನೋದು ಕೂಡ ನೆನಪಿಲ್ಲ. ನಾವು ಕೃತಜ್ಞತೆಯ ಉರುಳಲ್ಲಿ ಸಿಕ್ಕಿಕೊಂಡ ಜನ.. ನನ್ನ ಬಗ್ಗೆ ನಿಂಗೆಲ್ಲಿ ಆದರ, ವಿಶ್ವಾಸ ಇರುತ್ತೆ" ನೊಂದವನಂತೆ ನುಡಿದಾಗ ಮುಂಜಾವಿಗೆ ನಿಶ್ಯಬ್ದವಾಗಿ ಅರಳುವ ಹೂನಂತೆ ನಕ್ಕಳು.

ಅಂತೂ ಏನೇನು ಬದಲಾಗಿಲ್ಲ. ನಾಳೆ ಬರ್ತೀನಿ ಆಯಿತಲ್ಲ. ಹೇಗೂ ರಜ. ಒಂದೆರಡು ಗಂಟೆ ಹರಟೆ ಹೊಡೆಯೋಕೆ ಅಭ್ಯಂತರವಿಲ್ಲ" ಮೇಲೆದ್ದು 'ವಿಷ್' ಮಾಡಿ ಹೊರಗೆ ಹೋದರು.

ಮಧ್ಯಾಹ್ನದ ಲಂಚ್ ಬ್ರೇಕಿಗೆ ಹರೀಶ್ ಬಂದ "ಮೇಡಮ್, ಡಬ್ಬಿ ಮರೆತು ಬಂದಿದ್ರಿ. ಎಲ್ಲಿ ಉಪವಾಸ ಇರ್ತೀರೋಂತ ಓಡ್ಬಂದೆ" ಡಬ್ಬಿಯನ್ನು ಅವಳ ಟೇಬಲ್ಲು ಮೇಲಿಟ್ಟ.

ಮುಂದಿದ್ದ ಪೇಪರ್ಸ್‌ನ ಪಕ್ಕಕ್ಕೆ ಸರಿಸಿ "ಕೂತ್ಕೋ ಹರೀ, ಹೇಗೂ ಲಂಚ್ ಬ್ರೇಕ್. ಒಟ್ಟಿಗೆ ತಿಂಡಿ ತಿನ್ನಬಹ್ದು." ಮೇಲೆದ್ದಳು.

ಇಂಟರ್‌ಕಾಮ್ ಸದ್ದಾಯಿತು "ಇವತ್ತು ಮನೆಗೆ ಹೋಗಿಲ್ಲ, ಊಟದ ಕ್ಯಾರಿಯರ್ ಇಲ್ಲಿಗೆ ಬಂದಿದೆ. ಇವತ್ತಾದ್ರೂ ಜೊತೆಯಲ್ಲಿ ಊಟ ಮಾಡೋಣ" ಎಂದ ಪರೀಕ್ಷಿತ್.

"ಸಾರಿ, ಹರೀಶ್ ಬಂದಿದ್ದಾರೆ, ಪಾರ್ಕ್‌ನಲ್ಲಿ ಕೂತು ಹೊರಗಿನ ಗಾಳಿ ಕುಡೀತಾ ಡಬ್ಬಿ ಖಾಲಿ ಮಾಡೋದು ಈ ದಿನದ ಪ್ರೋಗ್ರಾಂ" ಎಂದಕೂಡಲೇ ರಿಸೀವರ್ ಇಟ್ಟ ಸದ್ದು ಕೇಳಿಸಿತು. ಅವಳೇನೂ ಹೆಚ್ಚು ಭಾವಿಸಲಿಲ್ಲ. ಅದು ಅವಳ ಸ್ವಭಾವವಲ್ಲ.

ಹರೀಶ್ ಡಬ್ಬಿ ಕೈಗೆತ್ತಿಕೊಂಡಾಗ ಇಬ್ಬರೂ ಹೊರಗೆ ಬಂದರು. ಒಂದೂವರೆಯ ಸಮಯ. ರೋಡ್‌ನಲ್ಲಿ ಓಡಾಡುವವರ ಸಂಖ್ಯೆ ಜಾಸ್ತಿಯೇ ಇತ್ತು.

ಹರೀಶ್ ಯಾವುದೋ ಜೋಕ್ ಕಟ್ ಮಾಡುತ್ತ ಇದ್ದ. ಅವಳು ಬಾಯಿತುಂಬಾ ನಗುತ್ತಿದ್ದಳು. ಕಿಟಕಿಯಿಂದ ವೀಕ್ಷಿಸಿದ. ಸಾವಿರ ಭರ್ಜಿಗಳು ಅವನೆದೆಗೆ ತಾಕಿ ರಕ್ತ ಚಿಮ್ಮಿದಂತಾಯಿತು.

ಆನಂದರಾಯರು ಸದ್ದಿಲ್ಲದೆ ನಿಟ್ಟುಸಿರು ಬಿಟ್ಟಂತಾಯಿತು. ಮೊಮ್ಮಗಳ ಸುಂದರ

ಬದುಕಿನ ಬಗ್ಗೆ ಆಸೆ, ಮಹತ್ವದ ಆಕಾಂಕ್ಷೆ ಇಟ್ಟುಕೊಂಡವರು. ಸದಾ 'ಸುಮ-ಸುಮತಿ' ಇವೇ ಅವರ ಬಾಯಿಂದ ಹೊರಳಿ ಹೊರಳಿ ಬರುತ್ತಿದ್ದವು.

"ಎಲ್ಲಾ ಸುಳ್ಳಾಯಿತು!" ಭಾರವಾದ ನಿಟ್ಟುಸಿರು ಚಿಮ್ಮಿ ತನ್ನ ಸೀಟಿಗೆ ಬಂದು ಕೂತ. "ಗುಡ್ ಆಫ್ಟರ್ ನೂನ್ ಸರ್" ಸುಶೀಲ ಸ್ವರ. ಬೆಚ್ಚಿ ಬಿದ್ದವನಂತೆ ಎಚ್ಚೆತ್ತ.

"ಓ, ಸುಶೀಲ.... ಕುತ್ಕೋ....ಕೂತ್ಕೋ...." ಗಡ್ಡ ತೀಡಿದ.

ಸುಶೀಲ ಎ.ಸಿ. ಕೋಣೆಯಲ್ಲೂ ಮುಖದ ಬೆವರೊತ್ತಿದಳು. "ಕಾರ್‌ದು ತುಂಬ ಪ್ರಾಬ್ಲಮ್. ಅದು ಮನೆಯಲ್ಲಿ ಇರೋಕ್ಕಿಂತ ಮೆಕ್ಯಾನಿಕ್ ಹತ್ರ ಇರೋದೇ ಹೆಚ್ಚಾಗಿದೆ. ಮೊದ್ಲು ಬದಲಾಯಿಸ್ಬೇಕು" ತಾನು ಲೇಟಾಗಿ ಬಂದಿದ್ದಕ್ಕೆ ಕಾರಣ ವಿವರಿಸುವ ಮುನ್ನಿನ ಪೀಠಿಕೆ ಹಾಕಿದಳು.

"ಅಂತೂ ದಾರಿಯಲ್ಲಿ ನಿನ್ನ ಕಾರು ಕೆಟ್ಟಿತು. ಬೇರೆ ವೆಹಿಕಲ್‌ನಲ್ಲಿ ಬಂದೆ, ಅಷ್ಟೆ ತಾನೆ?" ಬೇಸರದಿಂದ ಸಿಗರೇಟು ತೆಗೆದು ಲೈಟರ್ ತಾಗಿಸಿದ.

ಸುಶೀಲ 'ಹ್ಞೂ' ಗುಟ್ಟಿದಳು. ಅವಳಿಗೆ ಧನಪಿಶಾಚಿ ಹಿಡಿದಿದೆಯೆಂದು ಕೆಲವರು ಹೇಳುತ್ತಿದ್ದರು. ಆದರೆ ಅವಳು ಶ್ರೀಮಂತ ಬದುಕಿಗಾಗಿ ಹೋರಾಟ ನಡೆಸುತ್ತಿದ್ದಳು. ಆದರೆ ಅದರಲ್ಲಿ ಪಡೆದದ್ದು ಎಷ್ಟೋ, ಕಳೆದುಕೊಂಡಿದ್ದೆಷ್ಟೊ?

ಹಾಟ್ ಬಾಕ್ಸ್‌ನಲ್ಲಿದ್ದ ಕ್ಯಾರಿಯರ್ ಕಡೆ ನೋಡಿದ. ಯಾಕೋ ಊಟ ಮಾಡಬೇಕೆನಿಸಲಿಲ್ಲ. ಈಗ ಆರಾಮಾಗಿ ಪಾರ್ಕ್‌ನಲ್ಲಿ ಕೂತು ಹರೀಶ್ ಜೊತೆ ತಿಂಡಿ ತಿನ್ನುತ್ತಿದ್ದ ಸುಮತಿಯ ಚಿತ್ರವೇ ಅವನ ಮನದಲ್ಲಿ ತುಂಬಿಕೊಂಡು ಕಗ್ಗೊಲೆ ನಡೆಸುತ್ತಿತ್ತು.

"ಊಟ ಆಯ್ತು?" ಸಿಗರೇಟನ್ನು ಅಷ್‌ಟ್ರೇನೊಳಕ್ಕೆ ಅದುಮುತ್ತ ಪ್ರಶ್ನಿಸಿದ "ಇಲ್ಲ, ನಾನು ಬ್ರೇಕ್‌ಫಾಸ್ಟ್ ನಂತರ ಮನೆ ಬಿಟ್ಟಿದ್ದು. ಕಾಫಿ ಕೂಡ ಕುಡ್ಯೋಕಾಗ್ಲಿಲ್ಲ" ಎಂದಳು ಸುಶೀಲ.

ನೇರವಾಗಿ ಅವಳತ್ತ ನೋಡಿ ಸಣ್ಣಗೆ ನಕ್ಕ. ಅವನ ಕಣ್ಣುಗಳನ್ನು ಮೋಸ ಮಾಡುವುದು ಸಾಧ್ಯವಿರಲಿಲ್ಲ. ಈಗಾಗಲೇ ಒಂದು ವಿಸಿಟ್ ಮುಗಿಸಿಕೊಂಡು ಬಂದಿದ್ದಳು. ಸುಶೀಲ, ಸುಮತಿ ಸಮ ವಯಸ್ಕರೇ, ಬಹುಶಃ ಒಂದಾರು ತಿಂಗಳು ಅಥವಾ ವರ್ಷ ಸುಮತಿ ದೊಡ್ಡವಳು ಇರಬಹುದು. ಅವಳಿಂದು ಅರೆ ಬಿರಿದ ಸುಂದರ ಮೊಗ್ಗು. ಸುಶೀಲ ಕಂದು ಬಣ್ಣಕ್ಕೆ ತಿರುಗಿದ ಹೂ.

ಆಫೀಸ್ ಬಾಯ್ ಒಳಗೆ ಬಂದ. "ಮೀಲ್ಸ್‌ಗೆ ರೆಡಿ ಮಾಡ್ಲಾ?" ನಮ್ರತೆಯಿಂದ ಕೇಳಿದ. "ಅಂತೂ ನಿನ್ಜೊತೆ ಊಟ ಮಾಡೋ ಭಾಗ್ಯ" ಸುಶೀಲ ಕಣ್ಣುಗಳು ಅರಳಿದಾಗ ನಿರಾಶೆ ಮಾಡಲಿಚ್ಛಿಸಲಿಲ್ಲ. ತಲೆದೂಗಿದ.

ಎಲ್ಲಾ ರೆಡಿ ಮಾಡಿದ ಮೇಲೆ ಕೈ ತೊಳೆದು ಟೇಬಲ್ ಮುಂದೆ ಕೂತು ಸುಶೀಲ ಬಡಿಸಲು ಮುಂದಾದಾಗ ತಡೆದ "ಬರೀ ಕಂಪೆನಿಸೇಕ್‌ಗೋಸ್ಕರ ಅಷ್ಟೇ" ಟೊಮ್ಯಾಟೋ

ಸೂಪ್ ಮಾತ್ರ ಹಾಕಿಕೊಂಡು ಇಡೀ ಕ್ಯಾರಿಯರ್‌ನ ಪಾತ್ರೆಗಳನ್ನು ಅವಳ ಮುಂದೆ ತಳ್ಳಿದ.

ಅವಳ ಊಟ ಮುಗಿಯುವವರೆಗೂ ಸೂಪ್ ಕುಡಿಯುತ್ತ ಕೂತಿದ್ದ.

"ಫೋನ್ ಮಾಡಿದ್ರಾ?" ಸಿಂಕ್‌ನಲ್ಲಿ ಕೈ ತೊಳೆದು ಬಂದು ಕೇಳಿದಳು. ಅವನ ಮುಖ ಬಿಗಿದುಕೊಂಡಿತು. "ಬಹುಶಃ ಅವುಗಳು ನೆಮ್ದಿಯಿಂದ ಇರಬೇಕಾದ್ರೆ, ಉಳಿದುಕೊಳ್ಳಬೇಕಾದ್ರೆ... ನಾರಾಯಣ್‌ನ ಅಲ್ಲಿಂದ ಖಾಲಿ ಮಾಡ್ಸಬೇಕು. ಇನ್ನು ಅಲ್ಲಿನ ಕೆಲ್ಸದ ಯೋಚ್ನೆ ಬಿಡು" ಅಸಮಾಧಾನಗೊಂಡಿದ್ದ.

ಆಫೀಸ್‌ಗೆ ಬರೋ ಮುನ್ನ ಅಲ್ಲಿನ ಮ್ಯಾನೇಜರ್ ವಿಶಾಲ್‌ನ ಸಂಪರ್ಕಿಸಿದಾಗ ಜಿಗುಪ್ಸೆಗೊಂಡವನಂತೆ ಹೇಳಿದ್ದ. "ಇಲ್ಲ ಸರ್, ಅವನನ್ನ ಏನಾದ್ರೂ ಎಂ.ಡಿ. ಇರಿಸಿಕೊಂಡರೆ ನಾವು ಸಾಮೂಹಿಕವಾಗಿ ಧರಣಿ ಹೂಡುತ್ತೀವಿ" ಉಪವಾಸ ಸತ್ಯಾಗ್ರಹ ಮಾಡ್ತೀವಿ. ನಮ್ಗೆ ನೆಮ್ದಿ ಬೇಕು. ನಮ್ಮ ನಮ್ಮಲ್ಲೇ ಸಹಕಾರ ಬೇಕು, ನಾರಾಯಣ್ ಇಲ್ಲಿರೋವರೆಗೂ ಅದೆಲ್ಲ ಸಾಧ್ಯವಿಲ್ಲ.

ಮತ್ತೇನು ಹೇಳದೇ ರಿಸೀವರ್ ಇಟ್ಟಿದ್ದ. ನಾರಾಯಣ್ ಆಯುಧ ಹಿಡಿದು ಕೊಲ್ಲುವಂಥ ಕಟುಕನಲ್ಲ. ಸೂಜಿಯಿಂದ ಚುಚ್ಚುತ್ತ ಸದಾ ನೋಯಿಸುವ ವ್ಯಕ್ತಿ. ಅವನಿದ್ದ ಕಡೆ ಶಾಂತಿ. ಸಮಾಧಾನಕ್ಕೆ ಕೊರತೆ.

ತನ್ನ ಸೀಟಿಗೆ ಬಂದವನೇ ಸಿಗರೇಟು ಹಚ್ಚಿದ. ಯಾಕೋ ಅವನಿಗೆ ಸುಮತಿ ಎದುರು ಸಿಗರೇಟು ಹಚ್ಚಲು ಕಸಿವಿಸಿ ಹೆದರಿಕೆಯೇ? ಅದಕ್ಕೆ ಕಾರಣವಿರಲಿಲ್ಲ. ಆನಂದರಾಯರು ಸಹಾಯ, ಸಹಕಾರ ನೀಡಿರಬಹುದು. ಆದರೆ ಸಾಲವೆಂದು ಏನೂ ಪಡೆದಿರಲಿಲ್ಲ. ಕೃತಜ್ಞತೆ ಅವನೆದೆಯಾಳದಲ್ಲಿ ಇತ್ತೇ ವಿನಹ ತಾತ. ಮೊಮ್ಮಗಳು ಅದನ್ನು ನಿರೀಕ್ಷಿಸಿರಲಿಲ್ಲ. ಅದು ಅವರಿಗೆ ಇಷ್ಟವೂ ಇಲ್ಲ.

"ಈಗೇನ್ಮಾಡ್ಲಿ?" ಅವನೆದುರು ಬಂದು ಕೂತಳು ಸುಶೀಲ. ಆರಾಮಾಗಿ ಇಬ್ಬರೂ ಕೂಡಿಯೇ ಕೆರೆಗೋ, ಬಾವಿಗೋ ಹಾರಿಕೊಳ್ಳಿ. ಬೇರೆಯವ್ರಿಗೆ ನಿಶ್ಚಿಂತೆ" ಕನಲಿದ.

ಆಮೇಲೆ ಏನೋ ನೆನಪಿಸಿಕೊಂಡು ನಕ್ಕ. "ನಾರಾಯಣ್ ತಾನು ಸುತ್ತಲೂ ಕೆಲವರಿಗಾದರೂ ತೊಂದರೆಯನ್ನುಂಟು ಮಾಡ್ತಾನೆ. ಅವನ ಸಾವು ಕೂಡ ಭಯವೇ" ಗಂಡನ ಕುತ್ಸಿತ ಬುದ್ಧಿ ಗೊತ್ತಿದ್ದರಿಂದ ಅವಳು ಮರುನುಡಿಯಲಾರದೆ ಹೋದಳು.

ಈಗ ಇನ್ನೊಂದು ರೀತಿಯಲ್ಲಿ ಪರೀಕ್ಷಿತ್ ಯೋಚಿಸುತ್ತಿದ್ದ. ಅಲ್ಲಿ ಹೋಗಿ ಸುಮತಿ ಉಳಿದರೂ ನಾರಾಯಣ್ ನೊಂದು ತಲೆನೋವಾಗಿಬಿಟ್ಟರೇ 'ರೆ'ಯೇನು, ಆಗಿಯೇ ಆಗುತ್ತಾನೆ! ಮನದಟ್ಟು ಮಾಡಿಕೊಂಡು.

ಇಷ್ಟೊತ್ತಿಗೆ ಸುಶೀಲ, ಸುಮತಿಯ ಬಗ್ಗೆ ನೆನಪಿಸಿಕೊಂಡಳು "ಸುಮತಿ ಎಲ್ಲಿ?" ವಾಚ್ ಕಡೆ ನೋಡಿ ಕಾಲಿಂಗ್ ಬೆಲ್ ಒತ್ತಿ "ಮ್ಯಾನೇಜರ್ ರೂಮು ತೋರಿಸು" ಎಂದ.

ಬಂದ ಸುಶೀಲ ಸುಮತಿಯ ಕೋಣೆ ನೋಡಿ ದಂಗಾದಳು. ಆ ಸೀಟು ತೀರಾ

ಅನುಭವವಂತರಿಗೆ ಸಿಗಬಹುದಾದುದ್ದು. ಅವಳಲ್ಲಿದ್ದ ಜಲಸಿ ಪ್ರಶ್ನಿಸಿತು. 'ಸುಮತಿಗೆ ಆ ಅರ್ಹತೆ ಇದೆಯೆ? ಗೆಳೆತನದ ಮಿಂಚು ಹೌದೆಂದು' ಸಮರ್ಥಿಸಿಕೊಂಡಿತು.

"ಹಲೋ.....ಸುಮತಿ...." ಅವಳ ಸ್ವರ ಕಂಪಿಸಿತು. ಬರೆಯುತ್ತಿದ್ದ ಅವಳು ತಲೆಯೆತ್ತಿದ್ದಳು. ಹಸನ್ಮುಖಳಾದಳು "ಬಾ...ಬಾ.....ಕುತ್ಕೋ" ಸೀಟಿನತ್ತ ಕೈ ತೋರಿಸಿದಳು "ಇದೇನು ಇಲ್ಲಿಗೆ ಬಂದಿದ್ದು? ಪರೀಕ್ಷಿತ್‌ನ ನೋಡೋಕೆ ಬಂದಿದ್ಯಾ?" ಸಹಜವಾಗಿ ಕೇಳಿದರೂ, ಈ ಪ್ರಶ್ನೆಗಳ ಅಗತ್ಯ ಇರಲಿಲ್ಲವೆನಿಸಿತು ಅವಳಿಗೆ.

ಸುಶೀಲ ಕೂತು ಅವಳನ್ನೇ ನೋಡಿ ಕಣ್ಣೀರು ಸುರಿಸಿ ತಾನೇ ಒರೆಸಿಕೊಂಡಳು 'ಗ್ರೇಟ್ ಟ್ರ್ಯಾಜಿಡಿ, ತಾತ ಇಷ್ಟು ಬೇಗ ಸಾಯ್ತಾರೆ ಅಂದ್ಕೊಂಡಿರಲಿಲ್ಲ. ನಂಗೆಲ್ಲ ತಿಳೀತು. ನಿಂಗೆ ಅನ್ಯಾಯ ಮಾಡ್ಬಿಟ್ರು!" ದುಃಖ ವ್ಯಕ್ತಪಡಿಸಿದಳು.

"ಷಟಪ್, ಈ ಮಾತುಗಳ ಅಗತ್ಯವಿರಲಿಲ್ಲ. ಟ್ರ್ಯಾಜಿಡಿ, ಅನ್ಯಾಯ ಅವೆಲ್ಲ ಏನಿಲ್ಲ. ತಾತನಿಗೆ ವಯಸ್ಸಾಗಿತ್ತು. ಹೆಚ್ಚು ದಿನ ತಡೆಯಲಿಲ್ಲ, ಅವರ ಹೃದಯ ಈ ಟೆನ್ಷನ್‌ನ... ಇನ್ನ ಅನ್ಯಾಯ ಯಾರಿಗೆ? ಅವರ ಕನಸಿನಲ್ಲಿ ಕೂಡ ಬೇರೆಯವ್ರ ಬಗ್ಗೆ ಹಾಗೆ ಭಾವಿಸಲಾರರು. ಇನ್ನ......ನನ್ನ.......ಬಗ್ಗೆ ಗಂಭೀರ ನಗೆ ಬೀರಿದಳು.

"ನೀನು ......ಹೇಗಿದ್ದೀಯಾ?" ಎನ್ನುತ್ತಲೇ ಕಾಫಿ ತರಿಸಿಕೊಟ್ಟವಳು. "ಇದು ಆಫೀಸ್ ಅವರ್ಸ್. ಐದರ ನಂತರ ಸಿಕ್ಕರೆ ಮಾತಾಡೋಣ" ಹೋಗುವಂತೆ ಹೇಳಿದಂತಾಯಿತು. ಅವಳು ಬಂದ ಕೆಲಸವೇ ಮುಗಿದಿರಲಿಲ್ಲ. ಪರೀಕ್ಷಿತ್ ಪ್ರಶ್ನಿಸಬಹುದು. ಇನ್ನು ನಾರಾಯಣ್ ವಿಷಯ ಯಾವುದೇ ತೀರ್ಮಾನವಾಗಿರಲಿಲ್ಲ.

"ಮಾತಾಡೋದಿದೆ........ವೆಯಿಟ್ ಮಾಡ್ತೀನಿ" ಹೊರಗೆ ಹೋದಳು.

ಪರೀಕ್ಷಿತ್ ಇಬ್ಬರೂ ಜೊತೆಯಾಗಿಯೇ ಬರುವರೆಂದು ನಿರೀಕ್ಷಿಸಿದ್ದು ತಪ್ಪಾಯಿತು. ಸುಶೀಲ ಮಾತ್ರ ಬಂದಳು.

"ಆಫೀಸ್ ಅವರ್ಸ್ ಅಂದ್ಳು. ಏನು ಮಾತಾಡೋಕೆ ಆಗ್ಲಿಲ್ಲ" ಸುಶೀಲ ಮುಖ ಸಪ್ಪಗೆ ಮಾಡಿಕೊಂಡಳು.

"ಹೇಗಿದ್ದಾಳೆ ನಿನ್ನ ಫ್ರೆಂಡ್? ಅವಳ ಮುಖದ ಫಳಫಳ ಹೊಳೆಯುವ ಆತ್ಮವಿಶ್ವಾಸ ನೋಡೋದೇ ಚೆನ್ನ. ದೈಹಿಕವಾಗಿ ಸ್ವಲ್ಪ ಬಡವಾಗಿದ್ದರೂ, ಮಾನಸಿಕವಾಗಿ ಸದೃಢಳಾಗಿದ್ದಾಳೆ" ಹೊಗಳಿಕೊಂಡ. ಯಾರ ಮುಂದಾದರೂ ಹೇಳುವುದು ಅವನಿಗೆ ಬೇಕಿತ್ತು.

ಸ್ವಲ್ಪ ಇರುಸು ಮುರುಸಾಯಿತು ಅವಳಿಗೆ. ಹಿಂದೆ ಸುಮತಿಯನ್ನ ಅವನು ಪ್ರೀತಿಸುತ್ತಿದ್ದ ಎನ್ನುವುದು ಅವಳಿಗೆ ಗೊತ್ತು. ಆದರೆ ಅವಳನ್ನ ಸಮೀಪಿಸುವುದು ಕೂಡ ಪರೀಕ್ಷಿತ್‌ನಿಂದ ಆಗದ ವಿಷಯವಾಗಿತ್ತು. ಈಗ...

ಅರಿತವಳಂತೆ ನಕ್ಕಳು "ಅಂತೂ ಸುಮತಿ ನಿನ್ನ ಕೈಗೆ ಅನಾಯಾಸವಾಗಿ ಸಿಕ್ಳು. ಯೂ ಆರ್ ಲಕ್ಕಿ. ನೀನು ಬಯಸಿದ್ದು ಶ್ರೀಮಂತ ಆನಂದರಾಯರ ಮೊಮ್ಮಗ್ಳು ಸುಮತಿನ.

ಈಗ ಅವ್ರಿಗೆ ಏನಿಲ್ಲ. ಹೊಟ್ಟೆಪಾಡಿಗಾಗಿ ನೌಕರಿ ಮಾಡೋ ಸ್ಥಿತಿ" ಎಂದಳು.

ಪರೀಕ್ಷಿತ್‌ನ ಮೈನ ರಕ್ತವೆಲ್ಲ ಮುಖಕ್ಕೆ ನುಗ್ಗಿತು. ಕಣ್ಣಲ್ಲಿ ಕೆಂಡಗಳು ಹರಿದಾಡಿದವು.

"ಯೂ...." ಹಲ್ಮುಡಿ ಕಚ್ಚಿ ಅಬ್ಬರಿಸಿದನು. "ಗೆಟ್ ಔಟ್.... ನನ್ನ ಕೋಪ ಮುಗಿಲು ಮುಟ್ಟೋದ್ಬೇಡ" ಗುಡುಗಿದ.

ತೆಪ್ಪಗೆ ಸುಶೀಲ ಎದ್ದು ಹೊರಗೆ ನಡೆದಳು. ಹಿಂದೆ ಸುಮತಿಯನ್ನ ಇಷ್ಟಪಡುತ್ತಿದ್ದ ಬುದ್ಧಿವಂತಿಕೆಯ ಲಕ್ಷಣ. ಇಂದು.... ಪರೀಕ್ಷಿತ್‌ನ ಅದೃಷ್ಟ ಸರಿಯಿಲ್ಲವೆನಿಸಿತು. ಅವನು ಮದುವೆಯಾಗಲು ಇಷ್ಟಪಟ್ಟರೆ ಲಕ್ಷಾಂತರ ಆಸ್ತಿಯೊಂದಿಗೆ ಮಾಲೆ ಹಾಕಲು ಹೆಣ್ಣುಗಳು ಸಿಕ್ಕುತ್ತಿದ್ದರು.

ಹೊರಗೆ ವರಾಂಡದಲ್ಲಿ ಕೂತು ಕಾದೇ ಕಾದಳು ಸುಶೀಲ. ಐದರ ನಂತರವೇ ಸುಮತಿ ಹೊರಗೆ ಬಂದಿದ್ದು. ಕಣ್ಣರಳಿಸಿದಳು.

"ಅರೇ, ಇದ್ವರ್ಗೂ ಕಾದೆಯಾ! ಹೇಗೂ ಭೇಟಿಯಾಗಿದ್ವಿ. ಇನ್ನೊಂದು ದಿನ ಮೀಟ್ ಆಗ್ಬಹುದಿತ್ತು!" ಗಂಟೆಗಟ್ಟಲೆ ಕಾದ ಗೆಳತಿಯ ಬಗ್ಗೆ ಅವಳಿಗೆ ಸಹಾನುಭೂತಿ.

ಇಬ್ಬರೂ ಜೊತೆಯಾಗಿಯೇ ಹೊರಬಂದರು. ಅಷ್ಟರೊಳಗೆ ಹೊರ ಬಂದ ಪರೀಕ್ಷಿತ್ ಅವರುಗಳತ್ತ ನೋಡದೆಯೇ ಕಾರು ಹತ್ತಿದ. ಅವರ ಮುಂದೆಯೇ ವೇಗವಾಗಿ ಹಾದು ಹೋಯಿತು.

ಸುಶೀಲಗೆ ಅಚ್ಚರಿಯಾಯಿತು. "ಪರೀಕ್ಷಿತ್ ತುಂಬ ಬದಲಾಗಿದ್ದಾನೆ. ನಿಂಗೆ ಧರ್ಮಕ್ಕೇನಾದ್ರೂ ಕೆಲ್ಸ ಕೊಟ್ಟಿದ್ದಾನ? ನಿಮ್ಮ ತಾತ ಸಹಾಯ ಮಾಡದಿದ್ರೆ... ಅವ್ನ ನಮ್ಮಂಗೆ ಇರಬೇಕಿತ್ತು." ಕಹಿ ಕಕ್ಕಿದಳು. ಸುಮತಿಗೆ ಸರಿಯೆನ್ನಿಸಲಿಲ್ಲ.

"ಛೆ, ಪರೀಕ್ಷಿತ್ ಮೊದ್ಲು ಇದ್ದಂಗೆ ಇದ್ದಾನೆ. ಧರ್ಮ, ಕೃತಜ್ಞತೆ ಯಾವ್ದು ಇಲ್ಲ. ನನ್ನ ಕ್ವಾಲಿಫಿಕೇಷನ್ ನೋಡೇ ಕೆಲ್ಸ ಕೊಟ್ಟಿದ್ದಾನೆ. ಎಕ್ಸ್‌ಪೀರಿಯನ್ಸ್ ಇಲ್ಲದೇನೇ ನನ್ನ ಸೀಟು ಮೇಲೆ ಕೂಡಿಸಿದ್ದಾನೆ. ಅದು ನನ್ನ ಬಗ್ಗೆ ಅವನು ತೋರಿಸಿದ ರಿಯಾಯಿತಿ" ಮನ ತುಂಬಿ ನುಡಿದಳು ಸುಮತಿ. ಅಂದು ಆ ಪರಿಸ್ಥಿತಿಯಲ್ಲಿ ಅವನನ್ನು ನೋಡಿದಾಗ ಅವಳಿಗೆ ನೋವಾಗಿತ್ತು. ಆದರೆ ಅಸಹ್ಯಿಸಿಕೊಂಡಿರಲಿಲ್ಲ. ಇಂದು ಕೂಡ ಅದೇ ಸ್ನೇಹಮಯ ಮಾತು, ನಗು, ನಾಟಕೀಯತೆ ಅವನ ಬಳಿ ಸುಳಿಯದು.

"ಹೇಗಿದ್ದೀಯಾ?" ಅವಳನ್ನ ಅಡಿಯಿಂದ ಮುಡಿಯವರೆಗೂ ನೋಡಿದಳು. ಸ್ಲಿಮ್ ಅಂಡ್ ಟ್ರಿಮ್ ಅಡ್ವರ್ಟೈಸ್‌ಮೆಂಟಿಗೆ ಸರಿಯಾಗಿದ್ದಳು. "ಸ್ವಲ್ಪ ತೆಳ್ಳಗಾಗಿದ್ದೀಯಾ? ಹೆಲ್ತ್ ಸೆಂಟರ್‌ಗೆ ಹೋಗ್ತೀಯಾ? ಏನೋ ಮಾತಾಡಬೇಕಲ್ಲ" ಎಂದು ಕೇಳಿದಳು. ಅದು ತಮ್ಮಿಬ್ಬರ ಮಧ್ಯದ ಬಿಗುವು ಕಡಿಮೆ ಮಾಡೀತೆಂಬ ನಂಬಿಕೆ.

"ಐ ಯಾಮ್ ಸೋ... ಸಾರಿ, ಪ್ಲೀಸ್, ನೀನು ಎಕ್ಸ್‌ಕ್ಯೂಜ್ ಮಾಡ್ಲೇ ಬೇಕು." ಸುಶೀಲ ಅವಳ ಕೈ ಹಿಡಿದಾಗ ಬಿಡಿಸಿಕೊಂಡಳು. "ಅದೇನು ಅಗತ್ಯವಿಲ್ಲ. ಮಾಮೂಲಿ

ಯಾಗಿ ಮಾತಾಡು" ಆಜ್ಞಾಪಿಸಿದಂತಿತ್ತು.

ಬಸ್‌ಸ್ಟಾಪ್ ಬಂದ ಕೂಡಲೇ ಸುಮತಿ ನಿಂತಳು. "ನಾನು ಇಲ್ಲಿಂದಲೇ ಬಸ್ಸು ಹತ್ತಬೇಕು. ನೀನು ಎಲ್ಲಿ?" ಕೇಳಿದಳು. ಈಗ ಅವಳನ್ನ ಆಹ್ವಾನಿಸಬೇಕೆನಿಸಲಿಲ್ಲ. ಸುಮತಿಗೆ.

"ನಾನು ಬರ್ತೀನಿ, ಆಟೋದಲ್ಲೇ ಹೋಗೋಣ" ಮೊದಲು ಅನುಮಾನಿಸಿದರೂ "ಆಯ್ತು....." ಕ್ಯೂ ಬಿಟ್ಟು ಪಕ್ಕಕ್ಕೆ ಬಂದಳು.

ಇಬ್ಬರೂ ಆಟೋ ಹತ್ತಿದರು. ದಾರಿಯಲ್ಲಿ ಏನೋ ಮಾತನಾಡಲು ಯತ್ನಿಸಿ ಸುಮ್ಮನಾದಳು ಸುಶೀಲ. ಅವಳ ಮುಂದೆ ಅಳುಕುತ್ತಿದ್ದಳು.

ಆಟೋ ನಿಂತಾಗ ಮೊದಲು ಇಳಿದ ಸುಮತಿನೇ ದುಡ್ಡು ಕೊಟ್ಟಳು. ಗೆಳತಿಯ ಕಂಜ್ಯೂಸ್‌ತನ ಅವಳಿಗೆ ಗೊತ್ತು. ಅವಳ ಪರ್ಸ್‌ನಲ್ಲಿ ಒಂದು ಇದ್ದಾಗಲೂ ಅಷ್ಟೆ, ನೂರು ಇದ್ದಾಗಲೂ ಅಷ್ಟೆ. ಅಕಸ್ಮಾತ್ ಎರಡು ರೂಪಾಯಿ ಖರ್ಚಾದರೆ ಸುಶೀಲಾಗೆ ರಾತ್ರಿ ನಿದ್ದೆ ಬರದು. ಬೇರೆಯವರ ಹಣದಲ್ಲೇ ಅವಳು ಎಂಜಾಯ್ ಮಾಡುವುದು.

"ಇಲ್ಲಿದ್ದೀಯಾ....?" ದೊಡ್ಡ ಕಾಂಪೌಂಡ್‌ನಲ್ಲಿದ್ದ ಔಟ್‌ಹೌಸ್‌ನ ನೋಡಿ ರಾಗ ಎಳೆದಳು. "ಇದೇನು ಕಾಡಾ?" ಪ್ರತಿಕ್ರಿಯಿಸುತ್ತಲೇ ಗೇಟು ತೆರೆದುಕೊಂಡು ಒಳಗೆ ನಡೆದಳು. ಸುಶೀಲ ಮುಖ ಸಣ್ಣಗೆ ಮಾಡಿದಳು.

ಆನಂದರಾಯರ ಮೊಮ್ಮಗಳು, ಪ್ರಖ್ಯಾತ ಷೇರು ಮಾರ್ಕೆಟ್‌ನ ಅಧಿಪತಿಯೆಂದೇ ಹೆಸರಾದ ಬ್ರಹ್ಮಾನಂದರಾಯರ ಭವ್ಯ ಬಂಗಲೆಯಲ್ಲೇ ಇದ್ದಿದ್ದು. ಅವಳ ತಂದೆಯ ಕಾಲದಲ್ಲಿ ಕಟ್ಟಲ್ಪಟ್ಟ ಶ್ರೀಮಂತ ಭವನದಲ್ಲಿ ವಾಸಿಸುತ್ತಿದ್ದವಳು. ಈ ದಿನ.. ಮುಖ ತಿರುಗಿಸು ವಂತಾಯಿತು ಸುಶೀಲಾಗೆ ಹೇಗಿದ್ದಾಳೆ? ತನ್ನಲ್ಲೇ ಪ್ರಶ್ನಿಸಿಕೊಂಡಳು.

ಬೀಗ ತೆಗೆದು ಒಳಗೆ ನಡೆದಳು. ಸುಶೀಲ ಮುಜುಗರದಿಂದ ಒಳಗಡಿ ಇರಿಸಿದ್ದರೂ ಅಚ್ಚುಕಟ್ಟಾಗಿತ್ತು. ಸಾಧಾರಣ ವಾಲ್‌ಸ್ಟಾಂಡ್‌ಗೆ ತಗುಲಿ ಹಾಕಿದ್ದ ಷರಟುಗಳನ್ನು ನೋಡಿ ತಬ್ಬಿಬ್ಬಾದಳು.

"ಕೂತ್ಕೋ...." ಇದ್ದ ಒಂದು ಛೇರ್‌ನ ಮೇಲೆ ಕೂಡಿಸಿ ಒಳಗಿನಿಂದ ನೀರು ತಂದು ಕೊಟ್ಟಳು "ಮೊದ್ಲು, ನೀರು ಕುಡಿದು ಸುಧಾರಿಸ್ಕೋ" ಮಂಚದ ಮೇಲೆ ಕೂತಳು.

ಬಹಳ ಕಷ್ಟದಿಂದಲೇ ಇಡೀ ಲೋಟದ ನೀರು ಕುಡಿದಿಟ್ಟಳು "ಇಲ್ಲಿ ಯಾರಿದ್ದಾರೆ?" ಗೆಳತಿಯ ಕಣ್ಣುಗಳಲ್ಲಿನ ಕುತೂಹಲ ನೋಡಿ ಮುಗುಳ್ನಕ್ಕಳು "ಹರೀಶ್ ಇದ್ದಾರೆ. ಅವ್ರು ಟ್ಯಾಕ್ಸಿ ಡ್ರೈವರ್ . ನನ್ನ ಫ್ರೆಂಡ್, ಆತ್ಮೀಯ ಬಂಧು, ವೆಲ್ ವಿಷರ್. ಇನ್ನೇನು ಪ್ರಶ್ನೆಗಳು ಇಲ್ಲ ತಾನೇ?"

ಸುಶೀಲ ಮುಖ ಗೋಡೆಯ ಬಿಳುಪಿಗೆ ತಿರುಗಿತು. ಮಾತುಗಳನ್ನು ಅರಗಿಸಿಕೊಳ್ಳಲು ಕಷ್ಟಪಟ್ಟಳು.

"ಅವ್ರು ನಿಂಗೆ ಹೇಗೆ ಗೊತ್ತು?" ಉಗುಳು ನುಂಗಿದಳು ಸುಶೀಲ. "ನಿನ್ನ ಹಾಗೇನೇ!

ನೀನು ನನ್ನ ಮೊದಲ ಸಲ ಭೇಟಿಯಾದದ್ದು ಅಂತಹ ವಿಶೇಷ ಸಂದರ್ಭವೇನು ಅಲ್ಲ" ನಯವಾಗಿ ಬಾಯಿ ಮುಚ್ಚಿಸಿದಳು.

ಆಮೇಲೆ ನಿಧಾನವಾಗಿ ಮಾತಿನ ಮಧ್ಯೆ ತನ್ನ ಪ್ರಪೋಸಲ್‌ನ ಅವಳ ಮುಂದಿಟ್ಟಳು. "ನಾವಿಬ್ರೂ ಎಷ್ಟು ಸ್ನೇಹಿತರಾಗಿದ್ವಿ. ಈಗ ಎಲ್ಲೆಲ್ಲೋ ಯಾಕಿರಬೇಕು? ನನ್ನ ಮನೆಗೆ ಬಂದ್ಬಿಡು"

ಸುಮತಿ ಮುಖ ಮತ್ತಷ್ಟು ಗಂಭೀರವಾಯಿತು. ಅವಳು ಮತ್ತು ಪರೀಕ್ಷಿತ್‌ನ ನೆನಪಿನಿಂದಲೂ ಅವಳೂ ಒಂಟಿಯಾಗಿ ಇಲ್ಲಿಗೆ ಬಂದು ಕತ್ತಲೆಯ ರಾತ್ರಿಯಲ್ಲಿ ಅವರ ಮನೆಯ ಬಾಗಿಲನ್ನ ತಟ್ಟಿದ್ದಳು. ಅಂದೇ ಕುಸಿದಿತ್ತು. ಅವಳ ನಿರ್ಧಾರ. ಮತ್ತೆ ಮರುಕಳಿಸದು.

"ಪ್ಲೀಸ್, ನೀನು ಬರಲೇಬೇಕು!" ತೀರಾ ಅವಳ ಪಕ್ಕದಲ್ಲೇ ಕೂತು ಕೈ ಹಿಡಿದುಕೊಂಡಳು. "ಒಂದೇ ಊರು, ಆಗಾಗ ಭೇಟಿ ಮಾಡ್ತಾ ಇರ್ತೀವಲ್ಲ, ಅಷ್ಟು ಸಾಕು. ನಂಗೇ ಇಲ್ಲೇ ಆರಾಮಾಗಿದೆ" ಎಲ್ಲಕ್ಕೂ ತೆರೆ ಹಾಕಿಬಿಟ್ಟಳು ಸುಮತಿ.

ಪರೀಕ್ಷಿತ್‌ನ, ಅವಳ ಮೇಲಿನ ಪ್ರೇಮ ಸುಶೀಲಾಗೆ ಗೊತ್ತು. ತನ್ನ ಸಂಸಾರದ ಬಗ್ಗೆ ಒಂದಿಷ್ಟು ಮೃದುವಾಗಲು ಇದು ಸಾಕಿತ್ತು. ನಾರಾಯಣ್ ಅಂಥ ವ್ಯಕ್ತಿಯ ಉಸಿರು ಕೂಡ ಸುಮತಿಯ ಬಳಿ ಸುಳಿಯದು. ಒಂದು ಗಟ್ಟಿ ನಿರ್ಣಯಕ್ಕೆ ಬಂದಳು.

ಗೆಳತಿಯ ಎರಡು ಕೈಗಳನ್ನು ಭದ್ರವಾಗಿ ಹಿಡಿದುಕೊಂಡಳು. "ನನ್ನ ಮನಸ್ಸಿಗೆ ತುಂಬ ನೋವಾಗುತ್ತೆ. ಅಲ್ಬಂದು ಇದ್ಬಿಡು. ನೀನು ಒಪ್ಪಿಕೊಳ್ಳೇ ಬೇಕು" ತೀರಾ ಎಮೋಷನಲ್ ಆಗಿ ವರ್ತಿಸಿದಳು.

"ಸದ್ಯಕ್ಕೆ ಆ ಮಾತು ಇಲ್ಲ. ಮುಂದೆ ನೋಡೋಣ" ನಿರ್ದಾಕ್ಷಿಣ್ಯವಾಗಿ ತಳ್ಳಿ ಹಾಕಿದಳು. ಇದು ಅವಳ ಒಳ ಪದರದಿಂದ ಬಂದ ಮಾತುಗಳಲ್ಲವೆಂದು ಸುಮತಿಗೆ ಗೊತ್ತು.

ಸುಶೀಲಾಳ ಮಾತುಗಳೆಲ್ಲ ಅವಳಿಗೆ ನಾಟಕದ ಡೈಲಾಗ್‌ಗಳಂತೆ ಅನಿಸುತ್ತಿತ್ತು. ಅವಳ ಮುಖದ ಭಾವಗಳನ್ನ ಸುಲಭವಾಗಿ ಓದಬಲ್ಲಳು. ಅಲ್ಲಿ ಕಿಂಚಿತ್ ಸ್ನೇಹದ ಸಿಂಚನವಿರಲಿಲ್ಲ.

ಸೋಲೊಪ್ಪಿಕೊಂಡರೂ ಒಂದು ರೀತಿಯಲ್ಲಿ ಬಳಸಿಕೊಳ್ಳಲು ನಿರ್ಧರಿಸಿದಳು. ನಾರಾಯಣ್ ಕೆಲಸ ಹೋಗುವುದಂತೂ ಕಾಯಂ. ಆಮೇಲಿನ ದಿನಗಳನ್ನು ನೆನಸಿಕೊಂಡರೆ ಅವಳಿಗೆ ಭಯ.

"ಹೋಗ್ಲೀ, ಒಂದು ಹೆಲ್ಪ್ ಮಾಡು. ನನ್ನವ್ರು ತುಂಬ ಪ್ರಾಮ್ಟ್. ಆ ಕಂಪನಿ ಜನಕ್ಕೆ ತುಂಬ ಜಲಸಿ. ಅವ್ರೆಲ್ಲ ಸೇರಿ ಗೂಬೆ ಕೂಡಿಸಿ ಅವರನ್ನು ಸಸ್ಪೆಂಡ್ ಮಾಡಿದ್ದಾರೆ. ಹೇಗೂ ನೀನು ಮ್ಯಾನೇಜರ್. ಪರೀಕ್ಷಿತ್‌ಗೆ ಹೇಳಿ ಅಲ್ಲೇ ಒಂದು ಕೆಲ್ಸ ಕೊಡ್ಸು" ದುಂಬಾಲು ಬಿದ್ದಳು.

ಹಿಂದಿನ ದಿನಗಳಲ್ಲಿ ಒಪ್ಪಿಕೊಳ್ಳುತ್ತಿದ್ದಳೇನೋ, ಈಗ ಸಮ್ಮತಿಸಲಾರಳು. ಪರೀಕ್ಷಿತ್ ಕೆಲಸ ಕೊಟ್ಟಿದ್ದ. ಆ ಬಗ್ಗೆ ಅವಳಿಗೆ ಕೃತಜ್ಞತೆ ಇತ್ತು. ಆದರೆ ಅವನ ಸ್ನೇಹ ಯದ್ವಾತದ್ವಾ

ಬಳಸಿಕೊಳ್ಳಲು ಅವಳಿಗಿಷ್ಟವಿಲ್ಲ.

"ಸಾರೀ ಸುಶೀ, ಈ ವಿಷ್ಯದಲ್ಲಿ ನಾನೇನು ಹೇಳ್ಲಾರೆ. ಅಲ್ಲಿ ಯಾವ್ದೇ ವೇಕೆನ್ಸಿ ಇಲ್ಲ. ಕ್ರಿಯೇಟ್ ಮಾಡಿ ಕೊಡ್ಬೇಕೆಂದುಕೊಂಡರೇ... ಅದು ಪರೀಕ್ಷಿತ್ ಒಬ್ಬ ಮಾಡ್ಬಹುದ್ದು. ಅವನನ್ನೇ ವಿಚಾರಿಸು" ಕೈ ಚೆಲ್ಲಿದಳು.

ಆದರೆ ಸುಶೀಲ ಅಷ್ಟಕ್ಕೇ ಬಿಡಲಿಲ್ಲ. ಈ ವಿಷಯದಲ್ಲಿ ತನಗೆ ಸಹಾಯ ಮಾಡಬೇಕೆಂದು ದುಂಬಾಲು ಬಿದ್ದಳು.

"ನೋಡ್ತೋಣ, ನನ್ನ ಬಗ್ಗೆ ಮಾತ್ರ ಭರವಸೆ ಇಟ್ಕೋಬೇಡ" ತನ್ನ ನಿರ್ಣಯ ಅಚಲವೆನ್ನುವಂತೆ ಉಸುರಿದಳು.

ಹೊರಟು ನಿಂತಾಗ ಪರ್ಸ್‌ನಿಂದ ಹತ್ತರ ನೋಟು ತೆಗೆದು ಅವಳ ಕೈಯಲ್ಲಿಟ್ಟಳು. "ಸದ್ಯಕ್ಕೆ ನಿನ್ನ ಡ್ರಾಪ್ ಮಾಡ್ಲಾರೆ. ನಿಂಗೆ ಹೇಗೆ ಅನ್ಕೂಲವೋ ಹಾಗೆ ಹೋಗು."

ಸುಶೀಲಾಗೆ ಪೆಚ್ಚೆನಿಸಿದರೂ ಆ ನೋಟನ್ನು ಹಿಂದಿರುಗಿಸಲು ಮನಸ್ಸಾಗಲಿಲ್ಲ. ಅವಳ ಪಾಲಿಗೆ ಇಡೀ ಜಗತ್ತು ಹಣಮಯ. ಎಲ್ಲಾ ಸೌಲಭ್ಯಗಳಿಗೂ ಹಣ ಬೇಕು. ಅದನ್ನ ಸಂಪಾದಿಸಿದರೂ, ಯಾವ ರೀತಿಯಿಂದ ಬಂದರೂ ಹಣವೇ.

"ಏನೂ ಬೇಕಿರಲಿಲ್ಲ!" ಎನ್ನುತ್ತಲೇ ಪರ್ಸ್‌ಗೆ ಸೇರಿಸಿದಳು. "ಕೆಲ್ಸದ ಬಗ್ಗೆ ಮಾತಾಡು. ಪರೀಕ್ಷಿತ್ ಏನೇನೋ ಹೇಳ್ತಾನೆ. ನಂಬಿಬಿಡ್ಬೇಡ" ಅದನ್ನು ತಿಳಿಸಿ ಹೋದಳು.

ಸುಮತಿ ಒಳಗೆ ಬಂದವಳೇ ಒಂದು ಕಡೆ ಕೂತಳು. ಸುಶೀಲನ ನಿಂದಿಸಲಾರಳು. ಅವಳ ಸ್ವಭಾವ, ವರ್ತನೆ, ನಡವಳಿಕೆಗಳಿಗೆ ಬೆಳೆದ ಪರಿಸರ, ಪ್ರಭಾವ ಬೀರಿದ ಘಟನೆಗಳು ಕಾರಣವೆಂದುಕೊಂಡಳು.

ಎದ್ದು ಕಸ ಬಳಿದು ಅನ್ನಕ್ಕೆ ಇಟ್ಟಳು. ಹರೀಶ್ ಏನು ಅಂದರೂ ಹತ್ತಕ್ಕೆಲ್ಲ ಮನೆಗೆ ಬರುತ್ತಿದ್ದ. ತರಕಾರಿ ಸಾಮಾನು ಹೊತ್ತು ಬರುತ್ತಿದ್ದ. ಆಗ ಕೂಡ ಅವನ ಮುಖದಲ್ಲಿ ಬಳಲಿಕೆ ಇರುತ್ತಿರಲಿಲ್ಲ. ತುಂಬು ಉತ್ಸಾಹದ ಪ್ರತಿನಿಧಿ ಅವನು.

ಆದರೆ ಇಂದು ಬಂದ ಹರೀಶ್ ಚಿಂತಿತನಾಗಿದ್ದ. "ಯಜಮಾನ್ರ ಮನೆ ನಾಗರಾಜು ಎಲ್ಲೋ ಹೋಗ್ಬಿಟ್ಟಿದ್ದಾನೆ. ಆ ಜನರ ಗೋಳು ನೋಡೋಕಾಗೋಲ್ಲ" ಎಂದ. ತಟ್ಟನೇ ಮಾಮೂಲಿ ಸ್ಥಿತಿಗೆ ಮರಳಿದ.

"ಮೇಡಮ್... ಇವೆಲ್ಲ ನಿಮಗಾಗಿ" ಒಂದು ನಾಲ್ಕು ಇಂಗ್ಲಿಷ್ ಮ್ಯಾಗಝೀನ್‌ಗಳನ್ನು ತಂದು ಅವಳ ಕೈಗೆ ಕೊಟ್ಟ "ನಂಗೆ ಹೆಡ್ಡಿಂಗ್ಸ್ ಓದೋದು ಕೂಡ ಕಷ್ಟವಾಯ್ತು" ಮುಕ್ತವಾಗಿ ನಕ್.

ಮ್ಯಾಗಝೀನ್ ಪಕ್ಕಕ್ಕೆ ಇಟ್ಟು "ಹರೀಶ್, ಬೇಗ ಬಟ್ಟೆ ಬದಲಾಯಿಸಿ ಬನ್ನಿ" ಹೋಗಿ ತಟ್ಟೆ ಹಾಕಿದಳು.

ತುಟಿ ಕಚ್ಚಿದ ಹರೀಶ್. ಅಷ್ಟು ಸರಳವಾಗಿ, ಸಹಜವಾಗಿ ವರ್ತಿಸುವ ಸುಮತಿಯ

ಬಗ್ಗೆ ಅಪಾರವಾದ ಆಶ್ಚರ್ಯ. ಶ್ರೀಮಂತಿಕೆ, ವಿದ್ಯಾರ್ಹತೆಯ ಗರ್ವವೇ ಅವಳಲ್ಲಿ ಇರಲಿಲ್ಲ. ಅವನೊಬ್ಬ ತೀರಾ ಸಾಮಾನ್ಯರಲ್ಲಿ ಸಾಮಾನ್ಯ. ಅವನ ಪ್ರೊಫೆಷನ್‌ಗೂ ಸಮಾಜ ಅಂತಹ ಗೌರವವೇನು ಕೊಟ್ಟಿರಲಿಲ್ಲ. 'ಏಯ್ ಟ್ಯಾಕ್ಸಿ, ಟ್ಯಾಕ್ಸಿವಾಲ, ಡ್ರೈವರ್....! ಇದೇ ಅವನ ನಾಮಧೇಯಗಳು. ತೀರಾ ಪರಿಚಿತರು, ಬೇರೆ ಟ್ಯಾಕ್ಸಿ ಡ್ರೈವರ್‌ಗಳಿಗೆ ಮಾತ್ರ ಹೆಸರು ಗೊತ್ತು. ಸ್ವಲ್ಪ 'ತಮ್ಮವನು' ಎನ್ನುವಂತೆ ನೋಡುತ್ತಿದ್ದು, ಪದ್ಮಮ್ಮ, ವಾರಿಣಿ.

"ಹರೀಶ್...." ಕೂಗಿದಳು.

ಮುಖದ ಒದ್ದೆಯನ್ನು ಒತ್ತುತ್ತ ಓಡಿ ಬಂದ "ಸಾರಿ ಮೇಡಮ್, ಬಂದ್ಬಿಟ್ಟೆ" ತಟ್ಟೆಯ ಮುಂದೆ ಕೂತ. "ನಾನು ಬಡುಸ್ತೀನಿ. ನಂಗೆ ಆ ಕೆಲ್ಸ ಇಷ್ಟ ಕೂಡ" ತಾನೇ ಪಾತ್ರೆ ಎಳೆದುಕೊಂಡು ಅವಳ ತಟ್ಟೆಗೆ ಅನ್ನವನ್ನು ಬಡಿಸಿದ. ಸಾರು ಹಾಕಿದ.

"ನಿಮ್ಮ ಬಾಸ್ ಸಿಕ್ಕಿದ್ರು, ಮಾತಾಡಿಸಿದ್ರು" ಅನ್ನ ಕಲಿಸುತ್ತ ಹೇಳಿದ. "ಹೋಟೆಲ್ ಸೆವನ್ ರಾಕ್‌ನಲ್ಲಿ ಯಾವ್ದೋ ಪಾರ್ಟಿ. ಕಾರು ಇಳಿದ ಕೂಡ್ಲೇ ಬಂದು ಮಾತಾಡಿಸಿದ್ರು" ಎಂದ.

ಶ್ರೀಮಂತಿಕೆಯ ತುಂಬ ಜೀವನದ ಪರಿಚಯ ಅವಳಿಗೆ ಇದ್ದುದ್ದರಿಂದ ಏನು ಪ್ರತಿಕ್ರಿಯಿಸಲು ಹೋಗಲಿಲ್ಲ. ಕುಡಿತ ಅವನಿಗೆ ಎಲ್ಲಿ ಗಂಟುಬಿತ್ತು? ಹಿಂದೆ ಇಂಥ ಅಭ್ಯಾಸ ಇದ್ದ ಹಾಗೆ ಅವಳಿಗೆ ನೆನಪಿರಲಿಲ್ಲ.

ಊಟ ಮುಗಿಸಿದ ಕೂಡಲೇ ಮ್ಯಾಗಝೀನ್ ಹಿಡಿದು ಕೂತಳು. ಹರೀಶ್ ಹಾಸಿಕೊಂಡು ಮಲಗಿದ. ಬಂದ ದಿನದಿಂದಲೇ ಮಂಚ ಬಿಟ್ಟು ಕೊಟ್ಟು ಕೆಳಗೆ ಮಲಗುವುದನ್ನು ಅಭ್ಯಾಸ ಮಾಡಿದ್ದ. ಇಂದು... ಅದೇ.

ರಗ್ಗನ್ನು ಕತ್ತಿನವರೆಗೂ ಎಳೆದುಕೊಂಡು. "ಗುಡ್‌ನೈಟ್ ಮೇಡಮ್" ಕಣ್ಮುಚ್ಚಿದ. ನಾಗರಾಜ ಅವನ ಕಣ್ಮುಂದೆ ಕುಣಿಯತೊಡಗಿದ "ಏಯ್... ನಾನು ಬರ್ತೀನಿ" ಹತ್ತಿ ಕೂತುಬಿಡುತ್ತಿದ್ದ ಕಾರಿನಲ್ಲಿ. ಆಗ ಅವನ ಕಣ್ಣುಗಳಲ್ಲಿ ವಿಲಕ್ಷಣ ಕಾಂತಿ, ಗರಗರ ತಿರುಗುತ್ತಿದ್ದವು ಗುಡ್ಡೆಗಳು. ಪೆಚ್ಚು ಪೆಚ್ಚಾಗಿರುತ್ತಿದ್ದವನು ಕೆಟ್ಟ ಕೋಪದಿಂದ ವಿಜೃಂಭಿಸುತ್ತಿದ್ದ.

"ಇವನನ್ನ ಮನೆಯಲ್ಲಿ ಇಟ್ಕೋಬೇಡಿ. ಹುಚ್ಚಾಸ್ಪತ್ರೆಗೆ ಸೇರ್ಸಿಬಿಡಿ. ಅದು ಹೆಣ್ಣು ಇದ್ಕೊಳ್ಳಿ. ಇವನು ಬೇಡ" ಗುರುತು ಪರಿಚಯದವರೆಲ್ಲ ಇದನ್ನೇ ಹೇಳುತ್ತ ಇದ್ದರು.

ಸಚ್ಚಿದಾನಂದ್ ಕೋಪದಿಂದ ಕುದಿಯುತ್ತಿದ್ದರು. "ಆಗ ಇವಳ ಕಣ್ಣೀರು ಜೊತೆಗೆ ಅಲ್ಲಿಗೂ ಇಲ್ಲಿಗೂ ಓಡಾಟ. ಅದೇ ಖರ್ಚಿನಲ್ಲಿ ಎರಡು ಹೊತ್ತು ಅನ್ನ ಹಾಕ್ಬಹುದ್ದು. ತಿಂದುಕೊಂಡು ಆಯಸ್ಸು ಇರೋಷ್ಟು ದಿನ ಬದುಕಿರ್ಲಿ" ಇದು ಅವರ ದಿಟ್ಟ ನಿರ್ಧಾರ.

ಹೆಂಡತಿ ಮಕ್ಕಳು ಮೇಲೆ ಅವನಿಗೆ ಪ್ರೀತಿ. ಆದರದ ಬದಲು ದ್ವೇಷ. ಯಾವೊಂದು ಸುಖ, ಸಂತೋಷ ನೀಡದ ಸಂಸಾರದ ಬಗ್ಗೆ ಅವರಿಗೆ ರೋಷ.

"ತೀರಾ ಸಾಕಾದ ದಿನ ಅವರಿಬ್ಬರನ್ನು ಕೊಚ್ಚಿ ಜೈಲಿಗೆ ಹೋಗ್ತೀನಿ. ನೀನು ವಾರಿಣಿನ

ನೋಡ್ಕೊಂಡು ನೆಮ್ದಿಯಾಗಿರು" ಅವರು ಆಗಾಗ ಹೆಂಡತಿಗೆ ಹೇಳುತ್ತಿದ್ದ ಮಾತುಗಳು. ಇದೇ ಉರುಳಾಗುತ್ತದೆಯೆಂದು ಅವನಿಗೆ ಗೊತ್ತಿರಲಿಲ್ಲ.

ಮ್ಯಾಗಝೀನ್ ನೋಡುತ್ತಿದ್ದವಳು ಮುಚ್ಚಿ "ಹರೀಶ್, ನೀನ್ಯಾಕೆ ಸ್ವಂತ ಟ್ಯಾಕ್ಸಿ ಮಾಡ್ಕೋಬಾರ್ದು? ಪ್ರಯತ್ನಪಟ್ಟರೆ ಬ್ಯಾಂಕ್‌ನಲ್ಲಿ ಲೋನ್ ಸಿಕ್ಕುತ್ತೆ" ಮನಕ್ಕೆ ಬಂದುದನ್ನ ಅವನ ಮುಂದಿಟ್ಟಳು.

ಮಲಗಿದ್ದವನು ಎದ್ದು ಕೂತ. "ಇದ್ವರ್ಗೂ ನಾನು ಅಂಥ ಯೋಚನೇನೇ ಮಾಡಿರಲಿಲ್ಲ. ಬ್ಯಾಂಕ್ ಲೋನ್ ಪಡೆದುಕೊಳ್ಳೋದು ಕೂಡ ಅಷ್ಟೊಂದು ಸುಲಭವಾದ ಕೆಲ್ಸವಲ್ಲ. ರಿಸ್ಕ್ ಇಲ್ಲದ ದಿನಗಳಿಗೆ ಒಗ್ಗಿಕೊಂಡೋರು ನಾವು" ಮನದಲ್ಲಿಯೇ ಉರುಳಿಹೋಗುತ್ತಿದ್ದ ದಿನಗಳನ್ನು ವಿರ್ಮಶಿಸಿದ.

ಇಂದು ಸುಮತಿ, ಹರೀಶ್‌ಗೆ ಕೊಡುವ ಸಂಬಳ, ಭತ್ಯದ ಬಗ್ಗೆ ತಿಳಿದುಕೊಂಡಳು.

"ಹರೀಶ್ ಸೋಮವಾರ ನಾನು, ನೀನೂ ಕೂಡಿಯೇ ಬ್ಯಾಂಕ್‌ಗೆ ಹೋಗೋಣ. ಪರೀಕ್ಷಿತ್‌ನ ವಿಚಾರಿಸಿದ್ರು ಡೀಟೈಲ್ ಸಿಕ್ಕುತ್ತೆ" ಒಂದು ತೀರ್ಮಾನಕ್ಕೆ ಬಂದಳು.

"ತುಮಾರ ಮೆಹರ್‌ಬಾನಿ ಮೇಮ್‌ಸಾಬ್. ನಂಗಂತೂ ಏನೂ ಗೊತ್ತಿಲ್ಲ" ನಗುತ್ತ ಮಲಗಿದ.

ಇವತ್ತು ನಿಜವಾಗಿಯೂ ಅವಳಿಗೆ ಕೋಪ ಬಂತು.

"ಹರೀಶ್ ಮೇಡಮ್ ಅನ್ನೋದು ಬಿಡು. ಛೆ, ನನಗೆ ಬೇಸರವಾಗುತ್ತೆ" ದಿಂಬು ಸರಿಮಾಡಿಕೊಂಡು ಮಲಗಿದಳು.

ಹರೀಶ್ ಉಸಿರೆತ್ತದೆ ರಗ್ಗನ್ನು ತಲೆಯವರೆಗೂ ಎಳೆದುಕೊಂಡು ಮಲಗಿದ.

* * *

ಪರೀಕ್ಷಿತ್ ಹೊರಗೆ ಹೋಗುವ ತನ್ನ ಎಲ್ಲಾ ಪ್ರೋಗ್ರಾಂಗಳ ಕ್ಯಾನ್ಸಲ್, ಜೊತೆಗೆ ಬರುವವರನ್ನು ಕೂಡ ತಡೆದು ಸುಮತಿಗಾಗಿ ಕಾಯುತ್ತಿದ್ದ. ಲೆಕ್ಕವಿಲ್ಲದಷ್ಟು ದಿನ ಆನಂದರಾಯರು ಬದುಕಿದ್ದ ದಿನಗಳಲ್ಲಿ ಊಟ ಮಾಡಿದ್ದ. ತಿಂಡಿ ತಿಂದಿದ್ದ ಅವರ ಮನೆಯಲ್ಲಿ. ಇಂದು ಅವಳಿಗೆ ಆತಿಥ್ಯ ನೀಡುವ ಅಪೂರ್ವ ಅವಕಾಶ. ಅಭಿಮಾನವೆನಿಸಿತು.

"ವೆಹಿಕಲ್ ಕಳಿಸಲಾ? ಅಥವಾ ನಾನೇ ಬಂದು ಕರೆದುಕೊಂಡ್ಬರ್ಲಾ?" ಎಂದಾಗ ನಕ್ಕುಬಿಟ್ಟಿದ್ದಳು" ಎರಡೂ ಬೇಡ. ನಾನೇ ಬರ್ತೀನಿ. ತಾತನ ಮಡಿಲಲ್ಲಿ ಆರಾಮಾಗಿ ಬೆಳೆದಿದ್ದರು ಬಂದ ಸಂದರ್ಭಗಳು ಕೋಮಲತೆಯ ಜೊತೆ ಆತ್ಮವಿಶ್ವಾಸವನ್ನು ಗಳಿಸಿಕೊಟ್ಟಿದೆ" ನೋವಿಲ್ಲದ ದನಿಯಲ್ಲಿ ಉಸುರಿದ್ದಳು.

ಪರೀಕ್ಷಿತ್ ನಾಲ್ಕನೆಯ ಬಾರಿ ಬಾಲ್ಕನಿಗೆ ಬಂದವನು ಅಲ್ಲಿಯೇ ನಿಂತ. ಐದು ನಿಮಿಷಗಳ ನಂತರ ಗೇಟು ತೆರೆದುಕೊಂಡು ಸುಮತಿ ಒಳಗೆ ಬಂದಳು.

ನಾಲ್ಕು ಮೆಟ್ಟಲನ್ನು ಹಾರಿ ಅವಳನ್ನು ಸಮೀಪಿಸಿದ. "ವೆಲ್‌ಕಮ್ ಅಂತೂ ಈ ಬಡವನ ಮೇಲೆ ಕೃಪೆ ಬಂತು" ಅಂದಾಗ ಹೂ ಅರಳಿದಂತೆ ನಕ್ಕುಬಿಟ್ಟಳು.

"ಸದ್ಯಕ್ಕೆ ಮಾರಾಯ, ಈಗ ಬರೀ ಆನಂದರಾಯರ ಮೊಮ್ಮಗ್ಳು. ಅವರು ಇಲ್ಲ, ಶ್ರೀಮಂತಿಕೆಯೂ ಇಲ್ಲ. ಈ ಅತಿ ಗೌರವ ನನಗೆ ಆಗ್ಲೂ ಇಷ್ಟವಿಲ್ಲ, ಈಗ್ಲೂ ಬೇಡ" ಸ್ಪಷ್ಟವಾಗಿ ಹೇಳಿದಳು.

ವರ್ಷಗಳು, ದಿನಗಳು, ಅಳಿದ ಶ್ರೀಮಂತಿಕೆ ಕೂಡ ಅವಳನ್ನು ಬದಲಾಯಿಸಿರಲಿಲ್ಲ ವೆಂದು ಅವನಿಗೆ ಅರ್ಥವಾಯಿತು.

"ಜೀ..... ಹುಜೂರ್........" ಒಳಗೆ ಕರೆದೊಯ್ದ.

ಗೇಟಿನಲ್ಲಿದ್ದ ವಾಚ್‌ಮನ್ ನೋಡಿ ದಂಗಾದ. ಅವನ ಯಜಮಾನ ಯಾರನ್ನೂ ಹೀಗೆ ಸ್ವಾಗತಿಸಿರಲಿಲ್ಲ. ಈ ಹೆಣ್ಣಿಗೇಕೆ ಇಂಥ ಗೌರವ? ಕೊಟ್ಟ ಏಟು ಇನ್ನೂ ನೆನಪಿತ್ತು. ಕೈ ಕೆನ್ನೆಯನ್ನು ಸವರಿತು. ರಾತ್ರಿಯ ಚಳಿಯಲ್ಲೂ ಅಂದಿನ ದಿನ ಅವನ ಮೈಯನ್ನು ಬೆಚ್ಚಗೆ ಮಾಡಿದ್ದಳು. ಉಳಿದ ಹೆಣ್ಣುಗಳಿಗಿಂತ ಬೇರೆ ಇರಿಸಿ ನೋಡಿದ.

ಪರೀಕ್ಷಿತ್ ಮನೆಯೆಲ್ಲ ತೋರಿಸಿದ. ಆನಂದರಾಯರ ವೈಭವಯುತ ಬಂಗ್ಲೆಯ ಮುಂದೆ ಇದು ಪೇಲವವೇ. ಹಾಗೆಂದು ನಿರ್ಲಕ್ಷಿಸುವಂತಿರಲಿಲ್ಲ. ಗಳಿಸಿದ್ದನ್ನು ಸರಿಯಾಗಿ ಉಪಯೋಗಿಸಿಕೊಂಡಿದ್ದ.

"ಹೇಗಿದೆ?" ಉತ್ಸಾಹದಿಂದ ಕೇಳಿದ.

"ತುಂಬ ಚೆನ್ನಾಗಿದೆ. ಆದ್ರೂ ಒಂದು ರೀತಿಯ ಶೂನ್ಯ ಆವರಿಸಿದೆ. ಯಾಕೆ ಇನ್ನೂ ಮದ್ವೆ ಆಗಿಲ್ಲ?" ನೇರವಾಗಿ ಪ್ರಶ್ನಿಸಿದಳು. ನಿಶ್ಶಬ್ಧವಾಗಿ ನಕ್ಕ.

"ಸದ್ಯಕ್ಕೆ ನಿನ್ನ ಪ್ರಶ್ನೆಗಳಿಗೆ ಉತ್ತರಿಸಲಾರೆ! ಬಯಕೆಗಳ್ನ ಪೂರೈಸಿದ ಹೆಣ್ಣುಗಳೆಲ್ಲ ಹೃದಯದ ಸಮೀಪಕ್ಕೆ ಬರಲಾರರು. ಅಲ್ಲಿಗೆ ಬರದ ಹೆಣ್ಣಿಗೆ ಮನೆ, ಮನಸ್ಸನ್ನು ಹೇಗೆ ಒಪ್ಪಿಸುವುದು? ಅದಿಲ್ಲವೆಂದುಕೊಂಡರೆ ಮದುವೆಯ ಅರ್ಥವೇನು?"

ಪ್ರಶ್ನೆಗೆ ಉತ್ತರವಿಲ್ಲದಿದ್ದರೂ ಮನದಲ್ಲಿದ್ದನ್ನ ಅರಿವಿಲ್ಲದೆ ಬಿಚ್ಚಿಟ್ಟಿದ್ದ. ಏನೂ ಹೇಲಲಾರದೇ ಹೋದರೂ ಒಂದು ಮಾತನ್ನಂತೂ ಹೇಳಿದ್ದಳು.

"ಮನೆಗೆ ಬಂದ ಹೆಣ್ಣೇ ಹೃದಯದ ಸಮೀಪಕ್ಕೆ ಬರ್ಬಹ್ದು. ಸರ್‍ಯಾದ ಹೆಣ್ಣನ್ನು ಮದ್ವೆಯಾಗು"

"ಅದು ಹಾಳಾಗ್ಲಿ, ಬಾ" ಡ್ರಾಯಿಂಗ್ ರೂಮಿಗೆ ಕರೆದೊಯ್ದು "ಇದು ತುಂಬಾ ಡೀಸೆಂಟಾಗಿದೆ. ನಿಂಗೆ ಇಷ್ಟವಾಗ್ಬಹ್ದು" ಸುತ್ತಲೂ ನೋಟ ಹರಿಸಿದ.

ಆಮೇಲಿನ ಮಾತುಗಳೆಲ್ಲ ಹಿಂದಿನ ದಿನಗಳಿಗೆ ಸಂಬಂಧಿಸಿದ್ದು. ಆನಂದರಾಯರ ಧಾರಾಳ, ಒಳ್ಳೆಯತನ, ಷೇರುಗಳನ್ನು ಕೊಳ್ಳುವಿಕೆ. ಮಾರಾಟದಲ್ಲಿ ಅವರಿಗಿದ್ದ ಚತುರತೆ ಇವೆಲ್ಲ ನೆನಪಿಸಿಕೊಂಡರೂ ಕೊನೆಯಲ್ಲಿ ಚೆಲ್ಲಿದ್ದು ನಿಟ್ಟುಸಿರು. ಅಲ್ಲಾವುದ್ದೀನ್ ಅದ್ಭುತ

ದೀಪದಂತೆ ರಾತ್ರಿ ಮಲಗಿ ಬೆಳಿಗ್ಗೆ ಏಳುವ ವೇಳೆಗೆ ಎಲ್ಲಾ ಸಂಪತ್ತು ಸೇರಿ ಮಾಯ ವಾದಂತಿತ್ತು, ಅಪಾರ ಆಸ್ತಿ ಸಾಲಗಾರರಿಗೆ ಸೇರಿ.

ಆ ವಿಷಯಗಳಲ್ಲಿ ಮಾತಾಡಿದ ಮೇಲೆ ಅವಳೆದೆಯ ಭಾರ ಎಷ್ಟೋ ಕಮ್ಮಿಯಾಯಿತು. ಇದುವರೆಗೂ ಯಾರ ಜೊತೆಯಲ್ಲಿ ಹಂಚಿಕೊಂಡಿರಲಿಲ್ಲ. ಹರೀಶ್‌ನಿಗೆ ಅವಳ ಬಗ್ಗೆ ಏನೂ ಹೇಳಿಕೊಂಡಿರಲಿಲ್ಲ. ಏನು ಗೊತ್ತಿಲ್ಲದ ಪರೀಕ್ಷಿತ್ ಮಟ್ಟದಲ್ಲಿ ಸಾಂತ್ವನಿಸಲಾರ.

"ನನ್ನ ಮನೆನ ಹುಡ್ಕಿಕೊಂಡು ಬರದಿದ್ರೂ ಇದೇ ಊರಿಗೆ ಬಂದಿದ್ದು ತುಂಬ ಸಂತೋಷ. ಹರೀಶ್ ಬಗ್ಗೆ ನಿಂಗೇ ಇರೋ ನಂಬ್ಕೇ, ಭರವಸೆ ನನ್ನ ಮೇಲೆ ನಿಂಗೆ ಇಲ್ಲ" ಆಕ್ಷೇಪಿಸಿದರೂ ಆ ಮಾತುಗಳಲ್ಲಿ ಇದ್ದಿದ್ದು ನೋವು.

ಆ ರಾತ್ರಿ ಪರೀಕ್ಷಿತ್ ಇದ್ದ ಸ್ಥಿತಿಯಲ್ಲಿ ಸುಮತಿಯನ್ನು ಗುರ್ತಿಸಲಾರ. ಅಂದಿನ ಸ್ಥಿತಿ ನೋಡಿದ ಮೇಲೆ ಸುಮತಿ ತನ್ನ ತೀರ್ಮಾನ ಬದಲಾಯಿಸಿಕೊಳ್ಳುವುದರ ಜೊತೆ ನಿಸ್ಸಹಾಯಕಳಾಗಿದ್ದಳು. ಆಗ ಹರೀಶ್‌ನೊಬ್ಬನೇ ಅವನಿಗೆ ಆಪ್ತವಾಗಿ ಕಂಡಿದ್ದ.

ಯಾಕೋ ಪರೀಕ್ಷಿತ್‌ನ ಮನಸ್ಸು ನೋಯಿಸಲು ಅವಳಿಗೆ ಇಷ್ಟವಾಗಲಿಲ್ಲ. 'ಹೇಗೂ, ಇಡೀ ಎಂಟು ಗಂಟೆ ನಿಮ್ಮಂದೆ. ನಿನ್ನ ಆಫೀಸಿನಲ್ಲೇ ಕೆಲ್ಸ ಮಾಡ್ಬೇಕಲ್ಲ" ಜಾರಿಸಿದಳು.

ಪರೀಕ್ಷಿತ್‌ಗೆ ಅರ್ಥ ಮಾಡಿಕೊಳ್ಳುವುದು ಕಷ್ಟವಾಗಲಿಲ್ಲ. ನಿರಾಶೆಯಾದರೂ ಅವಳ ಆಯ್ಕೆಯ ಬಗ್ಗೆ ಅವಹೇಳನ ಮಾಡಲು ಅವನಿಗಿಷ್ಟವಾಗಲಿಲ್ಲ.

ಕಡೆಗೆ ಅರೆ ಮನಸ್ಸಿನಿಂದಲೇ ಒಂದು ಸಲಹೆಯನ್ನು ಅವಳ ಮುಂದಿಟ್ಟ. "ಆಫೀಸ್ ಹತ್ತಿರದಲ್ಲೇ ಒಂದು ಫ್ಲ್ಯಾಟ್ ಖಾಲಿ ಇದೆ. ನೀನು ಅಲ್ಲಿರಬಹ್ದು, ಯಾವ ತೊಂದರೇನೂ ಇಲ್ಲ"

ಇಲ್ಲವೆನ್ನದಿದ್ದರೂ ಯೋಚಿಸಲು ಅವಕಾಶ ತೆಗೆದುಕೊಂಡಳು "ಒಂದೆರಡು ದಿನ ಬಿಟ್ಟು ಹೇಳ್ತೀನಿ" ಮೇಲೆದ್ದಳು.

"ಆಗ್ಲೇ ಎದ್ಯಾ, ಕುತ್ಕೋ! ಇಡೀ ದಿನ ನಂದೇ ಒಂದಿಷ್ಟು ಸುತ್ತಾಟ. ಒಂದು ಮೂವೀ ನೋಡೋಣ. ಒಂದ್ಹತ್ತು ವರ್ಷ ಹಿಂದಕ್ಕೆ ಹೋಗಿ ಆರಾಮಾಗಿರೋಣ" ಕೈ ಹಿಡಿದು ಕೂಡಿಸಿ ಹೊರಗೆ ಹೋದ.

ಪರೀಕ್ಷಿತ್ ಅಂದು ಕುಡುಕನಂತೆ, ತೀರಾ ಲಂಪಟನಂತೆ ಕಂಡಿದ್ದ. ಅವನಿದ್ದ ಸ್ಥಿತಿಯಲ್ಲಿ ಬಯಕೆಯ ರಾಕ್ಷಸನೆನಿಸಿದ್ದ. ಆದರೆ ಆ ಎರಡು ಗಂಟೆಗಳಲ್ಲಿ ಸಭ್ಯ, ಮಾತುಗಾರ, ಸ್ನೇಹಮಯಿ ಪರೀಕ್ಷಿತ್‌ನೇ ಆಗಿದ್ದ. ಈ ಎರಡರ ಮಧ್ಯದ ಅಂತರದ ಬಗ್ಗೆ ತಲೆ ಕೆಡಿಸಿಕೊಳ್ಳಲಾರಂಭಿಸಿದಳು.

ಪ್ಯಾಂಟ್, ಟೀ ಶರ್ಟ್ ತೊಟ್ಟು ಬಂದ. ಆರೇಳು ವರ್ಷಗಳ ಹಿಂದೆ ಅವನ ಹುಟ್ಟಿದ ಹಬ್ಬಕ್ಕೆ ಪ್ರೆಸೆಂಟ್ ಮಾಡಿದ ಡ್ರೆಸ್ ಸೆಟ್. ಇಂದು ಹೊಚ್ಚ ಹೊಸತಿನಂತಿತ್ತು. 'ಗುರುತಿಸಬಲ್ಲೆಯಾ?' ಎಂದು ಕೇಳುತ್ತಿತ್ತು ಅವನ ಕಣ್ಣುಗಳು.

ಇಪ್ಪತ್ತರ ಹರೆಯದಲ್ಲಿ ಅವನಿಗೆ ಕೊಟ್ಟಿದ್ದು. ಈಗ ಅವನ ವಯಸ್ಸು ನಿಖರವಾಗಿದೆಯಲ್ಲದಿದ್ದರೂ ಇಪ್ಪತ್ತಾರು ಇಪ್ಪತ್ತೇಳರ ನಡುವೆ ಒಂದಿಷ್ಟು ಬೆಳೆದಿದ್ದ. ಬಾಡಿ ಕೂಡ ಅಗಲವಾಗಿತ್ತು. ಈಗಿನ ಅವನ ಶರೀರಕ್ಕೆ ಒಪ್ಪದಿದ್ದರೂ ಅವನ ಮುಖದಲ್ಲಿ ಅಭಿಮಾನವಿತ್ತು, ಉತ್ಸಾಹವಿತ್ತು. ಹಂಬಲಿಸಿ, ಅಪೇಕ್ಷಿಸಿದ ಪುಟ್ಟ ಹುಡುಗ ಹೊಸ ಬಟ್ಟೆ ತೊಟ್ಟು ಹರ್ಷಿಸುವ ಹೊಳಪಿತ್ತು ಅವನ ಕಣ್ಣುಗಳಲ್ಲಿ.

"ಹೇಗಿದೆ?" ಭುಜ ಕುಣಿಸಿದ. ಅಂದು ಕೂಡ ಕೇಳಿದ್ದ. ಆದರೆ ಇಂದಿನ ಧಾರ್ಷ್ಟೀಕವಿರಲಿಲ್ಲ. ಆಗ ಆನಂದರಾಯರು ಇದ್ದರು "ನಿನ್ನ ಚಿಗುರು ಮೀಸೆನ ಬೋಳಿಸಿಬಿಟ್ಟರೆ ಹೆಣ್ಣೋ, ಗಂಡೋ ಅಂತ ಕನ್‌ಫ್ಯೂಸ್ ಆಗುತ್ತೆ", ನಗುತ್ತ ಛೇಡಿಸಿದ್ದರು. ತುಂಬ ನೀಟಾಗಿ ಅವನನ್ನು ನೋಡಿ ಕೆಲವರು ಹಾಗೆಯೇ ಅಂದುಕೊಳ್ಳುತ್ತಿದ್ದರು. ಇಂದು ಬದಲಾಗಿದೆ. ದಟ್ಟ ಹುಬ್ಬುಗಳು, ಮೂಗಿನ ಕೆಳಗಿನ ಒತ್ತು ಮೀಸೆ, ಕ್ರಾಪ್ - ತುಂಬು ಪುರುಷನಾಗಿ ಕಾಣಲು ಸಹಾಯ ಮಾಡಿದ್ದವು.

ಆರಾಮಾಗಿ ನಕ್ಕುಬಿಟ್ಟಳು "ತಾತ ಹೇಳಿದ ಮಾತನ್ನು ಜ್ಞಾಪಿಸ್ಕೋತಾ ಇದ್ದೀನಿ. ಈಗ ಮೀಸೆ ಬೋಳಿಸಿದರೆ...ಹೇಗಿರುತ್ತೀಯಾ?" ಅವಳ ನಗೆಗೆ ಅವನ ನಗು ಬೆರೆಯಿತು.

"ನಿಂಗೇ ಆ ಆಸೆ ಇದ್ದರೇ... ಈಗ್ಲೇ ಆ ಕೆಲ್ಸ ಮಾಡ್ತೀನಿ!" ಹೆದರಿಸಿದ. "ಖಂಡಿತ ಇಲ್ಲ. ಡ್ರೆಸ್ ಛೇಂಜ್ ಮಾಡ್ಕೊಂಡು......ಬಾ" ಅವನ ಕಾಲುಗಳತ್ತ ನೋಡಿದಳು. ಇನ್ನ ಎರಡಿಂಚಾದರೂ ಉದ್ದವಿರಬೇಕಿತ್ತು.

"ಎಷ್ಟು ಕೆಟ್ಟದಾಗಿ ಕಂಡರೂ... ಪರ್ವಾಗಿಲ್ಲ. ಈ ಡ್ರೆಸ್‌ನಲ್ಲೇ ಹೊರ್ಗಡೆ ಬರೋದು" ಪಟ್ಟು ಹಿಡಿದ. ಅಂದಿನ ವಿನಯ, ವಿಧೇಯತೆಗಳನ್ನು ಮೀರಿ ಬೆಳೆದಿದ್ದ.

ಇಂದು ಪರೀಕ್ಷಿತ್ ಬಹಳ ಸಂತೋಷವಾಗಿದ್ದ. ಬಹುಶಃ ಅವನು ಡೈರಿ ಬರೆಯುವ ಹಾಗಿದ್ದರೆ ಈ ದಿನದ ಮಹತ್ವವನ್ನು ನಮೂದಿಸುತ್ತಿದ್ದ. ಅವನಿಗೆ ಇಂಥ ಅಭ್ಯಾಸಗಳಿಲ್ಲ.

ಕಾರು ಗೇಟು ಬಿಟ್ಟು ಹೊರಗೆ ನಡೆದಾಗ ವಾಚ್‌ಮನ್ ಕಣ್ಣರಳಿಸಿದ. ಅವನು ಯಾವ ಹೆಣ್ಣಿನ ಜೊತೆಯೂ ಹೊರಗೆ ಹೋಗುತ್ತಿರಲಿಲ್ಲ! ಅವರಾಗಿ ಬರಬೇಕೇ ವಿನಹ ಅವನೆಂದೂ ಕರೆತರಲಾರ. ಮಾತ್ರವಲ್ಲ, ಕಳುಹಿಸಿ ಕೊಡಲೂ ಹೊರಗೆ ಬರಲಾರ.

ಪಾರ್ಕ್ ಬಳಿ ಕಾರು ನಿಲ್ಲಿಸಿದವನು ಕಾಲೇಜು ಯುವಕನಂತೆ ಅವಳನ್ನ ಅಲ್ಲಿ ಕೂಡಿಸಿ ಹೋಗಿ ಐಸ್‌ಕ್ರೀಮ್ ಹಿಡಿದು ಬಂದ.

"ಹಿಂದೆ ನಾನು ಐಸ್‌ಕ್ರೀಮ್ ತಂದಾಗ ನೀನು ಹಣ ಕೊಡ್ತಾ ಇದ್ದೆ. ಈ ದಿನ... ನಾನು.. " ತುಂಟತನದಿಂದ ನೋಡಿದ.

ಸುಮತಿ ಕೈ ಮುಂದಕ್ಕೆ ಚಾಚಲಿಲ್ಲ. "ಸಾರಿ.... ಮುಂದೆ ಯೋಚ್ನೇ ಮಾಡೋಣ. ಈ ದಿನ ಮಾತ್ರ ನಂದೇ...." ಪರೀಕ್ಷಿತ್ ಅವಳ ಪಕ್ಕದಲ್ಲಿಯೇ ಕೂತು ಸೋಲು ಒಪ್ಪಿಕೊಂಡ.

"ನಿಮ್ಮಂದೆ ನಾನು ಯಾವತ್ತೂ ಬಡವನೇ!"

ಇಬ್ಬರು ಮಾತಾಡುತ್ತ ತಿಂದರು. ಹಿಂದೆ ಎಷ್ಟೋ ಸಲ ತಿಂದಿದ್ದರು. ಆನಂದರಾಯರಿಗೆ ಅವನ ಮೇಲೆ ಅಕ್ಕರೆ, ಅಭಿಮಾನ ಕೂಡ. ಆದರೆ ಎಂದೋ ಮೊಮ್ಮಗಳ ಜೊತೆಯಲ್ಲಿ ನಿಲ್ಲಿಸಿ ನೋಡಿರಲಿಲ್ಲ! ಯಾವುದರಲ್ಲೂ ಅವನು ಸಮ ಅಲ್ಲ, ಸಾಟಿಯಲ್ಲ. ಇದನ್ನ ಪರೀಕ್ಷಿತ್ ಕೂಡ ತಿಳಿದಿದ್ದ. ಸುಮತಿಯ ಸ್ನೇಹವನ್ನೇ ಮಹಾನ್ ಭಾಗ್ಯವೆಂದು ಭಾವಿಸಿದ್ದ.

ಏನೋ ನೆನಪಿಸಿಕೊಂಡಂತೆ "ನಿನ್ನ ಕೈಯಲ್ಲಿದ್ದ ಉಂಗುರ ಎಲ್ಲಿ?" ಸುಮತಿ ಬೆರಳು ನೋಡಿಕೊಂಡಳು. "ಅದು ಕಾಸ್ಟ್ಲಿ ಉಂಗುರ ತಾನೇ? ಸಾಲಕ್ಕೆ ಜಮಾ ಆಯ್ತು. ನಾನು ಫ್ರೀಯಾಗಿಬಿಟ್ಟೆ. ಈಗ ಆರಾಮ" ಸರಳವಾಗಿ ನುಡಿದಳು.

ಪರೀಕ್ಷಿತ್ ಕಲ್ಲಾಗಿಬಿಟ್ಟ. ಆನಂದರಾಯರು ಸತ್ತ ನಂತರ ಸುಮತಿ ಅನುಭವಿಸಿದ ಮಾನಸಿಕ ಹಿಂಸೆಯೆಷ್ಟು! ಅವನಿಗೆ ಗೊತ್ತೇ ಇರಲಿಲ್ಲ. ಭರ್ಜಿಯಿಂದ ಇರಿದಂತಾಯಿತು.

"ಸುಮತಿ ನನ್ನ ನೆನಪು ಕೂಡ ನಿಂಗೆ ಬರಲಿಲ್ವಾ! ನಾನು ಯಾವ ಮಹಾ.... ಬಿಡು. ಎಷ್ಟೋ ಜನ ನಿಮ್ಮ ತಾತನ ಉಪಕಾರದಲ್ಲಿ ಬೆಳೆದಿದ್ದಾರೆ. ಅವರಲ್ಲಿ ನಾನೂ ಒಬ್ಬ. ಅಷ್ಟೇ ತಾನೇ!" ಅವನ ಗಂಟಲು ಕಟ್ಟಿತು. ಕೈಯಲ್ಲಿದ್ದ ಐಸ್‌ಕ್ರೀಮ್ ಬಟ್ಟಲನ್ನು 'ರಪ್' ಎಂದು ಎಸೆದ.

ಪೂರ್ತಿ ತಿಂದು ಮುಗಿಸಿ ಬಿಸಾಕಿದಳು "ಪರೀಕ್ಷಿತ್ ಯಾಕೆ ಎಮೋಷನ್ ಆಗ್ತೀಯಾ? ಸಂತೋಷಾನ ಹತ್ತು ಜನರೊಂದಿಗೆ ಹಂಚಿಕೊಳ್ಳಬೇಕು. ದುಃಖನ ಮಾತ್ರ ಒಂಟಿಯಾಗಿ ಅನುಭವಿಸಬೇಕು. ಆಗಾಗ ತಾತ ಈ ಮಾತು ಆಡಿ ನನ್ನ ಮಸ್ತಿಷ್ಕದಲ್ಲಿ ನಿಲ್ಲೋ ಹಾಗೆ ಮಾಡ್ಬಿಟ್ರು. ಆಗ ನಾನು ಯಾರನ್ನ ನೆನಪು ಮಾಡಿಕೊಳ್ಳಿಲ್ಲ" ಸತ್ಯವನ್ನೇ ಉಸುರಿದಳು.

ಒಂದು ಮೂವೀ ತೋರಿಸಿಕೊಂಡು ತಾನೇ ಅವಳ ಮನೆಯ ಮುಂದೆ ಕಾರು ನಿಲ್ಲಿಸಿದ. ಮುಂದೆ ಖಾಲಿ ಜಾಗ, ಹಿಂದಿದ್ದ ಔಟ್‌ಹೌಸ್ ನೋಡಿ ಅವನೆದೆಯ ಬಡಿತ ನಿಂತಂತಾಯಿತು. ಆನಂದರಾಯರ ಕನಸುಗಳು ಸಮಾಧಿಯಂತೆ ಕಂಡಿತು. ಸ್ತಬ್ಧನಾಗಿ ಬಿಟ್ಟ.

ಇಳಿದ ಸುಮತಿ ಅವನತ್ತ ನೋಡಿದಳು. ಅರ್ಥಮಾಡಿಕೊಳ್ಳುವುದು ಅವಳಿಗೆ ಕಷ್ಟವಾಗಲಿಲ್ಲ "ಒಳಗಡೆ ....ಬಾ" ಕರೆದವಳು ಗೇಟು ತೆರೆದುಕೊಂಡು ಒಳಗೆ ಹೋದಳು.

ದೀಪಗಳು ಹತ್ತಿಕೊಂಡಾಗ ಕೆಳಗಿಳಿದ. ನಿತ್ರಾಣವೆನಿಸಿತು. ಈ ಪರಿಸರ, ಇಂಥ ಮನೆಯಲ್ಲಿ ಸುಮತಿ ಹೇಗಿರಬೇಕು? ಸಂಕಟದಿಂದ ಒದ್ದಾಡಿ ಹೋದ. ಅವಳು ಒಪ್ಪುವ ಹಾಗಿದ್ದರೆ ಇಡೀ ಆಸ್ತಿ ಅವಳಿಗೆ ಬರೆದು ದೂರ ಹೋಗಿ ಬಿಡಬಲ್ಲ. ಇದನ್ನು ಮಾತ್ರ ನೋಡಲಾರ.

"ಒಳಗೆ....ಬರಲಾ?" ಹೊರಗೆ ನಿಂತು ಕೇಳಿ ಒಳಗಡಿಯಿಟ್ಟಾಗ ಮಂದಹಾಸ ಅವಳ ತುಟಿಯಂಚಿನಲ್ಲಿ ಮಿನುಗಿತು. "ಪರ್ವಾಗಿಲ್ಲ ಬಾ, ಹರೀಶ್ ಬರೋದು ಹತ್ತರ ಮೇಲೆ, ಅದ್ವರ್ಗೂ ಕಾದು ಕೇಳಿ ಬರಬೇಕಾಗುತ್ತೆ."

ಒಳಗೆ ಅಡಿಯಿಟ್ಟವನು ಸುತ್ತಲೂ ನೋಟ ಹರಿಸಿದ. ಅಡಿಗೆ, ಬಾತ್ ಬಿಟ್ಟು ಈ ಒಂದು ಹಾಲ್ ಸಮಸ್ತವೂ. ಸುಮತಿ ಮಲುಗುವುದೆಲ್ಲಿ? ಮಂಚದ ಮೇಲಿನ ಹಾಸಿಗೆಯ ಮೇಲೆ ಅವಳ ಮಡಚಿದ ಸೀರೆ ಇತ್ತು. ಆ ಮನೆಯಲ್ಲಿ ಗುಮಾಸ್ತನಾಗಿದ್ದ ಸುಬ್ಬಯ್ಯ ಕೂಡ ಇಂಥ ಮನೆಯಲ್ಲಿ ಇರಲಿಲ್ಲ. ಬಹುಶಃ ಆನಂದರಾಯರ ಮನೆಯ ಸೇವಕರು ಇಂಥ ಮನೆಗಳಲ್ಲಿ ವಾಸಿಸುತ್ತಿರಬಹುದು.

"ಕೂತ್ಕೋಬಹುದ್ದು........." ಆ ಕಡೆಯಿದ್ದ ಛೇರನ್ನು ಎತ್ತಲು ಹೋದಾಗ ತಡೆದ. "ನಾನು ಹಾಕ್ಕೋತೀನಿ. ಇಂಥ ಉಪಚಾರವೇನೂ ಬೇಕಿಲ್ಲ" ದುಗುಡಗೊಂಡ.

ಸುಮತಿ ಮಾತಾಡದೇ ಅಡಿಗೆ ಮನೆಗೆ ಹೋಗಿ ಕಾಫೀ ಮಾಡಿ ತಂದಳು ಬೆಳ್ಳೀ ಟೀ ಸೆಟ್ ಉಪಯೋಗಿಸುತ್ತಿದ್ದ ಮನೆಯಲ್ಲಿ ಹುಟ್ಟಿ ಬೆಳೆದವಳು.

ಕೈಗೆ ಕೊಟ್ಟು ಲೋಟ ಕೆಳಗಿಟ್ಟು ಎದ್ದ "ನನ್ಮಾತು ಕೇಳು, ಹೇಗೂ ಕೆಲ್ಸ ಇದೆ.... ಯಾರ ಕೃಪಾಶ್ರಯದಲ್ಲೂ ಇರ್ಬೇಕಿಲ್ಲ. ನನ್ಮನೇನ ನಿಂಗೆ ಬಿಟ್ಟು ಕೊಟ್ಟು ನಾನು ಫ್ಲ್ಯಾಟ್‌ಗೆ ಹೋಗ್ತೀನಿ. ನೀನು ಒಪ್ಪದಿದ್ರೆ.... ನಾನು ಸತ್ಯಾಗ್ರಹ ಮಾಡ್ತೀನಿ" ಪಟ್ಟು ಹಿಡಿದಂತೆ ಹೆದರಿಸಿದ.

"ನಿನ್ಮನೇನು ಕೃಪಾಶ್ರಯವಾಗುತ್ತೆ. ಎರ್ಡು ದಿನ ನಿಧಾನಿಸು, ಹರೀಶ್‌ನ ಒಂದ್ಮಾತು ಕೇಳ್ಬೇಕು" ಎಂದಳು. ಪರೀಕ್ಷಿತ್ ನರನಾಡಿಗಳಲ್ಲಿನ ರಕ್ತವೆಲ್ಲ ತಣ್ಣಗಾಯಿತು.

ಕೂತು ಕಾಫಿ ಲೋಟ ಕೈಗೆತ್ತಿಕೊಂಡ. "ಆಲ್‌ರೈಟ್, ಹಾಗೇ ಮಾಡು" ನಿಧಾನವಾಗಿ ಗುಟುಕರಿಸಿದ.

ಅವಳ ಮುಂದೆ ನಿಮಿಷಗಳೇನು, ಕ್ಷಣಗಳು ಕಳೆಯುವುದು ಕಷ್ಟವೆನಿಸಿದಾಗ ಮೇಲೆದ್ದ.

"ಬರ್ತೀನಿ..." ಹಿಂದಿರುಗಿ ನೋಡದೇ ಬಂದು ಕಾರು ಹತ್ತಿದವನು ನೋಟ ಹರಿಸಿ ಕೈಯಾಡಿಸಿದ 'ಹರೀಶ್ ಯಾರು?' ಅವಳಿಗೆ ಹಾಕದ ಪ್ರಶ್ನೆಯನ್ನು ತನಗೆ ಹಾಕಿಕೊಂಡ.

ಕಾರಿನ ವೇಗ ಯದ್ವಾತದ್ವಾ ಹೆಚ್ಚಿಸಿದ. ಎಂದೋ ಸಮಾಧಿ ಕಟ್ಟಿದ ಪ್ರೇಮ ಸಾಮ್ರಾಜ್ಯ ಹೊಸ ಜೀವ ಪಡೆದರೂ ಮತ್ತೆ ಸಮಾಧಿಗೆ ವಿಧಿ ಗಹಗಹಿಸಿ ನಕ್ಕಂತಾಯಿತು.

ಮನೆ ತಲುಪುವ ವೇಳೆಗೆ ತೀರಾ ಆಂದೋಲನಕ್ಕೆ ಒಳಗಾಗಿದ್ದ. ತಾನು ಸುಮತಿಗೆ ಸಂಬಂಧಿಯಲ್ಲ. ಪ್ರೇಮಿಯಲ್ಲ, ತಮ್ಮ ನಡುವೆ ಯಾವ ಬಾಂಧವ್ಯವೂ ಇಲ್ಲವೆಂದುಕೊಳ್ಳಲು ಇಲ್ಲ. ಆದರೆ ಹಿಂದಿನ ಪರಿಚಯ, ಸ್ನೇಹ, ಒಡನಾಟದ ಮಧುರತೆ - ಏನೂ ಅವನಿಗೆ ಸಾಧ್ಯವಾಗಲಿಲ್ಲ.

ಬಟ್ಟೆ ಬದಲಾಯಿಸಿದವನೇ ಹಾಸಿಗೆಯ ಮೇಲೆ ಹೋಗಿ ಬಿದ್ದುಕೊಂಡ. ಅವನವರು ಅವನಿಗೆ ಯಾರೂ ಇಲ್ಲ! ನಿಧಾನವಾಗಿ ಜಲಸಿ ಕರಗಿ ಹರೀಶ್ ಬಗ್ಗೆ ಹೆಮ್ಮೆಯೇ ಮೂಡಿತು. 'ಯು ಆರ್ ಲಕ್ಕೀ' ಬಾಟಲಿನದು ಗ್ಲಾಸಿಗೆ ಬಗ್ಗಿಸಿದ. ಬಾಗಿಲಿಗೆ ಬಂದ ಮಾರುತಿ ಹಿಂದಕ್ಕೆ ಹೋದ.

"ಸುಮತಿ ನಮ್ಮ ಮನೆಯಲ್ಲಿ ಬಂದು ಇರೋಕೆ ಒಪ್ಪಿಕೊಂಡಿಲ್ಲ!" ಸುಶೀಲ ಫೋನ್‌ನಲ್ಲಿ ಗೋಗರೆದಿದ್ದಳು. ಹಿಂದೆಯೇ "ಹರೀಶ್ ಯಾರು? ಅವರಿಬ್ಬರ ನಡುವೆ ಲವ್ ಅಫೇರ್ ಇರ್ಬೇಕು" ಎಂದಾಗ ಅವನ ಮೈನ ರಕ್ತವೆಲ್ಲ ಬಿಸಿಯಾಗಿತ್ತು. "ಷಟಪ್, ಬಾಯಿಗೆ ಬಂದಿದ್ದೆಲ್ಲ ಬೊಗಳಬೇಡ" ಫೋನ್ ಕುಕ್ಕಿದ್ದ. ಅವಳು ಎದುರಿನಲ್ಲಿ ನಿಂತು ಆ ಮಾತುಗಳನ್ನ ಹೇಳಿದ್ದರೇ ಅವನು ರಾಕ್ಷಸನಾಗಿಬಿಡುತ್ತಿದ್ದ. ದುರಂತ ತಪ್ಪಿತ್ತು.

'ಲವ್ ಅಫೇರ್ ಇದ್ದ ಮಾತ್ರಕ್ಕೆ ನಿಂಗೇನು? ಇರಕೂಡದೇ? ಅದನ್ನ ಪ್ರಶ್ನಿಸಲು ನೀನ್ಯಾರು?' ಪ್ರಶ್ನೆಗಳು ಮುತ್ತಿ ಅವನನ್ನ ನರಳಿಸಿತು. 'ಅವನಿಗೆ ಆ ಅರ್ಹತೆ ಇಲ್ಲ!' ಗ್ಲಾಸನ್ನ ಎತ್ತಿ ಗೋಡೆಗೊಗೆದ, ಫಳ್ಳೆಂದು ಎಲ್ಲೆಡೆ ಹರಡಿಕೊಂಡಿತು.

ಹಾಸಿಗೆಯ ಮೇಲೆ ಉರುಳಿಕೊಂಡ. ಆನಂದರಾಯರು ಇಲ್ಲದಿದ್ದರೂ ಅವರ ಮೊಮ್ಮಗಳು ಅವನಿಗೆ ಸಿಗಳು! ಆ ಅದೃಷ್ಟ ಅವನಿಗಿಲ್ಲ. ಹಣ ಇಲ್ಲವೇ? ಕುರೂಪಿಯೇ? ಪ್ರೇಮಿಸಲು ಅರ್ಹತೆ ಇಲ್ಲದ ಮ ನುಷ್ಯನೇ? ಇವೆಲ್ಲ ಇರಬಹುದು. ಮತ್ತೇನು ಕೊರತೆ? ವಿಸ್ಕಿಯ ಬಾಟಲುಗಳ ಜೊತೆ ಹೆಣ್ಣುಗಳು ಅವನ ಕಣ್ಮುಂದೆ ಹರಿದಾಡಿ ಹೋದವು.

ದಿಂಬಿನಲ್ಲಿ ಮುಖವಿರಿಸಿ ಕಣ್ಮುಚ್ಚಿದ.

* * *

ಹರೀಶ್ ನಾಲ್ಕು ದಿನದ ಹಿಂದೆಯೇ ಮನೆಯ ಬಳಿಯ ಕಾಂಪೌಂಡ್‌ನಲ್ಲಿ ಕಾರು ನಿಲ್ಲಿಸಿಕೊಳ್ಳಲು ಪರ್ಮಿಷನ್ ಕೇಳಿ ಸರಿಯೆನಿಸಿಕೊಂಡಿದ್ದ. ಆದರೆ ಬೆಳಿಗ್ಗೆ ಹೊರಡುವ ವೇಳೆಗೆ ಸರಿಯಾಗಿ ಬಂದ ಸಚ್ಚಿದಾನಂದ್ "ನಂಗೆ ನಾಲ್ಕು ರಾತ್ರಿಗಳು ಜಾಗರಣೆಯೇ, ಅವನ್ನ ನೋಡಿದ ಮೇಲೆಯೇ ನಂಗೆ ನಿದ್ದೆ. ರಾತ್ರಿ ಗಾಡಿನ ಮನೆಯತ್ರ ತಂದುಬಿಡು" ಎಂದರು. ಸರಿಯೆನ್ನುವಂತೆ ತಲೆಯಾಡಿಸಿದ. ಅವನದೇನು ಅಭ್ಯಂತರವಿರಲಿಲ್ಲ.

ಸಚ್ಚಿದಾನಂದ್ ಕೂತ ಮೇಲೆ ಸ್ಟೇರಿಂಗ್ ವೀಲ್ ಹಿಡಿದು ಯೋಚಿಸಿದ. 'ಅವನಿಗೆ ಸ್ವಂತ ಟ್ಯಾಕ್ಸಿಯ ಅಗತ್ಯ ಕಂಡಿತು. ಸುಮತಿ ಹೇಳಿದಾಗ ಹ್ಞೂ ಗುಟ್ಟಿದ್ದ. ಹಿಂದಿನ ದಿನವೇ ಟ್ಯಾಕ್ಸಿಯಲ್ಲಿ ಯಾತ್ರಾರ್ಥಿಗಳನ್ನ ಬೆಟ್ಟಕ್ಕೆ ಒಯ್ಯಬೇಕಾಗಿದ್ದುದರಿಂದ ಹೋಗುವುದಕ್ಕೆ ಆಗಿರಲಿಲ್ಲ.

ಮನೆಯ ಮುಂಬಾಗಿಲಿನಲ್ಲಿ ಟ್ಯಾಕ್ಸಿ ನಿಲ್ಲುವ ವೇಳೆಗೆ ಪದ್ಮಮ್ಮ, ವಾರಿಣಿ ಇಬ್ಬರು ಬಂದರು. "ನಾಗರಾಜ ನನ್ನ ಜಾತ್ರೆಯಲ್ಲಿ ನೋಡಿದ್ರಂತೆ. ಹೋಗ್ಬರೋಣ" ಡೋರ್ ತೆಗೆದುಕೊಂಡು ಆಕೆ ಹತ್ತಿ ಬಿಟ್ಟರು. ವಾರಿಣಿ ಮುಂದಿನ ಸೀಟಿನಲ್ಲಿ ಹತ್ತಲು ಹೋದಾಗ ಸಚ್ಚಿದಾನಂದ್ ತಡೆದರು "ನೀನು ಎಲ್ಲಿಗೆ? ಒಳ್ಗೇ.... ನಡೀ" ಗದರಿದರು.

ವಾರಿಣಿ ಇಳಿಯಲಿಲ್ಲ. ಸಚ್ಚಿದಾನಂದ್ ತಾವೇ ಇಳಿದು ಹೆಂಡತಿಯ ಕೈ ಹಿಡಿದು ದರದರನೆ ಒಳಕ್ಕೆ ಎಳೆದುಕೊಂಡು ಹೋದರು.

"ನಾಲ್ಕು ದಿನದಿಂದ ಎಲ್ಲಿ ಹೋಗಿದ್ದೆ?" ವಾರಿಣಿ ಅವನತ್ತ ತಿರುಗಿದಾಗ ಡೋರ್

ತಳ್ಳಿಕೊಂಡು ಇಳಿದ "ಪ್ಲೀಸ್ ಇಳೀರಿ. ಯಜಮಾನ್ರು ಬೈತಾರೆ" ಎಂದವನು ಬೇರೆ ಕಡೆ ತಿರುಗಿಕೊಂಡು ನಿಂತ.

ವಾರಿಣಿ ಸ್ಟೀರಿಂಗ್ ವೀಲ್ ಮೇಲೆ ದಬದಬನೆ ಗುದ್ದಿದಳು. ಅವಳ ಮುಖ ಆಗ ವಿಕಾರವಾಯಿತು. ಅವನಿಗೆ ಹಿಂದೆಯೇ ಹರಿಣಿಯ ನೆನಪು ನುಗ್ಗಿ ಬಂತು. ಈ ಪರಿಸರದಲ್ಲಿ ವಾರಿಣಿ ಕೂಡಾ ಹಾಗೆಯೇ ಆಗಿಬಿಡುತ್ತಾಳೆಂದುಕೊಂಡ.

"ಹಾಯ್ ಹರಿ, ಹತ್ತು" ಆಜ್ಞಾಪಿಸಿದಳು.

ಹರೀಶ್ ವೆಹಿಕಲ್‌ನಿಂದ ದೂರ ಸರಿದು ಹೋಗತೊಡಗಿದ. ಅವನಿಗೆ ವಾರಿಣಿಯನ್ನ ಕಂಡರೆ ಪೂರ್ಣ ಸಹಾನುಭೂತಿ. ಒಂದು ಸ್ಥಿತಿಗೆ ಬಂದ ಮದುವೆ ತಪ್ಪಿದ ಮೇಲೆ ಅವಳು ಹರೆಹುಚ್ಚಿಯೇ ಆಗಿದ್ದಳು. ಅದರ ಜೊತೆ ಕೋಪ, ಕೆಟ್ಟ ಹಟ.

ವಾರಿಣಿ ಎರಡು ಕೈಯಲ್ಲಿ ಮುಖ ಮುಚ್ಚಿಕೊಂಡು ಜೋರಾಗಿ ಅಳತೊಡಗಿದಳು. ಆರ್ದ್ರತೆಯಿಂದ ನೋಡತೊಡಗಿದ. ಹರೀಶ್, ಮೂರು ಸಂತಾನದಲ್ಲಿ ಇವಳೊಬ್ಬಳೇ ನಾರ್ಮಲ್ ಆಗಿದ್ದುದು.

ಹೊರಬಂದ ಸಚ್ಚಿದಾನಂದ್ ಧಗಧಗ ಉರಿಯುವಂತೆ ಕಂಡರು. "ಹರೀ, ಒಂದಿಷ್ಟು ಎಲ್ಲಿಗೋ ಹೋಗೋದಿದೆ ನಾಗರಾಜ ಎಲ್ಲೋ ಸತ್ತ ಅಂದ್ಕೊಂಡಿದ್ದೆ, ಭೂತದಂತೆ ಮತ್ತೆ ಅವ್ನ ಮನಸ್ಸಿನಲ್ಲಿ ಪ್ರತ್ಯಕ್ಷನಾಗಿದ್ದಾನೆ. ಇದೆಲ್ಲ ಬರೀ ಕರ್ಮ" ಸಮಾಧಾನವಾಗಿಯೇ ನುಡಿದರು.

ಅವನಿಗೆ ಏನು ಹೇಳಬೇಕೋ ಗೊತ್ತಾಗಲಿಲ್ಲ. ಮತ್ತೆ ಒಳಗೆ ಹೋಗಿ ಹೆಂಡತಿಯನ್ನ ಕೈ ಹಿಡಿದು ಕರೆ ತಂದರು. ಸಿಟ್ಟಿನಲ್ಲಿ ದನ ಬಡಿದಂತೆ ಬಡಿದಿರಬೇಕು. ಅಂಥ ಮಕ್ಕಳನ್ನ ಹೆತ್ತಿದ್ದು ಆಕೆಯದೊಬ್ಬಳದೇ ತಪ್ಪೇ?

"ಹತ್ತು..." ಸಚ್ಚಿದಾನಂದ್ ದನಿ ಮೆತ್ತಗಾಗಿತ್ತು. ಇಂದಿನ ಬಾಡಿಗೆ ತಪ್ಪಿದ್ದಕ್ಕೆ ಅವರಿಗೆ ಬೇಸರವಿತ್ತು. "ಈ ಪ್ರಾರಬ್ಧದ ಮಕ್ಳು ಫುಟ್‌ಪಾತಿಗೆ ಬೀಳ್ಬಾರ್ದೂಂತ ಎಷ್ಟೇ ಎಚ್ಚರಿಕೆ ವಹಿಸಿದ್ರೂ... ಆಗ್ಲಿಲ್ಲ" ಗೊಣಗುತ್ತ ಡೋರ್ ಎಳೆದುಕೊಂಡರು.

ಜಾತ್ರೆಯ ಬಳಿ ಕಾರು ನಿಂತಾಗ ಸಚ್ಚಿದಾನಂದ್ ತಾವು ಮಾತ್ರ ಇಳಿದರು "ಕೂತಿರು, ನಾನೂ ಹರಿ ನೋಡ್ತೀವಿ" ಎಂದರು. ಇಳಿದೀಯ ಜೋಕೆ' ಅವರ ಕಣ್ಣುಗಳು ಹೆದರಿಸಿದವು ಬಾಯಿಗೆ ಸೆರಗಚ್ಚಿದರು.

ಇಡೀ ಜಾತ್ರೆ ತಲಾಷ್ ಜೊತೆ ಸಿಕ್ಕಿದವರನ್ನೆಲ್ಲ ಅವನ ರೂಪುರೇಷೆ ವಿವರಿಸಿ ಪ್ರಶ್ನಿಸತೊಡಗಿದರು. ಒಬ್ಬೊಬ್ರು ಒಂದೊಂದು ರೀತಿಯಲ್ಲಿ ಹೇಳ ತೊಡಗಿದರು. ಅಂತೂ ಜಾತ್ರೆಯಲ್ಲಿ ಒಬ್ಬ ಹುಚ್ಚ ಇದ್ದಿದ್ದಂತು ನಿಜ. ಅವನೆಲ್ಲಿ? ನಿಖರವಾಗಿ ಹೇಳುವರಾರು?

"ನೆನ್ನೆವರ್ಗೂ ಇಲ್ಲೇ ಇದ್ದ. ಹುಡ್ಕಿ ಸಿಕ್ತಾನೆ." ಒಬ್ಬರು ಹೇಳಿದರು. "ಎಲ್ಲೀಂತ ಹುಡ್ಕೋದು!" ಸಚ್ಚಿದಾನಂದ್ ಸೋತು ಹೋದರು.

ಎರಡು ಸಲ ಕಾರಿನ ಬಳಿಗೆ ಬಂದ ಹರೀಶ್ ಯಜಮಾನಿತಿಗೆ ಧೈರ್ಯ ಹೇಳಿದ "ನಾಗರಾಜ ಇಲ್ಲೇ ಎಲ್ಲೋ ಇದ್ದಾನಂತೆ. ಹುಡುಕ್ತಾ ಇದ್ದೀವಿ" ಆಕೆ ಕಣ್ಣೀರು ಸುರಿಸುವುದು ಬಿಟ್ಟು ಬೇರೆ ದಾರಿ ಇರಲಿಲ್ಲ.

ಕತ್ತಲು ಮುಸುಕತೊಡಗಿದಾಗ ಪೂರ್ತಿ ನಿರಾಶರಾದರು. ಕಾರಿನ ಬಳಿಗೆ ಹಿಂದಿರುಗಿ ಬಂದರು. ಅಲ್ಲೊಂದು ಗುಂಪಿತ್ತು. ಯಾರೋ ಕೆಲವರು ನಾಗರಾಜನನ್ನ ಹಿಡಿದು ತಂದಿದ್ದರು. ಚಿಂದಿಯಾದ ಬಟ್ಟೆಗಳೂ ಎಣ್ಣೆ ನೀರು ಕಾಣದ ಕೂದಲು, ವಾಸನೆ ಬರುತ್ತಿದ್ದ ಮೈ. ಬೇರೆಯವರಿಗೆ ಭಯದ ಜೊತೆ ಅಸಹ್ಯವನ್ನ ಹುಟ್ಟಿಸುತ್ತಿತ್ತು.

ಸಚ್ಚಿದಾನಂದ್ ಕೋಪ. ಆತಂಕ, ಜಿಗುಪ್ಸೆಯನ್ನ ಬಲವಂತವಾಗಿ ನುಂಗಿದರು.

"ಹರೀ, ಒಂದು ಹಗ್ಗದಿಂದ ಅವನ ಕೈ ಕಾಲ್ಗಳ್ನ ಕಟ್ಟು" ಸಚ್ಚಿದಾನಂದ್ ಆಜ್ಞಾಪಿಸಿದರು.

ಹರೀಶ್ ಯಜಮಾನಿತಿಯ ಮುಖವನ್ನೊಮ್ಮೆ ನೋಡಿ ತನ್ನ ಕೆಲಸಕ್ಕೆ ಮುಂದಾದ. ಈ ಕುಟುಂಬದಲ್ಲಿ ಅವನು ಪೂರ್ತಿ ಇನ್‌ವಾಲ್ವ್ ಆಗಿದ್ದ. ಅಗತ್ಯವೋ, ಅನಿವಾರ್ಯವೋ ಅವನಿಗಂತು ಗೊತ್ತಿಲ್ಲ.

ನಾಗರಾಜನನ್ನ ಹಗ್ಗಗಳಿಂದ ಬಿಗಿದು ಹಿಂದಿನ ಸೀಟಿಗೆ ಸಾಗಿಸುವ ವೇಳೆಗೆ ಇಡೀ ಜಾತ್ರೆಯ ಜನವೇ ಪ್ರೇಕ್ಷಕರಾಗಿ ಮಾರ್ಪಟ್ಟಿದ್ದರು. ಆ ಕ್ಷಣದಲ್ಲಿ ಇಂಥ ದುರ್ಬರ ಬದುಕಿಗಿಂತ ಆತ್ಮಹತ್ಯೆಯೇ ಸರಿಯೆನಿಸಿರಬೇಕು.

ಅವರುಗಳನ್ನು ಮನೆ ತಲುಪಿಸಿ ಹೊರಡುವ ವೇಳೆಗೆ ರಾತ್ರಿ ಹತ್ತು ಆಗಿತ್ತು. ಪದ್ಮಮ್ಮ ಹೊರಗೆ ಬಂದರು.

"ಇನ್ನೇನು ಹೋಗ್ತೀಯಾ! ಬೆಳಿಗ್ಗೆ ಮತ್ತೆ ಬರ್ಬೇಕಲ್ಲ! ಇಲ್ಲೇ ಊಟ ಮಾಡಿ ಮಲಗು" ಎಂದರು.

ಅವನ ಕಣ್ಮುಂದೆ ಸುಮತಿ ಚಿತ್ರ ಸುಳಿಯಿತು. "ಇಲ್ಲಮ್ಮ, ಹೋಗ್ಲೇ ಬೇಕು." ನಯವಾಗಿ ನಿರಾಕರಿಸಿ ನಡೆದ.

ಇವನು ಬರುವ ವೇಳೆಗೆ ಫೈಲ್ ನೋಡುತ್ತಿದ್ದ ಸುಮತಿ ಬಂದು ಬಾಗಿಲು ತೆರೆದಳು "ಸಾರಿ, ಮೇಡಮ್.... ಇವತ್ತು ಇಡೀ ದಿನ ಜಾತ್ರೆ ಡ್ಯೂಟಿ" ಸಣ್ಣಗೆ ನಕ್ಕು ಒಳಗೆ ಸೇರಿದ.

ಮಧ್ಯಾಹ್ನ ಪರೀಕ್ಷಿತ್ ಜೊತೆ ಊಟ ಮಾಡಿದ್ದರಿಂದ ಅವಳಿಗೆ ಹಸಿವಿರಲಿಲ್ಲ. ಸುಶೀಲ ಬೇರೆ ನಾಲ್ಕು ಸಲ ಫೋನ್ ಮಾಡಿ ಅವಳ ತಲೆ ಬಿಸಿ ಮಾಡಿದ್ದಳು.

"ವಿಚಾರಿಸಿದ್ಯಾ?" ಕೇಳಿದಾಗ ನೆನಪು ಮಾಡಿಕೊಂಡಿದ್ದಳು "ಮರತೇ ಅನ್ನೋದಕ್ಕಿಂತ ನಂಗೆ ಪ್ರಸ್ತಾಪ ಮಾಡೋಕೆ ಇಷ್ಟವಿಲ್ಲ. ನೀನೇ ಬಂದು ಮಾತಾಡು, ಖಂಡಿತ ಇಲ್ಲ ಅನ್ನೋಲ್ಲ."

ಸುಶೀಲ ಕಂಠ ತೀರಾ ಮೃದುವಾಯಿತು. "ಆ ಆಫೀಸ್‌ನೋರು ಇಲ್ಲದ್ದು ಹೇಳಿ ಪರೀಕ್ಷಿತ್ ತಲೆ ಕೆಡ್ಸಿದ್ದಾರೆ. ನಾನು ಕೇಳಿದ್ರೆ ರೇಗಿಬಿಡ್ತಾರೆ. ನಿನ್ನ ಮಾತು ತೆಗ್ದುಹಾಕೋಲ್ಲ"

ಪೂಸಿ ಹೊಡೆದಳು.

"ನೋಡೋಣ...." ಫೋನ್ ಇಟ್ಟಿದ್ದಳು.

ಆದರೂ ಮತ್ತೆ ಮತ್ತೆ ಫೋನ್ ಮಾಡಿ ಅದೇ ಮಾತುಗಳನ್ನಾಡುವುದು ಅವಳು ಬಿಟ್ಟಿರಲಿಲ್ಲ. ಸುಮತಿ ಮಾತ್ರ ಹಿಂಜರಿದಳು. ಅಂದು ರಾತ್ರಿಯ ಪರೀಕ್ಷಿತ್ ಮತ್ತು ಎದುರಿನ ಪರೀಕ್ಷಿತ್‌ನ ವಿಶ್ಲೇಷಿಸಲಾರದೇ ಹೋಗುತ್ತಿದ್ದಳು.

ಹರೀಶ್ ಎರಡು ತಟ್ಟೆ ಹಾಕಿ ನೀರಿಟ್ಟು ಬಡಿಸಿದಾಗ ಕೂತಲ್ಲಿಂದಲೇ ಹೇಳಿದಳು. "ನಂಗೆ ಹಸಿವಿಲ್ಲ, ಹರಿ ಫ್ಲ್ಯಾಟ್‌ಗೆ ನೀನು ಊಟ ಮಾಡು" ಫೈಲ್ ಸರಿ ಮಾಡಿಟ್ಟು ಆರಾಮಾಗಿ ಮಲಗಿದಳು.

ಸದ್ಯಕ್ಕೆ ಫ್ಲ್ಯಾಟ್‌ಗೆ ಹೋಗೋ ತೀರ್ಮಾನಕ್ಕೆ ಬಂದಿದ್ದಳು. ತಾನು ಇಲ್ಲಿ ಇರುವುದರಿಂದ ಹರೀಶ್‌ಗೆ ಕೆಲವು ತೊಂದರೆಗಳು. ಅದನ್ನು ಮುಂದುವರಿಸುವುದಕ್ಕಿಂತ ಪೂರ್ಣ ವಿರಾಮ ಒತ್ತುವುದೇ ಸರಿಯೆನಿಸಿತ್ತು.

"ಹರಿ, ನಾಳೆ ಆಫೀಸ್ ಹತ್ರ ಬರೋಕೆ ಸಾಧ್ಯನಾ?" ಅನ್ನ ಕಲಿಸುತ್ತಿದ್ದ ಹರೀಶ್ "ಓ.ಕೆ. ಮೇಡಮ್....." ಅಂದವನು ಯೋಚಿಸತೊಡಗಿದ, ಸಾಧ್ಯವೇ?

ಸಚ್ಚಿದಾನಂದ್ ಮನೆ ಚಿತ್ರ ಅವನ ಕಣ್ಮುಂದೆ ಬಿಚ್ಚಿಕೊಂಡಿತು. ಬದುಕು ಆ ಜನರ ಪಾಲಿಗೆ ನಿರಂತರ ಹೋರಾಟ. ಮೂವರು ಟ್ಯಾಕ್ಸಿ ಡ್ರೈವರ್‌ಗಳಲ್ಲಿ ಇವನನ್ನೇ ಹೆಚ್ಚು ಹಚ್ಚಿಕೊಂಡಿದ್ದು ಅದಕ್ಕೆ ಹಲವು ಕಾರಣಗಳು ಇರಬಹುದು. ಅವರಿಗೆ ಮನೆ ಮಠ ಸಂಸಾರದ ಜವಾಬ್ದಾರಿ ಇವನಿಗೆ ಟ್ಯಾಕ್ಸಿಯೇ ಸರ್ವಸ್ವ.

ಇವನು ಊಟ ಮುಗಿಸಿ ಬರುವ ವೇಳೆಗೆ ಸುಮತಿ ಆರಾಮಾಗಿ ನಿದ್ರಿಸಿಬಿಟ್ಟಿದ್ದಳು. ಲೈಟು ಹಾಕದೇ ತನ್ನ ಹಾಸಿಗೆ ಉರುಳಿಸಿಕೊಂಡು ಮಲಗಿದ.

ಪದ್ಮಮ್ಮ ಅಳುತ್ತಿದ್ದರು "ನಮ್ಮ ವಾರಿಣಿಗಾದ್ರೂ ಮದ್ವೆ ಆಗುತ್ತೇನೋ ನಂಗೇನು ನಂಬ್ಕೇ ಇಲ್ಲ, ಅವ್ಳು ಒಂದು ದಿನ ಹುಚ್ಚಿ ಆಗ್ತಾಳೆ"

'ವಾರಿಣಿ ಹುಚ್ಚಿ ಆಗ್ತಾಳೆ' ಕೇಳಲಾರದ ವಿಷಯವೆನ್ನುವಂತೆ ಕಿವಿ ಮುಚ್ಚಿಕೊಂಡು ಮಲಗಿದ.

ಬೆಳಿಗ್ಗೆ ಹೊರಡುವಾಗ ಸುಮತಿ ನೆನಪಿಸಿದಳು. "ಹರಿ, ಲಂಚ್ ಬ್ರೇಕ್ ಸಮಯಕ್ಕೆ ಬಾ. ನಿನ್ನ ವೆಹಿಕಲ್ ಅಲ್ಲೇ ಬಿಟ್ಟು ಬಾ. ಒಂದು ಫ್ಲ್ಯಾಟ್ ನೋಡೋದಿದೆ.

ಕಾಂಪೌಂಡ್‌ನೊಳಕ್ಕೆ ಕಾಲಿಟ್ಟವನು ನಿಂತುಬಿಟ್ಟ. ಅಂದರೆ... ಕಲ್ಪನೆಯಲ್ಲಿ ಮುಂದಿನ ಚಿತ್ರ ಮೂಡಿ ಅವನ ಮನವನ್ನು ಘಾಸಿಗೊಳಿಸಿತು. ಅಂದರೆ ತನ್ನ ವಾಸವನ್ನ ಸುಮತಿ ಬದಲಾಯಿಸುತ್ತಿದ್ದಾಳೆ' ಸಹಜವೆನಿಸಿದರೂ ಏನೋ ಒಂದು ರೀತಿಯ ತಳಮಳ, ತಲೆದೂಗಿ ಹೋಗಿಬಿಟ್ಟ.

ಸದಾ ಸಂತೋಷವಾಗಿ ಹಾಡುತ್ತ, ನಲಿಯುತ್ತ ಇದ್ದ ಹಕ್ಕಿ ಇಂದು ಘಾಸಿಗೊಂಡಿತ್ತು.

ಇಂದು ಸುಮತಿಯನ್ನು 'ಮೇಡಮ್' ಎಂದೇ ಗೌರವಪೂರ್ವಕವಾಗಿ ಸಂಬೋಧಿಸುತ್ತಿದ್ದ ...... ನೀವು ಯಾರು? ನಿಮ್ಮ ಬಗ್ಗೆ ಏನು ? ಇಂದಿನವರೆಗೂ ಕೇಳಿರಲಿಲ್ಲ. ಈಗಲೂ ಯಾರಾದರೂ ಸುಮತಿ ಯಾರೆಂದು ಪ್ರಶ್ನಿಸಿದರೆ ಅವನೇನು ಹೇಳಲಾರ.

ಸಚ್ಚಿದಾನಂದ್ ಡ್ರೈವರ್ ಪಾಷಾ ಜೊತೆ ಮಾತಾಡುತ್ತಿದ್ದವರು ಅವನತ್ತ ನೋಡಿದರು. ಇಂದು ಎಂದಿನ ಗೆಲುವು ಇರಲಿಲ್ಲ. ಯಾಕೆ? ಅವರ ಮನೆಯ ಸಂಕಷ್ಟಗಳೇನು ದೊಡ್ಡವಲ್ಲ. ಅದನ್ನ ನೋಡುತ್ತಲೇ ಇದ್ದವನು. ಅದನ್ನು ಮನಸ್ಸಿಗೆ ಹಚ್ಚಿಕೊಳ್ಳಲಾರ. ಮತ್ತೇನು?

"ಹುಷಾರಾಗಿದ್ದೀಯಾ, ಹರಿ?" ಕೇಳಿದರು.

"ನಂಗೇನು? ಬೀಗದ ಕೈ ಕೊಟ್ಟರೇ ಹೊರಡ್ತೀನಿ" ಇಂದಿಗೂ ಪ್ರತಿ ದಿನ ವೆಹಿಕಲ್‌ನ ಕೀ ಬಂಚ್ ಅವರೇ "ಕೊಡಬೇಕು ಬರ್ತೀನಿ...." ಒಳಗೆ ಹೋದವರು ಕೀ ಜೊತೆ ಒಂದು ವಿಳಾಸದ ಚೀಟಿ ತಂದುಕೊಟ್ಟರು.

"ಈ ವಿಳಾಸಕ್ಕೆ ತಗೊಂಡ್ಹೋಗು, ಅಡ್ವಾನ್ಸ್ ಕಳ್ಸಿದ್ದಾರೆ"

ತಲೆದೂಗಿ ಚೀಟಿ, ಬೀಗದ ಬಂಚ್ ಪಡೆದವನು ತೊಳೆದು ಫಳಫಳ ಹೊಳೆಯುತ್ತಿದ್ದ ಟ್ಯಾಕ್ಸಿ ಹತ್ತಿದ. ಇನ್ನೊಂದು ಟ್ಯಾಕ್ಸಿಯೊರೆಸುತ್ತಿದ್ದ ಹುಡುಗ ಬಟ್ಟೆ ಹಿಡಿದೇ ಓಡಿ ಬಂದ.

"ಹೇಗಿದೆ, ಅಣ್ಣ, ತುಂಬ... ಚಳಿ...." ಕೈ ಹೊಸೆಯುತ್ತ ವಿಂಡ್‌ನ ಬಳಿ ಬಗ್ಗಿದ. ಮಾತಾಡದೇ ಅತ್ತಿತ್ತ ನೋಡಿ ಎರಡರ ಒಂದು ನೋಟು ಅವನ ಕೈಯಲ್ಲಿಟ್ಟ "ಯಜಮಾನ್ರು ನೋಡ್ತಾರೆ, ನಡೀ" ಅವನ ತಲೆಯ ಮೇಲೊಂದು ಮೊಟಕಿದ.

ಸಚ್ಚಿದಾನಂದ್ ಬರುಡು ಬದುಕನ್ನ ಜೀವಂತವಾಗಿರಿಸಿದ್ದು ಟ್ಯಾಕ್ಸಿಗಳು, ಸೀಮೆ ಹಸುಗಳು, ಅವರ ತೀವ್ರ ಗಮನ ಅತ್ತಲೇ. ಮನೆ ಬಾಗಿಲಿಗೆ ಟ್ಯಾಕ್ಸಿ ಬರುವ ವೇಳೆಗೆ ಒಬ್ಬ ಮೆಕ್ಯಾನಿಕ್, ತೊಳೆಯುವ ಹುಡುಗ ರೆಡಿಯಾಗಿರುತ್ತಿದ್ದ.

ಮೈನ್ ರೋಡಿಗೆ ಟ್ಯಾಕ್ಸಿ ಬಂದಾಗ ಜೇಬಿನಲ್ಲಿದ್ದ ಚೀಟಿಯನ್ನ ತೆಗೆದು ನೋಡಿದ. 'ಪರೀಕ್ಷಿತ್ ಫರ್ಟಿಲೈಜರ್ಸ್' ಯಾಕಿರಬಹುದು? ಸುಮಾರಾದ ಫ್ಯಾಕ್ಟರಿ ಎಂ.ಡಿ. ಎರಡು ಕಾರುಗಳು ಇತ್ತು. ಅವರಿಗೆ ಟ್ಯಾಕ್ಸಿ ಅಗತ್ಯವೇ? ಚೀಟಿಯನ್ನ ಜೇಬಿಗೆ ಸೇರಿಸಿದ.

ಅದೇ ವಾಚ್‌ಮನ್ ಹುಬ್ಬೇರಿಸಿ ನಕ್ಕು ಕೆಳಗಿಳಿದ "ನೆನಪಿದ್ಯಾ?" ಹತ್ತಿರಕ್ಕೆ ಹೋದ. "ಹೋಗೋಗು, ಒಳಕ್ಕೆ ಬರೋಕೆ ಹೇಳಿದ್ದಾರೆ" ಎಂದ ಮುಖ ಬೇರೆಡೆ ತಿರುಗಿಸಿಕೊಳ್ಳುತ್ತ.

ಹರೀಶ್ ತಾನೇ ಗೇಟು ತಳ್ಳಿಕೊಂಡು ಒಳಗೆ ಬಂದ. ಪರೀಕ್ಷಿತ್, ಸುಮತಿ ಸ್ನೇಹಿತರೇ? ಬಂಧುಗಳೇ? ಅಥವಾ...... ತಳ್ಳಿ ಹಾಕಿದ. ಬಾಲ್ಕನಿ ಹತ್ತಿ ಹಿಂದಕ್ಕೆ ತಿರುಗಿ ನೋಡಿದ. ವಾಚ್‌ಮನ್ ಯಾರನ್ನೋ ತಡೆದು ಕಳಿಸುತ್ತಿದ್ದ.

ಹೊರಬಂದ ಆಳು ಅಡಿಯಿಂದ ಮುಡಿಯವರೆಗೂ ನೋಡಿ "ಇನ್ನ ಎದ್ದಿಲ್ಲ. ಕಾದಿರು" ಒಳಗೆ ಹೋದ. ಕೂತಿರು ಎಂದು ಹೇಳುವುದು ಕೂಡ ಸರಿ ಕಂಡಿರಲಿಲ್ಲ. ಉಳ್ಳವರಲ್ಲಿ ಮಾತ್ರವಲ್ಲ, ಎಲ್ಲರಲ್ಲೂ ತಾರತಮ್ಯದ ಮನೋಭಾವ.

ಹರೀಶ್ ಬಂದು ಹೊರಗೆ ನಿಂತ. ನಿಮಿಷಗಳನ್ನ ಲೆಕ್ಕ ಹಾಕತೊಡಗಿದ. ಹತ್ತು ನಿಮಿಷದ ನಂತರ ಅವನಿಗೆ ಬುಲಾವ್ ಬಂತು.

ಸೋಫಾ ಮೇಲೆ ಕೂತಿದ್ದ ಪರೀಕ್ಷಿತ್ ಕಣ್ಣುಗಳಲ್ಲಿಯೇ ಬರಮಾಡಿಕೊಂಡ. ರಾತ್ರಿಯ ಉಡುಪಿನಲ್ಲಿಯೇ ಇದ್ದ ಅವನ ರೆಪ್ಪೆಗಳು ಭಾರವಾಗಿಯೇ ಇದ್ದವು.

"ಯಜಮಾನ್ರೆ.....ಹೇಳಿದ್ರು" ಉಸುರಿದ.

"ಕೂತ್ಕೋ......ಬಾ" ಹೇಳಿದ.

ಅವನ ಮಿತಿ ಅವನಿಗೆ ಗೊತ್ತು. ಶ್ರೀಮಂತರ ವಿಷಯದಲ್ಲಿ ಎಚ್ಚರವಾಗಿಯೇ ಇರುತ್ತಿದ್ದ.

"ಕಮಾನ್... ಹರೀಶ್" ಮುಖ ಉಜ್ಜಿ ಕ್ರಾಪನ್ನು ಹಿಂದಕ್ಕೆ ತಳ್ಳಿದ "ಕೂತ್ಕೊ, ಒಂದಿಷ್ಟು ಮಾತಾಡೋದು ಇದೆ" ಎಂದ.

ಹರೀಶ್ ಕೂತ ಮೇಲೆ ಕಾಫೀ ಬಂತು. ಕುಡಿಯುವಂತೆ ಸನ್ನೆ ಮಾಡಿದ. ಪರೀಕ್ಷಿತ್ ಬರೀ ಎರಡು ಸಿಪ್ ಹೀರಿ ಕಪ್ ಇಟ್ಟ. ಅವನು ಕುಡಿದಿಟ್ಟ ಮೇಲೆ ಮಾತು ಪ್ರಾರಂಭಿಸಿದ.

"ಇನ್‌ಫೀಯಾರಿಟಿ ಕಾಂಪ್ಲೆಕ್ಸ್ ಒಳ್ಳೇದಲ್ಲ. ಸುಮತಿಯ ಅಂದಿನ ಸ್ಥಿತಿಯಲ್ಲಿ ನಾನು ನಿನ್ನ ಹಾಗೆ ನಿಲ್ಲಬೇಕಿತ್ತು. ಆನಂದರಾಯರು, ಸುಮತಿ ಆತ್ಮ ವಿಶ್ವಾಸ ತುಂಬಿ ಬದುಕಲು ಕಲಿಸಿದರು" ಅಭಿಮಾನ ಮುಖದಲ್ಲಿ ತುಳುಕಿತು.

ಹರೀಶ್‌ನ ಮುಖದ ಗಾಬರಿಯ ಜೊತೆ ಸಂಭ್ರಮವು ಮೂಡಿತು. ತಾನು ತಿಳಿದಿದ್ದಕ್ಕಿಂತ ಸುಮತಿ ತುಂಬ ತುಂಬ ದೊಡ್ಡವಳು.

ಬೀಗದ ಕೈ ಜೊತೆ ಡಾಕ್ಯುಮೆಂಟ್ಸ್ ಅವನಿಗೆ ಕೊಟ್ಟ "ಬ್ಯಾಂಕ್ ಲೋನ್ ಅಂದರೆ ಬಡ್ಡಿ ಜಾಸ್ತಿ. ಈಗ ನಿಂಗೆ ಬಡ್ಡಿ ಇಲ್ಲ, ಅಸಲು ಮಾತ್ರ ಕಂಪನಿಗೆ ಕಟ್ಟಿದ್ರೆ ಸಾಕು. ನಾನು ಕೂಡ ಸುಮತಿ ತಾತ ಮಾಡಿದ ಸಹಾಯದಿಂದ್ಲೇ ದೊಡ್ಡವನು ಆಗಿದ್ದು. ನೀನೂ ಹಾಗೇ ಆಗು. ಆದರೆ ನನ್ನ ಹಾಗೇ ಆಗು. ಆದರೆ ನನ್ನ ಹಾಗೇ ಕೆಲವು ದುರಭ್ಯಾಸಗಳ್ನ ಕಲೀಬೇಡ. ಸುಮತಿ ಪ್ರಕಾರ 'ರಿಯಲೀ ಜಂಟಲ್‌ಮನ್' ಆಗಿಯೇ ಇರು, ಹೆಚ್ಚಿಗೆ ಭಾವಿಸೋದ್ಬೇಡ. ಆಲ್ ದಿ ಬೆಸ್ಟ್" ಮೇಲೆದ್ದು ಅವನ ಭುಜ ತಟ್ಟಿದ.

ಎಲ್ಲಾ ಅಯೋಮಯವಾಗಿ ಕಂಡಿತು ಹರೀಶ್‌ಗೆ, ಲೋನ್, ಸ್ವಂತ ಟ್ಯಾಕ್ಸಿಯ ಬೀಜ ಅವನ ತಲೆಯಲ್ಲಿ ಬಿತ್ತಿದವಳು ಸುಮತಿಯೇ. ಯಾವುದೇ ತಾಪತ್ರಯವಿಲ್ಲದೆ ಅಂಬಾಸಿಡರ್, ವೈಟ್ ಪ್ಲೇಟ್‌ನ ಷೋ ರೂಂ ಗಾಡಿ ಅವನ ಕೈ ಸೇರಿತ್ತು.

"ಸರ್....." ಏನೋ ಹೇಳಲು ಮುಂದಾದ.

ಪರೀಕ್ಷಿತ್ ನಗೆ ಬೀರಿದ "ಆನಂದರಾಯರು ನಂಗೆ ಸಹಾಯ ಸಹಕಾರ ನೀಡದಿದ್ದರೆ ನೀನೂ ಫರ್ಟಿಲೈಸರ್‌ನಲ್ಲಿ ಬಹುಶಃ ಮೇಸ್ತ್ರಿ ಅಥವಾ ಕ್ಲಾರ್ಕ್ ಆಗಿರ್ತಾ. ಇದ್ದೆ, ನೀನು ಆ ಯಜಮಾನಿಕೆಯಿಂದ ಹೊರಬಿದ್ದು ಆ್ಯಂಬಿಷನ್ ಬೆಳಿಸ್ಕೋ" ಒಂದಿಷ್ಟು ಹೇಳಿ ತನ್ನ ಕೋಣೆಗೆ ನಡೆದ.

ಬ್ಯಾಂಕ್‌ನಲ್ಲಿ ಸುಮತಿ ಬಂದು ವಿಚಾರಿಸಿ ಹೋದ ಬಗ್ಗೆ ಅಲ್ಲಿನ ಮ್ಯಾನೇಜರೇ ಅವನಿಗೆ ತಿಳಿಸಿದ್ದರು. ಆಗ ಅವನಿಗೆ ಅರ್ಥವಾಗಿತ್ತು.

ಮಾರುತಿ ಹೊರಬಂದ "ಷೆಡ್‌ಗೆ ಬರ್ತೀರಾ?" ಕೇಳಿದ. ಹೌದೆನ್ನುವಂತೆ ತಲೆಯಾಡಿಸಿದ. ಹಿಂದೆಯೇ ಬಂದ ಪರೀಕ್ಷಿತ್ "ಹೇಗೂ ಟ್ಯಾಕ್ಸಿ ತಂದಿದ್ದೀಯಾ, ಅದರಲ್ಲೇ ಹೋಗು, ಡ್ರೈವರ್ ಕೈಯಲ್ಲಿ ವೆಹಿಕಲ್ ತರಿಸ್ತೀನಿ.... ಮೊದ್ಲು ನಿನ್ನ ಯಜಮಾನ್ರಿಗೆ ವಿಷ್ಯ ಮುಟ್ಟಿಸು. ಅವ್ರು ತೊಂದರೆಗೆ ಒಳಗಾಗೋದ್ಬೇಡ" ತನ್ನ ಕೋಣೆಯತ್ತ ನಡೆದ.

ಸುಮತಿಗೆ ಹರೀಶ್ ಬಗ್ಗೆ ಕ್ರೇಜ್ ಇದೆಯೆನ್ನುವುದು ಅವನಿಗೆ ಅರ್ಥವಾಗಿತ್ತು. ಇಲ್ಲಿ ಕೆಟ್ಟವನಾಗಲಾರ. ಸದ್ಯಕ್ಕೆ ಸುಮತಿ ಸುಖವಾಗಿರಬೇಕಾದರೆ ಹರೀಶ್‌ನ ಮಟ್ಟ ಸುಧಾರಣೆಯಾಗಬೇಕೆಂದು ಮಾತ್ರ ತಿಳಿದಿದ್ದ.

ಸ್ನಾನ, ಬ್ರೇಕ್‌ಫಾಸ್ಟ್ ಮುಗಿಸಿ ಡ್ರೆಸ್ ತೊಟ್ಟು ಹೊರಗೆ ಬರುವ ವೇಳೆಗೆ ಸುಶೀಲ ಬಂದು ಕಾದಿದ್ದಳು. ಅವನಿಗೆ ಸುಮತಿಯ ಮೂಲಕವೇ ಪರಿಚಯವಾದದ್ದು. ಪರಿಚಯವನ್ನು ಬಲವಂತವಾಗಿ ಮಾರ್ಪಡಿಸಿ ಬೆಳೆಸಿಕೊಂಡು ಬಂದಿದ್ದಳು.

"ಏನು.....ಬಂದಿದ್ದು?" ತೀಕ್ಷ್ಣವಾಗಿತ್ತು ಅವನ ಸ್ವರ.

ಫುಲ್ ಮೇಕಪ್‌ನ ಅವಳ ಮುಖ ಕಂಡಿತು. "ಅವ್ರು ಮನೆಯಲ್ಲೇ ಇದ್ಬಿಟ್ಟಿದ್ದಾರೆ. ನಂಗೆ ದಿಕ್ಕೇ ತೋಚುತ್ತಾ ಇಲ್ಲ" ಇಂಥ ಅಹವಾಲುಗಳು ಅನೇಕ ಬಾರಿ.

ಪರೀಕ್ಷಿತ್ ಮುಖದಲ್ಲಿ ಕೋಪ ಇಣುಕಿತು. "ಸುಶೀ, ನಾನೇನು ಮಾಡ್ಲಾರೆ, ಮಾಡೋಲ್ಲ! ಆ ವಿಷ್ಯದ ಬಗ್ಗೆ ನನ್ಹತ್ರ ಬರ್ಬೇಡ." ರೇಗಿದ.

ಸುಶೀಲ ಬಂದು ಅವನೆದೆಗೆ ಒರಗಿ ಬಿಕ್ಕಿದಳು. "ನಂಗೆ ನೀನೇ ದಿಕ್ಕು" ಪರೀಕ್ಷಿತ್ ಪಕ್ಕಕ್ಕೆ ಸರಿಸಿದ "ನಾನು ನಿನ್ನ ಯಾವ ಮಾತುಗಳನ್ನ ಕೇಳೋಕೆ ಸಿದ್ಧವಿಲ್ಲ. ಕೊಟ್ಟಿದ್ದಕ್ಕೆ ಹಣ ಪಡೆದಿದ್ದೀಯ. ಹಣ ಮಾಡ್ಬೇಕನ್ನೋ ಉದ್ದೇಶದಿಂದ್ಲೇ....." ಮುಂದಿನದನ್ನು ಕಟುವಾಗಿ ಹೇಳಲಾರದೇ ಹೋದ.

ಅವಳಿಗೆ ಹಣ ಬೇಕು. ಅವನು ಬೇಡ ಅನ್ನಲಾರ. ಸುಶೀಲ ಚಟುವಟಿಕೆ ಅವನಿಗೆ ಗೊತ್ತು. ಕೆಲವರು ಸ್ನೇಹಿತರು ಇದ್ದರು. ಹಣ ಅದೂ ಇದೂ ಒದಗಿಸುತ್ತಿದ್ದರು. ಇದರಲ್ಲಿ ಗಂಡನಿಗೆ ದ್ರೋಹವೆಂದಾಗಲಿ, ಶೀಲ ಅತ್ಯಂತ ಪವಿತ್ರವೆಂದಾಗಲಿ ಅವಳು ತಿಳಿದಿಲ್ಲ. ಸುಖವಾಗಿರಲು, ಸಂತೋಷವಾಗಿರಲು, ಸಮಾಜದಲ್ಲಿ ಸ್ಥಾನ ಗಿಟ್ಟಿಸಲು ಅವಳಿಗೆ ಹಣ ಬೇಕು. ಸರ್ಟಿಫಿಕೇಟ್ಸ್ ಹಿಡಿದು ಕೆಲಸ ಕೇಳಿ ಎಂಟು ಗಂಟೆ ದುಡಿದು ಟೆನ್‌ಷನ್‌ನಲ್ಲಿ ಸಾಯೋಕ್ಕಿಂತ ಇದು ಮೇಲು. ವಾರದಲ್ಲಿ ನಾಲ್ಕು ದಿನಗಳಲ್ಲಿ ಒಂದೆರಡು ರಾತ್ರಿಯ ಜೊತೆ ಒಂದಷ್ಟು ಗಂಟೆಗಳನ್ನ ವ್ಯಯಮಾಡಿ ಹಣ ಸಂಪಾದಿಸುತ್ತಿದ್ದಳು.

ಅವನ ತೋಳಿಗೆ ಕಣ್ಣೀರು ಸುರಿಸಿದಳು. "ಹೌದು, ಪರೀಕ್ಷಿತ್! ನಂಗೆ ಹಣ ಬೇಕು? ಯಾರು ಕೊಡ್ತಾರೆ? ಸುಮ್ನೇ ನೀನು ಕೊಡ್ತೀಯಾ?" ಅವನೆದೆಗೆ ಭರ್ಜಿ ಹಾಕಿದಂತಾಯಿತು.

ನಿಸ್ತೇಜನಾಗಿಬಿಟ್ಟ.

"ಇಡೀ ಜೀವನ ಪೂರ್ತಾ ಕೊರಗ್ತಾ ಸಾಕು ಸಾಲ್ದಾ ಹಾಗೇ ಸಂಸಾರ ಮಾಡೋಕ್ಕಾಗೋಲ್ಲ. ನನ್ನ ಆಸೆ, ಆಕಾಂಕ್ಷೆಗಳ್ನ ನನ್ನ ಗಂಡನ ಸಂಬ್ಳ ಪೂರೈಯಿಸುತ್ತ? ನೆವರ್, ಏನೇನು ಆಗೋಲ್ಲ. ಆಗಿನ ನನ್ನ ಸ್ಥಿತಿ ನೆನಪು ಮಾಡ್ಕೋ" ವಸ್ತು ಚಿತ್ರಣವನ್ನು ಅವನ ಮುಂದೆ ಹರಡಿದಳು.

ಅವಳನ್ನ ಸರಿಸಿ ಹೊರಗೆ ಹೋದವನು ಚೆಕ್ ತಂದು ಇಪ್ಪತ್ತು ಸಾವಿರಕ್ಕೆ ಬರೆದು ಸಹಿ ಹಾಕಿ ಅವಳಿಗೆ ಕೊಟ್ಟ "ಮತ್ತೆ ಬರಲೇ ಬೇಡ. ಇದು ಪೂರ್ತಿ ವಂತಿಗೆ ಅಂತ ತಿಳ್ಕೋ, ಕೆಲ್ಸ, ವ್ಯಾಪಾರ ಎಲ್ಲ ನಿಮ್ಮ ಇಷ್ಟ. ನೀನು ಬರೋದು ಬೇಡ. ಪ್ಲೀಸ್, ಗೋ...." ಬಾಗಿಲ ಕಡೆ ತೋರಿಸಿದ.

ಸುಶೀಲ ಕಣ್ತುಂಬಿಕೊಂಡು ಚೆಕ್ ಮತ್ತು ಪರೀಕ್ಷಿತ್‌ನ ಮುಖವನ್ನ ಬದಲಿಸಿ ಬದಲಿಸಿ ನೋಡಿದಳು. ಅವನಿಂದ ಪಡೆದಿದ್ದು ಕೂಡ ಕಡಿಮೆಯೆನಿಸಲಿಲ್ಲ.

ಪರೀಕ್ಷಿತ್ ಹೊರಗೆ ಬಂದ. ಇಂದು ಅತೃಪ್ತ ಹೊಗೆ ಅವನೆದೆಯಾಳದಲ್ಲಿ ಇರಲಿಲ್ಲ. ಸುಶೀಲ ಋಣ ತೃಪ್ತಿಯಾಗಿ ತೀರಿಸಿದ ನೆಮ್ಮದಿಯ ಜೊತೆ ಸುಮತಿಗೆ ಇಷ್ಟವಾದವರಿಗೆ ಒಂದಿಷ್ಟು ಸಹಾಯ ಮಾಡಿದಂತಾಯಿತಲ್ಲ ಎನ್ನುವ ಸಮಾಧಾನ.

ಇಂದು ಅವನು ತನ್ನ ಛೇಂಬರ್‌ಗೆ ಒಂದು ಗಂಟೆ ತಡವಾಗಿ ಬಂದ. ಯಾವುದೋ ವಿಷಯ ಮಾತಾಡಲು ಸುಮತಿನ ಕರೆಸಿಕೊಂಡ.

"ಫ್ಲ್ಯಾಟ್ ವಿಷ್ಯ ಏನ್ಮಾಡ್ದೆ?" ನೇರವಾಗಿ ಕೇಳಿದ.

"ಲಂಚ್ ಬ್ರೇಕ್‌ನಲ್ಲಿ ಹರೀಶ್‌ಗೆ ಬರೋದಿಕ್ಕೆ ಹೇಳಿದ್ದೀನಿ" ಫೈಲ್‌ನಲ್ಲಿ ಏನೋ ಗುರುತು ಹಾಕುತ್ತ ಹೇಳಿದಳು. ಒಂದು ಬಂಡೆ ಬಂದು ಅವನೆದೆಯ ಪ್ರೀತಿಗೆ ಅಪ್ಪಳಿಸಿದಂತಾಯಿತು. ಹರೀಶ್ ಸರಸರನೆ ಅವನ ಮುಂದೆ ಬೆಳೆದು ಇಡೀ ಕೋಣೆಯನ್ನು ಆವರಿಸಿಕೊಂಡ.

ಮಾರ್ಕೆಟಿಂಗ್ ವಿಷಯ ಮಾತಾಡುತ್ತಿದ್ದವನು ಕೆಮ್ಮಿ ಗಂಟಲು ಸರಿಪಡಿಸಿಕೊಂಡ "ನೀನ್ಹೋಗು ಸುಮತಿ, ಆಮೇಲೆ ಕರೀತೀನಿ" ಅವಳನ್ನ ಕಳಿಸಿ ಪೂರ್ತಿ ಸೀಟಿಗೆ ಒರಗಿ ಕಣ್ಮುಚ್ಚಿದ.

"ಆನಂದರಾಯರೇ, ಈಗ್ಲೂ ನಂಗೆ ಛಾನ್ಸಿಲ್ಲ. ನನ್ನ ದುರಾದೃಷ್ಟ. ಸದ್ಯಕ್ಕೆ ಸುಮತಿ ನನ್ನ ಕಣ್ಣೆದುರಿನಲ್ಲೇ ಇದ್ದಾಳೆ, ಅಷ್ಟೇ ಸಾಕು" ಎಂದೋ ಮರೆಯಾಗಿ ಹೋದ ಆನಂದರಾಯರಿಗೆ ಹೇಳಿದ.

ನಾಲ್ಕೈದು ಸಲ ಕಾಫೀ ತರಿಸಿ ಕುಡಿದ. ತುಮುಲ, ತಳಮಳ, ಹೇಳಿಕೊಳ್ಳಲಾಗದ ಸಂಕಟ, ಜಲಸಿ. ಸೇಡು, ಕೋಪ, ಕ್ರೋಧ ಅವೆಲ್ಲ ಒಟ್ಟಿಗೆ ಅರೆದಾಡಿ ಶಾಂತವಾಗುವ ವೇಳೆಗೆ ಪೂರ್ತಿ ಸುಸ್ತಾಗಿ ಹೋದ.

ಮೇಲೆದ್ದವನು ಕೂತ. ಪ್ರಮುಖ ಕಸ್ಟಮರ್ ಭಾಟಿಯಾ ಬಂದಾಗ "ಸೋ ಸಾರಿ,

ಇವತ್ತು ನಮ್ಮ ಮ್ಯಾನೇಜರ್ ಹತ್ರ ಮಾತಾಡಿ" ಅವರನ್ನ ಕಳಿಸಿದ.

ಲಂಚ್ ಬ್ರೇಕ್ ಸಮಯದಲ್ಲಿ ಹರೀಶ್‌ನಿಗೆ ಕಾಯುತ್ತಿದ್ದವಳಿಗೆ ಆಫೀಸ್ ಬಾಯ್ ಹೇಳಿದ "ಇವತ್ತು ಯಜಮಾನ್ರು ಸಿಕ್ಕಾಪಟ್ಟೆ ಕಾಫಿ ತರ್ಸಿಕೊಂಡು ಕುಡಿದರು. ಇದು ಫ್ಲೂ ಬರೋಕೆ ಮುನ್ಸೂಚನೆ. ನಂಗೂ ಎರಡು ಸಲ ಹಾಗೇ ಆಯ್ತು."

ಅವನ ಮಾತಿಗೆ ಸುಮತಿ ನಕ್ಕುಬಿಟ್ಟಳು. ಪರೀಕ್ಷಿತ್ ಛೇಂಬರ್‌ಗೆ ಹೋದಳು. ಸೀಟಿಗೆ ಪೂರ್ತಿಯಾಗಿ ಒರಗಿ ಕಣ್ಮುಚ್ಚಿದ.

"ಸರ್...." ಎಂದವಳು ತುಟಿ ಕಚ್ಚಿಕೊಂಡಳು. ಅವಳಿಗೂ ಹಾಗೆ ಕರೆಯಲು ಹಿಂಸೆಯೇ. ಆದರೆ ಅನಿವಾರ್ಯ. "ಲಂಚ್ ಬ್ರೇಕ್‌ನಲ್ಲೂ ಸಾರಾ? ಆತ್ಮೀಯರೆನಿಸಿ ಕೊಂಡವರು ಹಾಗೆ ಕರೆದರೆ ಪ್ರಾಣ ಹೋಗುತ್ತೆ!" ಕಣ್ತೆರೆದು ಸಿಡುಕಿದ.

"ಅವೆಲ್ಲ ಇರಲೀ, ಪರೀಕ್ಷಿತ್. ನಿನ್ನ ಆಫೀಸ್ ಬಾಯ್ ಫ್ಲೂ ಬರೋ ಮುನ್ಸೂಚನೆ ಕೊಟ್ಟಿದ್ದಾನೆ. ಯಾಕೆ ಅಷ್ಟೊಂದು ಕಾಫೀ ಕುಡಿದೆ?" ಅವನನ್ನೇ ನೋಡಿದಳು. ಅರೆ ನಕ್ಕ.

"ಅವನೊಬ್ಬ ಫೂಲ್. ಇನ್ನೂ ಹರೀಶ್ ಬರಲಿಲ್ವಾ? ಸಾಧ್ಯವಾದ್ರೆ ಇಂದು, ನಾಳೆಯೊಳಗೆ ಷಿಫ್ಟ್ ಮಾಡ್ಬಿಡು. ಮಳೆ ಸೀಜನ್ ಪ್ರಾರಂಭವಾಗುತ್ತೆ. ನೀನು ಇರೋ ಏರಿಯಾ ಸ್ವಲ್ಪ ತಗ್ಗು. ನೀರೆಲ್ಲ ಹಾಗೆ ನುಗ್ಗೋದರಿಂದ.... ತುಂಬ ಸಫರ್ ಆಗ್ಬೇಕಾಗುತ್ತೆ. ಬೇಕಾದ್ರೆ ಹರೀಶ್‌ನೇ ಕೇಳಿ ತಿಳ್ಕೊ" ಅವಳು ಕೇಳಿದ್ದಕ್ಕೆ ಉತ್ತರಿಸದೇ 'ಹರೀಶ್' ಹೆಸರನ್ನು ಎರಡು ಸಲ ಉಚ್ಚರಿಸಿ ಮಾತಾಡಿದ. ಅವಳೇನು ಗಮನಿಸಲಿಲ್ಲ.

"ಊಟಕ್ಕೆ ಹೋಗೋಲ್ವಾ?" ಕೇಳಿದಳು.

ಕಣ್ಣಿನಿಂದಲೇ ಕ್ಯಾರಿಯರ್ ಕಡೆ ತೋರಿಸಿದ. "ಇಲ್ಲೇ ಮಾಡ್ಬೇಕು. ನೀನು ಬಂದ್ಮೇಲೆ ಕೆಲ್ಸದ ಜೊತೆ ಜವಾಬ್ದಾರಿನು ಕಡ್ಮೇ ಆಗಿದೆ. ಸೋಮಾರಿತನ. ಅದ್ಕೇ ಸರ್‍ಯಾಗಿ ಹಸಿವು ಆಗೋಲ್ಲ."

ಅಷ್ಟರಲ್ಲಿ ಹರೀಶ್ ಬಂದಿರೋ ವಿಷಯ ತಿಳಿದಿದ್ದರಿಂದ ಸುಮತಿ ಹೋದಳು. ವಿರಾಗಿಯಂತೆ ಕಣ್ಮುಚ್ಚಿದ್ದ. ಆ ಸ್ಥಿತಿ ಅವನಿಗೆ ಪ್ರಿಯವಾಗಿತ್ತು.

"ಸರ್...." ಆಫೀಸ್ ಬಾಯ್ ಕೂಗಿದ.

"ಊಟ ಬೇಡ" ಎಂದ.

ತುಂಬ ಲವಲವಿಕೆಯಿಂದ, ಉತ್ಸಾಹದಿಂದ ಇರುತ್ತಿದ್ದ ತಮ್ಮ ಬಾಸ್‌ಗೆ ಏನಾಗಿದೆ? 'ಜಾಲಿ ಮನುಷ್ಯ' ಎಲ್ಲರೂ ಯಜಮಾನರ ಬಗ್ಗೆ ವ್ಯಕ್ತಪಡಿಸುತ್ತಿದ್ದ ಅಭಿಪ್ರಾಯ.

ಹರೀಶ್ ಫ್ಲಾಟನ್ನು ನೋಡಿ ಕಣ್ಣರಳಿಸಿದ. ಫ್ರಿಜ್, ಸೋಫಾಸೆಟ್ಟು ಸಮೇತ ಎಲ್ಲಾ ಇತ್ತು. ಸಿದ್ಧವಾದ ಫ್ಲಾಟ್. ಅವನು ಹೊರಗೆ ಬಂದು ನಿಂತುಬಿಟ್ಟ. ತನ್ನ ಪುಟ್ಟ ಮನೆ ಮತ್ತು ಇದಕ್ಕೂ ತುಲನೆ ಮಾಡಿ ನೋಡಿದ. ಅಜಗಜಾಂತರ ವ್ಯತ್ಯಾಸ.

ಆದರೆ ಸುಮತಿ ಬೇರೊಂದು ರೀತಿಯಲ್ಲಿ ಯೋಚಿಸುತ್ತಿದ್ದಳು. ಇದಕ್ಕೆ ಬಾಡಿಗೆ

ಎಷ್ಟಾಗಬಹುದು? ತಾತ ಮಾಡಿದ ಸಹಾಯಕ್ಕೆ ಪರೀಕ್ಷಿತ್‌ಗೆ ಕೃತಜ್ಞತೆಯ ಉರುಳೇ? ಅವಳೆದೆ ಭಾರವಾಯಿತು. ಸದ್ಯಕ್ಕೆ ಬೇರೇನು ಯೋಚಿಸಲು ಸಾಧ್ಯವಿಲ್ಲ. ತಕ್ಷಣಕ್ಕೆ ಕೆಲಸ ಸಿಗದು. ಇನ್ನೂ ಹರೀಶ್ ಭಾರವಾಗಿ ಎಷ್ಟು ದಿನ ಇರುವುದು? ಅವನ ಏರ್ಪಾಟು ಒಪ್ಪದಿದ್ದರೇ... ಪರೀಕ್ಷಿತ್ ನೊಂದುಕೊಳ್ಳಬಹುದು.

"ಪರ್ವಾಗಿಲ್ವಾ, ಹರೀಶ್?" ಅವನ ಪಕ್ಕದಲ್ಲಿ ನಿಂತು ಪ್ರಶ್ನಿಸಿದಳು. ಪರೀಕ್ಷಿತ್ ಹೇಳದ ಮುಂದೆ ಹೇಗೆ ವರ್ತಿಸುತ್ತಿದ್ದನೋ ಈಗ ಮಾತ್ರ ಉಗುಳು ನುಂಗಿದ "ಚೆನ್ನಾಗಿದೆ.... ಮೇಡಮ್!"

ಇಬ್ಬರು ಕೆಳಗಿಳಿದು ಬಂದರು. ಪರೀಕ್ಷಿತ್‌ನ ಕಾರು ಆ ಮಾರ್ಗವಾಗಿಯೇ ಹಾದು ಹೋಯಿತು. ಈಗಲೂ ಅವನಿಗೆ ಅನುಮಾನ. ಸುಮತಿ ಒಪ್ಪಬಹುದು, ಇಲ್ಲದಿರಬಹುದು, ಆಗೇನು ಮಾಡುವುದು?

ಹರೀಶ್, ಸುಮತಿ ಕೂಡಿಯೇ ಹೋಟೆಲಲ್ಲಿ ಊಟ ಮಾಡಿದರು. "ನಾಳೇನೇ ಇಲ್ಲಿಗೆ ಬಂದ್ಬಿಡೋಣಾಂತ. ಕೆಲವೊಮ್ಮೆ ಬಸ್ಸಿನ ಅನಾನ್ಕೂಲದಿಂದ ತಡವಾಗಿ ಬರೋದು ತಪ್ಪುತ್ತೆ. ಹೇಗೂ ಅಷ್ಟು ದೊಡ್ಡ ಫ್ಲ್ಯಾಟಿಗೆ ನಾನೊಬ್ಬೇ. ನೀನು ಬಂದು ಅಲ್ಲೇ ಇರು. ಹೇಗೂ ವೆಹಿಕಲ್ ನಿನ್ನ ಯಜಮಾನರ ಮನೆಯಲ್ಲೇ ಇರುತ್ತಲ್ಲ.

ಅವನು ಮಾತನಾಡಲಾರದ ಸ್ಥಿತಿಯಲ್ಲಿದ್ದ "ಇಲ್ಲಿಗೂ ಯಜಮಾನರ ಮನೆಗೂ ತುಂಬ ದೂರ" ಎಂದು ಉಸುರಿ ಎದ್ದುಬಿಟ್ಟ.

ಬಹಳ ವರ್ಷಗಳಿಂದ ಒಂಟಿಯಾಗಿ ಇದ್ದವ ಸುಮತಿಯಂಥ ಹೆಣ್ಣು ಕೆಲವು ದಿನವಾದರೂ ಅವನ ಮನೆಯಲ್ಲಿ ಅತಿಥಿಯಾಗಿ ಉಳಿದಿದ್ದು ಅವನಿಗೆ ಸಂತಸದ ಸುದ್ದಿ. ಕಲ್ಪನೆಗಳು, ಕನಸುಗಳು ಬರೀ ಭ್ರಾಮಕ ಪ್ರಪಂಚದಲ್ಲಿ ಸಲ್ಲುವಂಥದ್ದು.

ಆಫೀಸ್ ಹತ್ತಿರ ಟ್ಯಾಕ್ಸಿ ನಿಲ್ಲಿಸಿದಾಗ ಇಳಿದ ಸುಮತಿ ಪರ್ಸ್ ತೆಗೆಯಲು ಹೋದಾಗ ತಡೆದ "ಬೇಡ, ನನ್ನ ಅಪರೂಪದ ಅತಿಥಿಗಾಗಿ ಇಷ್ಟು ಮಾಡೇನೇ! ಸಂಜೆ ನಾನೇ ಬರ್ತೀನಿ" ಟ್ಯಾಕ್ಸಿಯ ಹತ್ತಿ ಹೊರಟು ನಿಂತ. ನೋಡುತ್ತ ನಿಂತ ಸುಮತಿ ಕಣ್ಣುಗಳು ತುಂಬಿ ಬಂತು.

ಆ ರಾತ್ರಿಯ ನಂತರ ತೀರಾ ಒಂಟಿಯೆನಿಸಿತು. ಎಲ್ಲ ಬಾಗಿಲು ಮುಚ್ಚಿತ್ತು. ಎಲ್ಲಿ ಹೋಗುವುದು? ಅಂದು ನಿಶ್ಚಿಂತೆಯಿಂದ ಕೇಳಿದ್ದಳು. ಹರೀಶ್ ಅವಳಿಗಾಗಿ ಮಾಡಿದ್ದೆಷ್ಟು?

"ನಮಸ್ತೆ.....ಮೇಡಮ್..... "ನಮಸ್ತೆ.....ಮೇಡಮ್....." ಹೊರ ಹೋಗಿದ್ದ ಆಡ್ಮಿನಿಸ್ಟ್ರೇಷನ್ ಸೆಕ್ಷನ್‌ನವರೆಲ್ಲ ವಿಶ್ ಮಾಡುತ್ತ ಸರಿದು ಹೋದಾಗ ಒಳಗೆ ಬಂದು ತನ್ನ ಸೀಟಿಗೆ ಹೋದಳು.

ಸಂಜೆ ಆಫೀಸ್ ಮುಗಿಯುವ ವೇಳೆಗೆ ಪರೀಕ್ಷಿತ್‌ನಿಂದ ಫೋನ್ ಬಂತು. "ಫ್ಲ್ಯಾಟ್ ಹೇಗಿದೆ? ಹರೀಶ್ ಏನು ಹೇಳ್ದ?" ಕೇಳಿದ.

"ಚೆನ್ನಾಗಿದೆ. ಆದ್ರೂ ನಿನ್ಹತ್ರ ಮಾತಾಡ್ಬೇಕು. ಹರೀಶ್ ಯಜಮಾನ್ರ ಮನೆಗೂ ಇಲ್ಲಿಗೂ

ದೂರ!" ಸಹಜವಾಗಿ ನುಡಿದಳು. ನಿಧಾನವಾಗಿ ಒಂದು ಬಂಡೆಯೆತ್ತಿ ಅವನೆದೆಯ ಮೇಲೆ ಇಟ್ಟಂತಾಯಿತು. "ಆಫೀಸ್ ಕಾರಿನಲ್ಲೇ ಬಾ" ಎಂದ.

"ಇಲ್ಲ, ಬೆಳಿಗ್ಗೆ ಬಂದರಾಯಿತಲ್ಲ. ಈಗ ಹರೀಶ್ ಬರ್ತಾರೆ" ಏರಿದ ಎದೆಯ ಬಡಿತವನ್ನು ನಿಯಂತ್ರಿಸಲಾಗದೇ ಕಂಗೆಟ್ಟ "ನಿನ್ನಿಷ್ಟ........" ಫೋನಿಟ್ಟ.

ಬದುಕು ಆ ಕ್ಷಣ ಅರ್ಥಹೀನವೆನಿಸಿತು. ಸುಮತಿ ಮತ್ತೆ ನೀನು ನನ್ನ ಕಣ್ಣಿಗೆ ಬೀಳದೇ, ನನ್ನ ಸಾಮೀಪ್ಯಕ್ಕೆ ಬರದೇ ಹೋಗಬೇಕಿತ್ತು. ಎಂದೋ ಸತ್ತ ಆಸೆಗಳು, ಕಲ್ಪನೆಗಳು ಮತ್ತೆ ಚಿಗುರುತ್ತ ಇರಲಿಲ್ಲ. ಮುಷ್ಠಿ ಬಿಗಿ ಹಿಡಿದು ಮುಂದಿದ್ದ ವಾಚ್‌ಗೆ ಗುದ್ದಿದ. ಅದರ ಗತಿಯೇನಾಯಿತೋ, ಇವನ ಕೈಯಿಂದ ರಕ್ತ ಸುರಿಯಲು ಪ್ರಾರಂಭವಾಯಿತು.

ಇನ್ನೊಂದು ಕೈಯಿಂದ ಆ ಜಾಗವನ್ನು ಒತ್ತಿ ಹಿಡಿದ. ಎದೆಯ ದಾವಾನಲಕ್ಕಿಂತ ಇದು ಭಯಂಕರವೆನಿಸಲಿಲ್ಲ.

ಓಡಿ ಬಂದ ಮಾರುತಿ ಗಾಬರಿಯಾದ. "ಇದು ಹೇಗಾಯ್ತು?" ಡಾಕ್ಟರ್‌ಗೆ ಫೋನ್ ಮಾಡಲು ಓಡಿದ. ಹಲ್ಮುಡಿ ಕಚ್ಚಿಡಿದು ಹಾಗೆಯೇ ಹಾಗೆಯೇ ಕೂತಿದ್ದ ಪರೀಕ್ಷಿತ್. ಯಜಮಾನರಿಗೆ ಏನಾಗಿದೆ? ಮಾರುತಿ ಫಸ್ಟ್ - ಏಡ್‌ಬಾಕ್ಸ್ ಹಿಡಿದು ಬಂದ.

ಹತ್ತೇ ನಿಮಿಷದಲ್ಲಿ ಬಂದ ಡಾಕ್ಟರ್ ಬ್ಯಾಂಡೇಜ್ ಮಾಡಿ ಇಂಜಕ್ಷನ್ ಕೊಟ್ಟು ಹೋದರು. ಇದು ಹೇಗಾಯಿತು? ಅವರ ಪ್ರಶ್ನೆಗೆ ಉತ್ತರಿಸಲಾರದೆ ಜಾರಿಕೆಯ ಉತ್ತರ ಕೊಟ್ಟಿದ್ದ. ಉದ್ವೇಗ ಹತ್ತಿಕ್ಕಲಾರದ ಸ್ಥಿತಿ ತಲುಪುತ್ತಿದ್ದ.

ರಾತ್ರಿ ಜ್ವರ ಬಂತು. ಅವನ ಮಂಚದ ಬಳಿಯೇ ಇಡೀ ರಾತ್ರಿ ಕಾದ ಮಾರುತಿ. ಎಂದಿಗಿಂತ ಇಂಥ ಸಮಯದಲ್ಲಿ ಹೆಣ್ಣಿನ ಅಗತ್ಯವೆನಿಸಿತು ಅವನಿಗೆ.

ಬೆಳಿಗ್ಗೆ ಕಾಫೀ ಕುಡಿದ ಪರೀಕ್ಷಿತ್ ಸದ್ಯಕ್ಕೆ ತಾನು ಆಫೀಸಿಗೆ ಬರುವುದು ಸಾಧ್ಯವಿಲ್ಲವೆಂದು ಫೋನ್ ಮಾಡಲು ನಿಶ್ಚಯಿಸಿದ. ಆದರೆ ಸುಮತಿನ ನೋಡದೇ ಹೇಗಿರುವುದು? ಇದು ಹುಚ್ಚೆನಿಸಿತು ಅವನಿಗೆ. ಎಷ್ಟೋ ವರ್ಷ ನೋಡದೇ ಇದ್ದ. ಈಗೆಂಥ ತಲೆಬಿಸಿ! ಆರಾಮಾಗಿ ಕಣ್ಮುಚ್ಚಿ ಮಲಗಿದ.

ಡಾಕ್ಟರ್ ಬಂದು ನೋಡಿ ಹೋದ ಮೇಲೆ ಆರಾಮಾಗಿ ನಿದ್ರಿಸಿದ. ಅಲ್ಲಿಂದ ಫೋನ್ ಬಂದಾಗ ಮಾರುತಿನೇ ರಿಸೀವರ್ ಎತ್ತಿದ.

"ಯಜಮಾನ್ರು ಬಹುಶಃ ಇವತ್ತು ಆಫೀಸಿಗೆ ಬರೋಲ್ಲ" ಎಂದಾಗ ಸುಮತಿ ಹೆಚ್ಚು ಪ್ರಶ್ನಿಸಲಾರದೆ ಹೋದಳು. ಪರೀಕ್ಷಿತ್ ಅವಳ ಬಾಸ್. ಅಂದಿನ ರಾತ್ರಿಯ ಚಿತ್ರ ಸುಮತಿಯ ಕಣ್ಮುಂದೆ ತೇಲಿತು. ಎರಡರ ಅಮಲಿನಲ್ಲಿರೋ ವ್ಯಕ್ತಿನ ಎಚ್ಚರಿಸುವುದು ಸರಿಯಲ್ಲವೆಂದುಕೊಂಡಳು.

ಮಧ್ಯಾಹ್ನದ ಮೀಟಿಂಗ್‌ಗಾದರೂ ಬರಬಹುದೆಂದು ಕಾದು ಕಡೆಗಳಿಗೆಯಲ್ಲಿ ಕ್ಯಾನ್ಸಲ್ ಮಾಡಿದಳು. ಮತ್ತೆ ಫೋನ್ ಎತ್ತಿದರೂ ಡಯಲ್ ತಿರುಗಿಸದೇ ಇಟ್ಟಳು.

ಸಂಜೆ ಬಸ್ಸಿಗೆ ಕಾಯದೇ ಆಟೋ ಹಿಡಿದು ಮನೆಗೆ ಬಂದಳು. ಹರೀಶ್ ಅವಳಿಗಾಗಿ ಕಾಯುತ್ತಿದ್ದ. ತೀರಾ ಖಿನ್ನನಾಗಿ ಕಂಡ.

"ಹರಿ, ಯಾಕೆ ಒಂದು ತರಹ ಇದ್ದೀರಾ" ನಿಮ್ಮ ಯಜಮಾನರ ಮನೆಯಲ್ಲಿ ಮತ್ತೇನಾದ್ರೂ ಪ್ರಾಬ್ಲಮ್?" ಪರ್ಸ್‌ನ ಒಂದೆಡೆ ಹಾಕಿ ಅವನತ್ತ ತಿರುಗಿದಳು.

ಹರೀಶ್ ನೋವಿನ ನಗೆ ನಕ್ಕ. ಅವಳ ಕಣ್ಣುಗಳಲ್ಲಿ ಅಚ್ಚರಿ ಇಣಕಿತು. ಸದಾ ಹರ್ಷ, ಹಾಸ್ಯದ ಹೊನಲಲ್ಲಿ ತೇಲುವ ಇವನಿಗೆ ಇಂದು ಏನಾಗಿದೆ?

"ಅಂತು ಇಂದು ಎಂದಿನಂತಿಲ್ಲ, ಹರಿ, ಇದು ನಿನ್ನ ಸ್ವಭಾವಕ್ಕೆ ವಿರೋಧ ಕಾರಣ ಹೇಳಬಹುದೂಂತ ಅನ್ನಿಸಿದ್ರೆ ಹೇಳು" ಅಲ್ಲೇ ಕೂತಳು.

ಹರೀಶ್ ಏನೂ ಹೇಳಲಾರದೆ ಹೋದ. ಸುಮತಿ ಎಂದಿನಂತೆ ಇದ್ದಳು. ತೀರಾ ಸಾಧಾರಣ ಮನೆಯಿಂದ ಫ್ಲ್ಯಾಟ್‌ಗೆ ವಸತಿ ಬದಲಿಸುವುದು ಅವಳಿಗೆ ಸಂತೋಷದ ವಿಷಯವೇ ಇರಬಹುದೂಂತ ಅಂದುಕೊಂಡರು ಹಾಗೇನು ಕಾಣಲಿಲ್ಲ.

'ಶ್ರೀಮಂತ ಆನಂದರಾಯರ ಮೊಮ್ಮಗ್ಳು, ಭವ್ಯ ಬಂಗಲೆಯಲ್ಲಿ ಬೆಳೆದವರು. ವಿದ್ಯಾವಂತೆ' ಪರೀಕ್ಷಿತ್ ಹೇಳಿದ ಮಾತುಗಳಲ್ಲಿ ಇದಿಷ್ಟನ್ನೂ ಚೆನ್ನಾಗಿ ನೆನಪಿನಲ್ಲಿ ಇಟ್ಟುಕೊಂಡಿದ್ದ. ಇಲ್ಲಿ ನಾಲ್ಕು ದಿನ ಇದ್ದಿದ್ದು ಯಾವುದೋ ಜನ್ಮದ ಸುಕೃತ.

ಬಟ್ಟೆಗಳನ್ನು ಸೂಟ್‌ಕೇಸಿಗೆ ತುಂಬಿದಳು. ಅಷ್ಟನ್ನೇ ಅವಳೂ ತಂದಿದ್ದು. ಒಯ್ಯುವುದು ಕೂಡ ಅಷ್ಟೇ. ಆದರೆ ಹರೀಶ್ ಮಾಡಿದ ಉಪಕಾರಕ್ಕೆ ಪ್ರತ್ಯುಪಕಾರ ಸಾಧ್ಯವೇ? ಅವಳ ಮನ ಕೃತಜ್ಞತೆಯಿಂದ ತುಂಬಿ ಹೋಯಿತು. ಹೇಳಲು ಮಾತುಗಳಿಲ್ಲ.

"ಅಂತು ಬಂದ ಕೂಡಲೇ ಹೊರಡ್ತಾ ಇದ್ದೀರಾ!" ಎಂದವನು ಅಡಿಗೆಯ ಮನೆಗೆ ಹೋಗಿ ಕೇಸರಿಬಾತ್, ಉಪ್ಪಿಟ್ಟು ಪ್ಲೇಟುಗಳಿಗೆ ಹಾಕಿಕೊಂಡು ಬಂದ "ಲೈಟಾಗಿ ಉಪಾಹಾರ" ಅಲ್ಲಿಟ್ಟ.

ಇತ್ತ ತಿರುಗಿದ ಸುಮತಿ ಕಣ್ಣುಗಳೂ ಹೊಳೆದವು, "ಅಂತೂ, ಇವತ್ತು ಡ್ಯೂಟಿಗೆ ಚಕ್ಕರ್!" ಮುಖ ತೊಳೆದು ಬಂದು ಪ್ಲೇಟು ಕೈಗೆತ್ತಿಕೊಂಡಾಗ ಹೊಸ ಸುದ್ದಿ ಅವಳ ಕಿವಿಗೆ ಬಿತ್ತು. "ನಂಗೆ ನಿಮ್ಮ ಸಾಹೇಬ್ರು ಟ್ಯಾಕ್ಸಿ ಕೊಡ್ಸಿದ್ದಾರೆ. ಬಡ್ಡಿ ಇಲ್ದೇ ಸಾಲ ತುಂಬೋಕೆ ಹೇಳಿದ್ದಾರೆ" ಅವಳ ಕೈಯಲ್ಲಿನ ಪ್ಲೇಟು ಕೆಳಗಿಳಿಯಿತು. ಯಾವುದೇ ವಿಷಯವನ್ನು ಪರೀಕ್ಷಿತ್‌ನೊಂದಿಗೆ ಪ್ರಸ್ತಾಪಿಸಿರಲಿಲ್ಲ. ಒಳ್ಳೆಯದೆನಿಸಿತು. ಆನಂದರಾಯರು ಇಂಥ ಸಹಾಯಗಳಲ್ಲಿ ಎತ್ತಿದ ಕೈ. ಅದಕ್ಕೆ ಹೆಚ್ಚು ಭಾವಿಸಲು ಹೋಗಲಿಲ್ಲ.

"ಒಳ್ಳೇದೇ ಆಯ್ತು" ಚುಟುಕಾಗಿ ಅಂದಳು.

ಇವಳು ರೆಡಿಯಾಗುವ ವೇಳೆಗೆ ಪಾಷಾ ಅರ್ಜೆಂಟೆಂದು ಹರೀಶ್‌ಗೆ ಎಳೆದೊಯ್ದ.

"ಹೇಗೂ ನಿನ್ಹತ್ರ ಒಂದು ಕೀ ಇದೆ ಹರೀಶ್ ಆಮೇಲೆ ಮೀಟ್ ಮಾಡೋಣ" ಹೆಚ್ಚು ಹೇಳುವುದು ತಪ್ಪಿಹೋಯಿತು. ಒಂದು ಅಪೂರ್ವ ಸಂದರ್ಭವಾಗಬೇಕಾದ್ದು ತಪ್ಪಿ

ಹೋಯಿತು. ಇನ್ನರ್ಧ ಗಂಟೆ ಹರೀಶ್ ಇದ್ದಿದ್ದರೆ ಬದುಕಿನ ತಿರುವೇ ಬದಲಾಗುತ್ತಿತ್ತೇನೋ.

ಉದ್ವೇಗ, ಉತ್ಕಂಠತೆ ಕೆಲವು ಮಾತುಗಳನ್ನು ಎಮೋಷನಲ್ ಆಗಿ ಉಕ್ಕಿಸಲು ಕೆಲವು ನಿರ್ಣಯ, ನಿರ್ಧಾರಗಳನ್ನು ಕೈಗೊಳ್ಳಲು ಉತ್ತಮ ಸಮಯ, ಒಳ್ಳೆಯದು, ಕೆಟ್ಟದ್ದಕ್ಕಿಂತ ಅಲ್ಲಿ ಆವೇಗವೇ ಪ್ರಧಾನವಾಗಿ ಬಿಡುತ್ತದೆ.

ಆಟೋ ಹಿಡಿದು ತನ್ನ ಫ್ಲ್ಯಾಟ್‌ಗೆ ಬಂದಾಗ ಅವಳೆದೆಯ ದುಃಖ ಉಕ್ಕಿ ಉಕ್ಕಿ ಹರಿಯಿತು. ಮುಖ ಮುಚ್ಚಿ ಬಿಕ್ಕಿ ಬಿಕ್ಕಿ ಅತ್ತಳು. ಸಂತೈಸಲು ಯಾರಿರಲಿಲ್ಲ.

ಆನಂದರಾಯರ ಆಕಸ್ಮಿಕ ಸಾವಿನಷ್ಟೇ, ಸಾಲಗಾರರ ಮುತ್ತಿಗೆ ಕೂಡ, ಷೇರು ಕೂಡ. ಮಾರುವ ಬಿಜಿನೆಸ್‌ನೊಂದಿಗೆ ಹಣವನ್ನು ಕೆಲವು ಪಾಲುಗಾರಿಕೆಯಲ್ಲಿ ಹಾಕಿದ್ದರು. ಕೊನೆಯಲ್ಲಿ ಅವೆಲ್ಲ ನಷ್ಟದ ಪಟ್ಟಿಯಲ್ಲಿ ಉಳಿದು ಸಾಲ ಭೂತವಾಗಿ ಬೆಳೆದಿತ್ತು. ಅವಳಿಗಂತು ದಿಗ್ಭ್ರಮೆ.

"ನಮ್ಗೆ ಈ ವ್ಯವಹಾರಗಳೇ ಬೇಡ. ಇದ್ದಾಗ ನಾವೇನು ಪಾಲು ಬೇಡಲಿಲ್ಲ. ಈಗ ನಮಗ್ಯಾಕೆ!" ಹತ್ತಿರದ ನೆಂಟರು ಆಡಿದ್ದು ಇದೇ ಮಾತುಗಳು.

ಪ್ರೀತಿಯಿಂದ ಅವಳನ್ನು ಮುತ್ತುತ್ತಿದ್ದ, ನೆಲ್ಮೆಯ ಮಾತುಗಳನ್ನು ಆಡುತ್ತಿದ್ದ ಬಂಧು ಬಳಗ ಕಿಂಚಿತ್ ಸಹಾನುಭೂತಿ ಕೂಡ ತೋರಿಸಲಿಲ್ಲ.

ದೀರ್ಘಕಾಲ ಅವಳ ತಾತನ ಬಳಿ ಇದ್ದ ಸುಬ್ಬಯ್ಯ ಕೂಡ ಕನಿಷ್ಠ ಒಂದು ವಾರವಾದರೂ ತನ್ನ ಮನೆಯಲ್ಲಿರು ಎಂದು ಹೇಳಿರಲಿಲ್ಲ. ಅವನ ಹೆಣ್ಣು ಮಕ್ಕಳಿಗೆ ಅವಳು ಕೊಟ್ಟ ಬಟ್ಟೆಗಳೆಷ್ಟೋ! ಇಂಥ ಸ್ಥಿತಿಯಲ್ಲಿ ಅವಳು ಹೊರಬಿದ್ದಿದ್ದು.

ಸಿಂಕ್‌ನಲ್ಲಿ ಮುಖ ತೊಳೆದು ಅಡಿಗೆಯ ಮನೆಗೆ ಬಂದಳು. ಪಾತ್ರೆಗಳ ಜೊತೆ ಎಲ್ಲಾ ಪದಾರ್ಥಗಳು ತುಂಬಿದ್ದ ಡಬ್ಬಿಗಳು. ಇದೆಲ್ಲ ಪರೀಕ್ಷಿತ್‌ದಾ? ಕರುಣೆ, ಸಹಾನುಭೂತಿ, ಅನುಕಂಪ ಅಥವಾ ಕೃತಜ್ಞತೆ?

ಕೋಣೆಯಲ್ಲಿದ್ದ ಫೋಮ್ ಬೆಡ್‌ನ ಮೇಲೆ ಉರುಳಿಕೊಂಡು ಮೊದಲ ಸಲ ಫೋನ್ ಸದ್ದು ಕೇಳಿದಾಗಲೇ ಅಲ್ಲಿ ಫೋನ್‌ನ ಅನುಕೂಲವಿದ್ದುದು ಅವಳ ಅರಿವಿಗೆ ಬಂದಿದ್ದು.

"ಹಲೋ ಗುಡ್ ಈವ್ನಿಂಗ್ ಸುಮ. ಏನು ಅನ್ನಿಸ್ತು? ಏನಾದ್ರೂ ಬೇಕಿದ್ರೆ ತಿಳ್ಸು. ಬೇಕಾದ್ರೆ ಮಾರುತಿನ ನಾಲ್ಕು ದಿನ ಕಳುಹಿಸಲಾ? ಹರೀಶ್ ಇರೋದ್ರಿಂದ ತೊಂದರೆ ಇಲ್ಲ" ಎಲ್ಲಾ ಅವನೇ ಮಾತಾಡಿದ. ಅವಳು ಗಮನಿಸಿದ್ದು ಅವನ ಸ್ವರದಲ್ಲಿನ ಬಳಲಿಕೆ ಮಾತ್ರ "ಗುಡ್ ಈವ್ನಿಂಗ್, ಇಷ್ಟು ಫಾಸ್ಟಾಗಿ ಮಾತಾಡೋದು ಎಂದಿನಿಂದ? ನಿಂಗೆ ಹುಷಾರಿಲ್ಲ ಅಲ್ವಾ?" ಅವಳ ದನಿಯಲ್ಲಿ ಆತಂಕ ಇಣುಕಿತು.

ಪರೀಕ್ಷಿತ್ ನಕ್ಕ "ಏನಿಲ್ಲ, ಎಮಿನೆಂಟ್ ಮ್ಯಾನೇಜರ್ ಸಿಕ್ಕಾಗ ಎಂ.ಡಿ., ಸೋಮಾರಿಯಾಗೋದು ಸಹಜ. ನಾಳೆ ಆಫೀಸಿಗೆ ಬರೋಲ್ಲ. ಮಾರುತಿನ ಕಳ್ಸಿಕೊಡ್ಲಾ?" ಕೇಳಿದ.

"ಏನು ಬೇಡ, ನಾನು ಈಗ ಶ್ರೀಮಂತ ಆನಂದರಾಯರ ಮೊಮ್ಮಗಳಲ್ಲ. ಪರೀಕ್ಷಿತ್ ಫರ್ಟಿಲೈಜರ್‌ನಲ್ಲಿ ಕೆಲ್ಸ ಮಾಡೋ ಸಾಧಾರಣ ಮ್ಯಾನೇಜರ್" ಎಂದಳು.

ಅವರ ಮಾತುಗಳ ನಡುವೆ ಮಾರುತಿ ಸ್ವರ ತೀರಾ ತೆಳುವಾಗಿ ಮಿನುಗಿತು. "ಡಾಕ್ಟರ್.... ಬಂದ್ರು....." ಹಿಂದೆಯೇ "ಥ್ಯಾಂಕ್ಯೂ, ಫೋನ್ ಇಡ್ತಾ?" ಪರೀಕ್ಷಿತ್ ಕೇಳಿದವನು ತಕ್ಷಣ ಇಟ್ಟ.

ಅವನ ಆರೋಗ್ಯ ಚೆನ್ನಾಗಿಲ್ಲವೆಂದು ಅವಳಿಗೆ ಮನದಟ್ಟಾಯಿತು. ಅಂದಿನ ರಾತ್ರಿಯ ದೃಶ್ಯ ಅವಳ ಮುಂದೆ ಇಣುಕಿತು. ಪರೀಕ್ಷಿತ್ ಕುಡುಕ, ವ್ಯಭಿಚಾರಿ!

ಪರೀಕ್ಷಿತ್ ಎರಡು ವರ್ಷ ಇವರ ಮನೆಯಲ್ಲಿದ್ದೇ ಕಾಲೇಜಿಗೆ ಹೋಗಿದ್ದ. ಅಂತಹ ಬುದ್ಧಿವಂತನಲ್ಲದಿದ್ದರೂ ಉತ್ತಮ ವಿದ್ಯಾರ್ಥಿ. ಪ್ರತಿಯೊಂದಕ್ಕೂ ಆನಂದರಾಯರ ಮುಂದೆ ಕೈ ಚಾಚಬೇಕಾದ ಸಂದರ್ಭಗಳು. ಆಗಲೂ ತಾತ, ಮೊಮ್ಮಗಳು ಅವನನ್ನು ವಿಶ್ವಾಸ ದಿಂದಲೇ ಕಂಡಿದ್ದರು. ಅದು ಆ ಜನಕ್ಕೆ ಹೊಸದಲ್ಲ. ಕೊಡುಗೈ ಧಣಿ, ಅವರಿಂದ ಉಪಕೃತ ರಾದವರಲ್ಲಿ ಪರೀಕ್ಷಿತ್ ಒಬ್ಬ ಅಷ್ಟೇ.

ಬೆಳಿಗ್ಗೆ ಅವಳು ಏಳುವುದಕ್ಕೆ ಮುನ್ನವೇ ಕಾಲಿಂಗ್ ಬೆಲ್ ಸದ್ದಾಯಿತು. ಮುಖ ತೊಳೆದು ಬಂದು ಬಾಗಿಲು ತೆರೆದಾಗ ಹರೀಶ್ ನಿಂತಿದ್ದ.

"ಗುಡ್ ಮಾರ್ನಿಂಗ್ ಮೇಡಮ್, ಸಾರಿ ಫಾರ್ ದಿ ಡಿಸ್ಟರ್ಬ್" ಎಂದ ನಗುತ್ತ. ಹಾಲಿನ ಪ್ಯಾಕೆಟ್ ಹಿಡಿದು ಬಂದಿದ್ದ. "ಬಾ....ಬಾ......ಹರಿ ಒಳಗೆ" ನಡೆದಳು.

ಹರೀಶ್ ತಾನೇ ಕಾಫೀ ಮಾಡಿ ತಂದ "ಈ ಒಳ್ಳೆಯ ವಾತಾವರಣದಲ್ಲಿ ಕಾಫಿಯ ಟೇಸ್ಟೇ ಬದಲಾಗುತ್ತೆ" ವಿಶಾಲವಾದ ಕಿಟಕಿಗಳತ್ತ ನೋಡಿದ. ಅವಳೇನು ಮಾತಾಡಲಿಲ್ಲ.

ಎರಡು ದಿನವೇನು ಮೂರು ದಿನ ಕಳೆದರೂ ಪರೀಕ್ಷಿತ್ ಆಫೀಸ್‌ಗೆ ಬರಲಿಲ್ಲ. ನಾಲ್ಕನೆಯ ದಿನದ ಲಂಚ್ ಬ್ರೇಕ್‌ನಲ್ಲಿ ಬಂದ ಹರೀಶ್ ಸಪ್ಪಗಿದ್ದ.

"ನಿಮ್ಮ ಬಾಸ್ ಕೈಗೆ ಬ್ಯಾಂಡೇಜ್ ಹಾಕ್ಸಿಕೊಂಡಿದ್ದಾರೆ. ಒಳ್ಳೆ ಫೈಟರ್ ಇರ್ಬೇಕು" ಅದನ್ನ ಹಾಸ್ಯವಾಗಿ ಹೇಳಿದ.

"ಅಂಥದೇನಿಲ್ಲ ಮ್ಯಾನೇಜರ್ ಸಾಬ್. ಬರೀ ಡಿಪ್ರೆಷನ್ ಅಷ್ಟೆ" ಇಂದು ಬೆಳಿಗ್ಗೆ ಆಫೀಸ್‌ಗೆ ಬಂದ ಮೇಲೆ ಫೋನ್ ಮಾಡಿ ವಿಚಾರಿಸಿದಾಗ ಉಸುರಿದ್ದ. 'ಸುಳ್ಳು ಯಾಕೆ ಹೇಳಿದ್ದು?' ಚಿಂತಿಸಿದಳು. ಸದ್ಯಕ್ಕೆ ಈ ಸಂದರ್ಭದಲ್ಲಿ ತಾನು ಭೇಟಿಯಾಗುವುದು ಅವನಿಗೆ ಬೇಡವೆನಿಸಿರಬಹುದು - ನಿಟ್ಟುಸಿರು ದಬ್ಬಿದಳು.

"ಊಟ ಮಾಡೋಣ ಬನ್ನಿ" ಹರೀಶ್ ಕರೆದಾಗ ನಿರಾಕರಿಸಿದಳು "ತಿಂಡಿ ತಂದಿದ್ದೀನಿ... ಈಗೇನ್ಬೇಡ" ಒಳಗೆ ನಡೆದಳು. ಹರೀಶ್ ಬೆಪ್ಪಾದ.

ಅರ್ಧ ದಿನದ ಲೀವ್ ಬರೆದಿಟ್ಟು ಹೊರಗೆ ಬಂದಳು. ಪರೀಕ್ಷಿತ್ ಎಂಥವನು ಎಂಬುದು ಅವಳಿಗೆ ಮುಖ್ಯವಿರಲಿಲ್ಲ. ಈಗ ಪೂರ್ಣ ಸಹಾಯಹಸ್ತ ನೀಡಿದ್ದ.

ಅವನ ಮನೆಯ ಮುಂದೆ ಆಟೋದಲ್ಲಿ ಇಳಿದವಳು ವಾಚ್‌ಮನ್‌ನತ್ತ ನೋಡಿದಳು. "ಈಗ ಯಜಮಾನ್ರು ಯಾರನ್ನ ನೋಡೋಲ್ಲ" ಮುಖ ಬೇರೆಡೆ ತಿರುಗಿಸಿಕೊಂಡು ಹೇಳಿದ.

ಕೇಳಿಸದವಳಂತೆ ಗೇಟು ತೆರೆದುಕೊಂಡು ಹೊರಟವಳು ನಿಂತಳು. 'ಒಳಗೆ ಯಾರಿರಬಹುದು? ಪರೀಕ್ಷಿತ್ ಯಾವ ಸ್ಥಿತಿಯಲ್ಲಿ ಇರ್ಬಹ್ದು?' ಅವಳ ಮನ ಹಿಂಜರಿಯಿತು. ವಾಚ್‌ಮನ್ ಕಣ್ಣುಗಳಲ್ಲಿ ಕಂಡಂಥ ಭಾವ ನೆನಪಿಸಿಕೊಂಡರೆ ಸುಮತಿಯ ಮೈಯೆಲ್ಲ ಹತ್ತಿಕೊಂಡು ಉರಿದಂತಾಗುತ್ತಿತ್ತು.

ಹಿಂದಿರುಗಲಾರದೆ ಕಾಲುಗಳನ್ನ ನಿಧಾನವಾಗಿ ಎಳೆದು ಹಾಕಿದಳು. 'ಪರೀಕ್ಷಿತ್ ಕುಡುಕ. ವ್ಯಭಿಚಾರಿ' ಮನದಲ್ಲಿ ಸುಳಿದ ವಿಚಾರ ಮುಖದಲ್ಲಿ ಕಹಿಯ ಜೊತೆ ವ್ಯಥೆಯನ್ನ ಉಕ್ಕಿಸಿತು.

ಹೊರಗಡೆಯೇ ನಿಂತು ಕಾಲಿಂಗ್ ಬೆಲ್ ಒತ್ತಿದಳು. ಬಾಗಿಲು ತೆರೆದಿದ್ದರೂ ಹೋಗಲು ಇಚ್ಛಿಸಲಿಲ್ಲ. ತಾನು ಬಂದ ವೇಳೆ ಅನುಕೂಲವೋ ಅನಾನುಕೂಲವೋ ಪರೀಕ್ಷಿತೇ ನಿರ್ಧರಿಸಲಿ.

ಬಂದ ಮಾರುತಿ ನಮ್ರತೆಯಿಂದ ವಂದಿಸಿದ. "ಬನ್ನಿ ತಾಯಿ, ಪೂರ್ತಿ ಜ್ವರವೇನು ಬಿಟ್ಟಿಲ್ಲ ಯಜಮಾನ್ರಿಗೆ. ಮಗುನ ಸುಧಾರಿಸಿದಂಗಾಗಿದೆ" ಕೋಣೆಯೊಳಕ್ಕೆ ಕರೆದೊಯ್ದ.

ನಾಲ್ಕು ದಿನದ ಜ್ವರದ ಕಳೆ ಮುಖದ ಮೇಲೆ, ಮುಖ ಸ್ವಲ್ಪ ಕಂಗೆಟ್ಟಿತ್ತು. ಆರಾಮಾಗಿ ಕಣ್ಮುಚ್ಚಿ ಮಲಗಿದ್ದ.

"ಈಗೆಲ್ಲೋ ನಿದ್ದೆ ಬಂದಿದೆ" ಎಂದ ಕೂಡಲೇ ಕಣ್ತೆರೆದ "ಮ್ಯಾನೇಜರ್ ಸಾಹೇಬ್ರು ಬಂದಿದ್ರೂ ನಿದ್ದೆ ಹೋಗೋಷ್ಟು ಅವಿಧೇಯತೆ ಇಲ್ಲ" ಇನ್ನೊಂದು ಕೈಯೂರಿ ಎದ್ದು ಕೂತಾಗ ಮಾರುತಿ ಹಿಂದಕ್ಕೆ ದಿಂಬಿನಾಸರೆ ನೀಡಿದ.

"ಕೂತ್ಕೋ.....ಸುಮ" ನಾಲಿಗೆಯಿಂದ ತುಟಿಯನ್ನು ಒದ್ದೆ ಮಾಡಿದ "ನಂಗೆ ಸರ್‌ಪ್ರೈಜ್.... ಅಂತು ಪುರುಸೊತ್ತು ಮಾಡ್ಕೊಂಡ್ ಬಂದ್ರಿ!" ಹಿಂದಿನ ಮರ್ಯಾದೆಗೆ ಹೊರಳಿದ. ಬಹಳ ಸೀರಿಯಸ್ಸಾಗಿ ಅವನತ್ತ ನೋಡಿದ "ಇಂಥ ಮರ್ಯಾದೆ ನಂಗೆ ಇಷ್ಟವಾಗೋಲ್ಲ."

ಎರಡು ಕೈಗಳನ್ನ ಜೋಡಿಸಲಾರದೆ ಜೋಡಿಸಿದ "ಕೋಪ ಬೇಡ ಬಡವನ ಮೇಲೆ! ತಾವು ಹೇಗೆ ಅಪ್ಪಣೆ ಕೊಟ್ಟರೇ ಹಾಗೆ" ಅವನ ನಟನೆಗೆ ನಕ್ಕುಬಿಟ್ಟಳು. ಹಿಂದೆ ಕೂಡ ಇಂಥ ಡೈಲಾಗ್‌ಗಳಿಗೆ ಕೊರತೆ ಇರಲಿಲ್ಲ.

"ಇವತ್ತೇನು ಅರ್ಧ ದಿನದ ರಜೆನಾ ?" ಕೇಳಿದ.

"ಲೀವ್ ಲೆಟರ್ ನಿಮ್ಮ ಟೇಬಲ್ಲು ಮೇಲೆ ಇಟ್ಟು ಬಂದಿದ್ದೀನಿ. ಹೇಗಾಯ್ತು?" ಕೈ ಕಡೆ ನೋಡಿದಳು.

ಕೈ ಕಡೆ ನೋಡಿಕೊಂಡ "ಖಂಡಿತ ನಿಜ ಹೇಳೋಲ್ಲ! ಆಮೇಲಿನ ಪರಿಣಾಮ ಮಾತ್ರ ಹೇಳೋಕ್ಕಾಗೋಲ್ಲ. ಈ ಹೃದಯಕ್ಕೆ ಅದ್ನ ತಡೆಯೋ ಶಕ್ತಿ ಇಲ್ಲ" ಎದೆಯ ಮೇಲೆ

ಕೈಯಿಟ್ಟುಕೊಂಡ. ತೀರಾ ಮುಗ್ಧತೆ ಇಣುಕಿತು ಅವನ ಮುಖದಲ್ಲಿ.

"ನಿಂಗೆ ಹೇಳೋಕೆ ಇಷ್ಟ ಇಲ್ಲಾಂದ್ರೆ ಬೇಡ. ಹೇಗಿದೆ ನೋವು? ಡಾಕ್ಟ್ರು ಏನ್ಹೇಳಿದ್ರು?"

"ಅಂಥದೇನಿಲ್ಲ, ಬಿಡು. ಈಗ ಏನು ತಗೋತಿಯಾ? ಏನಾದ್ರೂ ಫ್ರೆಶ್ಶಾಗಿ ಮಾಡಿಸೋಣ. ಬ್ರೆಡ್ ತಿಂದು ತಿಂದು ನನ್ನ ನಾಲಿಗೆ ಕೂಡ ಜಡ್ಡುಗಟ್ಟಿ ಹೋಗಿದೆ. ನಂಗೇನಾದ್ರೂ ಅವಕಾಶ ಸಿಕ್ಕಿದರೇ.... ಆ ಡಾಕ್ಟ್ರನ ವಾರ ಕೋಣೆಯಲ್ಲಿ ಕೂಡಿ ಹಾಕಿ ಬ್ರೆಡ್‌ನಲ್ಲೇ ಮುಳುಗಿಸಿ ಸೇಡು ತೀರಿಸ್ಕೋತೀನಿ" ನಕ್ಕ.

ಈಗ ಅವಳಿಗೆ ನೆನಪಾದದ್ದು ಹರೀಶ್, ಸದಾ ಸಂತೋಷವಾಗಿರುತ್ತಿದ್ದ ವ್ಯಕ್ತಿ ಹ್ಯೂಮರ್ ಕ್ಲಬ್‌ನ ಸದಸ್ಯನಂತೆ ಹಾಸ್ಯ ಚಟಾಕಿಗಳನ್ನ ಹಾರಿಸುತ್ತಿದ್ದ.

ಅವಳ ಹಸನ್ಮುಖದ ಹಿಂದೆ ಯಾರದೋ ನೆನಪಿದೆಯೆನಿಸಿತು ಪರೀಕ್ಷಿತ್‌ಗೆ "ಅಂತು ನೀನು ಕನಸು ಕಾಣ್ತೀರೋ ಆ ಅದೃಷ್ಟವಂತ ಯಾರು?" ಹಾಸ್ಯ ಮಾಡಿದ.

"ಹರೀಶ್ ಕೂಡ ಯಾವಾಗ್ಲೂ ಹೀಗೇನೇ ಮಾತಾಡ್ತಾನೆ" ಸಹಜವಾಗಿ ನುಡಿದಳು.

ಅವನ ಮುಖದ ಗೆಲುವಿಗೆ ಸಪ್ಪೆ ಮಿಶ್ರಣವಾಗಿ ವಿವರ್ಣಗೊಂಡಿತು.

ಮಾರುತಿ ಬಂದು ಕೋಣೆಯಲ್ಲಿ ಇಣಕಿದ "ಹೊಸ್ದಾಗಿ ಏನಾದ್ರೂ ತಿಂಡಿ ಮಾಡ್ಕೊಂಡ್ಬಾ" ಎಂದ. ಅಸ್ಪಷ್ಟ ಚಿತ್ರಣ ಅವನ ಮುಂದಿತ್ತು.

ಆಯ್ಕೆ ಅವಳದೇ. ಸಮಂಜಸವಾಗಿಯೇ ಇರುತ್ತೆ. ಅವನ ವಿದ್ಯೆ ಕಡಿಮೆ ಇರಬಹುದು. ಸಮಾಜದಲ್ಲಿ ಸ್ಥಾನಮಾನಗಳು ಕಮ್ಮಿ ಇರಬಹುದು. ಅವರ ದನ್ನ ಸಂಪಾದಿಸಿಕೊಳ್ಳಬಹುದು. ಸುಮತಿಯಂಥ ಹೆಣ್ಣು ಸಿಗಬೇಕಾದರೇ ಹರೀಶ್ ಹಿಮಾಲಯ ಹತ್ತಿ ಇಳಿದಾನು! ನನಗೆ ಆ ಯೋಗವಿಲ್ಲ. ಗೋ ಟು ಹೆಲ್. ಯಾರಾದರೂ ಸಾವಿರ ವರ್ಷ ಬದುಕುತ್ತಾರ? ನೋ... ಇದ್ದಷ್ಟು ಕಾಲ ಜಾಲಿಯಾಗಿರಬಹುದು. ಮತ್ತೇರಿಸುವ ಮದಿರೆ, ಲಲನೆಯರ ನೆನಪಾಯಿತು.

"ಮತ್ತೇನು ಸಮಸ್ಯೆ?" ಟೀಪಾಯಿ ಮೇಲಿದ್ದ ವಾಚನ್ನ ಕೈಗೆತ್ತಿಕೊಂಡ "ಇದು ನಿಮ್ಮ ತಾತ ಕೊಡಿಸಿದ್ದು. ಬೆಲ್ಟ್ ಹೋಗಿ ಚೈನ್ ಬಂದಿರಬಹುದು. ಮತ್ತೆ ಅದು ಗೋಲ್ಡ್‌ಗೆ ಬದಲಾಗಿರಬಹುದು. ಆದರೆ ಡಯಲ್ ಮಾತ್ರ ಅದೇ. ಈಗ್ಲೂ ನನ್ನ ಹೃದಯದಂತೆ ಅದರ ನಡಿಗೆ" ಕಿವಿಯ ಬಳಿ ಇಟ್ಟುಕೊಂಡ.

ಅವಳೆದೆ ಭಾರವಾಯಿತು "ಪರೀಕ್ಷಿತ್, ನಿನ್ನಷ್ಟು ಯಾರು ಅವರನ್ನು ನೆನಪಿಸಿಕೊಳ್ಳೋಲ್ಲ. ನಿಂಗೇನು ಮಾಡ್ಲಿಲ್ಲ. ತಾತನ ಹಣದಲ್ಲಿ ಸುಬ್ಬಯ್ಯ ಆರು ಹೆಣ್ಣು ಮಕ್ಳಿಗೆ ಮದ್ವೆ ಮಾಡ್ದ. ಆ ನೆನಪು ಕೂಡ ಅಪ್ಪಿಗೆ ಇಲ್ಲ" ಕಣ್ಣಂಚಿನಲ್ಲಿ ಶೇಖರವಾದ ಬಿಂದುಗಳು ಕೆನ್ನೆಯ ಮೇಲೆ ಉರುಳದಂತೆ ಜಾಗ್ರತೆ ವಹಿಸಿದಳು.

ಮಂಚದಿಂದ ಇಳಿದ ಪರೀಕ್ಷಿತ್ ಕಿಟಕಿಯ ಬಳಿ ಹೋಗಿ ನಿಂತ. ಅವರಿಗೆ ತುಂಬ ಕೃತಜ್ಞನಾಗಿದ್ದ. ಆದರೂ ಅವನಿಗೆ ಆನಂದರಾಯರ ಮೇಲೆ ಕೋಪವಿತ್ತು. ಮೊಮ್ಮಗಳಿಗಾಗಿ

ಬೇರೆ ಒಬ್ಬ ಯುವಕನನ್ನ ಕಲ್ಪನೆಯಲ್ಲಿಟ್ಟುಕೊಂಡರೇ ವಿನಹ ಅವನನ್ನ ಆ ದೃಷ್ಟಿಯಲ್ಲಿ ಎಂದೂ ನೋಡಿರಲಿಲ್ಲ.

ಯಾರೋ ತಮಾಷೆಗೆ ಸಲಹೆ ಕೊಟ್ಟಿದ್ದರು. "ಪರೀಕ್ಷಿತ್ ಚುರುಕಾಗಿದ್ದಾನೆ. ನಮ್ರತೆ ಕೂಡ ಇದೆ. ನಿಮ್ಮ ಬಳಿಯಲ್ಲೇ ಇಟ್ಕೊಳ್ಳಿ. ಮುಂದೆ ಮೊಮ್ಮಗಳನ್ನ ಕೊಡ್ಬಹ್ದು" ಆಗ ಸಿಡಿದುಬಿದ್ದಿದ್ದರು. ಅವರ ದೃಷ್ಟಿಯಲ್ಲಿ ಅವನೇನು ಅಲ್ಲ. ಸರ್ವಕಾಲಕ್ಕೂ ಅವರು ಒಪ್ಪಲು ಸಿದ್ಧವಿಲ್ಲ.

ಕಂಪನಿ ವಿಷಯದ ಬಗ್ಗೆ ಒಂದಿಷ್ಟು ಮಾತುಕತೆಯ ನಂತರ ಮಾರುತಿ ತಂದಿಟ್ಟ ತಿಂಡಿ ತಿಂದು ಎದ್ದಳು.

"ಬರ್ತೀನಿ........ಪರೀಕ್ಷಿತ್" ವಾಚ್ ಕಡೆ ನೋಡಿಕೊಂಡಳು.

"ಹೇಗೂ ಬಂದಿದ್ದೀಯಾ, ಇನ್ನಷ್ಟು ಹೊತ್ತು ಇರು. ಆಮೇಲೆ ಕಾರಿನಲ್ಲಿ ಕಳ್ಸಿಕೊಡ್ತೀನಿ" ನಿಲ್ಲಿಸಿಕೊಳ್ಳಲು ನೋಡಿದ.

ಅವಳು ಕೂಡ ಫ್ಲ್ಯಾಟ್‌ಗೆ ಹೋದರೆ ಕ್ಲೀನಿಂಗ್, ಅಡಿಗೆಯ ನಂತ ಕಂಪನಿ ಫೈಲುಗಳನ್ನ ನೋಡಬೇಕು. ಇಲ್ಲ ನಿದ್ದೆ ಬರುವವರೆಗೂ ಕಿಟಕಿಯ ಬಳಿಯಲ್ಲಿ ನಿಂತು ಹೋಗಿ ಬರುತ್ತಿರುವವರನ್ನು ನೋಡಬೇಕು.

ಅಷ್ಟರಲ್ಲಿ ಫೋನ್ ಬಂತು. ಮಾರುತಿ ಎತ್ತಿದವನು ಪರೀಕ್ಷಿತ್‌ಗೆ ಕೊಟ್ಟ "ಹಲೋ...." ಸುಶೀಲ ಸ್ವರ. ಅವನ ಮುಖ ಗಂಟಾಯಿತು. ಆಕ್ಸಿಡೆಂಟಾಯ್ತು ಅಂತ ಗೊತ್ತಾಯ್ತು. ತಿಳಿದ ಕೂಡಲೇ ಹೊರಟೆ. ಆದ್ರೆ ಎಲ್ಲಿದ್ದಿರೀಂತ ಗೊತ್ತಾಗ್ಲಿಲ್ಲ!" ಗಂಟಲಲ್ಲಿ ದುಃಖ, ಆತಂಕ ತುಂಬಿಕೊಂಡು ಉಸುರಿದಳು. "ತೀವ್ರವಾಗಿಯೇ ಪೆಟ್ಟಾಗಿದೆ. ಸದ್ಯಕ್ಕೆ ಮುಂಬಯಿಗೆ ಹೋಗೋಕೆ ಡಾಕ್ಟ್ರು ಸೂಚಿಸಿದ್ದಾರೆ. ಬಂದ್ಮೇಲೆ ಬದುಕಿದ್ರೆ ನಿಮ್ಮ.... ನಮ್ಮ ಭೇಟಿ" ಫೋನ್ ಕುಕ್ಕಿದ.

ಬಾಯಿ ಮುಚ್ಚಿಕೊಂಡು ನಕ್ಕಳು ಸುಮತಿ. ಅಷ್ಟೇ ಬೇಗ ಗಂಭೀರವಾದಳು ಕೂಡ.

"ಛೆ, ಯಾಕೆ ಈ ತರಹ ತಿಳಿಸ್ದೇ, ನಾಲ್ಕು ದಿನ ನೀನು ಆಫೀಸ್‌ನಲ್ಲಿಲ್ಲದೇ ಒಂದು ರೀತಿಯ ಅರಾಜಕತೆಯುಂಟಾಗಿದೆ. ನೀನು ಎಂ.ಡಿ. ಸೀಟಿನಲ್ಲಿದ್ದರೇನೇ.... ಅಲ್ಲಿಗೊಂದು ಚೇತನ" ಅವಳ ದನಿ ಮೃದುವಾಯಿತು.

"ಷೂರ್....." ಅನೆಳತ್ತ ನೋಡಿದ "ಅಂತೂ ನಾನು ಒಬ್ಬ ಬೆಲೆಯುಳ್ಳ ಮನುಷ್ಯ!" ಹೆಮ್ಮೆ ನಟಿಸಿದ. ಇಷ್ಟು ಮೇಲೇರಿದ ಮೇಲೂ ಇಂಥ ಕಾಂಪ್ಲೆಕ್ಸ್ ಇವನಲ್ಲಿ ಉಳಿದಿದೆಯೆಲ್ಲ ಎಂದುಕೊಂಡಳು.

ಮತ್ತೆ ಅವನ ಬಲವಂತಕ್ಕೆ ಕೂತಳು. ಹಿಂದಿನ ದಿನ ಕೂಡ ಸುಶೀಲ ಫೋನ್ ಮಾಡಿದ್ದಳು. "ನೀನು ಈಗ ಸ್ವಲ್ಪ ಹೆಲ್ಪ್ ಮಾಡದಿದ್ರೆ... ನಾವು ಬೀದಿಗೆ ಬೀಳ್ತೀವಿ. ಯಾವ ಸೆಕ್ಷನ್‌ನಲ್ಲಿ ಕೆಲ್ಸ ಕೊಟ್ಟರೂ ಅವ್ರು ಮಾಡ್ತಾರೆ" ಅವಲತ್ತು ಕೊಂಡಿದ್ದಳು.

"ಡೋಂಟ್ ಮಿಸ್ಟೇಕ್ ಮಿ. ಹೆಡ್ ಕ್ಲಾರ್ಕ್‌ಗೆ ಹೇಗೂ ವಯಸ್ಸಾಗಿದೆ. ಸುಶೀಲ..." ಶುರು ಮಾಡಿದ ಕೂಡಲೇ ತಡೆದು ಉಗುಳು ನುಂಗಿದ. "ಅಂತೂ ಅವ್ರು ನಿನ್ನವರೂಗ್ಗಿ ಬಂದಳಾ ಈ ವಿಷಯಕ್ಕೆ? ಆ ಮನುಷ್ಯ ಒಳ್ಗೆ ಕಾಲಿಟ್ಟ ಕೂಡಲೇ ಅಲ್ಲಿರೋ ನೆಮ್ದೀ ಹಾಳಾಗಿ ಹೋಗುತ್ತೆ. ಬಡಿದಾಟ ಆಫೀಸ್‌ನಲ್ಲಿ ಮಾತ್ರವಲ್ಲ, ಮನೆಗಳಲ್ಲೂ ಕೂಡ ಶುರುವಾಗುತ್ತೆ. ಅಂಥ ಟೆರಿಬಲ್ ವ್ಯಕ್ತಿ ನಾರಾಯಣ್"

ಸುಮತಿಗೇನು ಅರ್ಥವಾಗಲಿಲ್ಲ. ಇವೆಲ್ಲ ಗಾಳಿ ಮಾತುಗಳೆಂದು ಸುಶೀಲ ಹೇಳಿದ್ದಳು.

"ನಂಗೆ........ಅರ್ಥವಾಗ್ಲಿಲ್ಲ!" ಎಂದಾಗ ನಕ್ಕುಬಿಟ್ಟ. "ಬೈ ಛಾನ್ಸ್, ನಾನೂ ನೀನೂ ಛೇಂಬರ್‌ನಲ್ಲಿ ಮಾತಾಡ್ತಾ ಕೂತಿರ್ತೀವಿ. ಇದೇನು ಅಸಹಜವಲ್ಲ. ಅವನ ಹಳದಿ ಕಣ್ಣುಗಳಿಗೆ ವಿಪರೀತ, ಎಷ್ಟು ರಿಸ್ಕಾದ್ರೂ ತಗೊಂಡು ಸಾಧ್ಯವಾದಷ್ಟು ಬೇಗ ಸ್ಪ್ರೆಡ್ ಮಾಡ್ತಾನೆ. ಅದರ ಜೊತೆ ಬಣ್ಣ ಬಣ್ಣದ ಕತೆಗಳು. ಇದು ನಮ್ಮಿಬ್ಬರ ವಿಷಯ ಮಾತ್ರವಲ್ಲ. ಆಫೀಸ್‌ನಲ್ಲಿ ಕೆಲಸ ಮಾಡೋ ಅರವತ್ತು ವರ್ಷದ ಪರಶುರಾಮ್‌ನಿಂದ ಹಿಡಿದು ಮೊನ್ನೆ ಅಪಾಯಿಂಟ್ ಆದ ಟೈಪಿಸ್ಟ್ ಛಾಯಾವರೆಗೂ ಸಂಬಂಧ ಕಲ್ಪಿಸುತ್ತಾನೆ. ಇದೊಂದು ರೋಗ ಅವ್ನಿಗೆ" ಕೋಪದಿಂದ ಅವನ ಮೂಗು ಕೆಂಪಾಯಿತು.

ಸುಮತಿಗೆ ನಗು ಬಂತು. "ಫೆಂಟಾಸ್ಟಿಕ್ ಮನುಷ್ಯ! ಇಂಥ ವ್ಯಕ್ತಿಯ ಜೊತೆ ಸುಶೀಲ ಹೇಗೆ ಸಂಸಾರ ಮಾಡ್ತಾ ಇದ್ದಾಳೋ!" ಅವಳನ್ನ ನೆನೆಸಿಕೊಂಡಳು.

"ನೋ...ನೋ... ಅವ್ರು ಮುಕ್ತೆ. ಎಂದೂ ಅವಳ ವಿಷಯ ಮಾತಾಡನು. ಅವಳನ್ನು ಹೆಚ್ಚು ಲಿಬರಲ್ ಆಗಿ ಬಿಟ್ಟಿದ್ದಾನೆ." ಈಗ ಅವನಿಗೆ ಸುಶೀಲ ಕೆನ್ನೆಗಳಲ್ಲಿ ನ ಕೆಂಪು ಕಚಗುಳಿ ಇಟ್ಟಿತು.

ಮತ್ತೆ ನಾರಾಯಣ್ ಪ್ರಸ್ತಾಪ ಮಾಡಲು ಇಚ್ಛಿಸಲಿಲ್ಲ. "ಸದ್ಯಕ್ಕೆ ಯಾವುದಾದ್ರೂ ಏಜನ್ಸಿ ಕೊಡ್ಸೋಣಾಂದ್ರೆ ಅಲ್ಲೂ ಇದೇ ಚಾಳಿ. ಅವನೆಂದೂ ಹೆಣ್ಣಿನ ಜೊತೆಗೆ ಫ್ರೆಂಡ್‌ಶಿಪ್ ಮಾಡನು. ಅದೇ ಒಂದು ಕಾಂಪ್ಲೆಕ್ಸ್ ಆಗಿ ಅವನಲ್ಲಿ ಬೆಳೆದಿದೆ" ಆ ವಿಷಯಕ್ಕೆ ಪರೀಕ್ಷಿತ್ ಮುಕ್ತಾಯವಾಡಿದ.

ಬಾಗಿಲವರೆಗೂ ಬಂದ ಸುಮತಿ ನಿಂತಳು "ಕೈಗೆ ಏನಾಯ್ತು? ಪೆಟ್ಟು ಎಂಥದ್ದು?" ತಡೆದು ಕೇಳಿದಳು.

ಜೋರಾಗಿ ನಕ್ಕ "ಒಂದು ನಾಟಕದಲ್ಲಿ ದುರಂತ ಪ್ರೇಮಿಯ ಪಾರ್ಟ್ ನಂದು. ದೇವದಾಸ್. ಲೈಲಾ ಮಜ್ನು... ಇತ್ಯಾದಿ.... ಇತ್ಯಾದಿ ಅದರ ಪ್ರಾಕ್ಟೀಸ್‌ನಲ್ಲಿ ಆದ ಡ್ಯಾಮೇಜ್, ಪ್ರೇಮಿಸಿದ ಹೆಣ್ಣು ಸಿಕ್ಕದಿದ್ದಾಗ ಎದುರಿಗಿದ್ದ ಗಾಜಿನ ವಾಶ್‌ಗೆ ಗುದ್ದುತ್ತಾನೆ. ನೈಜವಾಗಿರಲಿ ಅಭಿನಯ ಅಂತ...." ಸುಮತಿ ನಕ್ಕುಬಿಟ್ಟಳು. ಅವಳ ತಣ್ಣನೆಯ ಬೆಳದಿಂಗಳಿನಂಥ ನಗುವಿನಲ್ಲಿ ಸುಂದರ ಜಗತ್ತನ್ನು ಕಂಡ.

"ನಾನು ಸಿಟಿ ಬಸ್‌ನಲ್ಲಿ ಹೋಗ್ತೀನಿ!" ಅಂದಾಗ ಎದೆಯ ಮೇಲೆ ಕೈಯಿಟ್ಟುಕೊಂಡ "ಅಪಾಯ, ಸದ್ಯಕ್ಕೆ ಅಷ್ಟೊಂದು ಕೆಟ್ಟ ಧೈರ್ಯ ಮಾಡೋದ್ಬೇಡ. ಎಲ್ಲ ಹರೀಶ್‌ನಂಥ

ಉತ್ತಮ ವ್ಯಕ್ತಿಗಳೇ ಇರೋಲ್ಲ" ಎಂದು ಕಾರಿನಲ್ಲಿ ಕಳುಹಿಸಿಕೊಟ್ಟ.

ಹರೀಶ್ ಉತ್ತಮ ವ್ಯಕ್ತಿ. ನೂರು ಪುರುಷರಲ್ಲಿ ಅವನೊಂದು ಅಪರೂಪದ ರತ್ನ. ಅವಳ ಬಳಿಯಲ್ಲಿ ಅವನದು ಇಂದು ನಮ್ರತೆಯ ನಡವಳಿಕೆಯೆ.

"ಹರೀಶ್ ರಿಯಲೀ ಗ್ರೇಟ್" ಎಂದುಕೊಂಡಳು.

ಪರೀಕ್ಷಿತ್ ಬಂದು ಮಂಚದ ಮೇಲೆ ಉರುಳಿಕೊಂಡ. ಪುಟ್ಟ ಹುಡುಗಿ ಸುಮತಿಯನ್ನು ಕಂಡಾಗ ಅವನು ಹೆಣೆದಿದ್ದು ನೂರು ಕನಸುಗಳು. ಬರೆದಿದ್ದು ಸಾವಿರಾರು ಪ್ರೇಮ ಕವನಗಳು. ಅದು ನಿವೇದನೆಗೆ ಅರ್ಹವಲ್ಲವೆಂದು ಆಗಲೇ ತಿಳಿದಿದ್ದ.

ಅರ್ಧಗಂಟೆಯ ನಂತರ ಮಾರುತಿ ಬಂದ "ಡಿನ್ನರ್... ಬೇಡವೆಂದು ತಲೆ ಯಾಡಿಸಿದ. "ನಿನ್ನ ಊಟ ಮುಗ್ಸಿಕೊಂಡು ಬಂದು ಇಲ್ಲಿ ಕೂತ್ಕೋ, ಯಾರು ಬಂದ್ರೂ ಹಾಗೇ ಕಳ್ಸು" ಎಂದ.

ಮಾರುತಿ ಹೊರಗೆ ಬಂದ. ಪರೀಕ್ಷಿತ್‌ಗೆ ಗೆಳೆಯರಷ್ಟೇ ಗೆಳತಿಯರು ಕೂಡ. ಎಲ್ಲಾ ಕ್ಲಾಸ್‌ವನ್. ಹಣ ಗಳಿಕೆಗಾಗಿ ಬರುತ್ತಿದ್ದವರು ಯಾರೂ ಇರಲಿಲ್ಲ. ಅವನ ಜೊತೆಯಲ್ಲಿ ಕಳೆಯುವ ರೋಚಕ ಗಳಿಕೆಗಾಗಿ ಬರುತ್ತಿದ್ದ ಜನರೆಲ್ಲ ಸೂಫಿಸ್ಟಿಕೇಟೆಡ್ ಫ್ಯಾಮಿಲಿಯ ವನಿತೆಯರೇ. ಸುಶೀಲ ಮಾತ್ರ ಭಿನ್ನ. ಅವಳ ಬೇಡಿಕೆಗಳು ಸದಾ ಅಪಾರ.

ಫೋನ್ ಸದ್ದಾಯಿತು. ಎಡಗೈಯಿಂದ ಎತ್ತಿದ. "ಹಲೋ.. ಸುಶೀಲ ದನಿ. ಮತ್ತೇಕೆ ಫೋನ್ ಮಾಡಿದಳು? ಮೌನವಾಗಿ ಕೈಯಲ್ಲಿ ಹಿಡಿದವನು ಹಾಗೆಯೇ ಇಟ್ಟ. ಮೂರು ನಿಮಿಷದ ನಂತರ ಕೆಡಲ್ ಮೇಲಿಟ್ಟ.

ಹತ್ತರ ಸುಮಾರಿಗೆ ಸುಶೀಲ, ಗಂಡನ ಜೊತೆ ಬಂದಳು. ಮಾರುತಿ ಹೊರ ಬಾಗಿಲಲ್ಲೇ ತಡೆದ "ಯಜಮಾನ್ರು ಊರಲ್ಲಿಲ್ಲ" ಸುಶೀಲ ಹಿಂದಿರುಗಲಿಲ್ಲ "ಈಗ ಬರೋಕೆ ಫೋನ್ ಮಾಡಿದ್ರು" ಚೇತರಿಸಿಕೊಳ್ಳುವ ಮುನ್ನ ಒಳಕ್ಕೆ ನುಗ್ಗಿದಳು. "ಅವ್ರಿಗೆ ಫೋನ್ ಬಂದ್ಮೇಲೆ ನಂಗೂ ಬಂದಂತೆ" ಮಾರುತಿಯನ್ನು ಪಕ್ಕಕ್ಕೆ ಸರಿಸಿ ನಾರಾಯಣ್ ಕೂಡ ಬಂದರು.

ಅವಳನ್ನ ನೋಡಿದ ಕೂಡಲೇ ಪರೀಕ್ಷಿತ್ ಕೆಳ ತುಟಿಯನ್ನು ಕಚ್ಚಿಡಿದು ಕೋಪ ನುಂಗಿದ. ಅವನ ಕಣ್ಣುಗಳು ಕೆಂಪಗಾಯಿತು. ಅವನ ಹಣೆಯಲ್ಲಿ ಬೆವರೊಡೆಯಿತು.

"ನನ್ನ ಮನಸ್ಸು ತಡೀಲಿಲ್ಲ...." ಪ್ರಾರಂಭಿಸಿದಾಗ ಕೈಯೆತ್ತಿ ತಡೆದ " ಮಾತು ಬೇಡ, ನಿನ್ನ ಅಗತ್ಯವಿಲ್ಲ. ಯಾಕ್ಬಂದೆ?" ಅವನ ಸ್ವರ ಕಟುವಾಗಿತ್ತು.

ಇಂಥ ಕೋಪವನ್ನು ಬೇರೆ ರೀತಿಯಲ್ಲಿ ಪರಿವರ್ತಿಸುವ ಕಲೆ ಅವಳಿಗೆ ಗೊತ್ತಿತ್ತು. ಧೈರ್ಯದಿಂದ ಮಂಚದ ಬಳಿ ಹೋದಳು ಕೂಡಲು ಹಿಂಜರಿದಳು. ಅವನ ಕಣ್ಣುಗಳು ನಿಗಿ ನಿಗಿ ಕೆಂಡಗಳು ಉರಿದಂತೆ ಉರಿಯುತ್ತಿದ್ದವು.

"ನಿನ್ನ ನೋಡುವ ಸಲುವಾಗಿ!" ಬಲವಂತವಾಗಿ ಉಗುಳು ನುಂಗಿದಳು. "ನೋಡಿದ್ದಾಯಿತಲ್ಲ, ಇನ್ನು ಹೋಗು, ನಾನು ಇಪ್ಪತ್ತು ಸಾವಿರಕ್ಕೆ ಚೆಕ್ ಹರಿದಾಗಲೇ

ಹೇಳಿದ್ದೆ . ಮತ್ತೆ ಮತ್ತೆ ಬಂದು ತೊಂದ್ರೆ ಕೊಡ್ಬೇಡ. ನಾರಾಯಣ್ ವಿಷ್ಯದಲ್ಲಿ ನಾನೇನು ಮಾಡ್ಲಾರೆ" ಕಡ್ಡಿ ತುಂಡಾದಂತೆ ಹೇಳಿದ.

ಏನೋ ಹೇಳಲು ಪ್ರಯತ್ನಿಸಿ ಸೋತ ಸುಶೀಲ ಮುಖದಲ್ಲಿ ಸೋಲೊತ್ತು ಹೊರಗೆ ಬಂದಳು. ತೀವ್ರತರನಾದ ಅವಮಾನ. ಸುಮತಿ ಬಂದ ಮೇಲೆ ಪೂರ್ತಿ ಬದಲಾಗಿದ್ದ. ಹಿಂದೆ ಅವಳನ್ನ ಪ್ರೀತಿಸುತ್ತಿದ್ದ ವಿಷಯ ಗೊತ್ತಿದ್ದುದ್ದಲ್ಲದೇ ಆನಂದರಾಯರ ಮೊಮ್ಮಗಳು ಅವನಿಗೆ ಎಟುಕಲಾರದ ಹೂವೆಂದು ಅವನಿಗೆ ಗೊತ್ತಿತ್ತು.

"ಹೋಗೋಣ..." ಗಂಡನತ್ತ ನೋಡಿ ಹೇಳಿದಳು "ನಾನೊಂದ್ಸಲ ನೋಡ್ಲಾ?" ಕೇಳಿದಾಗ ಬೇಡವೆಂದು ತಲೆಯಾಡಿಸಿ ಹೊರ ನಡೆದಳು.

ಪರೀಕ್ಷಿತ್ ಬದಲಾಗಿದ್ದಾನೆ. ತನ್ನಲ್ಲೇ ಹೇಳಿಕೊಂಡಳು. ಸುಮತಿ ನಕ್ಕಂತಾಯಿತು. ಸುತ್ತಲೂ ನೋಟ ಹರಿಸಿದಳು.

* * *

ಸ್ವಂತ ಟ್ಯಾಕ್ಸಿ ಹರೀಶ್ ಓಡಿಸಲು ಶುರು ಮಾಡಿದ್ದು ಸಚ್ಚಿದಾನಂದ್ ಪಾಲಿಗೆ ಅತ್ಯಂತ ಖೇದದ ಸಂಗತಿ. ಇಂಥ ಒಂದು ನಿರೀಕ್ಷೆ ಕೂಡ ಅವರಿಗೆ ಇರಲಿಲ್ಲ.

"ನಿಂಗ್ಯಾಕೆ ಬೇಕಾಗಿತ್ತು. ಈ ತರಲೆ, ತಾಪತ್ರಯಗಳು? ಲಾಭಕ್ಕಿಂತ ನಷ್ಟನೇ ಜಾಸ್ತಿ. ಒಂದು ಗಾಡಿಗೆ ತಿಂಗಳಿಗೆ ಕನಿಷ್ಟ ಅಂದ್ರೂ ಮೂರು ಸಾವಿರ ಖರ್ಚು ಬರುತ್ತೆ" ಅವನನ್ನ ನಿರುತ್ಸಾಹಗೊಳಿಸಲು ನೋಡಿದಳು.

ಎದೆಯ ಮೇಲೆ ಕೈಕಟ್ಟಿ ಹರೀಶ್ ನಿಧಾನವಾಗಿ ಆಲಿಸಿದ.

ಸಚ್ಚಿದಾನಂದ್ ಮುಂದುವರಿಸಿದರು. "ಮಾರಿ, ಲೋನ್ ಹಣ ಕಟ್ಟಿಬಿಡು" ಸಲಹಿಸಿದರು.

"ಇಲ್ಲ ಯಜಮಾನ್ರೆ, ಸದ್ಯಕ್ಕೆ ಆ ಯೋಚ್ನೆ ಮಾಡ್ಲಾರೆ. ಲಾಭ ನಷ್ಟದ ಬಗ್ಗೆ ತಲೆ ಕೆಡ್ಸಿಕೊಳ್ಲಾರೆ" ಅವನ ನಿರ್ಧಾರ ದೃಢವಾಗಿದ್ದ ಹಾಗೆ ಕಂಡಿತು ಸಚ್ಚಿದಾನಂದ್‌ಗೆ. ಅವರ ಮಿದುಳಿನಲ್ಲಿ ಭಯಂಕರ ಸಿಡಿತ ಶುರುವಾಯಿತು.

ತಲೆಯ ಮೇಲೆ ಕೈಯೊತ್ತು ಕೂತುಬಿಟ್ಟರು. ಅವರಿಗೂ ಅವನನ್ನು ಕೆಲಸದಿಂದ ತೆಗೆಯುವ ಯೋಚನೆ ಇತ್ತು. ಕಾರಣ, ವಾರಿಣಿ ಅವನ ಬಗ್ಗೆ ವಿಶೇಷವಾದ ಅಕ್ಕರೆ ತೋರಿಸುವುದರ ಜೊತೆಗೆ ರಾತ್ರಿ ವೆಹಿಕಲ್ ಬರುವವರೆಗೂ ಕಾಯುತ್ತಿದ್ದಳು.

"ನೀನ್ಯಾಕೆ ಕಾಯ್ತೀಯಾ! ಹೋಗಿ ಮಲಕ್ಕೋ" ಎಷ್ಟೋ ಸಲ ಹೇಳಿದ್ದರು. "ನೀವೊಬ್ರೇ ಕಾಯ್ತಾ ಕೂತಿರುತ್ತೀರಲ್ಲ. ನಂಗೆ ಹೇಗೆ ನಿದ್ದೆ ಬರುತ್ತೆ?" ಪಿತೃವಾತ್ಸಲ್ಯ ತೋರುತ್ತಿದ್ದಳು. ಅದು ಬೋಗಸ್ ಎಂದು ಅವರಿಗೆ ಗೊತ್ತು.

ಹರೀಶ್ ಬಂದು ಹೋದ ಮೇಲೆ ಪಾಷಾ, ಡೇವಿಡ್ ಬರುವುದು ಲೇಟಾದರೆ ಮಗಳಿಗೆ ಹೇಳುತ್ತಿದ್ದರು. "ಸ್ವಲ್ಪ ಎದ್ದಿರು, ಅವ್ರು ಬಂದ ಕೂಡ್ಲೇ ನನ್ನ ಎಬ್ಬು" ಅವರ ಮಾತುಗಳು ಮುಗಿಯುವ ಮುನ್ನವೇ ಹಾಸಿಗೆ ಸೇರಿರುತ್ತಿದ್ದಳು. ಇದು ಅಪಾಯದ ಗಂಟೆಯಾಗಿ

ಕಾಣುತ್ತಿತ್ತು. ಎಚ್ಚರವಾಗೇ ಇರುತ್ತಿದ್ದರು. ಆದರೂ ಯಾವ ಕ್ಷಣದಲ್ಲಿಯಾದರೂ ಮಗಳು ಕೈ ಕೊಡುತ್ತಾಳೆಂಬ ಹೆದರಿಕೆ ಇತ್ತು.

ಅದಕ್ಕಾಗಿಯೇ ಹರೀಶ್‌ನ ನಿವಾರಿಸಿಕೊಳ್ಳಲು ತೀರ್ಮಾನಿಸಿದರು. ಈಗ ಅವನೇ ತಯಾರಾಗಿದ್ದ. ಆದರೆ ಅವರಿಗೆ ಸಮುದ್ರದಲ್ಲಿ ಸ್ವಂತ ಹಡಗು ಮುಳುಗಿದಂಥ ಸಂಕಟ. ಈ ಮನೆಯ ಒಂದಲ್ಲ ಒಂದು ಕಷ್ಟದಲ್ಲಿ ಭಾಗಿಯಾಗಿದ್ದ. ನಾಗರಾಜನನ್ನು ಹುಡುಕಲು ಅವನು ಪಟ್ಟ ಪಾಡೆಷ್ಟು! ಈಗೇನು ಮಾಡುವುದು?

ಹೆಚ್ಚು ಆತಂಕವನ್ನುಂಟು ಮಾಡಿದ್ದು ಪದ್ಮಮ್ಮನಿಗೆ, "ಅಯ್ಯೋ ಇನ್ನೇನು ಗತಿ!" ಅವಲತ್ತುಕೊಂಡಾಗ ರೇಗಿಬಿಟ್ಟರು. "ಬಾಯ್ಮುಚ್ಚು ಅವನೊಬ್ಬನೇ ಡ್ರೈವರ್ ಅಲ್ಲ. ಕೆಲ್ಸವಿಲ್ದೆ ಬೇಕಾದಷ್ಟು ಜನ ಇದ್ದಾರೆ. ಇನ್ನ ಐವತ್ತು ಕಮ್ಮಿ ಕೊಟ್ಟರೂ ಬರೋ ಜನ ಇದ್ದಾರೆ" ತಮ್ಮ ಮನಸ್ಸಿನ ಆಂದೋಳನ ಹೆಂಡತಿಯಿಂದ ಮುಚ್ಚಿಟ್ಟರು.

ಆಕೆ ತೆಪ್ಪಗೆ ಒಳಗೆ ಹೋದರು. ಬಹು ಪಾಲಿನ ಹೆಂಗಸರು ಮಾಡುವುದೇ ಹೀಗೆ? ವಾರಿಣಿಗೆ ಸುದ್ದಿ ಮುಟ್ಟಿದಾಗಲಂತು ಮೌನವಾಗಿ ಕಣ್ಣೀರು ಸುರಿಸಿದ್ದಳು.

ನೋಡಿದ ಪ್ರತಿಯೊಂದು ಸಂಬಂಧಗಳು ಕೈ ತಪ್ಪಿ ಹೋಗುತ್ತಿದ್ದವು. ಅದಕ್ಕೆ ಕಾರಣ ಅವರ ಮನೆ ಚರಿತ್ರೆ! ಹರಿಣಿ, ನಾಗರಾಜನ ಬಗ್ಗೆ ತಿಳಿದ ಜನ ಈ ಕಡೆ ಬರಲೇ ಹಿಂಜರಿಯುತ್ತಿದ್ದರು.

"ಹೇಗೆ ತಂದುಕೊಳ್ಳೋದು? ನಾಳೆ ಇವ್ಳಿಗೂ ಅದೇ ಶುರುವಾದರೆ? ಮುಂದೆ ಹುಟ್ಟೋ ಮಕ್ಳು ಸರಿಯಾಗಿ ಇರುತ್ತೇಂತ ಯಾವ ನಂಬ್ಕೇ!" ಇಂಥದ್ದೇ ಮಾತುಗಳನ್ನು ಕೇಳಬೇಕಾಗಿತ್ತು.

ಅವರಿಬ್ಬರನ್ನು ಹೇಗೆ ಮುಚ್ಚಿಟ್ಟು ಸಂಬಂಧ ಕುದುರಿಸಲು ಪ್ರಯತ್ನಿಸಿದರೂ, ಹೇಗೋ ಅವರಿಗೆ ವಿಷಯ ತಿಳಿದು ಹೋಗುತ್ತಿತ್ತು. ಕಡೆಗಳಿಗೆಯಲ್ಲಿ ನಿಲ್ಲುವುದು. ಇದೇ ನಡೆಯುತ್ತಿತ್ತು.

ಎಂಟತ್ತು ದಿನ ವಾರಿಣಿ, ಹರೀಶ್‌ನ ಹುಡುಕಿಕೊಂಡು ಟ್ಯಾಕ್ಸಿ ಸ್ಟ್ಯಾಂಡ್‌ಗಳನ್ನೆಲ್ಲ ತಿರುಗಾಡಿ ಸೋತಳು. ಒಮ್ಮೆ ಕೂಡ ಸಿಗಲಿಲ್ಲ. ಅಂದು ಎಂಟು ಗಂಟೆಗೆ ಸರಿಯಾಗಿ ಅವನ ಮನೆಯ ಮುಂದೆ ಕಾದಳು. ಹತ್ತಾಯಿತು. ಇನ್ನೂ ಬಂದಿರಲಿಲ್ಲ. ಕಡೆಗೆ ಗೇಟು ಮುಚ್ಚಿಕೊಂಡು ಹೊರಗೆ ಬರುವ ವೇಳೆಗೆ ಟ್ಯಾಕ್ಸಿ ಬಂದು ನಿಂತಿತು.

ಸಣ್ಣಗೆ ಹಾಡು ಹೇಳುತ್ತಲೇ ಹರೀಶ್ ಇಳಿದವನು ಗಕ್ಕನೆ ನಿಂತ "ನೀವು ಯಾಕ್ಬಂದ್ರಿ, ಹೇಳಿ ಕಳಿಸಿದ್ರೆ ನಾನೇ ಬರ್ತಾ ಇದ್ದೆ. ಬೆಳಿಗ್ಗೆ ಯಜಮಾನ್ರು ಸಿಕ್ಕಿದಾಗ ಏನು ಹೇಳ್ಲಿಲ್ಲ" ಸಹಜವಾಗಿ ನುಡಿದ.

ವಾರಿಣಿ ಆ ಕತ್ತಲಲ್ಲಿ ಬೀದಿ ಲೈಟಿನ ಬೆಳಕಿನಲ್ಲಿ ಅವನನ್ನು ನೋಡಿದಳು. ಅವನೆದೆಯ ಮೇಲೆ ತಲೆ ಇಟ್ಟು ಬಿಕ್ಕಿ ಬಿಕ್ಕಿ ಅಳಬೇಕೆನಿಸಿತು ಅವಳಿಗೆ. ಅವಳಿಗೆ ಭದ್ರವಾದ ಆಸರೆ ಬೇಕು.

"ಅಮ್ಮ, ಕರ್ಕೊಂಬಾಂದ್ಲು" ಅಂದಳು ಅಳು ನುಂಗುತ್ತ.

"ಬೆಳಿಗ್ಗೆ ಬರ್ತೀನಿಂತ ಹೇಳಿ" ಎಂದ.

ಅವಳು ಒಪ್ಪಲಿಲ್ಲ. ಅವನು ಹೊರಡುವುದು ಅನಿವಾರ್ಯವಾದಾಗ ಹಿಂದಿನ ಡೋರ್ ತೆಗೆದ. ಅದನ್ನು ತಳ್ಳಿ ಮುಂದೆಯೇ ಹತ್ತಿಕೊಂಡಳು.

"ತುಂಬ ಚೆನ್ನಾಗಿದೆ ಕಾರು!" ವಿಂಡ್, ಸೀಟು ಎಲ್ಲಾ ಮುಟ್ಟಿ ಮುಟ್ಟಿ ನೋಡಿದಳು "ನೀನು ಈಗ ಸ್ವಂತ ವೆಹಿಕಲ್ ಸಾಹುಕಾರ. ಹಳೇ ಯಜಮಾನ್ರು ನಿಂಗೆ ಯಾಕೆ ಜ್ಞಾಪಕಕ್ಕೆ ಬರ್ತಾರೆ" ಹಂಗಿಸಿದಳು.

"ಅಂಥದೇನಿಲ್ಲ. ಈಗ ಟ್ಯಾಕ್ಸಿ ಸ್ಟ್ಯಾಂಡ್‌ಗೆ ಹೋಗೋಲ್ಲ. ಒಂದಷ್ಟು ಜನ ಪರ್ಮನೆಂಟ್ ಕಸ್ಟಮರ್ಸ್ ಇದ್ದಾರೆ. ಗಾಡಿ ಮೊದ್ಲೇ ಬುಕ್ ಆಗಿರುತ್ತೆ. ಎಲ್ಲೂ ಬರೋಕ್ಕೆ ಆಗೋಲ್ಲ" ಎಂದ.

ಈಗ ಅವನ ಬದುಕಿನಲ್ಲಿ ಒಂದಿಷ್ಟು ಸುಧಾರಣೆ ಬಂದಿತ್ತು. ಪರೀಕ್ಷಿತ್ ಕೆಲವರಿಗೆ ಅವನನ್ನು ಪರಿಚಯಿಸಿದ್ದ. ಹಿಂದಿನ ಹಾಗೆ ಅವನು ಸ್ಟ್ಯಾಂಡ್‌ಗೆ ಹೋಗಬೇಕಾಗಿರಲಿಲ್ಲ. ಹೊಸ ಗಾಡಿಗೆ ಒಳ್ಳೆ ಸಂಪಾದನೆ. ಪ್ರತಿಯೊಂದೂ ಯಜಮಾನರಿಗೆ ವರದಿ ಒಪ್ಪಿಸಬೇಕಾಗಿರಲಿಲ್ಲ.

ಹೊರಗಡೆಯೇ ಕಾರು ನಿಲ್ಲಿಸಿ ಇಳಿದ. ಗೇಟಿನ ಬಳಿಗೆ ಹೋದ ವಾರಿಣಿ ಅವನತ್ತ ನೋಡಿದಳು. ಕಳೆಯಿಂದ ತುಂಬಿಕೊಂಡಿತ್ತು ಅವನ ಮುಖ. 'ಹ್ಯಾಂಡ್‌ಸಮ್' ಎಂದುಕೊಂಡಳು. ನೂರೆಂಟು ಗಂಡುಗಳ ಫೋಟೋ, ಜಾತಕಗಳನ್ನು ತರಿಸಿಕೊಳ್ಳುವ ತಂದೆಯರು ಇವನ ಬಗ್ಗೆ ಕುರುಡಾಗಿದ್ದಾರೆ.

"ಯಾಕೆ ಹಾಗೆ ನೋಡ್ತೀರಾ?" ಷರಟಿನ ಕಾಲರ್ ಸರಿಮಾಡಿಕೊಂಡು ಇನ್ನೊಂದು ಗೇಟು ತಳ್ಳಿಕೊಂಡು ಒಳಗೆ ನಡೆದ "ಏಯ್...." ನಾಗರಾಜನ" ಕರ್ಕಶ ದನಿಯ ಜೊತೆಗೆ ಜೋರಾದ ಚಪ್ಪಾಳೆ. ಅವನ ಗುಂಡಿಗೆಯೇ ಕ್ಷಣ ನಿಂತಿತು. ಕೈಗಳೆರಡು ಕಿವಿಗಳ ಮೇಲೆ ಹೋಯಿತು. "ದೇವರೇ....." ಅರಿವಿಲ್ಲದೆ ನುಡಿದ.

ಇದೆಲ್ಲ ಹೊಸದಲ್ಲ. ಆದರೆ ಇಂದು ಅವನ ಗಂಟಲು, ನಾಲಿಗೆಯಲ್ಲಿನ ಪಸೆಯಾರಿತು.

ಅವನ ಕಿರಿಚುವಿಕೆಯಂತು ನಿಲ್ಲಲಿಲ್ಲ. ಈಗ ಇನ್ನಷ್ಟು ವಿಕಾರವಾಗಿ ಕಾಣುತ್ತಿದ್ದ. ಪ್ರಯಾಸದಿಂದ ಕಾಲುಗಳನ್ನು ಎತ್ತಿಟ್ಟ. ಅಷ್ಟರಲ್ಲಿ ಪದ್ಮಮ್ಮ ಹೊರಗೆ ಬಂದರು. ಸಣ್ಣ ಬೆತ್ತವೊಂದಿತ್ತು ಆಕೆಯ ಕೈಗಳಲ್ಲಿ.

"ಕಿರಿಚ್ತೀಯಾ....ಕಿರಿಚ್ತೀಯಾ!" ಏಟಿನ ಮೇಲೆ ಏಟು ಹಾಕತೊಡಗಿದರು. "ಅಮ್ಮ... ಬಿಡೀ ಅಮ್ಮ.." ಹರೀಶ್ ಹೋಗಿ ತಡೆದ.

ದೂರಕ್ಕೆ ಕೋಲು ಎಸೆದ ಆಕೆ ಅಳತೊಡಗಿದಳು. ಹೃದಯವಿದ್ರಾವಕವಾಗಿ ಕಂಡಿತು. ಇದೊಂದು ಭಯಂಕರ ಶಿಕ್ಷೆಯಾಗಿ ಕಂಡಿತು ಆ ಹೆಣ್ಣಿಗೆ. ಯಾವ ತಪ್ಪಿಗೆ?

ಆಕೆಯೇ ಸಮಾಧಾನವಾಗಿ "ಬಾ ಹರಿ.. ಅಪರೂಪವಾದೆ!" ಒಳಗೆ ಕರೆದೊಯ್ದರು.

ಗೋಡೆಯ ಪಕ್ಕದಲ್ಲಿದ್ದ ಹಾಸಿಗೆಯ ಮೇಲೆ ಹರಿಣಿ ಮಲಗಿದ್ದಳು. ಅಲ್ಲೇ ಒಂದು ಗೂಟ ಹೊಡೆದು ಕಟ್ಟಿ ಹಾಕಿದ್ದರು. ಇಂದು ಅವನ ಹೃದಯ ಕಣ್ಣೀರಿಟ್ಟಿತು.

"ಕೂತ್ಕೋ... ಹರಿ, ಇನ್ಯಾಕೆ ಸಂಕೋಚ? ನೀನೇನು ನಮ್ಮಲ್ಲಿ ಕೆಲ್ಸ ಮಾಡ್ತಾ ಇಲ್ಲ" ಎಂದಾಗ ಛೇರ್ ಮೇಲೆ ಕೂತ. ಅವನಲ್ಲಿ ಮಾತುಗಳೇ ಇರಲಿಲ್ಲ.

ಬಂದ ವಾರಿಣಿ ಹರೀಶನನ್ನ ನೋಡಿದಳು. "ಅಮ್ಮ ಏನು ನಿನ್ನ ಕರ್ಕೊಂಡ್ಬಾ ಅನ್ನಲಿಲ್ಲ, ನಾನೇ ಕರ್ದೇ" ಎಂದಳು. ಅವಳ ಗಂಟಲು ಗದ್ಗದವಾಗಿ ಕಣ್ಣೀರು ಕೆನ್ನೆಯ ಮೇಲೆ ಹರಿಯಿತು. "ನಮ್ಗೆ ಯಾರಿದ್ದಾರೆ? ಅಸಲು ನಂಗೇ ಫ್ರೆಂಡ್ಸ್ ಇಲ್ಲ. ಇರೋ ಒಬ್ಬಿಬ್ರು ನಮ್ಮ ಮನೆಗೆ ಬರೋಲ್ಲ. ಇನ್ನ ನೆಂಟರಿಸ್ಟರು... ಈ ಮನೆಯಿಂದ ಬಲು ದೂರ. ನಾವು ಹೇಗೆ ಬದುಕಬೇಕು?" ಕಣ್ಣೀರೊರೆಸಿಕೊಳ್ಳುತ್ತ ಒಳಗೆ ಹೋದಳು.

ಅವಳು ಹೋದ ಕಡೆಯೇ ಇಬ್ಬರು ನೋಡಿದರು. ಆಕೆ ನಿರಾಶೆ, ನೋವು ಬೆರೆತ ನಿಟ್ಟುಸಿರನ್ನ ದಬ್ಬಿದರು. "ಇವಳೊಬ್ಳು ಹಾಗೇ ಇದ್ದುಬಿಟ್ಟಿದ್ರೆ... ಚೆನ್ನಾಗಿತ್ತು" ಎಂದರು.

"ಛೆ, ಎಂಥ ಮಾತು ಆಡ್ತೀರಮ್ಮ! ವಾರಿಣಿಗೇನು ಕಮ್ಮಿಯಾಗಿದೆ. ಮದ್ವೆ ಆದ್ಮೇಲೆ ಸರಿ ಹೋಗ್ತಾರೆ!" ಧೈರ್ಯ ತುಂಬಿದ. ಇಂಥ ಆಸೆಗಳೆಲ್ಲ ಆಕೆಯಲ್ಲಿ ಸತ್ತು ಹೋಗಿದ್ದವು.

ಬಹಳಷ್ಟು ಹೇಳಿಕೊಂಡು ಅತ್ತರು. ಅವರ ಪಾಲಿಗೆ ಎಲ್ಲಾ ಬಾಗಿಲುಗಳು ಮುಚ್ಚಿ ಕೊಂಡಿದ್ದವು. ಬರೀ ಶೂನ್ಯ.

ಅಷ್ಟರಲ್ಲಿ ಸಚ್ಚಿದಾನಂದ್ ಬಂದೇಬಿಟ್ಟರು. ತಾಯಿ, ಮಗಳು ಹೆದರಿ ಕಂಗಾಲಾದರು.

"ಇಲ್ಲೇ ಒಂದು ಪಾರ್ಟಿನ ಬಿಡೋಕೆ ಬಂದಿದ್ದೆ. ಹಾಗೇ ಬಂದೆ" ಬಂದಿದ್ದಕ್ಕೆ ತಾನೇ ವಿವರಣೆ ನೀಡಿದ. ಇದೇ ಒಂದು ತಿರುವಾಗುತ್ತದೆಯೆಂದು ಅವನಿಗೆ ತಿಳಿಯಲಿಲ್ಲ.

ಸಚ್ಚಿದಾನಂದ್ ಬಲವಂತದ ನಗೆ ಬೀರಿದರು. "ಒಳ್ಳೆದಾಯ್ತು, ಹೇಗೆ ನಡೀತಾ ಇದೆ?" ಪದ್ಮಮ್ಮ ಎದ್ದು ಹೋದ ಸೀಟಿನಲ್ಲಿ ಕೂತರು. ಅವನು ಸತ್ಯವನ್ನೇ ಉಸುರಿದ. ಲೋನ್‌ನ ಕಂಡು ಹೋಗಿ, ಅವನ ಖರ್ಚುಗಳು ಕಳೆದು ಸ್ವಲ್ಪ ಹಣ ಅವನ ಕೈಯಲ್ಲಿ ಉಳಿಯುತ್ತೆ ಎಂದು ತಿಳಿದಾಗ ಅವರ ನಿರೀಕ್ಷೆ ಕುಸಿಯಿತು.

"ಚೆನ್ನಾಯ್ತು ಬಿಡು. ಎಂದಾದ್ರೂ ಗಾಡಿ ಮಾರಿಕೊಂಡ್ರೆ ಇಲ್ಲಿಗೆ ಬಾ. ಆ ಡ್ರೈವರ್‌ನ ಟೆಂಪರರಿ ಆಗಿ ನೇಮಿಸಿಕೊಂಡಿರೋದು. ಅಂತು ಇದೇನು ಲಾಭದಾಯಕವಲ್ಲ. ನಂಗೆ ವಿಧಿ ಇಲ್ಲ ಅಷ್ಟೆ" ಹೇಳಿದರು.

ಹರೀಶ್‌ನಷ್ಟು ಪ್ರಾಮಾಣಿಕ ಡ್ರೈವರ್ ಸಿಗನೆಂದು ಅವರಿಗೆ ಗೊತ್ತು. ಈಚೆಗಂತೂ ಒಂದಲ್ಲ ಒಂದು ಗಲಾಟೆ. ದಿನವು ಕಾರಿನ ರಿಪೇರಿ ಇದ್ದೇ ಇರುತ್ತಿತ್ತು. ಅವರ ಪ್ರಕಾರ ಲಾಭಕ್ಕಿಂತ ನಷ್ಟವೇ ಜಾಸ್ತಿ.

ವಾರಿಣಿ ತಂದೆ ನೂರು ಶಾಪ ಹಾಕಿದಳು. ಅವನಿಗೆ ಗಂಟೆಗಟ್ಟಲೆ ಕಾದು ಕರೆ ತಂದಿದ್ದಳು. ಕಡೇ ಪಕ್ಷ ಅವನ ಎದುರು ಕೂತು ಮುಖ ನೋಡುತ್ತ ನಾಲ್ಕು ಮಾತು ಆಡಲು ಕೂಡ

ಆಗಲಿಲ್ಲ.

ಅದರ ಕೋಪಾನ ಹರೀಶ್ ಹೋದ ಮೇಲೆ ಹರಿಣಿಯ ಮೇಲೆ ತೋರಿಸಿದಳು. ಸಾಯಿಲ್ಲಲ್ಲ ಹಾಳಾದವು' ಕೈಗೆ ಸಿಕ್ಕಿದನ್ನೆಲ್ಲ ಅವಳತ್ತ ಎಸೆಯತೊಡಗಿದಳು. ಕಡೆಗೆ ಗಂಡ, ಹೆಂಡತಿ ಸೇರಿಯೇ ಅವಳನ್ನ ತಡೆಯಬೇಕಾಯಿತು.

ಮಲಗುವ ಮುನ್ನ ಮಗಳನ್ನ ಹತ್ತಿರ ಕೂಡಿಸಿಕೊಂಡು ಹೊಸದಾದ ಸಂತೋಷಕರ ಸುದ್ದಿಯನ್ನು ತಿಳಿಸಿದರು.

"ಇನ್ನೇನು ಮದ್ವೆ ಆಯ್ತು ಅಂತ್ಲೇ ಅರ್ಥ. ಮೂರನೆ ಜನ ಹೇಳೋಕೆ ಮೊದ್ಲು ನಾನೇ ಎಲ್ಲಾ ಹೇಳಿದ್ದೀನಿ. ಹುಡ್ಗ ಡಾಕ್ಟ್ರು. ಕಷ್ಟಪಟ್ಟು ಓದಿ ಕೋರ್ಸ್ ಮಾಡಿಕೊಂಡೋನು. ಅವ್ನಿಗೆ ಯಾರು ಇಲ್ಲ. ನಮ್ಗೇ ಅನುಕೂಲವೇ"

ಹಾರಿಣಿಯ ಮುಖ ಕೆಂದಾವರೆಯಾಯಿತು. ಅವಳಿಗೆ ಈಗ ಜೊತೆಗಾರ ಮುಖ್ಯವೇ ವಿನಃ ಹರೀಶಲ್ಲ. ಎಲ್ಲಾ ಬಾಗಿಲು ಮುಚ್ಚಿಕೊಂಡಾಗ ಅತ್ತ ನೋಡುತ್ತಿದ್ದಳು. ಅವಳಿಗೆ ದೃಢತೆ ಇಲ್ಲ. ಈ ಸ್ಥಿತಿಯಿಂದ ಕಳಚಿಕೊಳ್ಳುವುದು ಅಷ್ಟೇ ಮುಖ್ಯ.

"ನಾಗರಾಜ.... ಹರಣಿ..." ಅವಳ ಸ್ವರ ಕಂಪಿಸಿತು.

ಪ್ರೀತಿಯಿಂದ ಅವಳ ಕೂದಲಲ್ಲಿ ಕೈಯಾಡಿಸಿದರು. "ಅದನ್ನ ಹೇಳಿದ್ದೀನಿ. ಅವನೇನು ಇಲ್ಲಿ ಇರ್ಬೇಕಿಲ್ಲ. ಹರೀಶ್ ಇದ್ದ ಮನೆ ಬಿಡ್ಸಿಕೊಂಡು ಮುಂದಿನ ಖಾಲಿ ಜಾಗದಲ್ಲಿ ಒಂದು ನರ್ಸಿಂಗ್ ಹೋಂ ಕಟ್ಟಿಸಿಕೊಡ್ತೀನಿ ಅಂತ ಭರವಸೆ ಕೊಟ್ಟಿದ್ದೀನಿ. ಆಯ್ತೆ?"

ಪದ್ಮಮ್ಮ ಬಂದು ಕೂತರು. ಆಕೆಯ ಎದೆಯಲ್ಲಿ ಆಸೆಯ ಜ್ಯೋತಿ ಕ್ಷೀಣಿಸಿತ್ತು. ಎಷ್ಟು ಸಂಬಂಧಗಳೋ ಚದುರಿಹೋಗಿದ್ದವು.

"ಈ ಸಂಬಂಧ ಆಗುತ್ತೆ ಅಂತೀರಾ" ಆಕೆ ಕೇಳಿದಳು.

"ಕಣೇ ಕೇಳು. ಎಲ್ಲಾ ಆಯ್ತು ಅಂತ್ಲೇ ಲೆಕ್ಕ. ಜಾತ್ಕ, ಗೋತ್ರ, ಮನೆತನ ಯಾವ್ದು ನೋಡೋಲ್ಲ. ಒಂದ್ಸಲ ಹುಡ್ಗ ಬಂದು ಹೋದ ನಾಲ್ಕೇ ದಿನದಲ್ಲಿ ಲಗ್ನ. ಎಲ್ಲಾ ನೋಡಿದ ನಮ್ಮ ಮದ್ವೆಯಿಂದ ನಾವು ಪಟ್ಟ ಸುಖವೆಷ್ಟು!" ಜಿಗುಪ್ಸೆ ಇಣಕಿತು ಅವರಲ್ಲಿ.

"ಮಲಕ್ಕೋ ಹೋಗು. ನಾಳೆಯಿಂದ ಎಲ್ಲೂ ಅಲಿಯೋಕೆ ಹೋಗ್ಬೇಡ. ಒದ್ಸಲ ಬ್ಯೂಟಿ ಪಾರ್ಲರ್‌ಗೆ ಹೋಗ್ಬಾ" ಮಗಳಿಗೆ ಸಲಹೆ ಇತ್ತು ಕಳಿಸಿದರು.

ಪದ್ಮಮ್ಮ ಸ್ವಂತ ಅಕ್ಕನ ಮಗಳು. ಮೊದಲೇ ಅವರ ಸಂಬಂಧ ಹುಟ್ಟಿ ಹಾಕಿ ಬೆಳೆಸಿದ್ದರಿಂದ ಆ ಭಾವನೆಯಲ್ಲಿಯೇ ಬೆಳೆದು ಮದುವೆಯಾಗಿದ್ದರು. ಹತ್ತು ತಿಂಗಳು ತುಂಬುವ ಮುನ್ನ ಹುಟ್ಟಿದ ನಾಗರಾಜ ಸಚ್ಚಿದಾನಂದ್ ಹೆಂಡತಿಯನ್ನು ದ್ವೇಷಿಸುವಂತೆ ಮಾಡಿದ್ದ. ಆಮೇಲಿನ ಅವರ ಸಂಬಂಧ ಎಂದೂ ಸರಿಹೋಗಿರಲಿಲ್ಲ.

ಅವರ ಭಾವ ಜಾತಕಗಳನ್ನು ಹಿಡಿದು ಹತ್ತು ಕಡೆ ತೋರಿಸಿದ ನಂತರವೇ ಮುಹೂರ್ತ ಹಿಡಿಸಿದ್ದು. ಎಂದೂ ನೆಮ್ಮದಿಯೆನ್ನುವುದು ಅವರ ದಾಂಪತ್ಯದಲ್ಲಿ ಇಣಕಲಿಲ್ಲ. ಈಗಲೂ

ಹೆಂಡತಿಯ ಮೇಲೆ ಏನು ಇಡೀ ಬಂಧು ಬಳಗದ ಮೇಲೆ ಅವರಿಗೆ ರೋಷ.

"ಹುಡ್ಗ ಕೂಡ ನಮ್ಮ ಜಾತಿ ಅಲ್ಲ!" ಎಂದಾಗ ಪದ್ಮಮ್ಮನ ಎದೆ ಧಸಕ್ಕೆಂದಿತು. "ಮತ್ತೇನು ಮಾಡ್ತೀಯಾ? ನಾನು ಈಗ ಎಲ್ಲ ಬಿಟ್ಟಿದ್ದೀನಿ. ಹೇಗೋ ವಾರಿಣಿಗೊಂದು ಮದ್ವೆ ಆಗಿ ಹೊರಗೆ ಹೋದ್ರೆ ಸಾಕು. ಅವ್ನು ಗೌಡರ ಪೈಕಿ. ಅವನಪ್ಪ ಕ್ರೈಸ್ತರ ಪೈಕಿ. ಅಮ್ಮ ಮಾತ್ರ ಗೌಡಿತಿ. ಅಂತೂ ಆಚರಣೆಯಲ್ಲಿ ಹಿಂದೂಗಳೇ."

ಆಕೆ ಸ್ತಬ್ಧ ಚಿತ್ರದಂತೆ ಕೂತುಬಿಟ್ಟರು. ಗೋತ್ರ, ಜಾತಿ ಪಂಗಡ ನಂತರವೇ ಅವರು ಮದುವೆಯ ಪ್ರಯತ್ನ ಮಾಡುತ್ತಿದ್ದುದು. ಈಗ ಜಾತಿ, ಗೋತ್ರ ಬೇಡ. ಅವನ ತಂದೆ, ತಾಯಿ ಕೂಡ ಬೇರೆ ಬೇರೆ ಪಂಗಡಕ್ಕೆ ಸೇರಿದ್ದು. ದಿಕ್ಕು ತೋಚದಂತಾಯಿತು ಆಕೆಗೆ.

"ಜಾತ್ಕನಾದ್ರೂ ಇಸ್ಕೋಬೇಕಾಗಿತ್ತು!" ಎಂದರು. 'ಓ....ಓಹೋ........' ಜೋರಾಗಿ ನಕ್ಕರು "ಅವ್ನಿಗೆ ಈಗ ಯಾರೂ ಇಲ್ಲ. ಎಲ್ಲೋ ಬೆಳ್ದ. ಇನ್ನೆಲ್ಲಿ ಜಾತ್ಕ ಇರುತ್ತೆ? ವಯಸ್ಸು ಶಾಲಾ-ಕಾಲೇಜುಗಳ ದಾಖಲೆಯಲ್ಲಿ ಇರುತ್ತೆ. ಈಗ ನನ್ನ ಯೋಚನೆ ಅದಲ್ಲ. ಅವ್ನು ಒಪ್ಪಿಕೊಂಡ್ರೆ... ಸಾಕು..."

ಪದ್ಮಮ್ಮ ಎದ್ದು ಹೋಗಿ ಮಲಗಿದರು. ಬಹಳ ಹೊತ್ತು ಕಣ್ಣೀರು ಹರಿದು ದಿಂಬು ತೋಯಿಸುತ್ತಲೇ ಇತ್ತು. 'ಈಗ ಮಗಳಿಗೆ ಬೇಕಾದದ್ದು ಬರೀ ಗಂಡು.' ಬಾಯಿಗೆ ಕೈ ಹಿಡಿದು ದುಃಖಿಸಿದರು.

ಅಷ್ಟು ದೂರದಲ್ಲಿ ಮಂಚದ ಮೇಲೆ ಮಲಗಿದ್ದ ಸಚ್ಚಿದಾನಂದ್ ರೇಗಿದರು. "ಸುಮ್ನೇ ಮಲಕ್ಕೋ. ಕೈ ಹಿಡಿದಾಗಿನಿಂದ ಕಣ್ಣೀರಿನಲ್ಲೇ ನನ್ನ ತೋಯಿಸಿಬಿಟ್ಟಿದ್ದೀಯಾ. ಸದ್ಯಕ್ಕೆ ಕೊಚ್ಚಿಕೊಂಡು ಹೋಗೋ ಹಾಗೇ ಮಾಡ್ಬೇಡ" ಮಗ್ಗುಲಾದರು.

ವಾರಿಣಿ ಹುಟ್ಟಿದ ನಂತರ ಬೇರೆಯಾದ ಅವರ ಮಂಚಗಳು ಎಂದೂ ಒಂದಾಗಿರಲಿಲ್ಲ. ಅವರಿಗೆ ದಾಂಪತ್ಯ ಕ್ಷಣಗಳೆಂದರೆ ನಡುಕ. ನಾಗರಾಜ, ಹರಿಣಿ ಭೂತಗಳಂತೆ ಅವರನ್ನ ಕಾಡುತ್ತಿದ್ದರು. ಹೆಂಡತಿಯನ್ನು ತಾಕ ಬೇಕೆಂದರೇ ಅವರಿಗೆ ಹೆದರಿಕೆ.

ನಾಗರಾಜ, ಹರಿಣಿಯಂಥ ಸಂತಾನ ಹುಟ್ಟಿ ಇಡೀ ಸಮಾಜವನ್ನು ಶಾಪಗ್ರಸ್ಥ ಮಾಡುವುದು ಅವರಿಗೆ ಬೇಕಿರಲಿಲ್ಲ. ಅಂತಹ ಸಂತಾನಗಳನ್ನು ತಂದೆ, ತಾಯಿ ತಡೆಯ ಬೇಕು. ಅನಕ್ಷರತೆ, ಮೂಢನಂಬಿಕೆಯ ಪರಿಣಾಮದಿಂದ ಆಗಬಹುದಾದ ತೊಂದರೆಗಳನ್ನು ಮನಗಾಣಬೇಕು. ಆ ಬಗ್ಗೆ ಚಳವಳಿಗಳೇ ನಡೆಯಬೇಕೆಂದು ಅವರ ವಾದ.

ಇಡೀ ರಾತ್ರಿ ನಿದ್ರಿಸದವರು ಬೆಳಿಗ್ಗೆ ಎದ್ದ ಕೂಡಲೇ ಹರೀಶ್ ಮನೆಯ ಕಡೆ ಹೊರಟರು. ಆ ಮನೆ ಖಾಲಿ ಮಾಡಿಸುವುದು ಅವರಿಗೆ ಇಷ್ಟವಿಲ್ಲದಿದ್ದರೂ ಈಗ ಅನಿವಾರ್ಯ. ಮಗಳ ಜೊತೆ ಈ ಬಿಲ್ಡಿಂಗ್, ಸೈಟು ಎಲ್ಲಾ ತೋರಿಸಬೇಕಿತ್ತು.

ಇವರು ತಲುಪುವ ವೇಳೆಗೆ ಹರೀಶ್ ಕಾರನ್ನು ತೊಳೆದು ಫಳ ಫಳ ಹೊಳೆಯುವಂತೆ ಒರೆಸಿ ಪಾಲಿಶ್ ಮಾಡುತ್ತಿದ್ದ. ಹಿಂದೆ ಕೂಡ ಇದೇ ನೀತಿ ಅನುಸರಿಸುತ್ತಿದ್ದರಿಂದ ಆಕ್ಷೇಪಿಸಲಾರರು.

ಅವನಿಗೆ ಆಶ್ಚರ್ಯವಾಯಿತು "ಹರೀಶ್ ಯಾರೋ ಗೆಸ್ಟ್ ಬಂದಿದ್ದಾರೆ. ಸಿಟಿ ನೋಡ್ಬೇಕಂತೆ. ಎಂಟಕ್ಕೆ ಹನಿಮೂನ್ ಲಾಡ್ಜ್‌ನಲ್ಲಿ ಅವ್ರನ್ನ ಪಿಕ್‌ಅಪ್ ಮಾಡ್ಕೋ, ರೂಮು ನಂಬರ್ ಟೂ-ಜಿರೋ-ವನ್" ಎಂದು ಪರೀಕ್ಷಿತ್ ತಿಳಿಸಿದ್ದ. ಈಗ ಅದನ್ನ ತಪ್ಪಿಸಿ ಬೇರೆಲ್ಲೂ ಹೋಗುವ ಹಾಗೇ ಇರಲಿಲ್ಲ.

"ಏನು ಯಜಮಾನ್ರೆ? ರಾತ್ರಿಯೇನೂ ಹೇಳ್ಲಿಲ್ಲ. ನಾನೇ ಬಂದು ನೋಡ್ತಾ ಇದ್ದೆ" ಎಂದಿನ ವಿನಯವೇ. ಅವನು ಸ್ವಂತ ಟ್ಯಾಕ್ಸಿಯ ಮಾಲೀಕನಾಗಿದ್ದರೂ ಅವರನ್ನು ಗೌರವ ದಿಂದಲೇ ನೋಡುತ್ತಿದ್ದ.

ಸೈಟು, ಮನೆಯನ್ನು ಕಣ್ಣಿಂದಲೇ ಅಳೆದರು. "ಈ ಜಾಗದಲ್ಲಿ ನರ್ಸಿಂಗ್ ಹೋಂ ಕಟ್ಟೋ ಪ್ಲಾನ್ ಇದೆ. ನೀನು ಮನೆ ಬಿಡಬೇಕಾಗುತ್ತೆ" ಎಂದರು.

"ಬಿಟ್ಟರಾಯ್ತು, ಈ ದಿನ ಬೇಕಾದ್ರೂ ಖಾಲಿ ಮಾಡಿ ಕೊಡ್ತೀನಿ. ಅಂದು ನಿಮ್ಮ ಮನೆಗೆ ಬಂದು ಹೋಗೋಕೆ ಹತ್ತಿರ ಆಗುತ್ತೇಂತ ಇಲ್ಲಿಗೆ ಬಂದಿದ್ದು. ನಾಳೆ ಬೆಳಿಗ್ಗೆ ಬೀಗದ ಕೈ ತಂದುಕೊಡ್ತೀನಿ, ಬಿಡಿ" ಎಂದ ಹಗುರವಾಗಿ, ಅಷ್ಟೇ ಸಂತೋಷವಾಗಿ.

ಸಚ್ಚಿದಾನಂದ್ ತಲೆದೂಗಿದರು. "ಅಷ್ಟೇನು ಆತ್ರ ಇಲ್ಲ. ಎಂಟು ದಿನ ಬಿಟ್ಟೇ ಬಿಡು. ನಾಡಿದ್ದು ವಾರಿಣಿನ ನೋಡೋಕೆ ಬರ್ತಾರೆ. ನೋಡೋದೂಂದ್ರೆ..... ಬರೀ ನೋಡೋದೇ. ಎಲ್ಲಾ ಮಾತುಕತೆ ಮುಗಿದಿದೆ.

ಅವನಿಗೆ ನಿಜವಾಗಿಯೂ ಸಂತೋಷವಾಯಿತು. "ತುಂಬ ಸಂತೋಷ ಯಜಮಾನ್ರೆ. ಮನೆ ಖಾಲಿ ಇದೇಂತಾನೇ ತಿಳ್ಕೊಳ್ಳಿ" ಎಂದವನು ಬಟ್ಟೆಯನ್ನು ಸ್ವಸ್ಥಾನಕ್ಕೆ ಸೇರಿಸಿ ಒಳಗೆ ಹೋಗಿ ಯೂನಿಫಾರಂ ತೊಟ್ಟು ಬಂದ.

ಸಚ್ಚಿದಾನಂದ್ ಕಣ್ಣರಳಿಸಿ ನೋಡಿದರು "ಅಂತೂ ಪರ್ವಾಗಿಲ್ಲ....." ಶಭಾಷ್‌ಗಿರಿ ಕೊಟ್ಟರು. ಈ ಮಾರ್ಪಾಟಿಗೆ ಸುಮತಿ ಕಾರಣ. ಅದನ್ನು ಆಗಲೇ ಕಾರ್ಯರೂಪಕ್ಕೆ ತರುವಂತೆ ಮಾಡಿದ್ದು ಪರೀಕ್ಷಿತ್ "ರಿಯಲೀ.... ಫೆಂಟಾಸ್ಟಿಕ್, ಯಾರಾದ್ರೂ ಒಳ್ಳೆ ನಿರ್ದೇಶಕ, ನಿರ್ಮಾಪಕರ ಕಣ್ಣಿಗೆ ಬಿದ್ದರೆ ಹೀರೋ ಆಗ್ಬಿಡ್ತೀಯಾ!" ಕಣ್ಣರಳಿಸಿದ್ದ. ನೋವು, ವೇದನೆ, ಅಸೂಯೆಯ ನಂತರದ ಪ್ರೇಮಮಯ ಸ್ಥಿತಿ.

ಹತ್ತಿ ಕೂತವನು "ಬನ್ನಿ ಯಜಮಾನ್ರೆ....." ಕರೆದ, "ಬೇಡ...... ಒಂದಿಷ್ಟು ಕೆಲ್ಸ ಇದೆ. ಬೀಗದ ಕೈ ಕೊಟ್ಟು ಹೋಗು, ಇಂಜಿನಿಯರ್ ಬರ್ತಾರೆ" ಎಂದಾಗ ಬೀಗದ ಕೀ ಕೊಟ್ಟ "ನೀವು ಹೋಗೋವಾಗ ನಂದಿ ಬಟ್ಟಲು ಹೂ ಗಿಡದ ಬುಡದಲ್ಲಿ ಹಾಕ್ಬಿಡಿ" ಎಂದವನು ಹತ್ತಿ ಸ್ಟಾರ್ಟ್ ಮಾಡಿದ.

ಗೇಟಿನವರೆಗೂ ಹೋಗಿ ಮರೆಯಾಗುವವರೆಗೂ ನೋಡಿದರು. ಕ್ಷಣ ಅಸೂಯೆ ಕಾಡಿತು. ಇನ್ನ ಅವನು ತನ್ನ ಬಳಿಗೆ ಹಿಂದಿರುಗಿ ಬರಲಾರನೆನಿಸಿತು.

ಬೀಗ ತೆಗೆದು ಮನೆಯೊಳಗೆಲ್ಲ ಓಡಾಡಿದರು. ಅಚ್ಚುಕಟ್ಟಾಗಿತ್ತು. ಸದ್ಯಕ್ಕೆ ಇದನ್ನು ಮನೆಯಾಗಿ ಉಪಯೋಗಿಸಿಕೊಂಡು ನರ್ಸಿಂಗ್ ಹೋಂ ಕಟ್ಟಬಹುದು ಮುಂದಿನ

ನಿವೇಶನದಲ್ಲಿ. ಹಣದ ಅಂದಾಜು ಎಷ್ಟಾಗಬಹುದು?

"ಸ್ಕಾಲರ್‌ಷಿಪ್‌ನಲ್ಲಿ ಓದಿ ಕೋರ್ಸು ಮುಗಿಸಿರೋನು. ನನ್ಹತ್ರ ಅಂತು ಹಣ ಇಲ್ಲ. ತಾಳಿ ನೀವು ಮಾಡ್ಸಿಕೊಟ್ಟರೇನೇ ನಾನು ಕಟ್ಟೋದು" ಎಂದಿದ್ದ. ಇದು ಅವರ ಸೌಭಾಗ್ಯ.

ಅವರು ಈಗ ಅವನ ಎಲ್ಲಾ ಬೇಡಿಕೆಗಳಿಗೂ ಸಿದ್ಧ. ಅಂತೂ ಮಗಳ ಕುತ್ತಿಗೆಗೆ ತಾಳಿ ಬೀಳಬೇಕು. ಕೊನೇ ಪಕ್ಷ ನಾಲ್ಕೈದು ಲಕ್ಷದ ಅಂದಾಜೆನಿಸಿತು.

ತೀರಾ ನಿಶ್ಶಕ್ತಿಯೆನಿಸಿತು. ಅಲ್ಲೇ ಕೂತರು. ತೀರಾ ಕೆಲಸಕ್ಕೆ ಬಾರದ ಮಕ್ಕಳ ಚಿಂತನೆಯಲ್ಲಿ ಪೈಸೆಗೆ ಪೈಸೆ ಸೇರಿಸಿ ಇಟ್ಟಿದ್ದರು. ಇವಳ ಮದುವೆ ಮುಗಿದ ಮೇಲೆ ಅವೆರಡಕ್ಕೂ ಬದುಕಿರೋವರೆಗೂ ಅನ್ನ. ಆಶ್ರಯ, ತಮ್ಮ ನಂತರ ದೇವಸ್ಥಾನದ ಹೊರಗೆ ಕೂಡುವ ದಂಡಿನ ನೆನಪಾಯಿತು. ಬೆಚ್ಚಿಬಿದ್ದರು. ಅವರ ಪಾಲಿಗೆ ಎಂದೂ ಸುಂದರ ಹಗಲು, ರಾತ್ರಿಗಳಿಲ್ಲ. ಭಯ, ಆತಂಕ, ಜಿಗುಪ್ಸೆಯ ಮಧ್ಯೆ ದಿನಗಳು ಕಳೆದುಹೋಗಿದ್ದವು. ಮುಂದೆ ಬದುಕು ಅಗತ್ಯವಿದೆಯೇ? ತಮ್ಮ ಬದುಕಿನಲ್ಲಿ ಸಾರ್ಥಕದ ದಿನಗಳೆಷ್ಟು?

ಚಿಂತಕರ ಪ್ರಕಾರ ಮನುಷ್ಯ ನೂರು ವರ್ಷ ಬಾಳಬಹುದು. ಹಾಗೆ ಬದುಕಿದರೂ ಎಂಬತ್ತರ ನಂತರ ಏನೂ ಮಾಡಲಾರ, ಆ ಎಂಬತ್ತರಲ್ಲಿ ನಲ್ವತ್ತು ವರ್ಷ ರಾತ್ರಿಯಾದರೆ ಇನ್ನು ನಲ್ವತ್ತು ವರ್ಷ ಹಗಲು. ಆ ನಲ್ವತ್ತರಲ್ಲಿ ಅರಿಯದ ಬಾಲ್ಯ, ವೃದ್ಧಾಪ್ಯ, ರೋಗ ರುಜಿನಗಳ ಮಧ್ಯೆ ಇಪ್ಪತ್ತು ಕಳೆದು ಹೋಗುತ್ತದೆ. ಇನ್ನು ಇಪ್ಪತ್ತು ವರ್ಷ ಅತ್ಯಂತ ಅಮೂಲ್ಯ, ಸುಖ, ಸಂತೋಷ, ಸಮಾಜಕ್ಕೆ ಮಾಡುವ ಸೇವೆ ಇದರಲ್ಲೇ ಮುಗಿಯೇಬೇಕು. ತಮ್ಮ ಸುಖ, ಸಂತೋಷ ಮಾತ್ರವಲ್ಲ, ಸಮಾಜಕ್ಕೂ ಅವನಿಂದ ಏನು ಸಂದಾಯ ವಾಗಿರಲಿಲ್ಲ. ಮಕ್ಕಳ ಮೂಲಕ ಸಂದಾಯವಾಗುವಂಥ ಅಪೂರ್ವ ಅವಕಾಶ ತಪ್ಪಿಹೋಗಿತ್ತು.

ಬಿಕ್ಕಿ ಬಿಕ್ಕಿ ಅತ್ತರು. ಅವರ ಬದುಕು ನಿರುಪಯುಕ್ತ. ಪಡೆದಿದ್ದು ಇಲ್ಲ. ಕೊಟ್ಟಿದ್ದು ಇಲ್ಲ. ಶಾಪಗ್ರಸ್ತ ಸಂತಾನ. ಅವರ ಅವುಡುಗಳು ಬಿಗಿದುಕೊಂಡವು. ನಾಗರಾಜನ ಕರ್ಕಶ ಚೀತ್ಕಾರ, ಹರಿಣಿಯ ಕೆಟ್ಟ ನಗು ಎಲ್ಲೆಡೆ ಪ್ರತಿಧ್ವನಿಸತೊಡಗಿತು. ಎರಡು ಕಿವಿಗಳನ್ನು ಮುಚ್ಚಿಕೊಂಡರು.

ಬಹಳ ಹೊತ್ತಿನ ನಂತರ ಮೇಲೆದ್ದರು. ತೀರಾ ನಿಶ್ಶಕ್ತತೆ ಅವರನ್ನು ಆವರಿಸಿತ್ತು. ಹೊರಗೆ ಹೋದ ನಾಗರಾಜ ಕೆಲವೊಮ್ಮೆ ನಾಲ್ಕಾರು ಜನರನ್ನು ಕಚ್ಚಿದ್ದ. ಅವಳದು ಕೆಟ್ಟ ನೋಟ, ಚೇಷ್ಟೆ, ಪರಿಣಾಮಗಳು ಕೂಡ ಅಷ್ಟೇ ಕೆಟ್ಟವು.

ಕಾಲೆಳೆಯುತ್ತ ಪ್ರಯಾಸದಿಂದ ಮನೆಗೆ ಬಂದರೆ ವಾರಿಣಿ ಗೇಟಿನಲ್ಲಿ ನಿಂತು ಎಲ್ಲೋ ನೋಡುತ್ತಿದ್ದಳು "ಒಳ್ಗಡೇ ನಡಿ, ಈಗ್ಲೇ ಈ ಮನೆಗೆ ಒಳ್ಳೇ ಹೆಸರಿಲ್ಲ. ಇನ್ನೊಂದು ಮಾತಿಗೆ ಅವಕಾಶ ಕೊಡೋದ್ಬೇಡ" ಒಳಗೆ ಕರೆದೊಯ್ದರು.

ಸಿಡುಕು ಮೂತಿ ಮಾಡಿಕೊಂಡು ಒಳಗೆ ಹೋದಳು. ನಾಗರಾಜ ಕೆಟ್ಟದಾಗಿ ಅರಚುತ್ತಿದ್ದ. ಅವನದು ವಿಪರೀತ ಹಸಿವು. ನಾಲ್ಕು ಮಂದಿಯ ಆಹಾರ ಅವನೊಬ್ಬನಿಗೇ ಸಾಲದು. ಇದಕ್ಕೆ ಪರಿಹಾರ ಕಂಡುಕೊಳ್ಳುವತ್ತ ಚಿಂತಿಸತೊಡಗಿದರು.

* * *

ಮೀಟಿಂಗ್ ಮುಗಿಸಿಕೊಂಡು ಸುಮತಿ ಹೊರಬರುವ ವೇಳೆಗೆ ಹರೀಶ್ ಕಾದಿದ್ದ. ಉಡುಪು, ಕ್ರಾಪ್ ಎಲ್ಲಾ ಬದಲಾಗಿದ್ದರೂ ಅವನ ಮುಖದ ನಗು ಮಾತ್ರ ಹಾಗೆಯೇ ಇತ್ತು.

ವಾಚ್ ಕಡೆ ನೋಡಿದವಳು "ಹರೀಶ್, ಇನ್ನ ಅರ್ಧಗಂಟೆ ಬಿಟ್ಟು ಬಂದು ಮಾತಾಡ್ತೀನಿ" ತನ್ನ ಕೋಣೆಗೆ ಹೋದಳು. ಆಫೀಸ್‌ನ ವೇಳೆಯಲ್ಲಿ ವೈಯಕ್ತಿಕ ಜನರೊಂದಿಗೆ ಮಾತಾಡಲಾರಳು.

ಹೊರಗೆ ಬಂದ ಪರೀಕ್ಷಿತ್ ಅವನನ್ನ ನೋಡಿ ಹುಬ್ಬೇರಿಸಿದ "ಏನು ಬಂದಿದ್ದು? ಒಳ್ಗಡೆ...ಬಾ" ಮತ್ತೆ ತನ್ನ ಛೇಂಬರ್‌ಗೆ ಹೋದ.

ಹರೀಶ್‌ನ ಅವನು ದ್ವೇಷಿಸಲಾರ. ಆದರೆ ಅವನನ್ನ ನೋಡಿದ ಕೂಡಲೇ ಪರೀಕ್ಷಿತ್‌ನಲ್ಲಿ ಘಟಾಸ್ಫೋಟ ಉಂಟಾಗುತ್ತಿತ್ತು. ಅದರಿಂದ ಮುಕ್ತನಾಗಲು ಅವನಿಗೆ ನಿಮಿಷಗಳೇ ಬೇಕಾಗುತ್ತಿತ್ತು.

ಒಳಗೆ ಹೋದ ಹರೀಶ್ ನಿಂತ "ಕೂತ್ಕೋ ಹರಿ, ಇನ್ನು ನಿನ್ನ ಸಂಕೋಚ ಹೋಗಿಲ್ವಾ! ಸಿಟ್ ಡೌನ್" ಪೇಪರ್ ವೈಟನ್ನು ಒಂದು ಸುತ್ತು ತಿರುಗಿಸಿ ಸೀಟಿನ ಬೆನ್ನಿಗೆ ಪೂರ್ತಿ ಒರಗಿದ. ಎಲ್ಲ ಚಿತ್ರಗಳು ಕಲಸು ಮೇಲೋಗರವಾಗಿ ಕಡೆಯಲ್ಲಿ ಅವನ ಎದುರಿನಲ್ಲಿ ಕೂತ ವ್ಯಕ್ತಿ ನಿಂತ.

"ನಾನು ಬಂದು ತೊಂದರೆ ಕೊಟ್ಟಂಗಾಯ್ತು" ಎನ್ನುತ್ತಲೇ ನಕ್ಕ. "ಅಂಥದೇನಿಲ್ಲ, ಸುಮತಿನ ನೋಡೋಕೆ ಬಂದಿದ್ಯಾ?" ಕೇಳಿದ. ಒಳಗಿನ ಉರಿ ಹೆಚ್ಚಿ ಪರೀಕ್ಷಿತ್‌ಗೆ ನೀರು ಕುಡಿಯಬೇಕೆನಿಸಿತು.

ಕಾಲಿಂಗ್ ಬೆಲ್ ಒತ್ತಿದ. "ಫ್ರಿಜ್ ನೀರು ತಂದಿರು" ಆಫೀಸ್ ಬಾಯ್‌ನ ಅಟ್ಟಿದ. ನಾರ್ಮಲ್ ನೀರು ಎದೆಯ ಉರಿಯನ್ನು ತಣ್ಣಗಾಗಿಸಲು ಸಾಧ್ಯವಿಲ್ಲವೆಂದು ಅವನ ಅಭಿಪ್ರಾಯ.

"ಹೇಗಿದೆ? ಏನು ತೊಂದರೆ ಇಲ್ಲ ತಾನೇ?" ಮತ್ತೆ ಪ್ರಶ್ನಿಸಿದ. "ಏನಿಲ್ಲ, ಎಲ್ಲಾ ಚೆನ್ನಾಗೇ ಇದೆ. ಅದರ ಕಂತು ಕಟ್ಟೋ ಸಲುವಾಗಿ ಬಂದಿದ್ದು. ಲಂಚ್‌ಬ್ರೇಕ್‌ವರ್ಗೂ ಮೇಡಮ್ ಸಿಗೋಲ್ಲ!" ಮುಗುಳ್ನಕ್ಕ. ಪ್ರಯಾಸದಿಂದ ನುಂಗಿಕೊಂಡ ಪರೀಕ್ಷಿತ್.

ಈಗ ಎರಡು ಟ್ಯಾಕ್ಸಿಯ ಓನರ್‌ನನ್ನಾಗಿ ಮಾಡಿದ್ದ ಹರೀಶ್‌ನ. ಅವನಲ್ಲಿ ಅಸೂಯೆಗಿಂತ ಸುಮತಿಯ ಮೇಲಿನ ಪ್ರೇಮವೇ ಜಾಸ್ತಿಯಾಗಿತ್ತು . ಅಲ್ಲಿ ಸೇಡಿನ ಬದಲು ತ್ಯಾಗ ಪುಟಿದಿತ್ತು. ಪರೋಕ್ಷವಾಗಿ ಅವಳ ಒಳಿತನ್ನ ಸಾಧಿಸುತ್ತಿದ್ದ.

ಕಾಫೀ ತರಿಸಿಕೊಟ್ಟ. ಎಲ್ಲಾ ವಿಚಾರಿಸಿ ಮೇಲೆದ್ದ. "ಈಗ ಹೋಗಿ ನೋಡ್ಬಹುದು" ಹೊರಗೆ ನಡೆದ. ಸುಮತಿಯ ಕೋಣೆಯತ್ತ ಕೂಡ ನೋಡದೆ ಸರಸರನೆ ನಡೆದುಬಿಟ್ಟ.

ಕಾರು ಹತ್ತಿದ. ಮನೆಯಿಂದ ಬಂದ ಕ್ಯಾರಿಯರ್ ಅವನ ರೆಸ್ಟ್ ರೂಮಿನಲ್ಲಿಯೇ ಉಳಿದಿತ್ತು. ಅವರು ಇಬ್ಬರು ಜೊತೆಯಾಗಿ ನಗುತ್ತಾ ಹೋಗಿ ಊಟ ಮಾಡಿ ಬರುವುದನ್ನ ಅವನು ಸಹಿಸಲಾರ. ಅದಕ್ಕಾಗಿಯೇ ದೂರ ನಡೆದಿದ್ದ.

ಮನೆಗೆ ಬಂದ್ದಾಗ ಮಾರುತಿ ಮಿಕಿ ಮಿಕಿ ನೋಡಿದ. "ಕ್ಯಾರಿಯರ್ ಕಳ್ಸು" ಹೇಳಿ ಹೋಗಿದ್ದ. ಅದರ ಪ್ರಕಾರವೇ ಕಳಿಸಿದ್ದ. ಹಿಂದಿನಷ್ಟು ಶಾಂತಿ, ಸಂತೋಷ, ಜಾಲಿತನ ಯಜಮಾನನಲ್ಲಿ ಇಲ್ಲವೆಂಬುದು ಅವನ ಅರಿವಿಗೆ ಬಂದಿತ್ತು. ಯಾಕೆ? ಉತ್ತರವಿಲ್ಲ.

ಪರೀಕ್ಷಿತ್ ಬಟ್ಟೆ ಕೂಡ ಬದಲಾಯಿಸದೇ ಕೂತುಬಿಟ್ಟ. ಅವನ ಸೊಬಗಿನ ಪ್ರಪಂಚ ಪೂರ್ತಿ ನಾಶವಾಗಿತ್ತು. ಅಲ್ಲಿ ಬರೀ ಕತ್ತಲು. ನೋಟ ಹರಿಸಿದಷ್ಟೂ ದೂರ ಅದುವೇ.

"ಸುಮತಿ, ನೀನು ಮತ್ತೆ ನನಗೆ ಕಾಣಸಿಗಬಾರ್ದಿತ್ತು. ನನ್ನ ಸಂತೋಷ, ನೆಮ್ದಿ, ಸುಖ ಎಲ್ಲಾ ಹಾಳು ಮಾಡ್ಬಿಟ್ಟೆ" ಕೂದಲಲ್ಲಿ ಕೈ ಹಾಕಿ ಕಿತ್ತ.

ಬಂದ ಮಾರುತಿ ಹಿಂದಕ್ಕೆ ಹೋದ. ಇಷ್ಟು ಎಕ್ಸೈಟ್ ಆಗಿದ್ದುದು ಎಂದೂ ಕಂಡಿರಲಿಲ್ಲ. ಐದು ನಿಮಿಷದ ನಂತರ ಮತ್ತೆ ಕಾಣಿಸಿಕೊಂಡ.

"ಊಟಕ್ಕೆ ರೆಡಿ ಮಾಡ್ಲಾ?" ಸ್ವಲ್ಪ ಶಾಂತತೆಗೆ ಮರಳಿದ್ದ ಪರೀಕ್ಷಿತ್ "ಏನಿದ್ರೆ, ಅದೇ ಬಡ್ಸು. ಮತ್ತೇನು ಮಾಡೋಕೆ ಹೋಗ್ಬೇಡ" ಬಗ್ಗಿ ಷೂ ಲೇಸ್ ಬಿಚ್ಚಿದ.

ಬಟ್ಟೆ ಬದಲಾಯಿಸಿ ಬರುವ ವೇಳೆಗೆ ಮಾರುತಿ ಊಟಕ್ಕೆ ರೆಡಿ ಮಾಡಿದ್ದ. ಅರ್ಧ ಊಟದಲ್ಲಿ ಒಂದು ದೃಶ್ಯ ಅವನ ಕಣ್ಮುಂದೆ ಇಣಕಿತು. ಅವಳ ಸುಂದರ ಕೈಯಿಂದ ಹರೀಶ್‌ನಿಗೆ ತಿನ್ನಿಸುತ್ತಿದ್ದಾಳೆ. ಮುಖದಲ್ಲಿ ಎಂಥ ಮಧುರ ಮಂದಹಾಸ. ಎಂಥ ಸುಖದ ಕ್ಷಣಗಳು. ಮೇಲೆದ್ದು ಬಿಟ್ಟ. ಇನ್ನ ತುತ್ತು ಬಾಯಿಗಿಡುವುದು ಅವನಿಂದ ಸಾಧ್ಯವಿಲ್ಲ.

ಕೈ ತೊಳೆದು ಬಂದು ಕೋಣೆ ಸೇರಿದ. ಎಲ್ಲಾದರೂ ದೂರ ಹೋದರೆ ಇದರಿಂದ ಮುಕ್ತನಾಗಬಲ್ಲನೇ? ಇಲ್ಲವೆನಿಸಿತು.

ಫೋನ್ ಸದ್ದಾಯಿತು. ಎತ್ತಲಿಲ್ಲ "ಮಾರುತಿ........" ಕೂಗಿದ. ಅವನು ಓಡಿ ಬಂದು ಎತ್ತಿಕೊಂಡ "ಇಲ್ಲಾಂತ ಹೇಳು" ಅತ್ತ ರಿಸೀವರ್ ಹಿಡಿದ ಸುಮತಿಗೆ ಕೇಳಿಸಿತು. "ಹಲೋ... ಹಲೋ...." ಮಾರುತಿಯ ಸ್ವರಕ್ಕೆ ಪ್ರತಿಕ್ರಿಯಿಸಲಿಲ್ಲ. ಸುಮ್ಮನೆ ಇಟ್ಟಳು.

ಅವನಿಗೆ ಒಬ್ಬರಿಗಿಂತ ಹೆಚ್ಚಾಗಿ ಗೆಳತಿಯರು ಇದ್ದಾರೆ. ಯಾರು ಅಪಾಯಿಂಟ್‌ಮೆಂಟ್ ಪಡೆದಿದ್ದರೋ. ವಿಸ್ಕಿ, ಹೆಣ್ಣುಗಳ ನಡುವಿನ ಬದುಕು ಎಂತಹುದು? ಪೆಚ್ಚಾಗಿ ಕೂತುಬಿಟ್ಟಳು.

ಹಿಂದೆ ಪರೀಕ್ಷಿತ್ ತುಂಬ ಒಳ್ಳೆಯವನಾಗಿದ್ದ! ಸ್ವಲ್ಪ ಹಿಂಜರಿಕೆಯ ಸ್ವಭಾವ. ಅದನ್ನ ಹೋಗಲಾಡಿಸಲು ಅವಳು. ಆನಂದರಾಯರು ಬಹಳ ಪ್ರಯತ್ನಿಸಿದರು. ಈಗ ಎತ್ತರದಲ್ಲಿರಲು ಅವರೇ ಕಾರಣ! ಹಾಗೆಂದು ಅವಳು ಭಾವಿಸದಿದ್ದರೂ ಅವರುಗಳ ಒಡನಾಟದಲ್ಲಿ ಬಹಳಷ್ಟು ಕಲಿತಿದ್ದ.

"ಮೇಡಮ್...." ಒಳಗೆ ಬಂದ ಟೈಪಿಸ್ಟ್ "ಸುಶೀಲ ಅವರು ಬಂದಿದ್ದಾರೆ. ಯಾವ್ದೋ

ಫೈಲ್ ಅಟೆಂಡ್ ಮಾಡ್ತಾ ಇದ್ದಾರೇಂತ ಹೊರಗಡೆ ಕೂಡ್ಸಿದ್ದೀನಿ." ಎಂದ.

ನಿಧಾನವಾಗಿ ತಲೆಯೆತ್ತಿದಳು "ಆಫೀಸ್ ಕೆಲ್ಸವಾದ್ರೆ ಬಂದ್ರು ನೋಡ್ಲಿ. ಪರ್ಸನಲ್ ಆದರೆ... ಆಫೀಸ್ ಅವರ್ಸ್ ಮುಗಿದ್ಮೇಲೆ ಬಂದು ನೋಡೋಕೆ ಹೇಳು" ಎಂದಳು.

ಪರೀಕ್ಷಿತ್‌ನ ಬಿಟ್ಟರೇ ಸದ್ಯಕ್ಕೆ ಹಳೆಯ ಸ್ನೇಹಿತೆ ಸುಶೀಲ ಮಾತ್ರ. ಅವಳ ಕೊರೆತ ಬೋರ್ ಆಗುವಷ್ಟು ಎಂದು ಅವಳಿಗೆ ಗೊತ್ತಿತ್ತು. ಆದರೂ ಉದಾಸೀನ ಮಾಡಳು.

ಒಳಗೆ ಬಂದ ಸುಶೀಲ ವಿಶ್ ಮಾಡಿ "ಸಾರಿ ಫಾರ್ ದಿ ಟ್ರಬಲ್. ಒಂದು ಆಪ್ಲಿಕೇಷನ್ ಎಂ.ಡಿ.ಗೆ ಕೋಡೋಣಾಂತ್ಬಂದೆ. ಅವ್ರು ಇರ್ಲಿಲ್ಲ. ಅದ್ಕೆ ನಿಮ್ಗೇ ಕೊಡೋಣಾಂತ" ಅತಿ ವಿನಯದಿಂದ ಹೇಳಿದಳು. ಸುಮತಿಯ ಮೈ ಉರಿದುಹೋಯಿತು. ಅವಳ ನಾಟಕೀಯ ಭಾವಭಂಗಿಗಳನ್ನ ನೋಡಲು ಅಸಹ್ಯ.

"ಕೂತ್ಕೋ ಸುಶೀ....." ಬೇಸರದಿಂದ ಅವಳ ಕೈಯಲ್ಲಿನ ಅಪ್ಲಿಕೇಷನ್ ತಗೊಂಡು ನೋಡಿದಳು. ಕನ್ನಡ ಟೈಪಿಸ್ಟ್ ಪೋಸ್ಟ್‌ಗೆ ಹಾಕಿಕೊಂಡಿದ್ದಳು. "ಈ ಕೆಲ್ಸ ನಿಂಗೆ ಸಿಕ್ಕೋ ಗ್ಯಾರಂಟಿ ಇಲ್ಲ. ಈಚೆಗೆ ಫ್ಯಾಕ್ಟರಿ ಸೆಕ್ಷನ್‌ನಲ್ಲಿ ಹಠಾತ್ತಾಗಿ ತೀರಿಕೊಂಡ ವೆಳ್ಳಿಯಪ್ಪನ ಮಗ್ಳಿಗೆ ಆ ಪೋಸ್ಟ್ ಅಂತ ತೀರ್ಮಾನವಾಗಿದೆ. ನಿನ್ನ ಸಮಾಧಾನಕ್ಕೆ ಒಂದ್ಸಲ ಬೇಕಾದ್ರೆ ಬಾಸ್‌ನ ನೋಡು" ಅಪ್ಲಿಕೇಷನ್ ಟೇಬಲ್ಲು ಮೇಲಿಟ್ಟು ಪೇಪರ್ ವೈಟನ್ನು ಅದರ ಮೇಲಿಟ್ಟಳು ಸುಮತಿ.

ಒಂದು ಸಲ ಅವಳತ್ತ ನೋಟ ಹರಿಸಿದಳು. ಪ್ರತಿಬಾರಿಯು ಸೀರೆ, ಚಪ್ಪಲಿಗೆ ಮ್ಯಾಚಿಂಗ್ ಎನ್ನುವಂತೆ ಒಡವೆಗಳನ್ನು ತೊಡುತ್ತಿದ್ದಳು. ಆರ್ಥಿಕ ದುಸ್ಥಿತಿ ಅವಳಿಗೆ ಒದಗಿರಲಿಲ್ಲ.

ಛೇರನ್ನ ಇನ್ನಷ್ಟು ಮುಂದಕ್ಕೆ ಎಳೆದುಕೊಂಡು ಕೂತವಳು ಟೇಬಲ್ಲು ಮೇಲೆ ಬಗ್ಗಿದಳು. "ನೀನು ರೆಕಮಂಡ್ ಮಾಡು. ಬೇಕಾದ್ರೆ ಇನ್ನೊಂದು ಪೋಸ್ಟ್ ಕ್ರಿಯೇಟ್ ಮಾಡಿ ಕೊಡ್ಲಿ. ಒಳ್ಳೆ ಆದಾಯ ಇದೆ ಪರೀಕ್ಷಿತ್ ಫರ್ಟಿಲೈಜರ್‌ಗೆ" ಗೋಗರೆದಳು.

"ಸಾರಿ, ನಾನು ಇಲ್ಲಿ ಅಡ್ವೈಸರ್ ಅಲ್ಲ, ಮ್ಯಾನೇಜರ್. ಕೆಲವು ಲಿಮಿಟ್ಸ್ ನಂಗೂ ಇರುತ್ತೆ. ಬೇರೆ ಕಡೆ ಟ್ರೈ ಮಾಡು" ಫೈಲ್‌ನತ್ತ ಗಮನಹರಿಸಿದಳು.

ಸುಶೀಲ ಕಣ್ಣುಗಳಲ್ಲಿ ಕೋಪ ಇಣುಕಿದರೂ ಮರುಕ್ಷಣ ಮೆದುವಾಯಿತು. ಅವಳಿಗೆ ಪ್ರಯೋಜನವಾಗುವ ಹಾಗಿದ್ದರೆ ಹಣ ದೊರೆಯುವ ಹಾಗಿದ್ದರೆ ಕತ್ತೆ ಕಾಲು ಕೂಡ ಕಟ್ಟಲು ಸಿದ್ಧ. ಇನ್ನು ಆನಂದರಾಯರ ಮೊಮ್ಮಗಳ ಕಾಲು ಕಟ್ಟಲು ಹಿಂದೂ ಮುಂದೂ ನೋಡಿಯಾಳೇ!

ಸೀಟು ಬಿಟ್ಟು ಸುಮತಿಯ ಬಳಿಗೆ ಬಂದಾಗ "ಪ್ಲೀಸ್, ನಂಗೆ ಇದೆಲ್ಲ ಸರಿ ಕಾಣೋಲ್ಲ, ಬೇಕಾದ್ರೆ ಅಪ್ಲಿಕೇಷನ್ ರೆಕಮಂಡ್ ಮಾಡ್ತೀನಿ. ಸೋ ಸಾರಿ... ಮತ್ತೆ ಯಾವ್ದೇ ರೀತಿಯ ಹೆಲ್ಪ್ ಮಾಡ್ತಾರೆ" ಅವಳನ್ನ ಕರೆದೊಯ್ದು ಸೀಟಿನ ಮೇಲೆ ಕೂಡಿಸಿದಳು.

ಸಂಜೆ ಐದರ ತನಕ ಸುಮತಿ ಮಾತಾಡಿಸದಿದ್ದರೂ ಹಾಗೆಯೇ ಕೂತಿದ್ದಳು. ಅವಳ ತಾಳ್ಮೆಗೆ ಆಶ್ಚರ್ಯಗೊಂಡು ಬದುಕಿನಲ್ಲಿ ಇಂಥ 'ಸಹನೆ' ಕೂಡ ಅಗತ್ಯವೇನೋ ಎಂದುಕೊಂಡಳು.

"ನಡೀ...ಹೋಗೋಣ" ಬೀರುಗೆ ಬೀಗ ಹಾಕಿ ವ್ಯಾನಿಟಿ ಬ್ಯಾಗ್‌ಗೆ ಸೇರಿಸಿ ಮೇಲೆದ್ದಳು. "ಸುಮ್ನೇ ನನ್ನ ನೋಡೋ ಬದ್ಲು ಪರೀಕ್ಷಿತ್‌ನ ನೋಡ್ಬಹುದಿತ್ತು. ಐ ಕಾಂಟ್ ಹೆಲ್ಪ್.... ಈಗ ನಾನು ಶ್ರೀಮಂತ ಆನಂದರಾಯರ ಮೊಮ್ಮಗಳಲ್ಲ, ಜೀವನ ದೂಡಲು ಇದೊಂದು ಜಾಬ್. ಆ ವೈಭವದ ದಿನಗಳು ಮರೆತುಹೋಗಿದೆ" ಗತ ನೆನಪಿಗೆ ಬಂದಿದ್ದರಿಂದ ಸುಮತಿ ಸ್ವಲ್ಪ ವ್ಯಾಕುಲಚಿತ್ತಳಾಗಿದ್ದಳು.

ಇಬ್ಬರು ಹೊರಗೆ ಬಂದರು. ಡ್ರೈವರ್ ಕಾರು ತಂದು ನಿಲ್ಲಿಸಿದ 'ಬಾಸ್.... ಹೇಳಿದ್ದಾರೆ' ಎಂದ ನಮ್ರತೆಯಿಂದ.

ಕೆಲವು ದಿನಗಳ ಹಿಂದೆಯೇ ಇವಳು ನಿರಾಕರಿಸಿದರೂ ಪರೀಕ್ಷಿತ್ ಆಗ್ರಹಪಡಿಸಿದ್ದ "ಆಫೀಸ್ ಕಾರು ಉಪಯೋಗಿಸ್ಕೋ, ಫ್ಲ್ಯಾಟ್ ಹತ್ತಿರವಿಲ್ಲ. ಒಂಟಿಯಾಗಿ ಹೋಗೋದು ಕ್ಷೇಮವಲ್ಲ" ಮೌನವಾಗಿ ಹತ್ತಿ ಕೂತಳು. ಹಿಂದು ಮುಂದು ನೋಡದೇ ಸುಶೀಲ ಕೂಡ ಹತ್ತಿ ಕೂತಳು.

'ನಿನ್ನ ಎಲ್ಲಿಗೆ ಡ್ರಾಪ್ ಮಾಡ್ಬೇಕು?' ಕೇಳಿದಳು. ಇನ್ನಷ್ಟು ಬೋರಾಗುವುದು ಬೇಕಿರಲಿಲ್ಲ. 'ಆಫೀಸ್ ಕಾರು ಮತ್ತೆ ವಾಪಸು ಹೋಗ್ಬೇಕು" ಡ್ರಯ್‌ವರ್ ಕಾದ ಯಜಮಾನಿತಿಯ ಆಜ್ಞೆಗೆ.

'ನಿನ್ನ ಫ್ಲ್ಯಾಟ್‌ಗೆ' ಎಂದಾಗ ಸುಮತಿ ಸುಮ್ಮನಾದಳು.

ಕಾರು ಫ್ಲ್ಯಾಟ್ ಮುಂದೆ ನಿಂತಾಗ ಕ್ಷಣ ಅನುಮಾನಿಸಿದರೂ ಹೋಗುವಂತೆ ಸನ್ನೆ ಮಾಡಿದಳು. ಸುಶೀಲ ಬಗ್ಗೆ ಯಾವ ನಿರ್ಧಾರಕ್ಕೂ ಬರಲಾರಳು.

ಬೀಗ ತೆಗೆದು ಒಳಗೆ ಪ್ರವೇಶಿದಾಗ ಕಣ್ಣರಳಿಸಿದಳು. ಗ್ರೌಂಡ್ ಫ್ಲೋರ್‌ನಲ್ಲಿರೋ ತನ್ನ ಮನೆಗಿಂತ ಇದು ಅವಳಿಗೆ ಇಷ್ಟವಾಯಿತು.

"ತುಂಬ ಚೆನ್ನಾಗಿದೆ. ನಿನ್ನ ವಿಷ್ಯದಲ್ಲಿ ಪರೀಕ್ಷಿತ್ ಧಾರಾಳವೇ" ಎಂದವಳು ನಾಲಿಗೆ ಕಚ್ಚಿಕೊಂಡು ಪ್ಲೇಟು ತಿರುವಿ ಹಾಕಿದಳು. "ನಿಮ್ಮ ತಾತ, ನೀನು ಅವ್ನ ಭವಿಷ್ಯಕ್ಕೆ ಕಮ್ಮಿ ಮಾಡಿದ್ದೀರಾ?" ರಾಗ ಎಳೆದಳು.

ವ್ಯಾನಿಟಿ ಬ್ಯಾಗ್ ಡ್ರಾಯರ್‌ನಲ್ಲಿ ಹಾಕಿ ಸುಮತಿ ಚಿಂತಿಸಿದಳು. ಬಡತನದಲ್ಲಿ ಬೆಳೆದ ಸುಶೀಲಾಗೆ ಹಣ, ಒಡವೆಯ ಆಸೆ ಇದ್ದಿದ್ದು ಸಹಜ. ಇದು ಗೊತ್ತಿದ್ದ ವಿಷಯ. ಆದರೆ ಈ ಸೋಗಿನ, ನಾಟಕೀಯತೆಯ ಮಾತುಗಳು ಈಗಿನವೇ? ಅಥವಾ ಹಿಂದೆಯೂ ಇದ್ದು ತನ್ನ ಗಮನಕ್ಕೆ ಬರಲಿಲ್ಲವಾ?

'ಏನು ಕುಡೀತೀಯಾ?' ಸಿಂಕ್‌ನಲ್ಲಿ ಮುಖ ತೊಳೆದು ಬಂದು ಕೇಳಿದಳು. "ಕಾಫೀ,

ಟೀ ಆಗಬಹುದೇ? ಬೇರೇನು ಇಟ್ಟಿಲ್ಲ" ಮುಖದ ಒದ್ದೆಯನ್ನೊತ್ತುತ್ತ ಅಲ್ಲೇ ಕೂತಳು.

ಸುಶೀಲ ನಕ್ಕಳು "ಯಾರಾದ್ರೂ ಗೆಸ್ಟ್‌ಗಳು ಬಂದರೆ ಅದನ್ನೇ ಕೊಡ್ತೀಯಾ?" ಆ ನಗು ಈಗ ಅಗತ್ಯವಿಲ್ಲವೆನಿಸಿತು ಸುಮತಿಗೆ. "ಸದ್ಯಕ್ಕೆ ಯಾವ ಗೆಸ್ಟ್ ಬಂದಿಲ್ಲ. ಅಂಥ ಗೆಸ್ಟ್‌ಗಳ ನಿರೀಕ್ಷಣೆಯಲ್ಲೂ ಇಲ್ಲ. ನಾನು ಹೆಚ್ಚು ಕುಡ್ಯೋಲ್ಲ" ಕೈಗಳ ಒದ್ದೆಯನ್ನೊತ್ತಿ ಟವಲನ್ನ ಮಡಚಿಟ್ಟಳು.

'ಟೀನೇ ಆಯ್ತು' ಸುಮತಿ ತನ್ನ ತುರುಬು ಸರಿ ಮಾಡಿಕೊಂಡಳು. "ಒತ್ತಾಗಿ ಕೂದಲಿದೆ. ಬಾಬ್ ಮಾಡ್ಸಿಬಿಡು. ಆಫೀಸ್‌ಗೆ ಹೋಗೋ ಹೆಣ್ಣುಗಳು ಜಡೆ ಹಾಕೋದು ಕಮ್ಮಿ" ಸಲಹೆ ಇತ್ತು ಬೆಚ್ಚಿದಳು.

ಸುಮತಿ ಅವಳ ಮಾತಿಗೆ ಯಾವ ಪ್ರತಿಕ್ರಿಯೆಯೂ ತೋರಲಿಲ್ಲ. ಅವಳು ಪರವೂ ಅಲ್ಲ, ವಿರೋಧವೂ ಅಲ್ಲ. ಆನಂದರಾಯರಿಗೆ ಶ್ರೀಮಂತಿಕೆ ಇದ್ದರೂ ಮಾಡ್ ವೇಷ ಭೂಷಣಗಳತ್ತ ಒಲವಿರಲಿಲ್ಲ. ಹಾಗೆಯೇ ಬೆಳೆಸಿದ್ದರು ಮೊಮ್ಮಗಳನ್ನ, ಅವಳು ದುಡಿಯಬೇಕಾದ ಸಂದರ್ಭ ಬರಬಹುದೆಂಬ ಕಲ್ಪನೆ ಕೂಡ ಅವರಿಗೆ ಇದ್ದಿರಲಾರದು. ತಮ್ಮ ವೃತ್ತಿ, ವ್ಯವಹಾರಗಳಿಗೆ ಸಹಾಯಕವಾಗಲೆಂದೇ ಬಿಜಿನೆಸ್ ಮ್ಯಾನೇಜ್‌ಮೆಂಟ್ ಮಾಡಿಸಿದ್ದು.

ಎರಡು ಕಪ್ ಟೀ ಮಾಡಿಕೊಂಡು ಬಂದು ಕೂತಳು. ಕಪ್ ಕಡೆ ನೋಡಿದ ಸುಶೀಲ ಕಣ್ಣರಳಿಸಿದಳು "ಯಾವಾಗ ಕಲಿತೆ? ಬರೀ ಆಳುಕಾಳುಗಳ ಮಧ್ಯೆ ಬೆಳೆದವಳು" ಇಂಥ ಮಾತುಗಳು ಸುಮತಿಗೆ ಇಷ್ಟವಿಲ್ಲ.

"ಆಳುಕಾಳುಗಳು ಇಲ್ದ ಸಂದರ್ಭದಲ್ಲಿ ಏನ್ಮಾಡ್ಬೇಕು? ಹಾಗೇ ಕಲಿತಿದ್ದು. ಸಮಯ , ಸಂದರ್ಭಗಳು ತಾನಾಗಿ ಕಲಿಸುತ್ತೆ." ಸುಲಭವಾಗಿ ಅವಳ ಬಾಯಿ ಮುಚ್ಚಿಸಿದಳು.

ಸುಶೀಲ ಮನಸ್ಸು ಅಷ್ಟಕ್ಕೆ ಸಮಾಧಾನಗೊಳ್ಳಲಿಲ್ಲ. ಅವಳಿಗೆ ಹರೀಶ್‌ನ ಬಗ್ಗೆ ತಿಳಿಯಬೇಕಿತ್ತು. ಹೇಗೆ? ಒಂದೇ ಮನೆಯಲ್ಲಿ ಒಂದೆರಡು ತಿಂಗಳು ಇದ್ದರಲ್ಲ ಅವರ ಮಧ್ಯದ ಸಂಬಂಧವೇನು?

"ಪ್ಲೀಸ್, ನೀನು ಕೋಪ ಮಾಡ್ಕೋಬೇಡ" ಸುಮತಿಯ ಕೈಯನ್ನ ತನ್ನ ಕೈಯೊಳಗೆ ತಗೊಂಡಳು. 'ಹರೀಶ ಯಾರು?' ಅವಳ ಕುತೂಹಲಕ್ಕೆ ನಕ್ಕುಬಿಟ್ಟಳು.

"ಹರೀಶ ಅಂದ್ರೆ... ಹರೀಶ್ ಅಷ್ಟೆ. ಹೆಚ್ಚೇನು ಇಲ್ಲ ಹೇಳೋಕೆ. ಒಬ್ಬ ಒಳ್ಳೆಯ ಸ್ನೇಹಿತ, ಹಿತೈಷಿ" ಸರಳವಾಗಿ ಹೇಳಿದಳು.

ನಾರಾಯಣ್ ಒಂದಿಷ್ಟು ವಿಷಯ ಸಂಗ್ರಹಿಸಿಕೊಂಡು ಬಂದು ಹೇಳಿದ್ದ. ಬಾಡಿಗೆಗೆ ಓಡಿಸುತ್ತಿದ್ದವನು ಈಗ ಎರಡು ಕಾರಿನ ಒಡೆಯ. ಅದಕ್ಕೆ ಪೂರ್ಣ ಸಹಾಯ ಪರೀಕ್ಷಿತ್‌ದ್ದೇ. ಅದಕ್ಕೆ ಕಾರಣ ಸುಮತಿ. ಇದಕ್ಕೆ ಹಿನ್ನೆಲೆಯೇನೆಂಬುದೇ ಸುಶೀಲ ಪ್ರಶ್ನೆ.

"ನನ್ನ ಕೆಲ್ಸದ ಬಗ್ಗೆ ಏನ್ಹೇಳ್ತೀಯ?" ಮತ್ತೆ ಹಳೆಯದಕ್ಕೆ ಬಂದಳು. ಕೂಡುವುದು

ಸರಿಯೆನಿಸಲಿಲ್ಲ ಅವಳಿಗೆ. " ಸದ್ಯಕ್ಕೆ ನಿಂಗಂತೂ ನಾನು ಕೆಲ್ಸ ಕೊಡೋ ಸ್ಥಿತಿಯಲಿಲ್ಲ." ಕೋಣೆಗೆ ಹೋದಳು.

ಸುಮತಿಯ ತಾಳ್ಮೆ ಕುಸಿಯುವ ಹಂತ ತಲುಪಿತ್ತು. ಹಿಂದೆ ಸುಶೀಲ ಕೇಳಿದಾಗಲೆಲ್ಲ ಯಾವುದೂ ಇಲ್ಲವೆನ್ನದೇ ಕೊಟ್ಟಿದ್ದಳು. ಪರೀಕ್ಷಿತ್ ಅಂಥ ವ್ಯಕ್ತಿಯ ಪರಿಚಯ ಬೆಳೆದಿದ್ದು ಕೂಡ ಆ ಸಂದರ್ಭದಲ್ಲಿಯೇ. ಈಗಲೂ ಕಾಡುವುದು ಅವಳಿಗೆ ಸರಿಯೆನಿಸಲಿಲ್ಲವೇ? ಛೆ... ಅಲ್ಲಿನ ಜನಗಳಿಂದ ದೂರ ಬಂದಿದ್ದಳು.

ಎಲ್ಲಾ ಮರೆತು ಸಾಮಾನ್ಯ ಬದುಕಿಗೆ ಹೊಂದಿಕೊಂಡಿದ್ದರೂ ಇದೆಲ್ಲಿಯಾ ತಲೆನೋವು?

ಭುಜದ ಮೇಲೆ ಕೈ ಬಿತ್ತು. ಹಿಂದಕ್ಕೆ ತಿರುಗಿದಳು. "ನನ್ಮೇಲೆ ನಿಂಗೆ ಬೇಜಾರಾ?" ಕರಗಿಹೋಗುವಂತಿತ್ತು ಅವಳ ಸ್ವರ "ಸುಶೀ, ಇನ್ಮೇಲೆ ನನ್ನ ಏನೂ ಕೇಳ್ಬೇಡ. ನಿನ್ನ ಬೇಡಿಕೆಗಳ ಕಾಲ ಮುಗ್ದು ಹೋಯ್ತು. ಸುಮ್ನೆ ಕಾಡಬೇಡ. ನಂಗೆ ಹಿಂದನದನ್ನ ನೆನೆಸಿಕೊಂಡು ಅಳೋ ಹಾಗೆ ಆಗುತ್ತೆ" ಭಾರವಾದ ಸ್ವರದಿಂದ ಉಸುರಿದಳು.

"ನಾನ್ಹೋಗ್ತೀನಿ..." ಕೋಣೆಯಿಂದ ಹೊರಗೆ ನಡೆದಳು. ಕುಸಿದಂತೆ ಕೂತಳು ಸುಮತಿ "ಓ.ಕೆ...." ಸಿಡಿಯುವ ಹಣೆಯನ್ನ ಬೆರಳುಗಳಿಂದ ತಿಕ್ಕತೊಡಗಿದಳು.

ಐದು ನಿಮಿಷದ ತರುವಾಯ ಮತ್ತೆ ಬಂದಳು "ಬರ್ತೀನಿ....ಅರ್ಥವಾಯಿತು ಸುಮತಿಗೆ. ಪರ್ಸ್‌ನಲ್ಲಿ ಹತ್ತರ ನೋಟು ತೆಗೆದುಕೊಟ್ಟಳು. "ಟ್ಯಾಕ್ಸಿಯಲ್ಲೇ ಹೋಗ್ಬೇಕು...." ನೋಟನ್ನ ಸವರಿ ನೋಡಿದಳು. ಇನ್ನೆರಡು ಹತ್ತರ ನೋಟುಗಳನ್ನ ಅವಳ ಕೈಯಲ್ಲಿಟ್ಟಳು. "ಟ್ಯಾಕ್ಸಿಯಲ್ಲಿ ಎಷ್ಟಾಗುತ್ತೋ ಗೊತ್ತಿಲ್ಲ. ಬಹುಶಃ ಸಾಕಾಗ್ಬಹ್ದು"

ಬಾಗಿಲವರೆಗೂ ಹೋಗಿ ಬೀಳ್ಕೊಡುವ ಮನಸ್ಸು ಕೂಡ ಸುಮತಿಗೆ ಆಗಲಿಲ್ಲ. ಎಲ್ಲೆಡೆ ಕತ್ತಲು ಮುಸುಕಿ ನಿಸ್ಸಹಾಯಕತೆ ಆವರಿಸಿದಾಗ ಈ ಗೆಳತಿಯ ಸ್ನೇಹ, ಆಸರೆಗಾಗಿ ಓಡಿ ಬಂದಿದ್ದಳು. ಎಂಥ ವಿಪರ್ಯಾಸ!

ಕಿಟಕಿಯ ಬಳಿ ನಿಂತು ಕೆಳಗೆ ಓಡಾಡುವ ಜನ, ವಾಹನಗಳನ್ನು ನೋಡತೊಡಗಿದಳು. ಹರೀಶ್ ಆಗಾಗ ಏನು ದಿನಕ್ಕೆ, ಎರಡು ದಿನಕ್ಕೊಮ್ಮೆಯಾದರೂ ಬಂದು ಹೋಗುತ್ತಿದ್ದ. ಆದರೆ ಪರೀಕ್ಷಿತ್ ಒಂಬತ್ತರ ನಂತರ "ಊಟ ಆಯ್ತ?" ಅಂತ ವಿಚಾರಿಸಿ 'ಗುಡ್‌ನೈಟ್' ಹೇಳುತ್ತಿದ್ದ.

ಊಟದ ಯೋಚನೆ ಬಿಟ್ಟು ಹಾಸಿಗೆಯ ಮೇಲೆ ಬಂದು ಒರಗಿದಳು. ಆನಂದರಾಯರು ಅವಳ ಊಟ, ತಿಂಡಿ, ಚಟುವಟಿಕೆಗಳ ಬಗ್ಗೆ ತೀವ್ರವಾದ ಆಸಕ್ತಿ ವಹಿಸಿದ್ದರು. "ಸುಮದು ಊಟ ಆಯ್ತಾ? ತಿಂಡಿ ಸರ್‍ಯಾಗಿ ತಿಂದ್ಲಾ? ಬೆಳಿಗ್ಗೆ ಏನಾದ್ರೂ ಬೇಗ ಎದ್ದಿದ್ಲಾ?" ಅವರೇ ಇದನ್ನೆಲ್ಲ ಗಮನಿಸಿದರೂ ಆಳುಗಳನ್ನ ಕೇಳಲು ಬಿಟ್ಟಿರಲಿಲ್ಲ.

"ಎಲ್ಲಾ ಮುಗಿದಿದೆ. ನಿನ್ಮದ್ವೆ ವಿಷ್ಯ ಒಂದೇ ಬಾಕಿ. ಎಂಥ ಗಂಡುನ ಹುಡುಕ್ತೀನಿ ನೋಡ್ತಾ ಇರು!" ಹೆಮ್ಮೆಯ ನಂತರ ಅವರ ಸ್ವರದಲ್ಲಿ ನೋವು ಇಣುಕುತ್ತಿತ್ತು. "ಇದ್ನೆಲ್ಲ

ವಹಿಸಿಕೊಳ್ಳೋಂಥ ಬುದ್ಧಿವಂತ ಯುವಕ ಸಿಕ್ಕಬೇಕು. ಹತ್ತಾರು ಕಡೆ ತಲಾಷ್ ಪ್ರಾರಂಭಿಸಿದ್ದೀನಿ" ಹೇಳುತ್ತಿದ್ದರು. ಅವರೆಲ್ಲ ಆಸೆ ಆಕಾಂಕ್ಷೆಗಳು ಅವಳಲ್ಲಿ ಹುದುಗಿದ್ದವು.

"ತಾತ, ನೀವು ನಂಗೆ ಗಂಡು ಹುಡುಕಲೇ ಇಲ್ಲ. ಈಗ ನೋಡಿ ಕೊಳ್ಳೋಕು ಏನಿಲ್ಲ. ಪೂರ್ತಿ ಒಂಟಿಯಾಗ್ಬಿಟ್ಟೆ"ಬಿಕ್ಕಳಿಸಿದಳು.

ಸಮಾಧಾನಗೊಂಡ ಎಷ್ಟೋ ಹೊತ್ತಿನ ನಂತರ ಹೊಟ್ಟೆ ಹಸಿವು ಶುರುವಾಯಿತು. ಬೆಳಿಗ್ಗೆ ಮಾಡಿ ಮುಚ್ಚಿಟ್ಟ ಅಡಿಗೆ ಈಗ ಪೂರ್ತಿ ತಣ್ಣಗಾಗಿತ್ತು.

'ಸ್ವಲ್ಪ ನಿಲ್ಲಿ' ಹರೀಶ್ ಹೇಳಿದಂತಾಯಿತು. "ಹುಳಿನ ಒಂದ್ಕಡೆ ಬಿಸಿಯಾಗಿಡಿ. ಅನ್ನನ ಬಿಸಿ ನೀರಿನಲ್ಲಿಡಿ. ಬಿಸಿ ಬಿಸಿ ಊಟ ತಯಾರು" ಅವಳ ತುಟಿಗಳಲ್ಲಿ ನಗು ಇಣಕಿತು.

ಹರೀಶ್‌ನಿಂದಲೇ ಅವಳು ಅಡಿಗೆಯನ್ನ ಕಲಿತಿದ್ದು. ಅವನ ಹಾಸ್ಯಮಯ ನವಿರಾದ ಮಾತುಗಳಲ್ಲಿ ಎಲ್ಲಾ ರುಚಿಗಟ್ಟೇ.

"ಭಾನುವಾರ ಮಧ್ಯಾಹ್ನದ ಊಟಕ್ಕೆ ನನ್ನ ನೆಗೆ ಬನ್ನಿ. ಎಂಥ ಊಟ ಹಾಕ್ತೀನಿ ನೋಡಿ." ನಾಲಿಗೆ ಚಪ್ಪರಿಸಿ ಆಹ್ವಾನಿಸಿದ್ದ. ಬರೀ ನಗೆ ಬೀರಿದ್ದಳು.

ಫೋನ್ ಸದ್ದು ಮಾಡಿತು 'ಹಲೋ...' ಎಂದಳು. ಅವಳು ನಿರೀಕ್ಷಿಸಿದ್ದು ಪರೀಕ್ಷಿತ್‌ನ ಸ್ವರ. ಆದರೆ ಅದರಲ್ಲಿ ಹರಿದು ಬಂದಿದ್ದು ಹರೀಶ್‌ನ ದನಿ "ನಾನು ಮೇಡಮ್, ಈಗ ಫೋನ್ ಇರೋ ಮನೆಗೆ ಬಂದೆ. ಒಂದಿಷ್ಟು ಬಾಡ್ಗೇ ಜಾಸ್ತಿ ಕೊಡ್ಬಹುದ್ದು ಅಂದ್ಕೊಂಡೆ. ಅವ್ರಿಗೆ ಹಣದ ಅಗತ್ಯವಿದ್ದಾಗ ನನ್ನಲ್ಲಿ ಜಾಸ್ತಿ ಇದ್ದರೇ ಕೊಟ್ಟರೇನು ತಪ್ಪು" ಅದೇ ಮಾತುಗಳೂ ಸರಸರನೆ ಎಲ್ಲಾ ಹೇಳಿಕೊಂಡ. ಹಳೇ ಯಜಮಾನ್ರು, ವಾರಿಣಿ, ಅವಳನ್ನ ಮದುವೆ ಯಾಗುವ ಡಾಕ್ಟರ್ ಗಂಡು, ನರ್ಸಿಂಗ್ ಹೋಂ-ಪ್ರತಿಯೊಂದು ಬಂದು ಹೋದವು.

"ಎಲ್ಲಾ...... ಮುಗೀತಾ?" ಸುಸ್ತಾದಳು.

"ಸಾರಿ ಅಂತ ಹೇಳೋಕ್ಕಿಂತ ಎಕ್ಸ್‌ಕ್ಯೂಜ್‌ಮಿ ಅನ್ನೋದು ಪರವಾಗಿಲ್ಲ. ಎಲ್ಲಾ ಹೇಳಬೇಕೆನಿಸ್ತು" ಸ್ವರದ ಹಿಂದಿನ ಕಲ್ಮಶರಹಿತ ಮುಖವನ್ನ ನೆನಪಿಸಿಕೊಂಡಳು.

"ಪರ್ವಾಗಿಲ್ಲ, ಊಟ ಆಯ್ತು?" ಕೇಳಿದಳು.

ಮತ್ತೆ ಒಂದಿಷ್ಟು ಹೇಳಿ ಮುಗಿಸಿದ. 'ಗುಡ್ ನೈಟ್....' ಎಂದು ಸುಮತಿ ಎಚ್ಚರಿಕೆ ಕೊಟ್ಟ ನಂತರವೇ ಅವನು ಫೋನ್ ಇಟ್ಟಿದ್ದು.

ಬೇರೆ ಸಂದರ್ಭದಲ್ಲಿ ತಲೆನೋವು ಬರುತ್ತಿತ್ತೇನೋ, ಆದರೆ ಈಗ ಅವಳ ಮನಸ್ಸಿನ ದುಗುಡ ಎಷ್ಟೋ ಕಮ್ಮಿ ಆಯಿತು.

ಹೋಗಿ ಊಟಕ್ಕೆ ಕೂತಳು. ಮತ್ತೆ ಫೋನ್ ಸದ್ದಾಯಿತು 'ಹಲೋ .....' ಆ ಸ್ವರದ ಕಠಿಣತೆಯೇ ಅವನ ಗಂಟಾದ ಹುಬ್ಬುಗಳನ್ನು ಜ್ಞಾಪಿಸಿತು. 'ಹಲೋ...ಸುಮತಿ ಹಿಯರ್" ಎಂದಳು. "ಛೆ, ಎಷ್ಟೊಂದು ಹೆದರಿಸಿಬಿಟ್ಟೆ. ಅರ್ಧ ಗಂಟೆಯಿಂದ ನಿನ್ನ ಸಂಪರ್ಕಿಸೋಕೆ ಪ್ರಯತ್ನಿಸ್ತ ಇದ್ದೀನಿ. ಬರೀ ಎಂಗೇಜ್ ಸೌಂಡ್..." ಟೆಲಿಫೋನ್ ಡಿಪಾರ್ಟ್‌ಮೆಂಟಿನವರನ್ನ

ತರಾಟೆಗೆ ತಗೋಂಡ "ಸ್ಸಾಪ್, ಫೋನ್ ಸರ್‍ಯಾಗೇ ಇತ್ತು. ಆ ಅರ್ಧಗಂಟೆ ಪೂರ್ತಿ ಹರೀಶ್ ಮಾತಾಡ್ತಾ ಇದ್ದ" ಎಂದಳು ಸರಳವಾಗಿ, ಸಹಜವಾಗಿ.

ಆದರೆ ಪರೀಕ್ಷಿತ್ ಹೃದಯದ ಬಡಿತ ಒಮ್ಮೆಲೆ ಏರಿ, ಇಳಿದು ಗಂಟಲು ಒಣಗಿತು "ಊಟ ಆಯ್ತ?" ಅವಳೇ ಪ್ರಶ್ನಿಸಿದಳು. ಅವನಿಗೆ ಚೇತರಿಸಿಕೊಳ್ಳಲು ಸಮಯ ಬೇಕಾಯಿತು. "ಇಲ್ಲ, ಕೆಲವು ದಿನವಾದ್ರೂ ರಾತ್ರಿ ಡಿನ್ನರ್ ಬಿಡ್ಬೇಕೂಂತ ತೀರ್ಮಾನ ಮಾಡಿದ್ದೀನಿ" ಎಂದಾಗ ತಂಗಾಳಿ ಬೀಸುವಂತೆ ನಕ್ಕಳು.

"ಡಯಟ್ ಮಾಡ್ತಾ ಇದ್ದೀಯಾ! ನಿಂಗೇನು ಅಗತ್ಯವಿಲ್ಲ ಅನ್ನಿಸುತ್ತೆ. ಗುಡ್ ನೈಟ್" ಎಂದು ಫೋನ್ ಇಟ್ಟುಬಿಟ್ಟಳು. ಹಿಂದಿನ ನೆನಪುಗಳು ಹೆಚ್ಚು ಕಾಡುತ್ತಿದ್ದರಿಂದ ಅವಳಿಗೆ ಮಾತನಾಡಲಾಗಲಿಲ್ಲ.

ಮತ್ತೆ ಬಂದು ಊಟಕ್ಕೆ ಕೂತಳು. ಸುತ್ತಲಿನ ನೀರವತೆಯಲ್ಲಿ ಗಾಳಿಯದೊಂದೇ ಶಬ್ದ. ಅವಳು ಡೈನಿಂಗ್ ಹಾಲ್‌ಗೆ ಬಂದರೆ ಅಡಿಗೆಯವನ ಜೊತೆಗೆ ಉಳಿದಿಬ್ಬರು ಆಳುಗಳು ಬಂದು ನಿಲ್ಲುತ್ತಿದ್ದರು. ಎಂಥ ಅದ್ಭುತ ವಾತಾವರಣ! ಅಷ್ಟೊಂದು ಓಲೈಸುತ್ತಿದ್ದ ಜನ ಗಂಟುಮೂಟೆ ಕಟ್ಟಿಕೊಂಡು ಹೋಗಿಬಿಟ್ಟರು!

ಎಲ್ಲಾ ಮುಚ್ಚಿಟ್ಟು ಬಂದು ಹಾಸಿಗೆಯ ಮೇಲೆ ಉರುಳಿದಳು. ಮತ್ತೆ ಫೋನ್ ಸದ್ದಾಯಿತು. "ಸುಮ, ಬೆಳಿಗ್ಗೆ ಹರೀಶ್ ಬಂದರೆ ಇಲ್ಲಿಗೆ ಕಳಿಸು" ಪರೀಕ್ಷಿತ್ ಮಾತಾಡಲು ಅವಕಾಶ ಕೊಡದೇ ರಿಸೀವರ್ ಇಟ್ಟ.

ಎರಡು ಪೆಗ್ ಹಾಕಿ ಹಾಸಿಗೆಗೆ ಬಂದರೂ ಅವನಿಗೆ ನಿದ್ದೆ ಬರಲಿಲ್ಲ. ತೀರಾ ಚಿಕ್ಕ ವಯಸ್ಸಿನಲ್ಲಿ ಪ್ರೇಮದಿಂದ ಸುಮತಿಯೆಂಬ ಚಿನ್ನದ ಪುತ್ಥಳಿ ತನಗೇ ಸಿಗಲೆಂದು ತಿಳಿದರೂ ಹೃದಯದಲ್ಲಿ ತುಂಬಿಕೊಂಡಿದ್ದ. ಅದು ತೀರಾ ವ್ಯವಹಾರಿಕವಲ್ಲದ ವಯಸ್ಸು. ಈಗಲೂ ತನಗೆ ಆ ಹಂಬಲ ಯಾಕೆ? ತನ್ನ ಪರಿಸ್ಥಿತಿಗೆ ಅನುಗುಣವಾಗಿ ಹರೀಶ್‌ನನ್ನು ಆರಿಸಿ ಕೊಂಡಿದ್ದಾಳೆ. "ನೆವರ್... ಡ್ಯಾಮ್ ಇಟ್" ದಿಂಬುಗಳನ್ನೆತ್ತಿ ಎರಚಾಡಿದ. ಅವನ ಮನಸ್ಸಿನ ಸಮಾಧಾನವೇ ಕದಡಿಹೋಗುತ್ತಿತ್ತು.

* * *

ಗಿಡದಲ್ಲಿ ಗುಲಾಬಿ ಕಂಡಾಗ "ಥ್ಯಾಂಕ್ಯೂ... ಥ್ಯಾಂಕ್ಯೂ.... ಇವತ್ತು ಮೇಡಮ್‌ಗೆ ಕೊಡ್ತೀನಿ" ಹರೀಶ್ ಮೃದುವಾಗಿ ಅದರ ದಳಗಳನ್ನ ಸವರಿ ಪ್ಲಾಸ್ಟಿಕ್ ಕವರಿಗೆ ಹಾಕಿ ಖುಷಿಪಟ್ಟ. ಅವನ ಹಳೆಯ ಮನೆಯ ಸಮಸ್ತವು ಇಲ್ಲಿಗೆ ವರ್ಗಾವಣೆ ಆಗಿತ್ತು. ನಂದಿ ಬಟ್ಟಲು ಹೂ ಗಿಡವನ್ನು ಕಿತ್ತು ತಂದು ಪಾಟಿಗೆ ಹಾಕಿದ್ದ "ಸಾರಿ, ಬೇಜಾರು ಮಾಡ್ಕೋ ಬೇಡಮ್ಮ, ನಿಂಗೂ ಓಡಾಟ" ಪ್ರೀತಿಯಿಂದ ಗಿಡವನ್ನ ಅಪ್ಪಿ ಚುಂಬಿಸಿದ್ದ. ಅವು ಅವನ ಬಂಧುಗಳು.

ನೇರವಾಗಿ ಸುಮತಿಯ ಫ್ಲ್ಯಾಟ್ ಬಳಿಗೆ ಬಂದ. ಕೆಳಗೆ ಕಸ ತೆಗೆಯುತ್ತಿದ್ದ ಹುಡುಗ

ಓಡಿ ಬಂದ "ಮೇಮ್ ಸಾಬ್ ಆಫೀಸ್‌ಗೆ ಹೋದರು. ಟ್ಯಾಕ್ಸಿಗೆ ಹೇಳಿದ್ರಾ? ಆಫೀಸ್ ಕಾರು ಬಂದಿತ್ತು" ಅವನ ಮುಖವನ್ನ ಮಿಕಿ ಮಿಕಿ ನೋಡಿದ. ಪ್ಲಾಸ್ಟಿಕ್ ಕವರ್‌ನಲ್ಲಿದ್ದ ಗುಲಾಬಿಗಳು ಅವನನ್ನ ನೋಡಿ ನಕ್ಕಂತಾಯಿತು "ನಿಮ್ಮನ್ನ ಮೇಡಮ್‌ಗೆ ತಲುಪಿಸಿಯೇ ತಲುಪಿಸ್ತೀನಿ" ಟ್ಯಾಕ್ಸಿ ಹತ್ತಿ ಆ ಹುಡುಗನಿಗೆ ಕೈ ಬೀಸಿದ.

ಅವನು ಓಡಿ ಬಂದ "ಅಣ್ಣ, ನನ್ನ ಒಂದು ರೌಂಡ್ ಕರ್ಕೊಂಡ್ಹೋಗ್ತೀಯ!" ಆಸೆಯಿಂದ ಅವನತ್ತ ನೋಡಿ "ಇವತ್ತು ಬೇಡ, ಇನ್ನೊಂದು ದಿನ" ಟ್ಯಾಕ್ಸಿಯನ್ನ ಸ್ಟಾರ್ಟ್ ಮಾಡಿದ, ಅವನ ಒಳ ಕಣ್ಣುಗಳು ತೇವಗೊಂಡವು. ಹಿಂದಿನ ಅವನ ಸ್ಥಿತಿ ಇವನದಕ್ಕಿಂತ ಭಿನ್ನವಾಗೇನು ಇರಲಿಲ್ಲ. ಆದರೆ ಆತ್ಮ ವಿಶ್ವಾಸಕ್ಕೇನು ಕೊರತೆ ಇರಲಿಲ್ಲ.

ಪರೀಕ್ಷಿತ್ ಫರ್ಟಿಲೈಜರ್ ಮುಂದೆ ಟ್ಯಾಕ್ಸಿ ಪಾರ್ಕಿಂಗ್ ಮಾಡಿ ಮೈನ್ ಗೇಟಿಗೆ ಬಂದ "ಸಾಹೇಬ್ರು, ಅಮ್ಮಾವ್ರು ಮೀಟಿಂಗ್‌ನಲ್ಲಿ ಇರ್ಬೇಕು. ನಿಂಗೆ ಸಿಕ್ಕೋಲ್ಲ." ವಾಚ್‌ಮನ್ ಎಲ್ಲಾ ತಿಳಿದ ಸರ್ವಜ್ಞನಂತೆ ಹೇಳಿದ.

ಅವನ ಭುಜ ತಟ್ಟಿ ಒಳಗೆ ನಡೆದ. ರಿಸೆಪ್ಷನಿಸ್ಟ್ ಕೌಂಟರ್‌ನಲ್ಲಿದ್ದ ಅಯ್ಯಂಗಾರಿ ಸನ್ನೆ ಮಾಡಿ ಕರೆದ. "ವಿದೇಶಿಯರು ಬಂದಿದ್ದಾರೆ. ಮೀಟಿಂಗ್‌ನಲ್ಲಿದ್ದಾರೆ. ನಿಂಗೆ ಈಗ ಸಿಕ್ಕೋಲ್ಲ. ಅರ್ಜೆಂಟ್ ಅಂದ್ರೆ ಮೀಟಿಂಗ್ ಮುಗಿಯೋವರ್ಗೂ ಕಾದಿರು" ಫೋನೆತ್ತಿಕೊಂಡು ಡಯಲ್ ತಿರುಗಿಸತೊಡಗಿದ.

ನೇರವಾಗಿ ಬಾಗಿಲು ತಳ್ಳಿಕೊಂಡು ಸುಮತಿಯ ಆಫೀಸ್ ರೂಂ ಹೊಕ್ಕು ಹೂಗಳನ್ನ ಟೇಬಲ್ಲು ಮೇಲಿಟ್ಟು "ಮೇಡಮ್ ಬಂದಾಗ ಹೇಳಿ" ಎಂದವನು ಹಿಂದಕ್ಕೆ ಬಂದ.

ಅವನು ಸರ್ಕಲ್‌ಗೆ ಬರುವ ವೇಳೆಗೆ ಎದುರಿನಿಂದ ಬರುತ್ತಿದ್ದ ಟ್ಯಾಕ್ಸಿಯಿಂದ ಪಾಷಾ ಕೈ ಬೀಸಿದ. "ಒಂದಿಷ್ಟು ಕಾಫೀ ಕುಡಿದು ಮಾತಾಡೋಣ, ಬಾ" ಕೂಗಿಕೊಂಡ. ಹರೀಶ್ ಟ್ಯಾಕ್ಸಿ ಅವನದನ್ನ ಹಿಂಬಾಲಿಸಿತು.

ಇಬ್ಬರು ಇಳಿದು ಒಟ್ಟಿಗೆ ಸೇರಿದಾಗ ಪಾಷಾ ಕಣ್ಣಲ್ಲಿ ನೀರು ತುಂಬಿಕೊಂಡಿತು "ಬಹುತ್ ಅಚ್ಛಾ, ಅಲ್ಲಾ ನಿಂಗಾದ್ರೂ ಒಳ್ಳೇದು ಮಾಡ್ಲಾ" ಕೈ ಹಿಡಿದು ಆತ್ಮೀಯತೆಯಿಂದ ಹೇಳಿದ.

ಕಾಫೀ ಕುಡಿದು ಬಂದ ಇಬ್ಬರು ಅದೂ ಇದೂ ಮಾತಾಡಿ ಯಜಮಾನರ ಮನೆ ವಿಷಯಕ್ಕೆ ಬಂದರು.

"ಅಳಿಯ ಆಗೋ ಡಾಕ್ಟರ್ ಯಜಮಾನ್ರ ಮನೆಯಲ್ಲೇ ಇದ್ದಾನೆ. ಇವರದ್ದೇ ನಸೀಬೋ, ಆ ಮನುಷ್ಯನದೇ ನಸೀಬೋ, ಏನೋ ಒಂದಿಷ್ಟು ನಗು ಹರಿದಾಡ್ತ ಇದೆ ಆ ಮನೆಯಲ್ಲಿ" ತಿಳಿಸಿದ. ಈಗ ನಗುಮುಖದ ವಾರಿಣಿ ಅವನಿಗೆ ನೆನಪಾದುದ್ದು. ಹರೀಶನಿಗೆ ತುಂಬ ಸಂತೋಷವಾಯಿತು. "ದೇವರು ಒಳ್ಳೆಯದು ಮಾಡ್ಲ. ಅಮ್ಮಾವ್ರು ಬರೀ ಕಣ್ಣೀರು ಸುರಿಸಿ ಸಾಕಾಗಿದ್ದರು. ಇನ್ನಾದ್ರೂ...ನಗ್ಲಿ!"

ಅವನನ್ನ ಬೀಳ್ಕೊಟ್ಟು ಹೊರಟ ಹರೀಶ್ ಬ್ರೇಕ್ ಸಡಿಲವಾಗಿ ಮೆಕ್ಯಾನಿಕ್ ವಶಕ್ಕೆ ಕೊಟ್ಟು ಸಚ್ಚಿದಾನಂದ್ ಮನೆಗೆ ಬಂದ.

ಬಾಲ್ಕನಿಯಲ್ಲಿ ನಿಂತಿದ್ದ ವಾರಿಣಿ ಹಾರಿ ಬಂದಳು. "ನೀನು ಇಲ್ಲಿ ಬಿಟ್ಟು ಹೋದ್ಮೇಲೆ ಈಸಿಯಾಗಿ ಸಿಕ್ಕೋಲಪ್ಪ" ಮುದ್ದು ಮುದ್ದಾಗಿ ಮಾತಾಡಿದಳು. ಮುಖದಲ್ಲಿ ಹೊಸಕಳೆ "ಕಂಗ್ರಾಜುಲೇಷನ್, ವಿಷ್ಯ ಗೊತ್ತಾಯ್ತು" ಸಂತೋಷ ವ್ಯಕ್ತಪಡಿಸಿದ.

"ಥ್ಯಾಂಕ್ಸ್, ಅವ್ರು ಮನೆಯಲ್ಲೇ ಇದ್ದಾರೆ, ತೋರಿಸ್ತೀನಿ ಬಾ" ಒಳಗೆ ಕರೆದೊಯ್ದಳು.

ಇಂದು ಅಪರೂಪಕ್ಕೆ ತಮ್ಮ ಕೋಣೆಯಲ್ಲಿ ಮಲಗಿದ್ದ ಸಚ್ಚಿದಾನಂದ್ ಬಂದು ಮಾತಾಡಿಸಿದರು. "ದೊಡ್ಡ ಮನುಷ್ಯ ಆಗ್ಬಿಟ್ಟೆ!" ಎಂದರು. ಇದು ಈರ್ಷ್ಯೆಯೋ, ಸಂತೋಷವೋ ಅವನಿಗೆ ತಿಳಿಯಲಿಲ್ಲ . ಅವನ ಮನ ಮಾತ್ರ ಸಂತೋಷವೇ ಎಂದು ತರ್ಕಿಸಲು ಪ್ರಯತ್ನಿಸಿತು.

ಪದ್ಮಮ್ಮ ಹೊರಗೆ ಬಂದರು. "ಆಗಾಗ ಬರೋದಿಕ್ಕೇನಪ್ಪ? ನೀನು ಮನೆಯವನೇ ಅನ್ನುವಷ್ಟು ಒಗ್ಗಿಕೊಂಡು ಬಿಟ್ಟಿದ್ದ. "ಕೂತ್ಕೋ.... ಹೊರಟುಬಿಡ್ಬೇಡ" ಆಗ್ರಹಪಡಿಸಿದರು.

ಇಷ್ಟೊತ್ತು ನಿಂತವನು ಕೂತ. ಸಚ್ಚಿದಾನಂದ್ ಮನಸ್ಸಿನಲ್ಲಿ ಇಂದಿಗೂ ಅವನಿಗೆ ಒಂದೇ ಸ್ಥಾನ. ಅವನು ಎರಡು ಟ್ಯಾಕ್ಸಿಗಳಿಗೆ ಮಾಲೀಕನಾಗಿದ್ದಾನೆ ಎನ್ನುವ ಒಂದೇ ಕಾರಣಕ್ಕೆ ಅವನಿಗೆ ಬಡ್ತಿ ಸಿಗಲಾರದು.

ಬರೀ ಟ್ಯಾಕ್ಸಿ ಅವುಗಳಿಗೆ ಬರೋ ಖರ್ಚು ಡೀಸೆಲ್ ರೇಟಿನ ಬಗ್ಗೆ ಮಾತ್ರ ಮಾತಾಡಿ ದವರು ಸಚ್ಚಿದಾನಂದ್. ಎರಡು ಸಲ ಬಾಗಿಲಿಗೆ ಬಂದು ಹಿಂದಿರುಗಿದಳು ವಾರಿಣಿ. ಮನೆ ಪ್ರಶಾಂತವಾಗಿತ್ತು. ನಾಗರಾಜ, ಹರಿಣಿಯ ಸುಳಿವಿರಲಿಲ್ಲ.

ಇನ್ನೊಂದು ಸಲ ಬಂದ ಹರಿಣಿ ಅಲ್ಲೇ ಕೂತಳು. "ಅಮ್ಮ ಏನೋ ಕರೀತಾಳೆ, ಹೋಗು. ನಿನ್ನ ಮಾತುಗಳೆಲ್ಲ ಮುಗಿದೇಹೋಗಿದೆಯಲ್ಲ" ಅಸಡ್ಡೆಯಿಂದ ಅಂದಳು. ಡಾ. ಪ್ರಭುದೇವ್ ಅವಳ ಮದುವೆ ನಿಷ್ಕರ್ಷೆಯಾದ ಮೇಲೆ ಮನೆಯವರ ಬಗ್ಗೆ ಅವಳಿಗೆ ತಿರಸ್ಕಾರ, ಅವರನ್ನು ನೇರವಾಗಿ ಎದುರಿಸುವ ಧೈರ್ಯ ಕೂಡ.

ಸಚ್ಚಿದಾನಂದ್ ಎದ್ದು ಹೋದರು. ಅವನಿಗೆ 'ಅಯ್ಯೋ' ಎನಿಸಿತು. "ಯಜಮಾನ್ರು ಬೇಜಾರು ಮಾಡ್ಕೊಂಡ್ರು" ಎಂದ. ಸೊಟ್ಟಗೆ ಉದಾಸೀನ ನಗೆ ಬೀರಿದಳು "ಮಾಡ್ಕೊಳ್ಳಿ, ನಂಗೇನು!"

ಹರೀಶ್ ತುಟಿ ಕಚ್ಚಿಕೊಂಡ. ನೆಲ ಕಚ್ಚಿರುವ ಅವರ ಬಗ್ಗೆ ವಾರಿಣಿಗೆ ಸಹಾನುಭೂತಿ ಇಲ್ಲವೇ? ಅದು ಅವಳ ತಪ್ಪಲ್ಲವೆನಿಸಿತು.

"ಹರೀ, ನೀನು ಪ್ರಭು ಅವ್ರನ್ನ ನೋಡ್ಬೇಕು, ತುಂಬ ಸಿಂಪಲ್. ನನ್ನಂದ್ರೆ ಪ್ರಾಣ" ಅವಳ ತೇಲು ಕಣ್ಣುಗಳಲ್ಲಿ ಸಂಭ್ರಮ ತುಂಬಿಕೊಂಡಾಗ ಅವನಿಗೆ ಕಕ್ಕಾಬಿಕ್ಕಿಯಾಯಿತು.

ಆಮೇಲೆ ಆ ಪುಣ್ಯಾತ್ಮನ ಪ್ರವರವೇ ಒಂದಿಷ್ಟು ಒದರಿದಳು. ಕಿವಿಗಳನ್ನ ತೆರೆದಿಟ್ಟು ಮೌನವಾಗಿ ಕೇಳಿದ. ಕಾರಿರುಳಿನ ಮಧ್ಯದಲ್ಲಿನ ಹೆಣ್ಣು ಬೆಳಕು ಕಂಡಾಗ ಪೂರ್ಣವಾಗಿ ಭ್ರಮಿಸಿಹೋಗಿದ್ದಳು. ಅದರ ನೈಜತೆ, ಪ್ರಖರತೆ, ಅದರ ಹಿಂದಿರಬಹುದಾದ ಕತ್ತಲೆಯ

ಪ್ರಮಾಣವೇ ಅವಳಿಗೆ ಗೊತ್ತಿಲ್ಲ.

ಮುಗಿಯಿತೆನ್ನುವಂತೆ ಹರೀಶ್ ಮೇಲೆದ್ದಾಗ ಕೈ ಹಿಡಿದು ಕೂಡಿಸಿದಳು. "ಪ್ರಭು ಬಂದ್ಮೇಲೆ ನೋಡ್ಕೊಂಡೇ ಹೋಗ್ಬೇಕು. ನಾನು ಎಷ್ಟೋ ದಿನದಿಂದ ಕಾಯ್ತ ಇದ್ದೇ ನಿಂಗೋಸ್ಕರ" ಮುದ್ದು ಮುದ್ದಾಗಿ ಹೇಳಿದಳು. ನಕ್ಷತ್ರದ ವಿಹರಿಸುವ ಹೆಣ್ಣಿನಂತೆ ಕಂಡಳು. 'ಇದು ಶಾಶ್ವತವಾಗಿರಲಿ' ಯೆಂದು ದೇವರಲ್ಲಿ ಬೇಡಿಕೊಂಡ.

ಪದ್ಮಮ್ಮ ಕೂಡ ಮಾತಿಗೆ ಬಂದು ಕೂತರು. ಗೆಲುವು, ಸಂತೋಷ ಮೇಲ್ಮು ಖದ್ದೆನಿಸಿತು. ಮುಖದ ಸುಕ್ಕುಗಳಲ್ಲಿ ಅಸಾಧ್ಯ ವೇದನೆಯ ಆಳ ನೋಡಲಾರದೆ ತಲೆ ತಗ್ಗಿಸಿದ.

"ಎಲ್ಲ ಸರಿ, ಮದ್ವೆಗೆ ಮುನ್ನವೇ ಈ ಓಡಾಟ ನಂಗೆ ಇಷ್ಟವಾಗ್ಲಿಲ್ಲ! ಮೊದ್ಲು ಹುಲಿ ಯಂತಿದ್ದ ಯಜಮಾನ್ರು ಈಗ ಪೂರ್ತ ಸೋತುಹೋಗಿದ್ದಾರೆ" ಎಂದರು ನೋವಿನಿಂದ.

ವಾರಿಣಿ ದುರದುರ ತಾಯಿಯನ್ನ ನೋಡಿದಳು "ನಿಂಗೆ ಹೊಟ್ಟೆ ಉರಿ. ನಾನು ಅವ್ರುಗಳ ಹಾಗೇ ಆಗ್ಬಿಟ್ಟಿದ್ರೆ ಚೆನ್ನಾಗಿತ್ತು. ಇರೋದೆಲ್ಲ ಮಾರಿ ಕೊಟ್ರು ನಿನ್ನ ಮಕ್ಕಳನ್ನ ನೋಡಿ ನನ್ನ ಯಾರು ಮದ್ವೆ ಮಾಡ್ಕೋತಾರೆ!" ಸಿಡಿದುಬಿದ್ದಳು. ಈ ತರಹದ ಮಾತುಗಳು ಜಾಸ್ತಿಯಾಗಿದ್ದವು.

"ಅಮ್ಮ, ತುಂಬ ನೊಂದಿದ್ದಾರೆ. ಪುನಃ ನೋಯಿಸೋಕೆ...ಹೋಗ್ಬೇಡಿ" ಮಧ್ಯೆ ಪ್ರವೇಶಿಸಿ ಮಾತಾಡಿದ.

ಅಷ್ಟರಲ್ಲಿ ಲಯಬದ್ಧವಾಗಿ ಬೂಟಿನ ಸದ್ದು ಹರಿದುಬಂತು. ಪದ್ಮಮ್ಮ ಅಟೆನ್‌ಷನ್ ಭಂಗಿಗೆ ಬಂದರು. ವಾರಿಣಿ ಕಣ್ಣುಗಳಲ್ಲಿ ಕೋಟಿ ನಕ್ಷತ್ರಗಳು ಮಿನುಗಿದವು. ಸುಳಿವು, ಸೂಕ್ಷ್ಮ ಅರಿತು ಹರೀಶ್ ಮೇಲೆದ್ದ.

'ಡಾರ್ಲಿಂಗ್...' ಓಡಿ ಹೋಗಿ ಡಾ॥ ಪ್ರಭುಗೆ ತೆಕ್ಕೆ ಬಿದ್ದಳು. ಪದ್ಮಮ್ಮ ತಲೆ ತಗ್ಗಿಸಿಕೊಂಡು ಒಳಗೆ ಹೋಗುವ ಮುನ್ನ "ಹೊರಟುಬಿಡ್ಬೇಡ, ಈಗ್ಬಂದೆ" ಎಂದರು ಹರೀಶ್‌ಗೆ.

ನಸು ಕಪ್ಪು ಉರುಟಾದ ಮುಖ, ಕಣ್ಣುಗಳಲ್ಲಿ ಅಧಿಕವೆನಿಸುವಂಥ 'ಅಹಂ'. ಆರಡಿಗೂ ಒಂದಿಂಚು ಎತ್ತರವಿದ್ದ ಕಟ್ಟುಮಸ್ತಾದ ಯುವಕ. ಹೆಣ್ಣು ಬಯಸುವ ಆಕರ್ಷಣೆ ಅವನಲ್ಲಿತ್ತು.

"ಹರೀಶ್, ಆಗಾಗ ಹೇಳ್ತಾ ಇದ್ದೆನಲ್ಲ" ಪರಿಚಯಿಸಿದಳು "ನಮಸ್ತೆ, ಸರ್" ಕೈ ಜೋಡಿಸಿದ. ಡಾ॥ ಪ್ರಭು ಬರೀ ತಲೆಯಾಡಿಸಿದ. ಅವನ ನೋಟವೇ ಹರೀಶ್‌ನನ್ನ ಅಳೆದು ನೋಡುತ್ತಿತ್ತು. "ಈಗ ಎಲ್ಲಿದ್ದೀಯಾ ?" ಅವನ ಸ್ವರದಲ್ಲಿ ದರ್ಪ ಇಣಕಿತು. "ಸ್ವಂತ ಎರ್ಡು ಟ್ಯಾಕ್ಸಿ ಇಟ್ಕೊಂಡಿದ್ದಾನೆ" ವಾರಿಣಿಯೇ ಹೇಳಿದಳು.

ಡಾ॥ ಪ್ರಭುದೇವ್ ಅವಳ ಸೊಂಟವನ್ನ ಬಳಸಿಯೇ ಒಳಗೆ ಹೋದ. ಅವನಿಗೆ ಅದೇನು ಅತಿಶಯವಾಗಿ ಕಾಣಲಿಲ್ಲ. ಮದುವೆಗೆ ಮುನ್ನವೇ ಹಾರಾಡುವ ಹೂ, ದುಂಬಿಗಳನ್ನ ತನ್ನ

ಟ್ಯಾಕ್ಸಿಯಲ್ಲೇ ಲಾಡ್ಜ್, ಗೆಸ್ಟ್‌ಹೌಸ್, ಬೆಟ್ಟದ ತಪ್ಪಲಿಗೆ ಕರೆದೊಯ್ದಿದ್ದ. ಅಂಥದ್ದೇ ಹೊಸತನದ ಬಿಸಿ.

ಕಣ್ಣೊದ್ದೆಯನ್ನೊತ್ತುತ್ತ ಬಂದ ಪದ್ಮಮ್ಮ ಅವನ ಕೈ ಹಿಡಿದು ಹಿಂಭಾಗಕ್ಕೆ ಕರೆದೊಯ್ದಳು. ಅಲ್ಲಿಯೇ ಸೀಮೆ ಹಸುಗಳನ್ನ ಕಟ್ಟುವ ದೊಡ್ಡ ಕೊಟ್ಟಿಗೆ ಇತ್ತು. ಸ್ವಲ್ಪ ಆ ಕಡೆ ಇದ್ದ ಕೋಣೆಗೆ ಕರೆದೊಯ್ದು ಬೀಗ ತೆರೆದರು. ಗಪ್ಪನೆ ವಾಸನೆ ರಾಚಿ ಬಂತು. ಸುಮಾರು ದೊಡ್ಡದಾಗಿದ್ದ ಕೋಣೆ. ಅದರಲ್ಲಿ ಹಿಂದೆ ಹಸುವಿಗೆ ಹಾಕುವ ಬೂಸಾ, ಹಿಂಡಿ ತುಂಬುತ್ತಿದ್ದರು. ಈಗ ನಾಗರಾಜ, ಹರಿಣಿ ವಾಸಸ್ಥಾನ.

ಜಮಖಾನೆಯ ಮೇಲೆ ಅಸ್ತವ್ಯಸ್ತವಾಗಿ ಕೂತು ನಗುತ್ತಿದ್ದ ನಾಗರಾಜನ ಕೈಯನ್ನ ಪಕ್ಕದ ಗೂಟಕ್ಕೆ ಕಟ್ಟಲಾಗಿತ್ತು. ಇನ್ನೊಂದು ಕಡೆ ಹರಿಣಿ ಬಿದ್ದುಕೊಂಡಿದ್ದಳು. ಅವರ ದೇಹಗಳು ತೀರಾ ಕ್ಷೀಣಿಸಿಹೋಗಿದ್ದವು.

ಪದ್ಮಮ್ಮ ಪಟಪಟನೆ ಹಣೆ ಚಚ್ಚಿಕೊಂಡರು. "ನೋಡಿದ್ಯಾ, ಹರಿ, ಇವ್ರುಗಳ ಪಾಡು. ಇದ್ನ ನೋಡಿಕೊಂಡು ಹೇಗೆ ಬದುಕಲಿ. ಆ ಮನುಷ್ಯ ಮನೆಯಲ್ಲಿ ಕಾಲಿಟ್ಟ ಗಳಿಗೆಯಲ್ಲೇ ನನ್ನ ನೆಮ್ದಿ ಹಾರಿಹೋಯ್ತು" ಕಣ್ಣೀರು ಸುರಿಸಿದರು. ಅಷ್ಟು ನಿಕೃಷ್ಟವಾಗಿತ್ತು ಅವರ ಸ್ಥಿತಿ. ಹರೀಶ್‌ಗೆ ನಿಲ್ಲಲಾಗಲಿಲ್ಲ.

ಆಕೆ ಅಳುತ್ತಲೇ ಎಲ್ಲಾ ಹೇಳಿದರು. ಇಲ್ಲೇ ಉಳಿದ ಪ್ರಭು ಸಮಸ್ತವನ್ನ ತನ್ನ ಮುಷ್ಟಿಯಲ್ಲಿಟ್ಟುಕೊಂಡು ಕೆಲಸಕ್ಕೆ ಬಾರದ ಇವರನ್ನ ಇಲ್ಲಿಗೆ ಸಾಗಿಸಿದ್ದ. ಅವರ ಊಟವನ್ನ ತೀರಾ ಮಿತಿಗೊಳಿಸಿದ್ದ. ಬರೀ ಅನ್ನಾನೋ ಚಪಾತಿನೋ ಬಿಟ್ಟು ಮಿಕ್ಕದೆಲ್ಲ ನಿಷಿದ್ಧ, ನೀರು ಕುಡಿಸೋದು ಕೂಡ ಲಿಮಿಟ್‌ನಲ್ಲೇ. ಅವರಿಬ್ಬರಿಗೆಂದೇ ಒಬ್ಬ ಹೆಣ್ಣಾಳನ್ನು ಗೊತ್ತು ಮಾಡಿದ್ದ. ಅವರ ಸಮಸ್ತ ಕೆಲಸ ಕಾರ್ಯಗಳನ್ನು ಅವಳೇ ಮಾಡಬೇಕು. ಮಿಕ್ಕವರು ಹತ್ತಿರ ಹೋಗದಂತೆ ತಡೆಯಾಜ್ಞೆ ನೀಡಿದ್ದ.

"ತುತ್ತು ಅನ್ನ ಗಂಟಲಲ್ಲಿ ಇಳಿಯೋಲ್ಲ, ಕಣೋ. ನಾನು ಬದುಕಿದ್ದಾಗಲೇ... ಅವಕ್ಕೆ ಈ ಕರ್ಮ. ಅವಕ್ಕೂ ವಿಷ ಹಾಕಿ, ನಾನೂ ಕುಡಿದುಬಿಡಲೇ ಅನ್ನಿಸುತ್ತೆ" ತೋಡಿಕೊಂಡರು. ಅವರ ಎದೆಯಾಳದ ನೋವನ್ನು ತೋಡಿಕೊಳ್ಳಲು ಸದ್ಯಕ್ಕೆ ಹರೀಶ್‌ನೊಬ್ಬನೇ ಸಮರ್ಥ ವ್ಯಕ್ತಿಯೆಂದು ಆಕೆಯ ಭಾವನೆ.

ಹರೀಶ್, ನಾಗರಾಜನ ಬಳಿ ಹೋಗಿ ಕೂತ. "ನಾಗಣ್ಣ...ನಾಗಣ್ಣ...." ಎಚ್ಚರಿಸಿದ. ಅವನು ಕೂಗಲಾರದೆ ಕಣ್ಣು ಗುಡ್ಡೆಗಳನ್ನು ತಿರುಗಿಸಿದ. ಅತ್ಯಂತ ಶೋಚನೀಯವಾಗಿತ್ತು. ಮೈ ಬರೀ ಮೂಳೆ, ಚಕ್ಕಳ. ಅವಳ ಕಣ್ಣುಗಳು ಒದ್ದೆಯಾದವು.

ಸಚ್ಚಿದಾನಂದ್ ಕೋಪ, ತಿರಸ್ಕಾರದಿಂದ ನೋಡುತ್ತಿದ್ದರೂ ಅವರ ಅಂತರಾಳದಲ್ಲಿ ದುರಾದೃಷ್ಟ ಮಕ್ಕಳ ಬಗ್ಗೆ ಪಿತೃವಾತ್ಸಲ್ಯವಿತ್ತು, ಕನಿಕರವಿತ್ತು.

ಹೊರಗೆ ಬಂದ 'ಬರ್ತೀನಮ್ಮ......' ನಿಲ್ಲದೇ ಹೊರಟುಬಿಟ್ಟ. ಕೆಲವೊಮ್ಮೆ ಮನುಷ್ಯ ಎಷ್ಟು ನಿರ್ದಯಿಯಾಗುತ್ತಾನೆ. ಯಾಕೆ? ಏನು? ತಲೆ ಕೆಡಿಸಿಕೊಂಡು ಉತ್ತರಗಳನ್ನು ಹುಡುಕಲಾರದೆ ಹೋದ.

ನೇರವಾಗಿ ತನ್ನ ಕೋಣೆಗೆ ಹಿಂದಿರುಗಿದ ಯಜಮಾನ. ಡ್ರೈವರ್‌ನ ಮಧ್ಯದ ಅಂತರ ಕಾಯ್ದಿಡುತ್ತಿದ್ದರೇ ವಿನಹ ಅವನನ್ನೆಂದೂ ದಂಡಿಸಿದ ವ್ಯಕ್ತಿಯಲ್ಲ, ಸಚ್ಚಿದಾನಂದ್ ಸಂಕಟದಿಂದ ಒದ್ದಾಡಿದ.

* * *

ಮೀಟಿಂಗ್ ಮುಗಿಸಿಕೊಂಡು ತನ್ನ ಛೇಂಬರ್‌ಗೆ ಹಿಂದಿರುಗಿದ ಸುಮತಿ ಟೇಬಲ್ಲು ಮೇಲಿದ್ದ ಗುಲಾಬಿಗಳತ್ತ ಕಣ್ಣು ಹಾಯಿಸಿದಳು. ಹರೀಶ್ ಪ್ರೀತಿಯ ಗುಲಾಬಿ ಪಾಟುಗಳು ನೆನಪಾದವು. ಅವನಿಗೆ ಅವುಗಳ ಮೇಲೆ ಬಹಳ ಅಕ್ಕರೆ.

"ಹಾಕಿದ ನೀರು ಸಾಕಾ? ಯಾಕೆ ಈ ತರಹ ಬಿಳುಚಿಕೊಂಡಿದ್ದೀರಾ? ಗೊಬ್ಬರ ಹಾಕಿದ್ದೀನಿ. ನೀರು ಹಾಕ್ತೀನಿ. ಔಷ್ಧಿ ಸಿಂಪಡಿಸುತ್ತೀನಿ. ಮತ್ತೆ ನಿಮ್ಗೇನು?" ಅವುಗಳ ಬಳಿ ಅಕ್ಕರೆಯಿಂದ ಪ್ರಶ್ನಿಸುತ್ತಿದ್ದ.

ಗುಲಾಬಿಗಳನ್ನು ತೆಗೆದು ವಾಜ್‌ಗೆ ಸಿಕ್ಕಿಸಿ ತನ್ನ ಸೀಟಿಗೆ ಬಂದಳು. ಪರೀಕ್ಷಿತ್ ಇಂದು ಮೀಟಿಂಗ್‌ನಲ್ಲಿ ವ್ಯಕ್ತಪಡಿಸಿದ ಉದಾಸೀನತೆಯನ್ನು ನೋಡಿ ಅವಳಿಗೆ ಗಾಬರಿಯ ಜೊತೆ ಆಶ್ಚರ್ಯವಾಗಿತ್ತು. ಇದೇ ಮನೋಭಾವ ಅವನಲ್ಲಿ ಹಿಂದಿನಿಂದಲೂ ಇದ್ದಿದ್ದರೆ ಇಂದು ಈ ಮಟ್ಟ ತಲುಪುತ್ತಿರಲಿಲ್ಲವೆಂದುಕೊಂಡಳು.

"ಗೋ ಟು ಹೆಲ್, ಮಾರುಕಟ್ಟೆ ಇಳಿದಿದೇಂತ ತಾನೇ ನಿಮ್ಮ ಆರೋಪ. ಆದರೆ ದೇಶವೇನಾದ್ರೂ ಹಾಳಾಗಿತ್ತಾ?" ಎನ್ನುತ್ತ ಕಡೆಯಲ್ಲಿ ಎದ್ದು ಹೋಗಿದ್ದ. ಮಿಕ್ಕವರು ಉಸಿರೆತ್ತಲಾಗಲಿಲ್ಲ.

ಅಡ್ವರ್‌ಟೈಸ್‌ಮೆಂಟ್ ಸೆಕ್ಷನ್ ಪ್ರಕಾಶ್ "ನಮ್ಮ ಪ್ರಾಡಕ್ಟ್ ಸೂಪರ್ ಇರ್ಬಹುದು. ಆದರೆ ಪ್ರಚಾರ ಸಾಲ್ದು. ಇದು ಪ್ರಚಾರದ ಯುಗ. ನಾವು ಸುಮ್ನೇ ಕೂತರೆ ಮುಗ್ದು ಹೋಗುತ್ತೆ" ಅವಳ ಬಳಿ ಬಂದು ಗೊಣಗಿದ. "ಮೇಡಮ್. ಮೊದ್ಲಿನ ಇಂಟರೆಸ್ಟ್ ಈಗ ಬಾಸ್‌ಗೆ ಇಲ್ಲ" ಕೊನೆಯಲ್ಲಿ ಸೇರಿಸಿದ್ದ.

ಗದ್ದಕ್ಕೆ ಕೈಯೊತ್ತು ಕೂತಳು ಸುಮತಿ. ಅವಳ ತಾತನ ಭವ್ಯತೆಯು ಛಿದ್ರವಾಗಿ ಕಡೆಗೆ ಮೋಟು ಗೋಡೆಯೂ ಉಳಿಯಲಿಲ್ಲ. ಅದಕ್ಕೆ ಸ್ವಲ್ಪ ಅವರುಗಳ ಉದಾಸೀನತೆ, ಓವರ್ ಕಾನ್ಫಿಡೆನ್ಸ್ ಕೂಡ ಕಾರಣವೇನೋ ಎನಿಸುತ್ತಿತ್ತು ಅವಳಿಗೆ ಈಗ. ಇಲ್ಲಿ ಪುನಾರಾವರ್ತನೆ ಯಾದರೆ?

ಇಂಟರ್‌ಕಾಮ್ ಎತ್ತಿದವಳು "ಹಲೋ..." ಎಂದವಳು ಇಟ್ಟಳು. ಪರೀಕ್ಷಿತ್‌ನಲ್ಲಿ ಒಂದಿಷ್ಟು ಮಾತನಾಡುವುದು ಉತ್ತಮವೆನಿಸಿತು. ಮತ್ತೆ ಎತ್ತಿದಳು. "ಎನೀ ಪ್ರಾಬ್ಲಮ್? ಹೇಳಬೇಕಾದ್ದು ನೇರವಾಗಿ ಹೇಳು, ಸುಮ" ಅವಳು ತುಟಿ ಬಿರಿಯುವ ಮುನ್ನ ಉಸುರಿದ. "ಯೆಸ್ ಸರ್, ನಾಳೆ ಮಧ್ಯಾಹ್ನದ ಡಿನ್ನರ್‌ಗೆ ನೀವು ಗೆಸ್ಟ್ ಆಗಿ ಬರ್ಬೇಕು. ಇದು ನನ್ನ ರಿಕ್ವೆಸ್ಟ್" ಎಂದಳು.

ಎರಡು ನಿಮಿಷ ಸದ್ದು ಅಡಗಿ ಆಮೇಲೆ ನಗು ಹರಿದು ಬಂತು. "ಥ್ಯಾಂಕ್ಯೂ ಮೇಡಮ್, ಇಂದಾದ್ರೂ ಒಪ್ಪತ್ತು ಕರೆದು ಊಟ ಹಾಕ್ಬೇಕು ಅನ್ನೋ ದಯೆ ಬಂತಲ್ಲ ಥ್ಯಾಂಕ್ಯೂ ವೆರಿಮಚ್, ಎಷ್ಟೊತ್ತಿಗೆ ಬರಲಿ? ಬೇಕಾದರೆ ನಾಳೆವರೆಗೂ ಊಟ ಮಾಡದೇ ಪರೀಕ್ಷಿತ್ ಕಾಯ್ತಾನೆ" ಆಹ್ಲಾದಕರವಾಗಿ ನುಡಿದ "ಇದು ಆಫೀಸ್, ಸರ್. ನಾಳೆ ಒಂದರ ಹೊತ್ತಿಗೆ ಬನ್ನಿ. ಇಂದೇನು ತಾವು ಉಪವಾಸ ಮಾಡೋದ್ಬೇಡ. ಥ್ಯಾಂಕ್ಯೂ" ಫೋನಿಟ್ಟಳು.

ಅಂದಿನ ಪರೀಕ್ಷಿತ್‌ನ ನೆನಪಿಸಿಕೊಂಡಳು. ಆಸೆಗಳನ್ನು ತುಂಬಿಕೊಂಡ ಅವನು ವಿನಯ, ನಮ್ರತೆಗಳ ಪ್ರತೀಕವಾಗಿದ್ದ. ಎಂದಾದರೂ ಅವಳ ಜೊತೆಯಲ್ಲಿ ಊಟ ಮಾಡುವ ಸಂದರ್ಭ ಬಂದರೆ ಸಂಭ್ರಮದಿಂದ ಕುಣಿದಾಡುತ್ತಿದ್ದ.

"ಹುಡ್ಗ ಒಳ್ಳೆಯೋನು. ತಲೆ ಇದೆ. ಕಷ್ಟಪಟ್ಟರೆ ಮುಂದುಬರ್ತಾನೆ" ಆನಂದರಾಯರು ಅವನ ಬಗ್ಗೆ ನುಡಿಯುತ್ತಿದ್ದ ಮೆಚ್ಚುಗೆಯ ಮಾತುಗಳು.

ಅದು ನಿಜವಾಗಿತ್ತು. ಅವನು ಮತ್ತಷ್ಟು ಬೆಳೆಯಬಹುದು. ಅವನಿಗೆ ತಲೆ ಇದೆ. ಉದಾಸೀನತೆ ಅದನ್ನು ನಿರ್ದಾಕ್ಷಿಣ್ಯವಾಗಿ ನುಂಗಿಹಾಕಬಹುದು. ಹಾಗೆ ಆಗಕೂಡದು. ಕಾಲಿಂಗ್ ಬೆಲ್ ಒತ್ತಿದಳು.

ಆಫೀಸ್‌ನಿಂದ ಹೊರಗೆ ಬಂದಾಗ ಕಾರು ರೆಡಿಯಾಗಿತ್ತು. ನಿರಾಕರಿಸುವುದನ್ನು ನಿಲ್ಲಿಸಿದ್ದಳು. ಹತ್ತಿ ಕೂತವಳು "ಡ್ರೈವರ್...ಮಾರ್ಕೆಟ್‌ಗೆ" ಎಂದಳು.

ಅವಳು ತೀರಾ ಅಗತ್ಯವಾದುದಕ್ಕಿಂತ ಹೆಚ್ಚಿಗೇನು ಕೊಳ್ಳುತ್ತಿರಲಿಲ್ಲ. ಇಂದು ತರಕಾರಿ, ಹಣ್ಣು, ಮಿಲ್ಕ್‌ಮೇಡ್, ಪ್ಯಾಕೆಟ್‌ಗಳು ಅವಳ ಜೊತೆ ಫ್ಲ್ಯಾಟ್ ಸೇರಿದವು. ಹರೀಶ್ ಮಾಡುತ್ತಿದ್ದ, ಅವನಿಂದ ಕಲಿತ ಅಡಿಗೆಗಳು ಮಾತ್ರ ಅವಳಿಗೆ ಬರುತ್ತಿತ್ತು. ಅಷ್ಟು ಸಾಕು ಕೂಡ. ಈಗ ರುಚಿಗಳ ಬಗ್ಗೆ ತಲೆ ಕೆಡಿಸಿಕೊಳ್ಳುವುದನ್ನು ಬಿಟ್ಟು ಬರೀ ಹೊಟ್ಟೆ ತುಂಬುವತ್ತ ಮಾತ್ರ ಗಮನ ಕೊಟ್ಟಿದ್ದಳು.

ಹರೀಶ್ ಹೆಲ್ಪ್ ಕೇಳಬೇಕೆಂದುಕೊಂಡವಳು ಅವನ ಇಡೀ ದಿನದ ಬಾಡಿಗೆಗೆ ಸಂಚಕಾರ ಬರುವುದನ್ನು ನೆನೆದು ಸುಮ್ಮನಾದಳು. ಅವನು ತಿಂಗಳಿಗೆ ಸರಿಯಾಗಿ ಇನ್‌ಸ್ಟಾಲ್‌ಮೆಂಟ್ ಕಟ್ಟುತ್ತಿದ್ದಾನೆಯೇ ಎಂದು ವಿಚಾರಿಸಿದ್ದಳು. ಪರೀಕ್ಷಿತ್ ಅವನಿಗೆ ಮಾಡಿದ ಸಹಾಯ ಅತಿಶಯವೆನಿಸಲಿಲ್ಲ. ಅವಳು ಬೆಳೆದಿದ್ದು ಅಂಥ ವಾತಾವರಣದಲ್ಲಿ. ಆನಂದರಾಯರಿಂದ ಉಪಕೃತರಾದ ಮಂದಿಯೆಷ್ಟೋ! ಅದು ಮನುಷ್ಯ ಸಹಜ ಗುಣವೆಂದುಕೊಂಡಿದ್ದಳು. ಅವಳಿಗೆ ಮನುಷ್ಯನ ವಿಕೃತ ರೂಪಗಳು ಗೋಚರಿಸಿದ್ದು. ಸಮಾಜದ ಬಗ್ಗೆ ತಾನಿನ್ನು ಮುಗ್ಧೆ!

ಅಂದು ರಾತ್ರಿ ವಿಚಾರಿಸಿ ಗುಡ್‌ನೈಟ್ ಹೇಳುವ ಮುನ್ನ ಪರೀಕ್ಷಿತ್ ಜ್ಞಾಪಿಸಿದ "ಡಿಯರ್ ಮೇಡಮ್, ನಾಳೆ ಮಧ್ಯಾಹ್ನದ ಊಟಕ್ಕೆ ಇನ್ವೈಟ್ ಮಾಡಿದ್ದೀರಾ. ಡೋಂಟ್ ಫರ್ಗೆಟ್, ನಂಗಂತೂ ಈಗಿನ ಊಟ ಸೇರ್ಲಿಲ್ಲ. ನಾಳೆವರ್ಗೂ ಕಾಯೋದ್ರಲ್ಲಿ ಸಂತೋಷವಿದೆ. ಗುಡ್ ನೈಟ್" ಹೇಳುವ ಮುನ್ನ ರಿಸೀವರಿಗೆ ಶಬ್ದವಾಗದಂತೆ ತುಟಿ ಒತ್ತಿದ. ಈ ವಿಷಯ ಸುಮತಿಗೆ ತಿಳಿದರೆ... ಕೈ ಕೆನ್ನೆಯ ಮೇಲಾಡಿ ಇಳಿಯಿತು. ಆಮೇಲೆ ಕಾಣಬರುವುದು ಬರೀ ತಿರಸ್ಕಾರ

ಅಷ್ಟೇ. ಅದನ್ನು ಅವನು ಸೈರಿಸಿರಲಾರ. ತೆಪ್ಪಗಿರುವುದು ಬಿಟ್ಟು ಅವನಿಗೆ ಬೇರೆ ದಾರಿ ಇರಲಿಲ್ಲ.

ಎದ್ದು ಬಂದು ತಂಗಾಳಿಗೆ ನಿಂತ. ಇಂದು, ನೆನ್ನೆ ನಿಂತಿದ್ದೆಲ್ಲ ಅವನ ಹೃದಯದಲ್ಲಿ ಸುಮತಿ ಪ್ರತಿಬಿಂಬ ಎಂದೋ ಮೂಡಿದ್ದು ಶಾಶ್ವತವಾಗಿತ್ತು. ಇತ್ತೀಚೆಗೆ ಅದರ ಮೇಲಿನ ಮುಸುಕು ಮಾತ್ರ ಸರಿದು ಪ್ರಜ್ವಲಿಸುತ್ತಿತ್ತು.

ಮಾರುತಿ ಬಂದು ಹಿಂದೆ ನಿಂತ "ಈಚೆಗೆ ಯಾಕೋ ಒಂದು ತರಹ ಇದ್ದೀರಾ!" ಶುರು ಮಾಡಿದ. ಬಿರುಸಾಗಿ ಹಿಂದಕ್ಕೆ ತಿರುಗಿದ "ಮೈಂಡ್ ಯುವರ್ ಬಿಜಿನೆಸ್...." ರೇಗಿದಾಗ ಉಗುಳು ನುಂಗಿದ. "ಹೋಗು ಒಳಕ್ಕೆ.....ಗಾಳಿ ಕುಡ್ಯೋಕಲ್ಲ ನಿಂಗೆ ಸಂಬಳ ಕೊಡೋದು" ತೆಪ್ಪಗೆ ಒಳಕ್ಕೆ ಹೋದ.

ಅವನಿಗೆ ಸಿಗುತ್ತಿದ್ದ ಕೆಲವು ಕಮೀಷನ್‌ಗಳು ನಿಂತುಹೋಗಿದ್ದವು. ಇದು ದೊಡ್ಡ ನಷ್ಟವೇ. ಕೆಲವು ನೌಕರರು ಸದಾ ಯಜಮಾನನ ಒಳಿತು ಬಯಸಿದರೆ, ಮತ್ತೆ ಹಲವರು ತಮ್ಮ ಲಾಭದ ಲೆಕ್ಕ ಹಾಕುತ್ತಾರೆ. ಇದರಿಂದಲೇ ಅವರುಗಳ ಪ್ರಾಮಾಣಿಕತೆಯನ್ನು ಲೆಕ್ಕ ಹಾಕಬಹುದು.

ಅವನು ಬಂದು ಮಲಗಿ ಸುಂದರ ಕನಸನ್ನು ಕಂಡ. ಆದರೆ ಕಡೆಯಲ್ಲಿ ಕಂಡ ವ್ಯಕ್ತಿ ಅದನ್ನೆಲ್ಲ ಚೂರು ಚೂರು ಮಾಡಿ ಅವನನ್ನು ಎಬ್ಬಿಸಿದ 'ಷೀ ಲವ್ ಮೀ... ಅವ್ಳು ನನ್ನ ಪ್ರೀತಿಸ್ತಾಳೆ. ಇದು ಷ್ಯೂರ್. ಹುಚ್ಚುಚ್ಚಾಗಿ ಕನಸು ಕಾಣಬೇಡ' ಹರೀಶ್ ನಕ್ಕಂತಾಯಿತು. ದಢಾರನೆ ಎದ್ದು ಕೂತ. ಪೂರ್ತಿ ಬೆವತುಬಿಟ್ಟಿದ್ದ. ಹರೀಶ್ ತೀರಾ... ತೀರಾ ಸಾಧಾರಣ ವ್ಯಕ್ತಿ. ಅವನಿಗೆ ಹೆದರುವುದೇ?

ಇಡೀ ರಾತ್ರಿ ನಿದ್ರಿಸಲಿಲ್ಲ. ಇಂಥ ಕೋಪ, ದ್ವೇಷ, ಅಸೂಯೆ ಹರೀಶ್‌ನನ್ನು ಕಂಡಾಗ ಹೇಳ ಹೆಸರಿಲ್ಲದೆ ಓಡಿ ಹೋಗುತ್ತಿತ್ತು. ಅವನ ಸ್ವಚ್ಛ ಮುಖ, ನಿರ್ಮಲ ನಗೆ, ಸರಳವಾಗಿ ಮಾತಾಡುವ ರೀತಿ ಅವನಿಗೆ ಇಷ್ಟವಾಗುತ್ತಿತ್ತು.

"ಏಯ್ ಹರೀಶ್, ನಿನ್ನ ಡ್ರೆಸ್ ಬದಲಾಯ್ಸು. ನಾಳೆ ನ್ಯೂ ಸೆಂಟರ್ ಹತ್ತಿರ ಬಾ" ತಾನೇ ಜೊತೆಯಲ್ಲಿ ಕರೆದೊಯ್ದು ಬಟ್ಟೆ ಕೊಡಿಸಿದ್ದಲ್ಲದೇ, ಹೊಲಿಸಿಕೊಟ್ಟಿದ್ದ ಕೂಡ. ಆದರೆ ಹರೀಶ್ ಹಿಂಜರಿದಿದ್ದ "ಸರ್...." ಎಂದಾಗ ಭುಜ ತಟ್ಟಿ "ಮಾತಾಡ್ಬೇಡ, ನಾನು ನಿನ್ನ ಹಾಗೆ ಬೆಳೆದೋನು. ಆನಂದರಾಯರು, ಸುಮತಿ ಕಲಸಿದ ಪ್ರೀತಿ ಸ್ನೇಹ ನಿಂಗೊಂದಿಷ್ಟು ಹಂಚುತ್ತಾ ಇದ್ದೀನಿ. ನಂಗೆ ಅಗತ್ಯಬಿದ್ದಾಗ ನೀನು ಸಹಾಯ ಮಾಡು. ಡೋಂಟ್ ಮೈಂಡ್" ಅವನ ಬಾಯಿ ಮುಚ್ಚಿಸುತ್ತಿದ್ದ. ಇಂಥ ಸುಧಾರಣೆಯಲ್ಲಿ ಸುಮತಿಯ ಮೇಲಿನ ಹೆಚ್ಚಿನ ಪ್ರೇಮವೇ ಕಾರಣ.

ಆನಂದರಾಯರ ಕುಟುಂಬಕ್ಕೆ ತಕ್ಕವನಂತೆ ಹರೀಶ್‌ನ ರೂಪಿಸದಿದ್ದರೂ ಸುಮತಿಯ ಬದುಕು ಕಷ್ಟವಾಗದಂತೆ ನೋಡಿಕೊಳ್ಳುವುದು ಅವನ ಇಚ್ಛೆ.

ಷುರು ಮಾಡಿದ ಫೋನ್ ಸದ್ದು ನಿಲ್ಲಿಸಲೇ ಇಲ್ಲ. ಮಾರುತಿ ಸುಮ್ಮನಿದ್ದ. ಅವನಿಗೆ

ಮನಸ್ಸಿಲ್ಲ. ಕಡೆಗೆ ತಾನೇ ಎತ್ತಿದ್ದ. ಹೆಣ್ಣಿನ ದನಿ. ಕನೆಕ್ಷನ್ ಕಟ್ ಮಾಡಿದ. ಇಂಥ ಸುಂದರ ರಾತ್ರಿ ಹೆಣ್ಣಿನೊಂದಿಗೆ ವಿಹರಿಸುವುದಕ್ಕಿಂತ ವಿರಹ ಅನುಭವಿಸುವುದೇ ಅವನಿಗೆ ಇಷ್ಟವಾಯಿತು.

ಸಾಹಸದಿಂದ ಬೆಳಕು ಮಾಡಿದ. ಬೆಳಗಿನ ಐದಕ್ಕೆ ಎದ್ದು ಕಾಫೀ ಮುಗಿಸಿ ಕಾರಿನಲ್ಲಿ ಹೊರಟ. ಬರೀ ಸುತ್ತಾಡಿ ಎಂಟಕ್ಕೆ ಹಿಂದಿರುಗಿದ.

ಮಾರುತಿ ಉಸುರಿದ "ಮ್ಯಾನೇಜರ್ ಅಮ್ಮಾವ್ರು ಫೋನ್ ಮಾಡಿದ್ರು. ಏನು ತಿಳಿಸ್ಲಿಲ್ಲ" ನಕ್ಕು ಕೋಣೆಗೆ ನಡೆದವನು ಎತ್ತಿಕೊಂಡ ಫೋನ್‌ಗೆ ಮುತ್ತಿಟ್ಟ. "ನಿನ್ನ ಮೂಲಕ ಮಾತ್ರ ಸುಮತಿಯ ಸ್ಪರ್ಶಿಸಬಲ್ಲೆ" ಮತ್ತೆ ಇಟ್ಟುಬಿಟ್ಟ.

ಕ್ಷಣ, ನಿಮಿಷ, ಗಂಟೆಗಳೂ ದೂಡುವುದು ಅವನಿಗೆ ಪ್ರಯಾಸವಾಯಿತು. ಹನ್ನೆರಡಕ್ಕೆ ಐದು ನಿಮಿಷವಿದ್ದಾಗ ರೆಡಿಯಾಗಿ ಬಾಲ್ಕನಿಗೆ ಬಂದ.

"ನಾನು ಹೊರ್ಗಡೆ ಊಟ ಮಾಡ್ತೀನಿ. ನಿಂದು ಮುಗ್ಸು. ಸಂಜೆನೇ ಹಿಂದಿರುಗೋದು" ಕಾರು ಹತ್ತಿದ.

ಮಾರುತಿ ತಲೆಯಾಡಿಸಿದ. ಅಂತೂ ಅವನಿಗೆ ಪೂರ್ತಿ ವಿಶ್ರಾಂತಿ. ಆರಾಮಾಗಿ ಕೂತು ಒಂದು ಕ್ಯಾಸೆಟ್ ಹಾಕಿಕೊಂಡು ಫಿಲಂ ನೋಡುವ ಅದೃಷ್ಟ ಅವನದು.

ಫ್ಲ್ಯಾಟ್‌ನ ಬಾಗಿಲು ತೆಗೆದಾಗ ಸುಮತಿ ಮಧ್ಯಮ ದರ್ಜೆಯ ಗೃಹಿಣಿಯಂತೆ ಕಂಡಳು. ಮುಖದ ಮೇಲೆ ಬೆವರು. ಕೂದಲು ತುದಿಯನ್ನು ಗಂಟು ಹಾಕಿದ್ದಳು. ಸೊಂಟಕ್ಕೆ ಸಿಕ್ಕಿಸಿದ್ದ ಸೆರಗು ಅವಳ 'ಬಿಜಿ'ಯನ್ನು ಸಾರಿತು.

"ಮೆ, ಐ ಕಮಿನ್" ಬಾಗಿಲಲ್ಲೇ ನಿಂತು ಮುಗುಳ್ನಕ್ಕ.

"ವೆಲ್‌ಕಮ್...." ಹಿಂದಕ್ಕೆ ಹೋದಳು.

ಬೆಳಿಗ್ಗೆಯೇ ಹರೀಶ್‌ಗೆ ನಾಲ್ಕು ಸಲವೇನು ಹತ್ತು ಸಲವಾದರೂ ಅವನನ್ನು ಸಂಪರ್ಕಿಸಲು ನೋಡಿದ್ದಳು. ಬರೀ ಎಂಗೇಜ್. ಆ ಸಮಯದಲ್ಲೆಲ್ಲ ಅವನು ಫೋನ್ ಹಿಡಿದಿಡುತ್ತಿದ್ದನೆಂದು ಸುಮತಿಗೇನು ಗೊತ್ತು. ಅವನು ಅದಕ್ಕಿಂತ ಹೆಚ್ಚು ಸಲ ಫೋನೆತ್ತಿ ಇಳಿಸಿ ಬೇಸತ್ತು ಹೋಗಿದ್ದ.

ಪರೀಕ್ಷಿತ್ ಸುತ್ತಲೂ ನೋಟ ಹರಿಸಿದ. ಅವಳು ಈ ಫ್ಲ್ಯಾಟ್‌ಗೆ ಬರುವ ಹಿಂದಿನ ದಿನ ಬಂದಿದ್ದ. ನಂತರ ಬಂದಿದ್ದು ಇಂದೇ.

"ಏನು ಕುಡೀತೀಯಾ, ಪರೀಕ್ಷಿತ್? ಮ್ಯಾಂಗೋ, ಆರೆಂಜ್ ಆರ್ ಲೆಮನ್ ಜ್ಯೂಸ್?" ಕೇಳಿದಳು. ಯಾಕೋ ಅವಳ ನಾಲಿಗೆ ತಡವರಿಸಿತು. ಬಾಟಲು, ಗ್ಲಾಸ್‌ಗಳು ಅವಳ ಕಣ್ಮುಂದೆ ಹರಿದಾಡಿದವು. 'ಡ್ರಿಂಕರ್' ಅಂದಿನ ದೃಶ್ಯ ತಟ್ಟಿ ಹೇಳಿತು.

"ಏನಾದ್ರೂ ಕೊಡು. ಕಡೆಗೆ ನೀರು ಕೊಟ್ಟರೂ ಪರ್ವಾಗಿಲ್ಲ...." ಎಂದ. ಅದರ ಹಿಂದೆ ನಾಲಿಗೆ ತುದಿಗೆ ಬಂದ ಮಾತನ್ನು ನುಂಗಿದ" ನಿನ್ನ ಕೈಯಲ್ಲಿ ವಿಷವಾದರೂ ಕುಡಿಯಬಲ್ಲೆ"

ಒಂದು ಲೋಟ ಮ್ಯಾಂಗೋ ಜ್ಯೂಸ್ ತಂದು ಅವನ ಮುಂದಿಟ್ಟಳು. "ಅಂತು ನಾನೊಬ್ನೇ ಕುಡೀಬೇಕು. ಅದು ಬಹಳ ದೊಡ್ಡ ಪನಿಷ್‌ಮೆಂಟ್. ಯಾವ ತಪ್ಪಿಗೋಸ್ಕರ?" ಸುಸ್ತಾದವನಂತೆ ನಟಿಸಿದ. ಮುಕ್ತವಾಗಿ ನಕ್ಕಳು ಸುಮತಿ. "ಏನೇನು ಬದಲಾಗಿಲ್ಲ! ಆಗಿನ ಮಾತುಗಳೇ ಇವೆಲ್ಲ" ಒಳಗೆ ಹೋದಳು.

ಅವಳು ಇನ್ನೊಂದು ಗ್ಲಾಸ್ ಜ್ಯೂಸ್ ತರುವವರೆಗೂ ಕಾದ. ಆಳು ಕಾಳುಗಳ ನಡುವೆ ಬೆಳೆದ ಹೆಣ್ಣು ಹೇಗೆ ಹೊಂದಿಕೊಂಡಾಳು? ಬಹಳ ನೊಂದ.

ಮೊಮ್ಮಗಳು ಹೆಜ್ಜೆ ನೆಲಕ್ಕಿಟ್ಟರೆ ಎಲ್ಲಿ ಸವೆಯುತ್ತಾಳೋ ಎಂದು ಎಚ್ಚರಿಕೆ ವಹಿಸುತ್ತಿದ್ದ ಆನಂದರಾಯರ ಮೊಮ್ಮಗಳು.

"ಈಗ ಕುಡೀ" ಅವನ ಎದುರಿನಲ್ಲೇ ಕೂತಳು. "ಥ್ಯಾಂಕ್ಯೂ...." ಗ್ಲಾಸ್ ಕೈಗೆತ್ತಿಕೊಂಡವನು ತಟ್ಟನೇ ಇಟ್ಟು ಅವಳ ಕೈಯಲ್ಲಿನ ಗ್ಲಾಸ್‌ನ್ನು ಕಿತ್ತಿಟ್ಟ "ಈಗ ಕುಡಿದ್ರೆ ಏನು ತೊಂದರೆ ಇಲ್ವಾ?" ಕೇಳಿದ.

ಅವಳು ಮೊದಲು ಟಾನ್ಸಿಲ್‌ನಿಂದ ನರಳುತ್ತಿದ್ದಾಗ ಐಸ್‌ಕ್ರೀಮ್, ಜ್ಯೂಸ್ ಎಲ್ಲಾ ನಿಷಿದ್ಧ. ಅದರ ಆಪರೇಷನ್ ನಂತರವು ಅವುಗಳನ್ನು ಅವಳಿಂದ ದೂರವಿರಿಸಿದ್ದರು ಆನಂದರಾಯರು. ಎಲ್ಲಿ ನೆನಪು ವ್ಯಥೆಯಾಗಿ ಅವಳ ಕಣ್ಣಲ್ಲಿ ನೀರು ತುಂಬಿಕೊಂಡಿತು.

"ಎಂಥದ್ದೂ ಇಲ್ಲ. ತಾತನು ಹೀಗೇ ಭಯಪಡ್ತಾ ಇದ್ದರು? ಈಗೇನು ಪ್ರಾಬ್ಲಮ್ ಇಲ್ಲ" ಎಂದಾಗ ಅವನೇ ಗ್ಲಾಸ್ ಎತ್ತಿ ಅವಳ ಕೈಗೆ ಕೊಟ್ಟ. "ಸಾರಿ, ಸುಮ...." ಕಂಬನಿ ತುಂಬಿದ ಕಣ್ಣುಗಳನ್ನು ನೋಡಿದ.

"ಈಗ್ಬಂದೇ....." ಎದ್ದು ಹೋದವಳು ಐದು ನಿಮಿಷದ ತರುವಾಯ ಬಂದಳು. ಎರಡು ಗ್ಲಾಸ್ ಖಾಲಿಯಾಗಿತ್ತು. "ಎರಡು ನಾನೇ ಕುಡ್ದೇ...." ಎಂದವನು ಷ್ಯೂಲೇಸ್ ಬಿಚ್ಚಿ ಪಕ್ಕಕ್ಕಿಟ್ಟು ಷರಟಿನ ತೋಳುಗಳನ್ನು ಹಿಂದಕ್ಕೆ ಮಡಚಿದ "ನಿನ್ನ ಅಡಿಗೆಗೆ ನಾನೇನಾದ್ರೂ ಸಹಾಯ ಮಾಡ್ಲಾ?"

"ಏನು ಬೇಡ. ಆರಾಮಾಗಿ ಕೂತು ಮ್ಯಾಗಝೀನ್ ನೋಡು. ಹತ್ತು ನಿಮಿಷದಲ್ಲಿ ರೆಡಿ" ಒಳಗೆ ಹೋದಳು.

ಪೇಪರ್, ಮ್ಯಾಗಝೀನ್ ಕೂತು ತಿರುವಿದ. ಅವನಿಗೇನು ಓದಲು ಆಸಕ್ತಿ ಹುಟ್ಟಲಿಲ್ಲ. ಎದ್ದು ಕಿಚನ್ ಬಾಗಿಲಿಗೆ ಬಂದ. ಕೊತ್ತಂಬರಿಸೊಪ್ಪು ಹೆಚ್ಚುತ್ತಿದ್ದವಳು ಅವನತ್ತ ತಿರುಗಿದಳು.

"ಕೂತ್ಕೋ.....ಬಾ, ಪರೀಕ್ಷಿತ್" ಸ್ಟೂಲ್ ಪಕ್ಕಕ್ಕೆ ಜರುಗಿಸಿದಳು. "ಅಡ್ಗೇ ವಾಸನೆಗೆ ಹೊಟ್ಟೆ ಹಸಿವು ಜಾಸ್ತಿಯಾಗಿತ್ತು. ಹಸಿ ಹಸಿಯಾಗಿಯೇ ತಿಂದುಬಿಡ್ತೀನಿ" ನಕ್ಕ.

ಆಮೇಲೆ ಹತ್ತು ನಿಮಿಷದಲ್ಲಿ ಅಡಿಗೆ ಮುಗಿಯಿತು. ಇದೆಲ್ಲ ಹರೀಶ್‌ನಿಂದ ಕಲಿತಿದ್ದು. ಪುಸ್ತಕ ನೋಡಿ ತಿನಿಸನ್ನು ತಯಾರಿಸಲು ಅವಳಿಗಿಷ್ಟವಿಲ್ಲ.

ಟೇಬಲ್ಲು ಮೇಲೆ ತಂದು ಜೋಡಿಸಿದ ಮೇಲೆ ಪರೀಕ್ಷಿತ್ ತಾನೇ ತಟ್ಟೆ, ಲೋಟಗಳನ್ನು

ಇಟ್ಟ. 'ನೀನ್ಹೋಗಿ ಮುಖ ತೊಳೆದು ಫ್ರೆಶ್ಯಾಗಿ ಬಾ' ಎಂದ. 'ಇಲ್ಲದಿದ್ದರೆ ನಿನ್ನ ಮುಖದ ಬೆವರನ್ನೊತ್ತಲು ನಂಗೆ ಮಹಾದಾಸೆ' ಎನ್ನುವುದನ್ನು ಮಾತ್ರ ಹೇಳುವ ಧೈರ್ಯ ಮಾಡಲಿಲ್ಲ.

ಅವಳು ಮುಖ ತೊಳೆದು ಬರುವ ವೇಳೆಗೆ ಅವನೇ ಬಡಿಸಿದ್ದ. ಇನ್‌ಸ್ಟಂಟ್ ಪೌಡರ್‌ಗಳು ಉಪಯೋಗಿಸಿದ್ದರೂ ಎಲ್ಲಾ ಮನೆಯದೇ. ಮಾರುತಿ ಅಡಿಗೆ ಬಹಳ ರುಚಿಕಟ್ಟು. ಎಲ್ಲಾ ಸಪ್ಪೆಯೇ, ಆದರೂ ಇಂದಿನ ಅಡಿಗೆಯ ವೈಶಿಷ್ಟ್ಯವೇ ಬೇರೆ. ಇದೆಲ್ಲ ತನಗೊಬ್ಬನಿಗೇ ಉಳಿಯಬೇಕು.

"ಇದೆಲ್ಲ, ಹರೀಶ್‌ನಿಂದ ಕಲಿತಿದ್ದು. ಬೆಳಿಗ್ಗೆ ಒಂದು ಸಲ ಫೋನ್ ಮಾಡ್ದೇ, ಅವ್ನು ಸಿಕ್ಲೇ ಇಲ್ಲ. ಇನ್ನಷ್ಟು ರುಚಿಯಾಗಿ ಮಾಡ್ತಾ ಇದ್ದ" ಎಂದಳು ಸಹಜವಾಗಿ. ಆಕಾಶದಲ್ಲಿ ಅತ್ಯಂತ ಸಂತೋಷದಿಂದ ಹಾರಾಡುತ್ತಿದ್ದ ಪಕ್ಷಿಯ ರೆಕ್ಕೆಗಳನ್ನು ನಿರ್ದಾಕ್ಷಿಣವಾಗಿ ಕತ್ತರಿಸಿದಂತಾಯಿತು. ಅವನ ಕನಸುಗಳೆಲ್ಲ ಭೂಶಾಯಿ.

ಈಗ ಎಲ್ಲ ಕಹೀ... ಕಹೀ. ಆಮೇಲೆ ನುಂಗಿದ್ದೆಲ್ಲ ಬರೀ ಕಹಿಯೆ, 'ಹರೀಶ್ ಹರಿ...' ಅವನ ಬಗ್ಗೆ ಸುಮತಿಗೆ ಅಭಿಮಾನವಿದೆ, ಗೌರವವಿದೆ, ಪ್ರೇಮವು ಇರಬಹುದು ಎಂದುಕೊಂಡ. 'ಇರಬಹುದು' ಅಷ್ಟೆ. 'ಇದೆಯೆಂದೆ' ಚಿಂತಿಸಲಾರ! ದ್ವೇಷ, ಅಸೂಯೆ, ನೋವಿನ ನಂತರದ ಸ್ಥಿತಿಗೆ ಬರುತ್ತಿದ್ದ.

ಅಂಥ ಸ್ಥಿತಿಯಿಂದ ಅವನು ಹೊರಬರಲು ಅರ್ಧಗಂಟೆಯೇ ಬೇಕಾಯಿತು. ಎಲ್ಲಾ ಮುಗಿಸಿ ಸುಮತಿ ಅವನ ಮುಂದೆ ಬಂದು ಕೂತಾಗ ನಿರ್ಲಿಪ್ತನಂತೆ ಕಂಡ.

"ಕನಸು ಕಾಣ್ತಾ ಇದ್ದೀಯಾ? ಮತ್ತೇನು ಪ್ಲಾನ್?" ಹಾಸ್ಯ ಮಾಡಿದಳು. ತಲೆಯ ಹಿಂದೆ ಬೆಸೆದು ಇಟ್ಟುಕೊಂಡಿದ್ದ ಕೈಗಳನ್ನ ತೆಗೆದ "ನಥಿಂಗ್, ಕಾಣೋ ಕನಸು ನನಸಾಗೋಲ್ಲ ಅಂತ ತಿಳ್ದ ಮೇಲೆ ಮೂರ್ಖನಾಗೋದೇಕೆ,ಇನ್ನೆಂಥ ಪ್ಲಾನ್? ನಂಗೆ ಇಂಟರೆಸ್ಟಿಲ್ಲ." ಉದಾಸೀನವಾಗಿ ನುಡಿದ. ಅವಳಿಗೇನೂ ಅರ್ಥವಾಗಲಿಲ್ಲ.

"ಐ ಕಾಂಟ್ ಅಂಡರ್‌ಸ್ಟಾಂಡ್. ಸ್ವಲ್ಪ ಅರ್ಥವಾಗೋ ಹಾಗೇ ಹೇಳು. ಉದಾಸೀನದ ಪ್ರಾರಂಭ ಸರ್ವನಾಶದ ಮುನ್ಸೂಚನೆ. ಓವರ್ ಕಾನ್ಫಿಡೆನ್ಸ್ ಕೂಡ ಒಳ್ಳೇದಲ್ಲ." ಅವಳ ಸ್ವರದ ಗಂಭೀರತೆಯ ನೆರಳಲ್ಲಿ ವ್ಯಥೆಯ ನೆರಳಾಡಿತು.

ತಟ್ಟನೆ ಎಚ್ಚೆತ್ತು ಅವಳ ಮುಖ ನೋಡಿದ.

"ಆನಂದರಾಯರ ಅಪಾರವಾದ ಆಸ್ತಿ, ಹಣ ಹೇಗೆ ಸದ್ದುಗದ್ದಲವಿಲ್ಲದೆ ಹೋಯ್ತು ಗೊತ್ತ? ಉದಾಸೀನ, ಓವರ್ ಕಾನ್ಫಿಡೆನ್ಸ್ ಎರಡರಿಂದಾನೇ. ನಂಗೆ ಇವುಗಳ ಅರಿವು ಇರಲಿಲ್ಲ. ತಾತ ಸತ್ಮೇ ನಂಗೆ ಸ್ವಲ್ಪ ಸ್ವಲ್ಪ ಅರ್ಥವಾಗಿದ್ದು. ಅವೆಲ್ಲ ಇದ್ರಿದ್ರೆ... ಅವ್ರು ಇನ್ನು ಸ್ವಲ್ಪ ದಿನ ಇರ್‍ತಾ ಇದ್ರು." ಸತ್ಯವನ್ನು ಅವನ ಮುಂದಿಟ್ಟಳು.

ಅವಳು ಹೇಳಿದ್ದು ಸರಿಯೆನಿಸಿದರೂ ಇದು ಮುಂದೆ ಆಡುವ ವಿಷಯಕ್ಕೆ ಹಿನ್ನೆಲೆಯೆನಿಸಿತು. ಏನು ಹೇಳಬಹುದು? ಸುಶೀಲ ತನ್ನ ಬಣ್ಣದ ಬದುಕನ್ನು ಮತ್ತಷ್ಟು

ವರ್ಣಮಯವಾಗಿ ಹೇಳಿರಬಹುದು. ಅದನ್ನು ಪ್ರಶ್ನಿಸಲಾರರೆನಿಸಿತು.

ಕಣ್ಣಲ್ಲೇ ನಗು ತೇಲಿಸಿದ. "ಹಿನ್ನೆಲೆ ಅಗತ್ಯವಿಲ್ಲ. ಕಮ್ ಟು ದಿ ಪಾಯಿಂಟ್, ತಾವು ಹುಕುಂ ಮಾಡಿದ್ದನ್ನ ಪಾಲಿಸೋಕೆ ಈ ಸೇವಕ ಸಿದ್ಧ. ಜಿ ಹುಜೂರ್" ನಟಿಸಿದ.

"ಷೂರ್......." ಎಂದಳು.

ಅವಳ ಕೈಯನ್ನು ತೆಗೆದು ತನ್ನ ತಲೆಯ ಮೇಲಿಟ್ಟುಕೊಂಡ. "ಪ್ರಾಮಿಸ್ ಇನ್ನ ನಿನ್ನ ಮಾತಿಗೆ ಎದುರಾಡುವಷ್ಟು ಪುಂಡ ನಾನಾಗಿಲ್ಲ. ಏನು ಬೇಕಾದ್ರೂ ಹೇಳು. ಕಡೆಗೆ ನಯಾಗಾರ ಜಲಪಾತಕ್ಕೆ ಹಾರೂಂದ್ರು ರೆಡಿ" ಎಂದ.

ಪರೀಕ್ಷಿತ್ ನಾನು ಮಾತಾಡ್ತಾ ಇರೋದು ಸೀರಿಯಸ್ಸಾಗಿ, ಹುಡ್ಗಾಟ ಮಾಡ್ಬೇಡ, ಈಚೆಗೆ ನಿನ್ನ ಇಂಡಸ್ಟ್ರಿ ಬಗ್ಗೇನೇ ನಿಂಗೆ ಇಂಟರೆಸ್ಟಿಲ್ಲ. ಈ ತರಹ ಉದಾಸೀನ ಯಾಕೆ? ಈಗ ಸ್ಪರ್ಧಾತ್ಮ ಕ ಜಗತ್ತಿನಲ್ಲಿ ನಾವು ಬದುಕುತ್ತ ಇರೋದು. ಈಚೆಗೆ ನಮ್ಮ ಲ್ಲಿ ಸಿದ್ಧಪಡೋ ಫರ್ಟಿಲೈಜರ್‌ಗೆ ಪ್ರಚಾರ ಸಾಲ್ದು. ನಾಳೆ ಪೇಟೆಯಲ್ಲಿ ದಿಢೀರ್ ಕುಸಿತ ಶುರುವಾದ್ರೆ ಏನ್ಮಾಡ್ತೀಯಾ? ಓವರ್ ಕಾನ್ಫಿಡೆನ್ಸ್ ಒಳ್ಳೇದಲ್ಲ" ಬುದ್ಧಿವಾದದ ಜೊತೆ ಅಧಿಕಾರವು ಇತ್ತು ಅವಳ ದನಿಯಲ್ಲಿ.

ಪರೀಕ್ಷಿತ್ ಐದು ನಿಮಿಷ ಮೌನವಾಗಿ ಕೂತುಬಿಟ್ಟ. ಭಯಂಕರ ಆರ್ಭಟದ ಅಲೆಗಳ ಬಡಿತ ಅವನೆದೆಯಲ್ಲಿ. ಕಡೆಗೆ ಶಾಂತತೆಗೆ ಮರಳಿದಾಗ ಸುಮತಿ ತನ್ನನ್ನು ಪ್ರೇಮಿಸದಿದ್ದರೂ ತನ್ನ ಬಗ್ಗೆ ಆಸಕ್ತಿ ಇದೆ. ಸದ್ಯಕ್ಕೆ ಅಷ್ಟೇ ಸಾಕೆನಿಸಿತು.

"ಥ್ಯಾಂಕ್ಯೂ, ನಿಂಗೆ ಕೊಟ್ಟ ಪ್ರಾಮಿಸ್‌ನ ಉಳ್ಸಿಕೊಳ್ತೀನಿ. ಥ್ಯಾಂಕ್ಯೂ ಫಾರ್ ಯುವರ್ ಕೈಂಡ್ ಸಜೆಷನ್" ಒತ್ತಿ ಹೇಳಿದ.

ಕಾಲಿಂಗ್‌ಬೆಲ್ ಸದ್ದಾಯಿತು. ಸುಮತಿ ಎದ್ದು ಹೋದಳು. ಇಲ್ಲಿಗೆ ತಲುಪಲು ಸಹಾಯ ಮಾಡಿದ ಜನಾನೇ ಅವನನ್ನು ಉರುಳಲು ಬಿಡದೆ ಎಚ್ಚರಿಕೆ ವಹಿಸಿದ್ದು ವಿಪರ್ಯಾಸ ವೆನಿಸಲಿಲ್ಲ.

"ಹರಿ...ಬಾ.....ಬಾ...... ನಿಂಗೆ ಬೆಳಿಗ್ಗೆ ಫೋನ್ ಮಾಡಿ ಸಾಕಾದೆ" ಸುಮತಿ ಸ್ವರದ ಹಿಂದೆಯೇ ಹರೀಶ್ ಒಳಕ್ಕೆ ಬಂದ. "ನಾನು ರೂಮಿನಲ್ಲಿರೋಷ್ಟು ಹೊತ್ತು ಹೆಚ್ಚು ಕಡ್ಮೇ ನನ್ನ ಕೈಯಲ್ಲೇ ರಿಸೀವರ್ ಇತ್ತು. ಬರೀ ಎಂಗೇಜ್ ಸದ್ದು" ಎಂದ. ಸುಮತಿಗೆ ಅರ್ಥವಾಯಿತು.

ಪರೀಕ್ಷಿತ್‌ನ ನೋಡಿದ ಹರೀಶ್ ಕಣ್ಣರಳಿಸಿದ. "ನಮಸ್ತೇ ಸರ್, ಬೆಳಿಗ್ಗೆ ಆ ಕಡೆಗೇ ಹೋಗಿದ್ದೆ. ನಾನು ಮನೆಗೆ ಹೋಗಿದ್ದಾಗ ನೀವಿರಲಿಲ್ಲ" ಎಂದ. ಯಾರಿಗೂ ಜಗ್ಗದ ಅವನು ಪರೀಕ್ಷಿತ್‌ನ ಗೌರವದಿಂದ ಕಾಣುತ್ತಿದ್ದ. ಅವನ ಬಗ್ಗೆ ವಿಶೇಷವಾದ ಆತ್ಮೀಯತೆ ತೋರಿಸುವ ಏಕೈಕ ವ್ಯಕ್ತಿ. ಸುಮತಿಯನ್ನು ಬಿಟ್ಟರೆ.

ಕೂಡುವಂತೆ ಕೈ ತೋರಿಸಿ ಪರೀಕ್ಷಿತ್ ನಕ್ಕ. "ಇವತ್ತು ನಿಮ್ಮ ಮೇಡಮ್ ಅಪರೂಪಕ್ಕೆ

ಊಟಕ್ಕೆ ಕರೆದಿದ್ರು. ಇನ್ನು ಸ್ವಲ್ಪ ಮೊದಲೇ ಬಂದಿದ್ರೆ....ಊಟಕ್ಕೆ ಒಳ್ಳೇ ಕಂಪನಿ ಆಗ್ತಾ ಇತ್ತು" ಸುಮತಿಯತ್ತ ನೋಟ ಹರಿಸಿದ. ಅವಳ ಮುಖದಲ್ಲಿ ಭಾವನೆಗಳ ಏರುಪೇರು ಇರಲಿಲ್ಲ.

"ಇವತ್ತೆಲ್ಲ ನಿನ್ನ ಅಡಿಗೆನೇ, ಆದರೆ ನೀನು ಮಾಡಿದಷ್ಟು ರುಚಿಯಾಗಿಲ್ಲ. ಟೇಸ್ಟ್.... ನೋಡ್ಬಾ" ಎಂದಳು.

ಎರಡು ಕೈ ಜೋಡಿಸಿದ. "ಮೂರು ತಿಂಗ್ಳಿಂದ ಮೂರು ಕೆ.ಜಿ. ತೂಕ ಹೆಚ್ಚಿದೆ. ತಿಂಗಳಿಗೊಂದು ಕೆ.ಜಿ. ಹನ್ನೆರಡು ತಿಂಗಳಿಗೆ ಹನ್ನೆರಡು ಕೆ.ಜಿ. ಆ ಪೆರುಮಾಳ್ ನನ್ನ ಕಾಪಾಡ್ಬೇಕು. ಅದ್ಕೇ ಡಯಟಿಂಗ್ ಶುರು ಮಾಡಿದ್ದೀನಿ" ನಕ್ಕ. ಅವನ ನಗುವಿಗೆ ಜೊತೆಗೂಡಿಸಿದರು ತಮ್ಮ ನಗುವನ್ನು.

ಕಡೆಗೆ ಇನ್ನೊಂದು ಕೆ.ಜಿ. ಹೆಚ್ಚಿದರೂ ಪರವಾಗಿಲ್ಲ ಎನ್ನುವ ನಿರ್ಧಾರಕ್ಕೆ ಬಂದೇ ಊಟ ಮಾಡಲು ನಿಶ್ಚಯಿಸಿದ.

"ನೀವು ಮಾತಾಡಿ, ನಾನು ಹೋಗಿ ಊಟ ಮಾಡ್ಕೊಂಡ್ಬರ್ತೀನಿ" ಕಿಚನ್‌ನತ್ತ ನಡೆದ. ಅವನು ಹೋದತ್ತಲೇ ನೋಡಿದಳು. ಅವಳ ನೋಟದಲ್ಲಿದ್ದುದು ಪ್ರೀತಿಯಾ, ಅಭಿಮಾನವಾ? ಯೋಚಿಸತೊಡಗಿದ.

"ಹರೀಶ್ ಮಿದುಳು ಚುರುಕು ಮಾತ್ರವಲ್ಲ, ಹೃದಯವಂತ. ಹಿಂದೆ ಅವ್ನ ಬಗ್ಗೆ ನನ್ನ ಯಾರಾದ್ರೂ ಪ್ರಶ್ನಿಸಿದ್ದರೆ ಏನು ಆಗ್ತಾ ಇದ್ನೋ... ಇಂದು ಅವನಂಥವ್ರು ಸಾವಿರಕ್ಕೊಬ್ಬರು" ಹೊಗಳಿದಳು." ಅದು ನಿಜವೇ ಇರಬಹುದು, ಅವನಿಗೆ ಸಹನೀಯವಾಗಲಿಲ್ಲ. ಆದರೆ ಹೊರಹಾಕದೆ ಅದನ್ನು ಮುಚ್ಚಿಟ್ಟ. "ಹೌದು........ಲಕ್ಷಕ್ಕೊಬ್ಬ..........." ಉಸಿರು ಬಿಗಿಹಿಡಿದ.

ಆಮೇಲೆ ಆಡುವುದಕ್ಕೆ ಮಾತುಗಳೇ ಇಲ್ಲವಾಯಿತು. ಮಾತು ಹಾಡಿನೊಂದಿಗೆ ಊಟ ಮುಗಿಸಿ ಬಂದ. ಹರೀಶ್ ಮನಪೂರ್ತಿಯಾಗಿ ಹೊಗಳಿದ.

"ತುಂಬ ಚೆನ್ನಾಗಿತ್ತು ಮೇಡಮ್, ಅಡ್ಗೇ. ದಿನಾ ಇದೇ ಊಟ ಹಾಕಿದರೆ...." ಬೆರಳುಗಳನ್ನು ಎಣಿಸಿ ಮೇಲಕ್ಕೆ ನೋಡಿದ. "ದೇವರಿಗೆ ಗೊತ್ತು!" ಪರೀಕ್ಷಿತ್ ಅವರಿಬ್ಬರ ಮುಖಗಳನ್ನು ಬದಲಿಸಿ ಬದಲಿಸಿ ನೋಡಿದ. ಯಾವುದೇ ನಿರ್ಧಾರಕ್ಕೆ ಬರದೇ ಹೋಯಿತು ಅವನ ಮನ.

ಆಮೇಲೆ ಹೆಚ್ಚು ಹೊತ್ತು ಕೂಡಲು ಇಷ್ಟಪಡಲಿಲ್ಲ ಪರೀಕ್ಷಿತ್. ಅದಕ್ಕೆ ಮುನ್ನವೇ ಹರೀಶ್ ಮೇಲೆದ್ದ.

"ಬರ್ತೀನಿ, ಸರ್"

ಪರೀಕ್ಷಿತ್ ಅವನೆರಡು ಕೈಗಳನ್ನು ಹಿಡಿದುಕೊಂಡ. "ಈ ಅತಿಯಾದ ಗೌರವ ಬೇಡ. ಪರೀಕ್ಷಿತ್ ಅನ್ನು ಸಾಕು. ಇದು ಕೂಡ ನಾನು ಆನಂದರಾಯರಿಂದ್ಲೇ ಕಲಿತಿದ್ದು. ಅತಿಯಾದ

ಗೌರವ, ವಿನಯ ಮನುಷ್ಯ ಮನುಷ್ಯರ ಮಧ್ಯೆ ಗೋಡೆ ಎಬ್ಬಿಸುತ್ತೆ. ಯೂ ಆಲ್ ಸೋ ಮೈ ಫ್ರೆಂಡ್" ಭುಜ ತಟ್ಟಿದ. ಬೆರಗಾದ ಹರೀಶ್.

ಅಂದು ರಾತ್ರಿ ಅಮಲಿನಲ್ಲಿ ಪಶುವಿನಂತೆ ಕಂಡ ವ್ಯಕ್ತಿ ಇವನೇನಾ? ಬೇರೆಯವರಾದರೆ ನಂಬಲಾರದೆ ಹೋಗುತ್ತಿದ್ದರು. ಕಪಟವೆಂದುಕೊಳ್ಳುತ್ತಿದ್ದರು. ಆದರೆ ಹರೀಶ್ ನಂಬಿದ. ಹೆಮ್ಮೆ, ಅಭಿಮಾನದಿಂದ ನೋಡಿದ.

"ಥ್ಯಾಂಕ್ಯೂ ಸರ್...." ಎಂದಾಗ ಬೆನ್ನಿಗೊಂದು ಗುದ್ದಿ "ಪರೀಕ್ಷಿತ್...." ಎಂದ. ಅದಷ್ಟು ಸರಾಗವಾಗಿ ಕಾಣಲಿಲ್ಲ. ಹರೀಶ್ "ಆಫೀಸ್ ಛೇಂಬರ್ ಕಂಪನಿಯಲ್ಲಿ ಮಾತ್ರ ಹಾಗೆಂದು ಕೂಗಲಾರೆ. ಒಬ್ಬರೇ ಇದ್ದಾಗ... ಪರ್ವಾಗಿಲ್ಲ." ಪರೀಕ್ಷಿತ್ ಅವನ ತೀರ್ಮಾನಕ್ಕೆ ನಕ್ಕ.

ಹರೀಶ್‌ನ ಇಬ್ಬರು ಹೊರಗೆ ಹೋಗಿ ಬೀಳ್ಕೊಟ್ಟರು. ಪರೀಕ್ಷಿತ್ ಉತ್ಸಾಹ ಬತ್ತಿ ಹೋಗಿತ್ತು.

"ಬರ್ತೀನಿ.....ಸುಮ ಮನೆಗೆ ಕರ್ದು ಊಟ ಹಾಕಿ ಬುದ್ಧಿ ಹೇಳುವಂಥ ಆತ್ಮೀಯರು ನನ್ನ ಹಾಗೆ ಎಲ್ಲರಿಗೂ ಇರೋಲ್ಲ. ಐಯಾಮ್ ಲಕ್ಕಿ" ಷೂಯೇರಿಸಿ ಹೊರಟವನು ಕ್ಷಣ ನಿಂತ.

ಸುಮತಿ ನೆನಪಿಸಿಕೊಂಡಳು "ಈಗ ಬೇರೆಲ್ಲೂ ಹೋಗೋಲ್ಲ ತಾನೇ! ಸುಶೀಲಾಗೆ ಹುಷಾರಿಲ್ಲ ಅಂದ್ಲು. ನೋಡ್ಕೊಂಡ್ಬರೋಣ" ಮೊದಲ ಸಲ ತನ್ನ ಬೇಡಿಕೆಯನ್ನ ಅವನ ಮುಂದಿಟ್ಟಾಗ ರೋಮಾಂಚಿತಗೊಂಡ. ಬೇರೆ ಯಾರಾದರೂ ಇಂಥ ಬೇಡಿಕೆ ಮುಂದಿಟ್ಟಿದ್ದರೆ ಸಮ್ಮತಿಸುತ್ತಿರಲಿಲ್ಲ. ಅಷ್ಟು ವೇಳೆ ಸುಮತಿ ತನ್ನ ಸನ್ನಿಹದಲ್ಲಿರುತ್ತಾಳಲ್ಲ ಎಂದು ಸಂತೋಷಿಸಿದ. "ಓ.ಕೆ. ಹೋಗೋವಾಗ ದಾರಿಯಲ್ಲೇ ನೋವಾಲಿಜಿನ್ ಕೊಂಡಿರ ಬೇಕಷ್ಟೇ" ಮಾರ್ಮಿಕವಾಗಿ ನಕ್ಕ.

ನಾಲ್ಕಾರು ಸಲ ಫೋನ್ ಮಾಡಿ ಸುಶೀಲ ಕಾಡಿದ್ದರಿಂದ ಒಮ್ಮೆ ಹೋಗಿ ಬರುವುದು ಅವಳಿಗೆ ಸೂಕ್ತವೆನಿಸಿತ್ತು. ಅವಳ ಸ್ವಭಾವ, ನಡತೆ ಸ್ವಲ್ಪ ಬೇಸರ ತರಿಸಿದ್ದರೂ ಹಿಂದಿನ ಸ್ನೇಹ ಅವಳಲ್ಲಿ ಪೂರ್ತಿಯಾಗಿ ಬತ್ತಿರಲಿಲ್ಲ.

ಐದೇ ನಿಮಿಷದಲ್ಲಿ ರೆಡಿಯಾಗಿ ಬಂದಳು. ಫ್ಲ್ಯಾಟ್‌ನಿಂದ ಕೆಳಗಿಳಿದು ಬಂದವನು ಕೀಗಾಗಿ ಕೈ ಚಾಚಿದ "ಒಂದಿಷ್ಟು ಕೀ ಕೊಡಿ, ಮ್ಯಾನೇಜರ್ ಸಾಬ್" ಅವಳ ಅರಳು ಗಣ್ಣುಗಳು ಕಿರಿದಾದವು. ಯಾಕೆ ಎಂದು ಪ್ರಶ್ನಿಸಿದೆಯೇ ಅವನ ಕೈಯಲ್ಲಿಟ್ಟಳು "ತುಂಬ ಹೊತ್ತು ಕಾಯಿಸ್ಬೇಡ. ಬೇಗ್ಬಾ...."

ಪರೀಕ್ಷಿತ್ ತನ್ನ ಸುಂದರ ನಗೆಯೊಂದಿಗೆ ಕೀಯನ್ನ ಹಾರಿಸಿ ಹಿಡಿಯುತ್ತ ಹಾರುವ ನಡಿಗೆಯಲ್ಲಿ ನಡೆದ. ಅವಳ ಬಟ್ಟೆಯ ಸೂಟ್‌ಕೇಸ್ ಒಂದನ್ನ ಬಿಟ್ಟು ಮಿಕ್ಕದೆಲ್ಲ ಫ್ಲ್ಯಾಟ್ ನಲ್ಲಿದ್ದುದ್ದೇ. ಅವಳೇನು ತಲೆಕೆಡಿಸಿಕೊಳ್ಳಲು ಹೋಗಿರಲಿಲ್ಲ. ಹತ್ತು ನಿಮಿಷಗಳಲ್ಲಿ ಹಿಂದಿರುಗಿದ.

ಕಾರು ಸ್ಟಾರ್ಟ್ ಮಾಡುತ್ತಾ ಪ್ರಸ್ತಾಪಿಸಿದ "ತಾವು ಹುಕುಂ ಮಾಡಿದ್ರಿ. ನಾನು ಜೀ ಹುಜೂರ್ ಅಂದೆ. ಈಗ ನನ್ನದೊಂದು ರಿಕ್ವೆಸ್ಟ್. ತಾವು ನಡೆಸಿಕೊಡ್ಬೇಕು!" ಎಂದ ಅವಳತ್ತ ಚೇಷ್ಟೆಯ ನೋಟ ಬೀರುತ್ತಾ.

"ನಂಗೆ ನಾಟ್ಕದ ಮಾತುಗಳು ಇಷ್ಟವಾಗೋಲ್ಲ. ಸೀದಾ ಸಾದಾ ಮಾತಾಡು" ನಸು ಮುನಿಸಿನಿಂದ ರೇಗಿದಳು.

"ತೋಬಾ....ತೋಬಾ....." ಕೆನ್ನೆಗಳಿಗೆ ಹಾಕಿಕೊಂಡ.

ಅವನಲ್ಲಿ ಕೆಲಸಕ್ಕೆ ಸೇರಿದ ಮೇಲೆ ಸುಮತಿನ್ನು. ಯಾವ ಉಡುಪುಗಳನ್ನ ಕೊಂಡಿರಲಿಲ್ಲ. ಎಚ್ಚರದಿಂದ ಗಮನಿಸಿದ್ದ. ಅದೇ ಸೀರೆಗಳನ್ನು ಉಟ್ಟು ಬರುತ್ತಿದ್ದಳು.

ಹಿಂದೆ ಯಾವುದೋ ಮಾತಿಗೆ ಅಂದಿದ್ದಳು. "ನನ್ನ ಉಡುಪು, ಬಟ್ಟೆ ಸೆಲೆಕ್ಟ್ ಮಾಡಿಕೊಳ್ಳೋಕೆ ನಂಗೆ ಗೊತ್ತಿಲ್ಲ. ಅಂಥದ್ದರಲ್ಲಿ...ಲೈಫ್ ಪಾರ್ಟನರ್‌ನ... ನೆವರ್ ಸಾಧ್ಯವೇ ಇಲ್ಲ. ಆ ಕೆಲಸಾನು ತಾತನೇ ಮಾಡ್ಬೇಕು."

ಆನಂದರಾಯರೇ ಮೊಮ್ಮಗಳ ಸಂಪೂರ್ಣ ಬೇಕು, ಬೇಡ, ಚೆನ್ನಗಳನ್ನ ಗಮನಿಸುತ್ತಿದ್ದರು. ಅವಳು ತೊಡುವ ಉಡುಪುಗಳ ಬಣ್ಣ, ಡಿಸೈನು ಆಯ್ಕೆಯು ಅವರದೇ, ಎಂದೂ ಅಂಥ ತಾಪತ್ರಯ ತೆಗೆದುಕೊಂಡಿರಲಾರಳು!

ಭಾರವಾದ ಉಸಿರೆಳೆದು ದಬ್ಬಿದ.

ಕೊನೆಗೆ ಅತ್ಯಂತ ಸಾಹಸದಿಂದ ತುಟಿ ಬಿಚ್ಚಿದ "ಫ್ಲ್ಯಾಟ್‌ಗೆ ಬಂದ್ಮೇಲೆ ಏನೂ ಕೊಂಡಿಲ್ಲ!" ಅವನ ಮಾತನ್ನು ನಿರಾಕರಿಸಿದಳು. "ಸುಳ್ಳು, ಏನೂ ಕೊಳ್ಳದಿದ್ರೆ ನಿಂಗೆ ಊಟ ಹಾಕೋಕೆ ಆಗ್ತಾ ಇರ್ಲಿಲ್ಲ. ಅದ್ರಲ್ಲು ನಂಗೆ ಅಂಥ ಅನುಭವವಿಲ್ಲ" ಎಂದಳು.

ಅಷ್ಟರಲ್ಲಿ ಒಂದು ಸೈಕಲ್ ಸಡನ್ನಾಗಿ ಬಂದು ಕಾರಿಗೆ 'ಬ್ರೇಕ್' ಬಿತ್ತು. ಸೈಕಲ್‌ನವನು ಪರಾರಿಯಾದ. ವಿಷಯಕ್ಕೂ ಬ್ರೇಕ್ ಬಿತ್ತು. ಆಮೇಲಿನ ಮಾತುಗಳೆಲ್ಲ ಬರೀ ಟ್ರಾಫಿಕ್ ಬಗೆಯದೆ.

ಸುಶೀಲ ಮನೆಯ ಮುಂದೆ ಕಾರು ನಿಂತಿತು. ಇಳಿದವನು ದೂರಕ್ಕೆ ನೋಟ ಹರಿಸಿ "ನಾರಾಯಣ್ ನಾಯಿನ ಹಿಡ್ಕೊಂಡ್ ಹೋಗ್ತಾ ಇದ್ದಾರೆ. ಬಹುಶಃ ಅವ್ರ ರಾಣಿ ಸಾಹೇಬ್ರು ಅಂತಃಪುರದಲ್ಲಿರಬೇಕು!" ಮಾರ್ಮಿಕವಾಗಿ ಹೇಳಿದ. ಸುಮತಿ ಹಾಸ್ಯವೆಂದುಕೊಂಡಳು.

ಕಾಂಪೌಂಡ್ ಹೊಕ್ಕಾಗಲೇ ಅನುಮಾನಿಸಿದ "ಸುಮತಿ, ಇನ್ನೊಂದು ದಿನ ನೋಡ್ಬಹುದಿತ್ತು. ಈಗ್ಯಾಕೆ ತೊಂದರೆ ಕೊಡೋದು?" ಅವನ ಮಾತಿನ ತಳಬುಡವೊಂದು ಅವಳಿಗೆ ಅರ್ಥವಾಗಲಿಲ್ಲ. "ಬಂದಿದ್ದು ಆಯ್ತು. ಈಗೆಂಥ ತೊಂದರೆ!" ನೇರವಾಗಿ ನಡೆದಾಗ ಅವನ ಹೆಜ್ಜೆಗಳು ಅವಸರಿಸಲಿಲ್ಲ.

ತೆರೆದ ಬಾಗಿಲಿನಿಂದ ಇಬ್ಬರು ಒಳಗೆ ಅಡಿ ಇಟ್ಟಾಗ ಒಂದು ಜೊತೆ ಷೂಸ್ ಪರೀಕ್ಷಿತ್‌ನ ಆಕರ್ಷಿಸಿದವು. ದೀರ್ಘವಾಗಿ ನೋಡಿದ. ಇದು ಚಕ್ರವರ್ತಿಯದೇ ಎಂದು ಅವನ ಮನ ತೀರ್ಮಾನಿಸಿತು.

"ನಂಗೆ ಊಟಕ್ಕೆ ಗತಿ ಇಲ್ಲ. ಹೆಸರು ಮಾತ್ರ ಚಕ್ರವರ್ತಿ. ನಮ್ಮ ಹಿರಿಯರಿಗೆ ಕಾಮನ್ ಸೆನ್ಸ್ ಅನ್ನೋದೇ ಇಲ್ಲ. ಬರೀ ಎಕ್ಸ್‌ಪೀರಿಯನ್ಸ್ ಕೇಳ್ತೀರಲ್ಲ. ನಮ್ಗೆ ಕೆಲ್ಸನೇ ಸಿಗದಿದ್ದರೆ ಎಕ್ಸ್‌ಪೀರಿಯನ್ಸ್ ಹೇಗೆ ಬರುತ್ತೆ? ನೀವು ಕೆಲ್ಸ ಕೊಡೋದಾದ್ರೆ ಮಾತ್ರ ನಿಮ್ಮ ಪ್ರಶ್ನೆಗಳಿಗೆ ಉತ್ತರ" ಅಂದು ಕೋಪದಿಂದ ಸವಾಲ್ ಎಸೆದಿದ್ದ.

ಅವನ ಸವಾಲ್‌ನ ಅಂಗೀಕರಿಸಿ ಕೆಲಸ ಕೊಟ್ಟಿದ್ದ. ತಾನು ಇಂಟಲಿಜೆಂಟ್, ಪ್ರಾಮ್ಟ್ ಅನ್ನೋದನ್ನ ಕೆಲವೇ ದಿನಗಳಲ್ಲಿ ತೋರಿಸಿಕೊಟ್ಟಿದ್ದ. ಅವನವೇ ಈ ಷೂಗಳು.

ಒಮ್ಮೆ ಇವನ ಭೇಡಿಕೆಗೆ ನಮ್ರತೆಯಿಂದ ಹೇಳಿದ್ದ "ಇದ್ರೆ ಖರ್ಚು ಬರೀ ಮೂವತ್ತು. ನಾನೇ ಹೊಲಿದುಕೊಂಡಿದ್ದೀನಿ, ಅನ್ನೋದ್ನ ನೀವು ನಂಬಬೇಕು" ಪ್ರಾಕ್ಟಿಕಲ್ಲಾಗಿ ಮಾಡಿಯೂ ತೋರಿಸಿದ್ದ.

ವರಾಂಡದಲ್ಲಿಯೇ ಕೂತ. ಒಳಗಿನಿಂದ ಬಂದ ಕೆಲಸದ ಹುಡುಗ ಗಡಗಡ ನಡುಗಿದ "ನಿನ್ನ ಅಮ್ಮಾವ್ರು ಹೊರ್ಗೆ ಬರೋವರ್ಗೂ ಕಾಯ್ತೀವಿ. ನಿನ್ನ ನಾಯಿ ಯಜಮಾನ್ರಿಗೆ ಸುದ್ದಿ ಮುಟ್ಸು" ಐದು ರೂಪಾಯಿ ನೋಟನ್ನ ಅವನ ಕೈಯಲ್ಲಿಟ್ಟು ಸಾಗಿ ಹಾಕಿದ.

ಹಾಲ್‌ಗೆ ಹೋದ ಸುಮತಿ ಹಿಂದಕ್ಕೆ ಬಂದಳು "ಕೂತ್ಕೋ ಅಂತು ಕಾಯೋ ಹಣೆ ಬರಹ" ಮುಖ ಹುಳ್ಳಗೆ ಮಾಡಿದ. ಎಂದೋ ತಿಂದಿದ್ದು ಇಂದು ವಾಕರಿಸಿಕೊಂಡು ನಾಲಿಗೆಗೆ ಬಂದಂತಾಯಿತು. ಪರೀಕ್ಷಿತ್ ಉಗುಳಲಾರದೆ, ನುಂಗಲಾರದೆ ಚಡಪಡಿಸಿದ.

ಕೂತ ಸುಮತಿ ಸುತ್ತಲೂ ನೋಟ ಹರಿಸಿದಳು. ಆ ಮನೆಯ ವಸ್ತುಗಳೆಲ್ಲ ಅತ್ಯಂತ ಬೆಲೆ ಬಾಳುವಂಥದ್ದು. ಏನೋ ಜ್ಞಾಪಿಸಿಕೊಂಡಳು.

"ಪರೀಕ್ಷಿತ್, ನಾರಾಯಣ್ ಯಾರನ್ನಾದ್ರೂ ಹೆದರಿಸಿ ಬ್ಲಾಕ್‌ಮೇಲ್ ಮಾಡ್ತಾರ?" ಅವಳ ಪ್ರಶ್ನೆಯನ್ನ ಅರ್ಥಮಾಡಿಕೊಂಡು ಸಣ್ಣಗೆ ನಕ್ಕ. "ಇಂಪಾಜಿಬಲ್, ವ್ಯಕ್ತಿಗಳ್ನ ಟಾರ್ಚರ್ ಮಾಡ್ತಾನೇ ವಿನಃ ಹಣ ಕೀಳೋ ಕಲೆ ಅವ್ನಿಗೆ ಗೊತ್ತಿಲ್ಲ" ಎಂದ.

ಅತ್ತಿತ್ತ ನೋಡಿ ಸಾಕಾದಳು "ಆ ಕೆಲ್ಸದ ಹುಡ್ಗ ಎಲ್ಲಿ?" ಪರೀಕ್ಷಿತ್ ಮೇಲಕ್ಕೆದ್ದ "ನಾಯಿ ಯಜಮಾನ್ರುನ ಕರೆ ತರೋಕೆ ಹೋಗಿದ್ದಾರೆ. ನಮ್ಮ ಸುದ್ದಿ ಒಳ್ಗೆ ಮುಟ್ಟಿಸೋಕೆ ನಾಯಿ ಅಥವಾ ಅದ್ರ ಯಜಮಾನ ಬೇಕು" ಹೊರಗೆ ಹೋದ.

ಬಂದಿದ್ದಕ್ಕೆ ಪಶ್ಚಾತ್ತಾಪಪಡುತ್ತಿದ್ದ. ಸುಶೀಲ ಮನೆ ಕೆಲಸದ ಹುಡುಗನಿಗೆ ಮಾತ್ರವಲ್ಲ ಧನದಾಹ, ಗೋಡೆ ಕಿಟಕಿಗಳ ಸ್ಥಿತಿಯೂ ಅಷ್ಟೇ. ನಾಲ್ಕಾರು ವರ್ಷಕ್ಕೆ ಎಲ್ಲ ಮನೆಗಳಿಗೂ ಪೈಂಟ್ ಆದರೂ ಎರಡೆರಡು ವರ್ಷಕ್ಕೆ ಅವುಗಳ ಬಣ್ಣ ಬದಲಾಗುತ್ತಿತ್ತು.

ನಾಯಿ ಹಿಡಿದುಕೊಂಡ ನಾರಾಯಣ್ ಓಡಿ ಬರುತ್ತಿದ್ದರು. ಅದರ ಫಾಸ್ಟ್‌ನೆಸ್ ಬಹಳ ಕಮ್ಮಿ. ಈವೊಂದು ಎಳೆಯನ್ನೇ ಅವನ ದೌರ್ಬಲ್ಯವಾಗಿ ಬಳಸಿಕೊಂಡಿರಬಹುದು ಸುಶೀಲ.

ಗೇಟಿಗೆ ಬಂದ ಕೂಡಲೇ ನಾಯಿಯನ್ನ ಕೆಲಸದ ಹುಡುಗನ ಕೈಯಲ್ಲಿ ಕೊಟ್ಟು ಇವರತ್ತ ಓಡಿ ಬಂದ.

"ನೀವುಗಳು ಬರೋ ವಿಷ್ಯ ಸುಶೀಲಾಗೆ ಗೊತ್ತಿತ್ತಾ?" ಒಂದು ತರಹ ನಕ್ಕ. ಪರೀಕ್ಷಿತ್‌ಗೆ ಮುಖ ತಿರುಗಿಸುವಂತಾಯಿತು "ಮಿಸ್ಟರ್ ನಾರಾಯಣ್, ನೀವು ಈ ತರಹ ನಗೋ ಬದಲು ಜೋರಾಗಿ ಅಳಿ. ಅದ್ನ ನೋಡ್ಬಹುದು. ಹೀರೋ ನಗೇನು ಅಲ್ಲ, ವಿಲನ್ ನಗೂನೂ ಅಲ್ಲ. ಅಧ್ವಾನದ ಕೆಟ್ಟ ನಗೆ" ಕಹಿ ಚೆಲ್ಲಿದ ಮುಲಾಜಿಲ್ಲದೆ. ಆ ಮಾತುಗಳೇನು ಅವನನ್ನ ಘಾಸಿಗೊಳಿಸಿದಂತೆ ಕಾಣಲಿಲ್ಲ. ಒಳಕ್ಕೆ ಕರೆದೊಯ್ದ.

ಪರೀಕ್ಷಿತ್ ವರಾಂಡದಲ್ಲೇ ನಿಂತ. ಅವನಿಗೆ ಒಂದು ರೀತಿಯ ಕಸಿವಿಸಿ. ಸುಮತಿ ಆಸ್ತಿ, ಅಂತಸ್ತಿನಲ್ಲಿ ಮಾತ್ರ ಅವರಿಬ್ಬರಿಗಿಂತ ಮೇಲಿರಲಿಲ್ಲ. ಅಪೂರ್ವವಾದ ಹೃದಯವಂತಿಕೆ. ಜುಳು ಜುಳು ಹರಿಯುವ ತಿಳಿ ನೀರಿನಂಥ ಮನಸ್ಸಿನಿಂದ ಅವರಿಬ್ಬರಿಗಿಂತ ಬಹಳ ಬೇರೆಯಾಗಿ ನಿಂತಿದ್ದಳು. ಎಂದಿಗೂ ತಾವು ಅವಳಿಗೆ ಸಮವು ಅಲ್ಲ, ಸಾಟಿಯು ಅಲ್ಲ, ಎಂದುಕೊಂಡ.

ಹೊರ ಬಂದ ಸುಶೀಲ ಕೃತಕ ನಗೆ, ಮರ್ಯಾದೆ ಪ್ರದರ್ಶಿಸಿದಾಗ ಪರೀಕ್ಷಿತ್ ಮುಖ ಗಂಟಾಯಿತು.

"ಹೇಗಿದೆ.....ಜ್ವರ?" ಸುಮತಿ ಪ್ರಶ್ನಿಸಿದಾಗ ಅವಳ ಮುಖ ಬೆಳ್ಳಗಾಯಿತು. "ಸ್ವಲ್ಪ .... ವಾಸಿ....." ಏನೇನೋ ನಾಟಕೀಯ ಮಾತುಗಳನ್ನು ಬಡಬಡಿಸಿದಳು. ಇಂದಿನ ಅಭಿನಯ ಕೂಡ ಸಪ್ಪೆ.

ಸುಮತಿ ಮೇಲೆದ್ದಳು "ಅಂತೂ ಹುಷಾರಾಗಿದ್ದೀಯಲ್ಲ, ಇನ್ನೊಂದು ದಿನ ಬರ್ತೀನಿ" ಮುಜುಗರದಿಂದ ನುಡಿದನು. ಆಗ ನೆನಪಾದದ್ದು ಹರೀಶ್‌ನ ನಡವಳಿಕೆ, 'ಬಹಳ ದೊಡ್ಡ ವ್ಯಕ್ತಿ' ಎಂದುಕೊಂಡಳು. ಈಚೆಗೇನೇ ಅವಳಿಗೆ ಮನುಷ್ಯ, ಮನುಷ್ಯರಲ್ಲಿನ ಅಂತರ ಸ್ಪಷ್ಟವಾಗುತ್ತಿದ್ದುದು.

ಪರೀಕ್ಷಿತ್ ಅಂತೂ ಮೊದಲೇ ಬಂದು ಕಾರಿನಲ್ಲಿ ಕೂತಿದ್ದ. ಅವನ ಮುಖ ಕೋಪದಿಂದ ಉರಿಯುತ್ತಿತ್ತು. ಬೀಳ್ಕೊಡಲು ಬಂದ ಸುಶೀಲನ ಸನ್ನೆಯಿಂದ ಕರೆದ.

"ಮೈಂಡ್ ಇಟ್, ಚಕ್ರವರ್ತಿ ಇನ್ನೂ ಹುಡ್ಗ! ಶ್ರೀಮಂತ ಅಲ್ಲ, ಐದು ಕಂಗೆಟ್ಟ ಜೀವಿಗಳು ಅವ್ನ ಕುತ್ತಿಗೆಗೆ ಜೋತು ಬಿದ್ದಿವೆ" ಎಂದವನು ಜೇಬಿನಿಂದ ನೂರರ ಹತ್ತು ನೋಟುಗಳನ್ನು ತೆಗೆದು ಅವಳ ಕೈಯಲ್ಲಿಟ್ಟ "ಆ ಜನ ಉಪವಾಸ ಇರೋದ್ಬೇಡ" ಮಾರ್ಮಿಕವಾಗಿ ಅಷ್ಟೇ ಕಟುವಾಗಿ ಹೇಳಿದ. ಸ್ವರದಲ್ಲಿ ಭಾರಿ ರಭಸವಿಲ್ಲದಿದ್ದರೂ ಅಪ್ಪಳಿಸುವ ಭಯಂಕರ ಸಿಡಿಲಿನಂತೆ ಕಂಡ ಪರೀಕ್ಷಿತ್. ಪೂರ್ತಿ ಬಿಳಿಚಿಕೊಂಡಳು.

ಕಾರಿನ ಡೋರ್ ಹಿಡಿದ ಸುಮತಿ ಸ್ತಬ್ಧಚಿತ್ರವಾದಳು. ಅವಳಲ್ಲಿ ಚಲನೆ ಬರಲು ಸೆಕೆಂಡ್‌ಗಳೇ ಬೇಕಾಯಿತು. ಜಗತ್ತು ತೀರಾ ಅಯೋಮಯವಾಗಿ ಕಂಡಿತು.

"ಕೂತ್ಕೊ...ಬಾ.....ಸುಮ" ಹಣೆಯ ಮೇಲಿದ್ದ. ಬೆವರನ್ನೊತ್ತುತ್ತ ಪರೀಕ್ಷಿತ್ ಹೇಳಿದ. ತಳ್ಳಿದಂತೆ ಒಳಗೆ ಕೂತಳು. "ನನ್ನ ಫ್ಲ್ಯಾಟ್ ಬಳಿ ಇಳ್ಸಿಬಿಡು ಪರೀಕ್ಷಿತ್" ಅವಳ ಸ್ವರದಲ್ಲಿ ಒಂದು ರೀತಿಯ ಭಾವ ಸಮ್ಮಿಶ್ರತೆ ಇತ್ತು.

ಕಾರಿನ ವೇಗ ಸಡನ್ನಾಗಿ ಹೆಚ್ಚಿದರೂ ಆಮೇಲೆ ನಿಧಾನಗತಿಯ ಚಲನೆಗೆ ಇಳಿಯಿತು. ಪರೀಕ್ಷಿತ್ ಅವಳನ್ನು ಮಾತಾಡಿಸಲು ಹೋಗಲಿಲ್ಲ.

ಫ್ಲ್ಯಾಟ್ ಮುಂದೆ ಕಾರು ನಿಂತಾಗ ಸುಮತಿ ತಾನೇ ಇಳಿದಳು. "ಥ್ಯಾಂಕ್ಯೂ ಪರೀಕ್ಷಿತ್" ಎಂದವಳು "ನಾಳೆ ಆಫೀಸ್ ಛೇಂಬರ್‌ನಲ್ಲಿದ್ರೆ ಒಂದಿಷ್ಟು ಡಿಸ್‌ಕಸ್ ಮಾಡೋದಿದೆ" ಬಹಳ ನಿಧಾನವಾಗಿ ಉಸುರಿದಳು.

"ಜೀ ಮೇಮ್‌ಸಾಬ್..." ಕೈ ಬೀಸಿದ.

ಮುಂದಕ್ಕೆ ಹೋದ ಕಾರನ್ನ ನೋಡಿದಳು. ಈಗ ಅವಳ ತಾತ ಮಾಡಿದ ಸಣ್ಣ ತಪ್ಪು ಅಗಾಧವಾಗಿ ಕಂಡಿತು. ತನಗೆ ಪೂರ್ತಿಯಾಗಿ ಸಮಾಜದ ಪರಿಚಯವಾಗಲು ಅವರು ಅವಕಾಶ ಕೊಡಲಿಲ್ಲ! ಈ ಆರೋಪ ಕೂಡ ಸರಿಯೆನಿಸಲಿಲ್ಲ. ತಾನೇ ಅಂಥ ಆತುರ ತೋರಲಿಲ್ಲವೆಂದುಕೊಂಡಳು.

ಇಡೀ ರಾತ್ರಿ ಕೆಟ್ಟ ಕನಸು ಕಂಡಂತೆ ಬೆಚ್ಚಿ ಬೀಳುತ್ತಿದ್ದಳು.

* * *

ಪರೀಕ್ಷಿತ್ ಆಫೀಸ್‌ಗೆ ಬರುವ ವೇಳೆಗೆ ಒಬ್ಬ ವ್ಯಕ್ತಿ ಕಾದಿದ್ದ. ಎಲ್ಲೋ ನೋಡಿದ ಮುಖವೆನಿಸಿತು. ಅವನೇ ಮುಂದಕ್ಕೆ ಬಂದು ಪರಿಚಯಿಸಿಕೊಂಡ.

"ನಾನು ಸುಬ್ಬಯ್ಯ. ಆನಂದರಾಯರಲ್ಲಿ ಮೇಸ್ತ್ರಿಯಾಗಿದ್ದವ್ನು" ಪರೀಕ್ಷಿತ್ ಅವನ ಮುಖದ ಸುಕ್ಕುಗಳನ್ನೇ ಅಳೆದ "ಬನ್ನಿ....." ತನ್ನ ಛೇಂಬರ್‌ಗೆ ನಡೆದ. ಅವರ ಸಂಪೂರ್ಣ ವಹಿವಾಟು ನೋಡುತ್ತಿದ್ದವನು ಇವನೇ. ಪ್ರತಿಯೊಂದಕ್ಕೂ ಆನಂದರಾಯರು "ಸುಬ್ಬಯ್ಯ... ಸುಬ್ಬಯ್ಯ" ಎನ್ನುತ್ತಿದ್ದರು. ಮಿಕ್ಕೆಲ್ಲವನ್ನು ಅವನು ಕೈಯಲ್ಲಿಟ್ಟುಕೊಂಡಿದ್ದ.

ತಾನು ಕೂತ ಮೇಲೆ ಅವನನ್ನು ಕೂಡುವಂತೆ ಸನ್ನೆ ಮಾಡಿದ. ಆನಂದರಾಯರ ಸರ್ವನಾಶಕ್ಕೆ ಇವನು ಕೂಡ ಕಾರಣವಾಗಿರುತ್ತಾನೆಂದು ಪರೀಕ್ಷಿತ್‌ನ ಅಂದಾಜು.

"ಏನು.......ಬಂದಿದ್ದು?" ಸೀಟಿಗೆ ಒರಗಿ ಪ್ರಶ್ನಿಸಿದ. ರಿವಾಲ್ವಿಂಗ್ ಛೇರ್ ಅತ್ತಿತ್ತ ಹೊಯ್ದಾಡುತ್ತಿತ್ತು. ಸುಬ್ಬಯ್ಯ ಛತ್ರಿಯನ್ನು ಛೇರಿಗೆ ಒರಗಿಸಿ ಅತ್ತಿತ್ತ ನೋಟ ಹರಿಸಿದ "ಪರ್ವಾಗಿಲ್ಲ ಚೆನ್ನಾಗಿ ಇಂಪ್ರೂವ್ ಆಗಿದ್ದೀಯಾ" ಎಂದ.

"ಬಂದ ಕೆಲ್ಸ ಹೇಳಿ" ಪರೀಕ್ಷಿತ್ ಸೀರಿಯಸ್ಸಾದ.

ಸುಬ್ಬಯ್ಯ ಕೆಮ್ಮಿದ್ದ. ಕಾಲಿಂಗ್ ಬೆಲ್ ಒತ್ತಿ ವಾರ್ಡ್ ಬಾಯ್ ಕರೆಸಿ ನೀರು ಕೊಡಿಸಿದ.

"ಕುಡಿದು ಮಾತಾಡೀ.. ಸಮಯಕ್ಕೆ ತುಂಬ ಬೆಲೆ ಇದೆ. ಅದ್ನ ಅರಿಯದೇ ಕೆಲ್ಸವಿಲ್ದ ಮಾತುಗಳ್ನ ಕೇಳ್ತಾ ಕೂತು ಆನಂದರಾಯರು ಕೆಟ್ಟರು. ಅದು ಈಗಿನವ್ರಿಗೆ ಪಾಠ" ವ್ಯಂಗ್ಯದಿಂದ ಚುಚ್ಚಿದ.

"ಹೆ....ಹೆ.....ಹೆ....." ನಕ್ಕರು "ಅದೆಲ್ಲ ವಿಧಿ. ಏನೇನು ನಡೀಬೇಕೋ ಅದು ನಡೆಯುತ್ತೆ ಅಷ್ಟೇ. ಆನಂದರಾಯರು ಭಿಕಾರಿಗಳು ಆಗೋಕೂ.... ಅದೇ ಕಾರಣ" ರಾಗ ಎಳೆದರು.

"ಬಂದ......... ಉದ್ದೇಶ......" ಮೊದಲ ಮಾತಿಗೆ ಬಂದ. ವಾಚ್ ಕಡೆ ನೋಡಿದ 'ಬೇಗ....ನಂಗೆ ಬೇರೆ ಕೆಲ್ಸ ಇದೆ. ಬೊಗಳಿ ಹೋಗು' ಎಂದು ಎಚ್ಚರಿಸಿದಂತಾಯಿತು.

ಸುಬ್ಬಯ್ಯ ಕನ್ನಡಕ ತೆಗೆದು ಒರೆಸಿ ಹಾಕಿಕೊಂಡರು "ಬರೀ ನೋಡೋ ಸಲುವಾಗಿ ಅಷ್ಟೇ. ಸುಮತಿಯವ್ರ ಕೂಡ ಇಲ್ಲೇ ಕೆಲ್ಸ ಮಾಡ್ತಾರೇಂತ ತಿಳೀತು. ಅಲ್ಲೇ ಇರಬಹುದಿತ್ತು. ಯಾಕೋ ಮನಸ್ಸು ಮಾಡ್ಲಿಲ್ಲ, ಆ ಮಗು" ತೋಡಿಕೊಂಡರು.

ಫೋನೆತ್ತಿ ಡಯಲ್ ತಿರುಗಿಸಿದ. ಮತ್ತೆ ಮತ್ತೆ ಇಡುವುದು, ಡಯಲ್ ತಿರುಗಿಸುವುದು, ಮಾತಾಡುವುದು ಹತ್ತು ನಿಮಿಷವಾದರೂ ಮುಂದುವರಿದಿತ್ತು. ಸುಬ್ಬಯ್ಯನ ಅಪಾರ ತಾಳ್ಮೆಯು ಕುಸಿಯುವ ಹಂತಕ್ಕೆ ಬಂತು.

ಬಾಯಿಗೆ ಕೈ ಅಡ್ಡ ಹಿಡಿದು ಕೆಮ್ಮಿ ಎದ್ದ "ಇನ್ನ ಬರ್ತೀನಿ....." ಎಂದಾಗ ಫೋನಿಡದೆಯೇ ಸರಿಯೆಂದು ತಲೆದೂಗಿದ. ಅವನು ಹೊರಟ ನಂತರ ಫೋನಿಟ್ಟ "ಬ್ಲಡೀ ಬಾಸ್ಟರ್ಡ್....." ಹಲ್ಲು ಕಡಿದ. ಆನಂದರಾಯರ ಸುತ್ತ ಹಲ್ಲು ಗಿಂಜುತ್ತ ಓಡಾಡುತ್ತಿದ್ದ ಸುಬ್ಬಯ್ಯ ಇಂದು ತನ್ನ ಹಳೇ ಕೋಟು ಕಳಚಿದ್ದ.

ಆಫೀಸ್ ಬಾಯ್‌ಗೆ ಹೇಳಿದ "ಮ್ಯಾನೇಜರ್ ಬಂದ ಕೂಡ್ಲೇ ಬರೋದಿಕ್ಕೆ ಹೇಳು" ಕಳುಹಿಸಿದ. ಕಹಿ ನೆನಪುಗಳನ್ನು ಸುಬ್ಬಯ್ಯ ಕೆದಕಿ ಘಾಸಿಗೊಳಿಸುವುದು ಅವನಿಗೆ ಬೇಕಿರಲಿಲ್ಲ. ಅವನ್ಯಾಕೆ ಬಂದ? ಅದನ್ನು ಚಿಂತಿಸತೊಡಗಿದ.

ಎರಡು ಮೂರು ಸಲ ವಾಚ್ ಕಡೆ ನೋಡಿದ. ಇಂದು ಸುಮತಿ ಹದಿನೈದು ನಿಮಿಷ ಲೇಟು. ಹಾಗೆ ಬರುವುದು ಅವಳ ಪದ್ಧತಿಯಲ್ಲ ಚಡಪಡಿಸತೊಡಗಿದ.

ಮತ್ತೆ ಇವನು ಇನ್ನೊಮ್ಮೆ ವಾಚ್ ನೋಡುವ ವೇಳೆಗೆ ಸ್ಪ್ರಿಂಗ್ ಬಾಗಿಲು ತಳ್ಳಿ ಕೊಂಡು ಬಂದಳು "ಸಾರಿ ಸರ್, ವೆಹಿಕಲ್ ಕಟ್ಟು ಆಟೋ ಹಿಡಿದು ಬರೋ ವೇಳೆಗೆ ಹೊತ್ತಾಯ್ತು" ಸಮಜಾಯಿಷಿ ನೀಡಿದಳು. ತನ್ನ ಸೀಟ್‌ಗೆ ಹೋದ ಪರೀಕ್ಷಿತ್.

ಅವಳಿಗಾಗಿ ಕಾದು ಕೂತಿದ್ದಾನೆಂದು ಪರೀಕ್ಷಿತ್ ದೃಢಪಡಿಸಿಕೊಂಡಿದ್ದ.

"ಸುಬ್ಬಯ್ಯ ಬಂದಿದ್ದಾನೆ!" ಅವಳತ್ತ ಪರಿಶೀಲನಾ ದೃಷ್ಟಿ ಬೀರಿದ. "ಈಗ ನೋಡ್ದೆ" ಎಂದಳು ಅನ್ಯಮನಸ್ಕಳಾಗಿ. ಬಹಳ ಹೊತ್ತು ಅನುಮಾನಿಸಿ ನುಡಿದ "ಡೋಂಟ್ ಮೈಂಡ್, ಆ ವ್ಯಕ್ತೀನ ನೀನು ಭೇಟಿ ಆಗದೇ ಇರೋದು ಒಳ್ಳೇದು".

ಮೌನವಾಗಿ ಕೂತಳು ಸುಮತಿ. ಸುಬ್ಬಯ್ಯ ಅವಳ ಮನೆಯಲ್ಲಿಯೇ ಇದ್ದವ. ಅವನ ಊಟ, ತಿಂಡಿ ಸಮಸ್ತವು ಇಲ್ಲಿಯೇ. ಯಾವಾಗ ಮನೆಗೆ ಹೋಗಿ ಯಾವಾಗ ಬರುತ್ತಿದ್ದನೋ, ಅಂತೂ ಆನಂದರಾಯರ ನೆರಳಾಗಿದ್ದ. ಅಕ್ಕರೆ, ಅಭಿಮಾನದ ಜೊತೆ ಆತನ ಬಗ್ಗೆ ಗೌರವವನ್ನು ಇಟ್ಟುಕೊಂಡಿದ್ದಳು.

ಎಲ್ಲಾ ಮುಗಿದ ಮೇಲೆ "ನಂಗೆ ದಿಕ್ಕೇ ತೋಚ್ತಾ ಇಲ್ಲ ಸುಬ್ಬಯ್ಯ" ಎಂದಾಗ ಉದಾಸೀನವಾಗಿ ಸರಿದು ಹೋಗಿದ್ದ. ಅಂದೇ ಎಲ್ಲಾ ಕುಸಿದಿತ್ತು.

"ಐ ಅಗ್ರೀಡ್.... ನಾನು ಸುಬ್ಬಯ್ಯನ ಭೇಟಿ ಮಾಡೋಲ್ಲ" ಅವಳ ಸ್ವರ ಭಾರವಾಗಿತ್ತು. "ಥ್ಯಾಂಕ್ಯೂ, ನೀನು ನಿನ್ನ ಕೋಣೆಗೆ ಹೋಗು. ಅವನನ್ನ ಕಳಿಸೋ ಭಾರ ನಂದು" ಜೊತೆಯಲ್ಲೇ ಹೊರಗೆ ಬಂದ.

ನೇರವಾಗಿ ಸುಮತಿ ತನ್ನ ಕೋಣೆಗೆ ಹೋದಳು. ಆದರೆ ಕಾನ್ಸನ್‌ಟ್ರೇಟ್ ಆಗಿ ವರ್ಕ್ ಮಾಡುವುದು ಅವಳಿಂದಾಗಲಿಲ್ಲ. ಬರೀ ನೆನಪುಗಳು ಹಿಂಸಿಸತೊಡಗಿದವು. ಎರಡು ಲೋಟ ನೀರು ಬಗ್ಗಿಸಿಕೊಂಡು ಕುಡಿದಳು. ತಲೆ ಭಯಂಕರವಾಗಿ ಸಿಡಿಯತೊಡಗಿತು.

ಲಂಚ್ ಬ್ರೇಕ್‌ನಲ್ಲೂ ಅವಳು ಹೊರಗೆ ಬರಲಿಲ್ಲ. ಏನೂ ತಿನ್ನಲೂ ಇಲ್ಲ. ಇಂಟರ್‌ಕಾಮ್‌ನಲ್ಲಿ ಪರೀಕ್ಷಿತ್ ಕೇಳಿದಾಗಲೂ "ಸಾರಿ, ಹಸಿವಿಲ್ಲ" ಎಂದಿದ್ದಳು.

ಸಂಜೆ ಐದರ ನಂತರ ಅವಳು ಹೊರ ಬಂದಾಗ ಎದುರು ಕಂಬದ ಬಳಿ ಕೂತಿದ್ದವನು ಓಡಿ ಬಂದ. ಹಿಂದಿನಿಂದ ಬಂದ ಪರೀಕ್ಷಿತ್ ಅವರ ರೆಟ್ಟೆಯನ್ನಿಡಿದು ಒಳಗೆ ಕರೆದೊಯ್ದ.

"ನೀವು ಹೋಗಬಹುದಂತೆ ಮೇಡಮ್" ಸ್ಟಾಕ್ ಚೆಕಿಂಗ್ ಕ್ಲರ್ಕ್ ಉಸುರಿದಾಗ ಕಾರು ಹತ್ತಿದಳು. ಸುಬ್ಬಯ್ಯ ತಾನು ಮಾತನಾಡಿಸಬಾರದಂಥ ಅಪಾಯ ಏನು ಮಾಡಿದ? ಬಂದ ಕಾರಣವೇನು? ಹಿಂದೆ ಅವನ ಮಾತು, ನಡತೆಯಲ್ಲಿ ಪ್ರೀತಿಯ ಒರತೆಯೇ ಚಿಮ್ಮುತ್ತಿತ್ತು.

ಫ್ಲ್ಯಾಟ್‌ಗೆ ಬಂದಾಗಲೂ ಅವಳು ಚೇತರಿಸಿಕೊಂಡಿರಲಿಲ್ಲ.

ಪರೀಕ್ಷಿತ್ ಸುಬ್ಬಯ್ಯನನ್ನು ತನ್ನ ರೂಮಿಗೆ ಕರೆದೊಯ್ದು ಪ್ರಶ್ನಿಸಿದ. "ಸದ್ಯಕ್ಕೆ ನೀವು ಸುಮತಿನ ನೋಡೋದ್ಬೇಡ. ಬಿದ್ದ ಬಲವಾದ ಹೊಡೆತದಿಂದ್ಲೇ ಚೇತರ್ಸಿಕೊಂಡಿಲ್ಲ. ನೀವು ಬಂದ ಕಾರಣ" ಆತನ ಬಗ್ಗಿದ ತಲೆ ನಿಧಾನವಾಗಿ ಮೇಲೆದ್ದಿತು.

"ಕೆಲವು ಪರ್ಸನಲ್ ವಿಷ್ಯ ಹೇಳೋಕಾಗೋಲ್ಲ. ನನ್ನ ಸಾಲ ಇಪ್ಪತ್ತೈದು ಸಾವಿರ ಅವ್ರ ಮೇಲೆ ನಿಂತಿದೆ. ನಾನು ಕಾದೆ. ಈಗ ನನ್ನ ಕೊನೆ ಮಗ್ಳ ಮದ್ವೆ. ನಂಗೆ ಹಣದ ಅಗತ್ಯವಿದೆ" ಎಂದ.

ಪರೀಕ್ಷಿತ್‌ನ ಹಣೆಯಲ್ಲಿ ಗೆರೆಗಳು ಮೂಡಿದವು. "ವ್ಹಾಟ್. ಸುಮತಿ ನಿನ್ಹತ್ರ ಇಪ್ಪತ್ತೈದು ಸಾವಿರ ಇಸುಕೊಂಡಿದ್ದಾಳ? ನಂಗೆ ನಂಬ್ಕೇ ಇಲ್ಲ." ಗರ್ಜಿಸಿದ.

ಆತ ತಣ್ಣಗೆ ಒಂದು ಪ್ರೊನೋಟ್ ತೆಗೆದು ಅವನ ಮುಂದಿಟ್ಟ. "ನೀವು ನಂಬಲೇ ಬೇಕೂಂತ ನನ್ನ ಬಲವಂತವೇನೂ ಇಲ್ಲ. ಆನಂದರಾಯರ ಏಕೈಕ ವಾರಸುದಾರಿಣಿ ಸುಮತಿ. ಅವ್ರನ್ನ ಬಿಟ್ಟು ಬೇರೆ ಯಾರನ್ನ ಕೇಳೋಕಾಗುತ್ತೆ?" ತೀಕ್ಷ್ಣವಾಗಿತ್ತು ಅವನ ದನಿ.

ಪ್ರೊನೋಟ್ ತೆಗೆದು ನೋಡಿದ. ಆನಂದರಾಯರು ಇಪ್ಪತ್ತೈದು ಸಾವಿರ ಪಡೆದು ಬರೆದುಕೊಟ್ಟಿದ್ದರು. ಲಕ್ಷಾಂತರ ಷೇರುಗಳ ಒಡೆತನವಿದ್ದ ಆತ ಜುಜುಬಿ ಇಪ್ಪತ್ತೈದು ಸಾವಿರಗಳನ್ನು ತನ್ನ ಗುಮಾಸ್ತನಿಂದ ಪಡೆಯುತ್ತಿದ್ದಾನೆಯೇ? ಪರೀಕ್ಷಿತ್ ನಂಬಲಿಲ್ಲ. ಆದರೆ ಸತ್ಯ ಪ್ರೊನೋಟಿನ್ನ ರೂಪದಲ್ಲಿತ್ತು?

ಯೋಚಿಸಿದ ನಂತರ ಒಂದು ನಿರ್ಧಾರಕ್ಕೆ ಬಂದ. ಪ್ರೋನೋಟನ್ನ ತೆಗೆದು

ಡ್ರಾಯರ್‌ನಲ್ಲಿ ಹಾಕಿ ಇಪ್ಪತ್ತೈದರ ಚೆಕ್ ಹರಿದು ಅವನ ಮುಂದೆ ಹಾಕಿದ.

"ಋಣ ಹರೀತಲ್ಲ, ಇನ್ನ ನೀನು ಸುಮತಿಯನ್ನು ನೋಡೋ ಅಗತ್ಯವಿಲ್ಲ. ಹೋಗ್ಬಹ್ದು" ಬಾಗಿಲತ್ತ ಸುಬ್ಬಯ್ಯನಿಗೆ ಕೈ ತೋರಿದಂತಾಯಿತು.

ಚೆಕ್‌ನ ಕೈಯಲ್ಲಿ ಹಿಡಿದು ನೋಡಿದ. ಪ್ರಯಾಸವಿಲ್ಲದೆ ಹಣ ಹರಿದುಬಂದಿತ್ತು.

"ಒಳ್ಳೆಯವ್ರಿಗೆ ದೇವ್ರು ಸಹಾಯ ಮಾಡ್ತಾನಂತೆ. ಇವತ್ತು ನಿಮ್ಮ ರೂಪದಲ್ಲಿ ಮಾಡ್ದ. ಹೇಗೋ ನಮ್ಮಗ್ಳ ಮದ್ವೆ ನಡ್ದುಹೋಗುತ್ತೆ. ಇದೊಂದೇ ನಂಗೆ ಆಧಾರ ಇದ್ದಿದ್ದು" ಚೆಕ್ ಜೇಬಿಗೆ ಸೇರಿಸಿದ.

ಕೋಪದಿಂದ ಪರೀಕ್ಷಿತ್‌ನ ಮೈ ಉರಿಯುತ್ತಿತ್ತು. 'ಐ ಲವ್ ಯು ಸುಮ, ನಿಂಗೋಸ್ಕರ ಇಪ್ಪತ್ತೈದು ಸಾವಿರವೇನು ಇಡೀ ಪ್ರಾಪರ್ಟಿ ಧಾರೆಯೆರೆಯಬಲ್ಲೇ' ಮನಸ್ಸಿನಲ್ಲೇ ಹೇಳಿಕೊಂಡ.

ಸುಬ್ಬಯ್ಯ ಬಾಗಿಲ ಬಳಿಯವರೆಗೆ ಹೋದಾಗ ಪರೀಕ್ಷಿತ್ ದನಿ ಹಿಡಿದು ನಿಲ್ಲಿಸಿತು. "ಈ ವಿಷ್ಯ ನನ್ನ, ನಿನ್ನಲ್ಲೇ ಇರ್ಬೇಕು. ಮೂರನೆಯವ್ರ ಹತ್ರ ಬಾಯಿ ಬಿಡೋದ್ಬೇಡ" ಎಚ್ಚರಿಸಿದ.

ಅವನು ಹಿಂದಕ್ಕೆ ಬಂದ "ಆನಂದರಾಯರು ನಿಮ್ಗೇನು ಎಷ್ಟೋ ಜನಕ್ಕೆ ಸಹಾಯ ಮಾಡಿದ್ರು. ಆದ್ರೂ ಯಾರೂ ಅವ್ರ ಮೊಮ್ಮಗ್ಳ ನೆರವಿಗೆ ಬರ್ಲಿಲ್ಲ. ಇದು ದುಡ್ಡಿನ ಪ್ರಪಂಚ. ಇಷ್ಟೆಲ್ಲ ಯಾಕೆ ಮಾಡ್ತೀರಾ?" ಕೇಳಿದ.

"ನಾನು ಅವಳನ್ನ ಪ್ರೀತಿಸ್ತೀನಿ!" ಹೃದಯದ ನುಡಿಯನ್ನು ಸುಬ್ಬಯ್ಯನಂಥ ಕ್ಷುದ್ರ ವ್ಯಕ್ತಿಯ ಮುಂದಾದರೂ ಒದರಿದ. "ಈಗ ಅರ್ಥ ಆಯಿತಲ್ಲ. ನಡಿ!"

'ಅಯ್ಯೋ ಪಾಪ' ಎನ್ನುವಂತೆ ನೋಡಿದ ಸುಬ್ಬಯ್ಯ "ಆ ಕಷ್ಟದಲ್ಲಿ ಸಹಾಯ ಮಾಡಿದ ಒಬ್ಬ ಡ್ರೈವರ್‌ನ ಅವ್ರು ಮದ್ವೆ ಆಗಿದ್ದಾರಂತಲ್ಲ!" ಮೆಲ್ಲಗೆ ಹಚ್ಚಿದ ಕಿಡಿ ಭಗ್ಗೆಂದಿತು ಎಲ್ಲೆಡೆ. ಸಪ್ತ ಸಾಗರಗಳು ಭೋರ್ಗರೆದು ಜಗತ್ತು ನಾಶವಾದಂತಾಯಿತು.

ಅವನ ಮೈಯಲ್ಲಿ ಶಕ್ತಿಯೇ ಇಲ್ಲದಂತಾಯಿತು. "ಮದ್ವೆಗೂ ಪ್ರೇಮಕ್ಕೂ ಸಂಬಂಧವಿಲ್ಲ. ನೀವಿನ್ನ ಹೋಗಿ. ಸುಮತಿನ ಮಾತ್ರ ನೋಡೋಕೆ ಹೋಗ್ಬೇಡಿ" ಮತ್ತೊಮ್ಮೆ ಎಚ್ಚರಿಸಿ ಕಳುಹಿಸಿದ.

ಇಡೀ ಆಫೀಸ್ ಇಬ್ಬರು ಜವಾನರು, ಒಬ್ಬ ಡ್ರೈವರ್ ಬಿಟ್ಟು ಎಲ್ಲಾ ಖಾಲಿಯಾಗಿತ್ತು. ಸಿಗರೇಟಿನ ಮೇಲೆ ಸಿಗರೇಟ್ ಹಚ್ಚಿ ಸುಟ್ಟ ಘಾಟಿಗೆ ಕೆಮ್ಮು ಹತ್ತಿದಾಗ ಹೊರಗೆ ಬಂದ.

ತೂಕಡಿಸುತ್ತಿದ್ದ ಆಫೀಸ್ ಬಾಯ್ ದಡಬಡಿಸಿಕೊಂಡು ಮೇಲಕ್ಕೆದ್ದ. ಗೋಡೆಯ ಗಡಿಯಾರ ಹನ್ನೊಂದು ತೋರಿಸುತ್ತಿತ್ತು. ಮೌನವಾಗಿ ಹೊರಗೆ ಬಂದ.

ಡ್ರೈವರ್, ವಾಚ್‌ಮನ್ ಓಡಿ ಬಂದರು. "ನಾನು..... ಹೋಗ್ತೀನಿ" ತಾನೇ ಸ್ಟೀರಿಂಗ್ ವ್ಹೀಲ್ ಮುಂದೆ ಕೂತ.

ಎಲ್ಲೋ ಇರುವ ಸುಬ್ಬಯ್ಯನಿಗೆ ಹರೀಶ್, ಸುಮತಿಯ ಮದುವೆಯ ಸುದ್ದಿ ಮುಟ್ಟಿದೆ, ತನಗೇ ತಿಳಿದಿಲ್ಲವಲ್ಲ. 'ಅವನಿಗೆ ಏನು ಅರ್ಹತೆ ಇದೆ? ಪ್ರಶ್ನೆ ಮೂಡಿದಾಗ ಹೃದಯ ಮೆಲ್ಲಗೆ ತಟ್ಟಿ ಹೇಳಿತು, ನಿಂಗೂ ಅವಳನ್ನ ಪ್ರೇಮಿಸೋ ಅರ್ಹತೆ ಇಲ್ಲ, ಅವನಿಗೆ ಸಹಾಯ ಮಾಡಿದ ಅಧಿಕಾರವಾದರೂ ಇದೆ.'

ತಂಗಾಳಿ ರಪರಪನೆ ಬೀಸುತ್ತಿತ್ತು. ತಾನು ಜೀವನ ಪೂರ್ತಿ ವಿರಹಿ ದೇವದಾಸನಂತೆ ಕುಡಿದು ಸಾಯಬೇಕು ಅಥವಾ ದುರಂತ ಕವಿಯಂತೆ ಕವನಗಳನ್ನು ನೇಯ್ದು ಹಾಡಬೇಕು. ತನಗೆ ಎರಡನೆಯದು ಸಾಧ್ಯವಿಲ್ಲ. ಮೊದಲನೆಯದು ಸುಲಭ. ತಾನು ಕುಡಿಯಬಲ್ಲೇ, ನಗು ಅವನ ತುಟಿಯಂಚಿನಲ್ಲಿ ಮಿನುಗಿ ಮರೆಯಾಯಿತು.

'ಉದಾಸೀನ ಓವರ್ ಕಾನ್ಫಿಡೆನ್ಸ್ ತುಂಬ ಕೆಟ್ಟದ್ದು.' ಮಂದಾನಿಲದಲ್ಲಿ ಸಾಗಿ ಬಂದ ಸುಮತಿಯ ಮೃದು ಸ್ವರ ಅವನ ಕಿವಿಗಳಿಗೆ ಮುತ್ತಿಕ್ಕಿ ಹೋಯಿತು. ಪ್ರಾಮಿಸ್ ಮಾಡಿದ್ದ. ತನ್ನನ್ನ ಕೇಳಲು ಅವಳಿಗೇನು ಅಧಿಕಾರ ? ಸುಮತಿ ತನ್ನ ಪ್ರೇಮಿಯಲ್ಲ. ಕನಿಷ್ಟ ಪ್ರೇಮವನ್ನ ಕೂಡ ತೋರಲಾರಳು. ಬರೀ 'ವೆಲ್ ವಿಷರ್' ತನ್ನ ಹಿತೈಷಿ-ಗಾಳಿಯ ಮಧ್ಯೆ ಅವನ ನಗು ನಿಶ್ಯಬ್ಧವಾಗಿ ತೂರಿ ಹೋಯಿತು.

ಮನೆಗೆ ಬಂದ ಕೂಡಲೇ ವಾಚ್‌ಮನ್‌ನಿಂದ ಮಾರುತಿಯವರಿಗೂ ಬೈಗಳು. ಗ್ಲಾಸ್ ಬಾಟಲು ಎಲ್ಲಾ ಪೀಸು ಪೀಸು. ಅವನ ತಲೆಯೊಂದು ರಣರಂಗ; ಮುಗ್ಧ ಹರೀಶ್ ಪದೇ ಪದೇ ನಕ್ಕರೂ ಪರೀಕ್ಷಿತ್‌ನ ಮನದಲ್ಲಿ ಸೇಡಿನ ಕಿಡಿ ಹೊತ್ತಿಕೊಳ್ಳಲಾರದು. ಕಾರಣ ಅವನಿಗೆ ಸುಮತಿಯಲ್ಲಿದ್ದುದ್ದು ನೈಜವಾದ ಪ್ರೇಮ. ಪೂರ್ಣವಾಗಿ ವ್ಯವಹಾರಿಕವಲ್ಲದ ದಿನಗಳಲ್ಲಿ ಮೂಡಿದ ಸುಂದರ ಪ್ರೇಮದ ಬಳ್ಳಿ. ಅದು ಪರಿಶುದ್ಧವಾಗಿತ್ತು. ದಟ್ಟವಾಗಿ ಹಬ್ಬಿತ್ತು. ನೂರು ಕನಸು, ಕಲ್ಪನೆಗಳಿಗೆ ಜೀವಕೊಟ್ಟ ಹೆಣ್ಣು.

ಅದಕ್ಕೆ ಯಾರೂ ನೀರಾಕಿ ಬೆಳೆಸಿರಲಿಲ್ಲ. ಅದು ಫಲಿಸದೆಂದು ತಿಳಿದ ಮೇಲೆ ಗುಪ್ತವಾಗಿ ಅಡಗಿಹೋಗಿತ್ತು.

ಫೋನ್ ಸದ್ದಾಯಿತು. ಮನಸ್ಸಿಲ್ಲದ ಮನಸ್ಸಿನಿಂದ ಎತ್ತಿದ "ಹಲೋ" ಹರೀಶ್‌ನ ದನಿ. ಕೋಪ, ದ್ವೇಷದ ನಂತರದ ಸ್ಥಿತಿಯಲ್ಲಿದ್ದ "ಹಲೋ" ಎಂದ. "ನಾನು ಎಂಟರಿಂದ ನಾಲ್ಕು ಸಲ ಫೋನ್ ಮಾಡಿದ್ದೆ, ಸರ್, ನೀವು ಬಂದಿಲ್ಲಾಂತ ತಿಳ್ದು ಆಫೀಸ್ ಹತ್ರ ಕೂಡ ಹೋಗ್ಬಂದೆ, ಅದ್ಕೇ ಫೋನ್ ಮಾಡಿದ್ದು. ಸಾರಿ, ಗುಡ್ ನೈಟ್, ಸರ್" ಸುಮ್ಮನೆ ಇಟ್ಟ.

ಹರೀಶ್‌ನ ವ್ಯಕ್ತಿತ್ವ ಅಭಿಮಾನಿಸುವಂಥದ್ದೇ? ತನ್ನ ಹುದ್ದೆ, ಬಡತನದ ಬಗ್ಗೆ ಅವನಿಗೆ ಕೀಳರಿಮೆ ಇಲ್ಲ. ಸುತ್ತಲ ಜಗತ್ತನ್ನ ನಿರ್ವಾಜ್ಯವಾಗಿ ಪ್ರೀತಿಸಬಲ್ಲ. ಹೂವಿನ ನಗುಗೂ ಸಂವೇದಿಸಬಲ್ಲ. ಅವನ ಬಳಕೆಯ ಸಮಸ್ತ ವಸ್ತುಗಳನ್ನು ವ್ಯಕ್ತಿಗಳಂತೆ ಭಾವಿಸಿ ಕಾಣಬಲ್ಲ. ಯಾವ ಡಿಗ್ರಿಯ ಸರ್ಟಿಫಿಕೇಟ್ಸ್‌ಗಳು ಇಲ್ಲದಿದ್ದರೂ ಸುಸಂಸ್ಕೃತ ತಿಳಿವಳಿಕೆಯುಳ್ಳವ.

ಮನಃಪೂರ್ವಕವಾಗಿ ಮೆಚ್ಚಿ ಆ ಜೋಡಿಯನ್ನು ಹರಸಿದ. ಆದರೆ ಆದ ಮದುವೆಯನ್ನ ಮುಚ್ಚಿಟ್ಟಿದ್ದೇಕೆ? ಸುಳ್ಳೆನಿಸಿತು. ಅಂಥ ಅಗತ್ಯ ಇಬ್ಬರಿಗೂ ಇರಲಿಲ್ಲ. ಉಳಿದ ವೇಳೆಯನ್ನ

ಅವರ ನೆನಪಿನಿಂದಲೇ ಕಳೆದ.

ಅಂದು ಮಧ್ಯಾಹ್ನ ರಜೆ ಹಾಕಿ ಫ್ಲ್ಯಾಟ್‌ನಲ್ಲೇ ಇದ್ದ ಸುಮತಿ ಸಂಜೆ ಕೆಳಗೆ ಬಂದಳು. ಬೆಳಿಗ್ಗೆ ಕಾಫೀ ಜೊತೆ ಟೋಸ್ಟ್ ತಿಂದಿದ್ದಳು. ಅಡಿಗೆಯ ತಂಟೆಗೆ ಹೋಗಿರಲಿಲ್ಲ. ಹಣ್ಣು ತರಲೆಂದು ಮಾರ್ಕೆಟ್ ಸೆಂಟರಿಗೆ ಬಂದಳು.

"ಮೇಡಮ್...." ಹಿಂದೆಯೇ ಒಬ್ಬ ಯುವತಿ ಬಂದು ಅವಳ ಕೈಗಳನ್ನ ಹಿಡಿದು ಕೊಂಡಳು. "ನಂಗೆ ನೀವೊಂದಿಷ್ಟು ಹೆಲ್ಪ್ ಮಾಡಿ. ಇಲ್ಲದಿದ್ರೆ... ನಾನು ಸಾಯಬೇಕಾಗುತ್ತೆ" ಅವಳ ಕಣ್ಣಂಚಿನ ಕಂಬನಿ ಕೆನ್ನೆಯ ಮೇಲೆ ಒಸರಿದಾಗ ಸುಮತಿಗೆ ಹೃದಯ ಕಿತ್ತು ಬಾಯಿಗೆ ಬಂದಂತಾಯಿತು. ನಿಸ್ಸಹಾಯಕತೆ ಎಲ್ಲಿಗೆ ಒಯ್ದು ನಿಲ್ಲಿಸುತ್ತದೆ. ವ್ಯಕ್ತಿಗಳನ್ನು!

ಪಕ್ಕಕ್ಕೆ ಕರೆದೊಯ್ದು ವಿಚಾರಿಸಿದಳು. ತಟ್ಟನೇ ಅವಳಿಗೆ ನೆನಪು ಬಂತು. "ನೀನು ವಾರಿಣಿ ಅಲ್ವಾ!" ಮೊದಲು ಅವಳಲ್ಲಿ ಗಾಬರಿ ಮೂಡಿದರು ಹ್ನೂಂಗುಟ್ಟಿದಳು. ಮತ್ತೇನು ಪ್ರಶ್ನಿಸಲಿಲ್ಲ. "ನನ್ನ ಪರ್ಸ್ ಕಳೆದುಹೋಗಿದೆ. ನಂಗೆ ಎರ್ಡು ಸಾವಿರ ರೂಪಾಯಿ ಬೇಕು. ಖಂಡಿತ ನಿಮ್ಮ ವಿಳಾಸ ಕೊಟ್ಟರೆ ಹಿಂದಿರುಗಿಸ್ತೀನಿ" ದೈನ್ಯದಿಂದ ಕೇಳಿಕೊಂಡಳು.

ಎರಡು ದಿನ ಹಿಂದೆ ಪಡೆದ ಸಂಬಳದ ಹಣವೆಲ್ಲ ಪರ್ಸ್‌ನಲ್ಲೇ ಇತ್ತು. ಹಿಂದೂ ಮುಂದೂ ಯೋಚಿಸದೆ ಕೊಟ್ಟುಬಿಟ್ಟಳು "ಸಾಯೋದ್ಬೇಡ. ಮನೆಗೆ ಹೋಗು" ವಾರಿಣಿಯ ಕಣ್ಣುಗಳಲ್ಲಿ ಕೃತಜ್ಞತೆ ಇಣಕಿತು. ಏನು ಹೇಳಲಾರದೆ ಹೋದಳು. ಕಣ್ಣಲ್ಲೇ ಧೈರ್ಯ ತುಂಬಿ ಸುಮತಿ ಮುಂದಕ್ಕೆ ಹೋದಳು.

ಅವಳಲ್ಲಿ ವ್ಯವಹಾರಜ್ಞಾನ ಕಡಿಮೆಯೋ, ಹಣದ ಬೆಲೆ ಇನ್ನೂ ಗೊತ್ತಾಗಿಲ್ಲವೋ, ಅಂತು ಆನಂದರಾಯರ ಮೊಮ್ಮಗಳಾಗಿಯೇ ಇದ್ದಳು.

ವಾರಿಣಿ ಹೋಟೆಲ್ ಕೌಂಟರ್‌ನಲ್ಲಿ ಲಾಡ್ಜಿಂಗ್‌ನ ಹಣ ತೆತ್ತು ಹೊರಗೆ ಬಂದಳು. "ತೀರಾ ಅರ್ಜೆಂಟ್.... ಬೆಳಿಗ್ಗೆ ಬಂದ್ಬಿಡ್ತೀನಿ" ಎಂದು ಹೋದವನು ಎರಡು ದಿನದ ನಂತರವು ಹಿಂದಿರುಗಿರಲಿಲ್ಲ. ಭ್ರಮೆಯ ಪ್ರಪಂಚದಿಂದ ಹೊರಬಿದ್ದದ್ದಳು. ಡಾ|| ಪ್ರಭುದೇವ್ ಅವಳ ಯೌವನ ಸಹಜ ಬಯಕೆಯನ್ನ ತಣಿಸಿದ್ದ. ಅವನ ಉಕ್ಕಿನ ಹಿಡಿತದಲ್ಲಿ ದಣಿದುಹೋಗಿದ್ದಳು. ಆದರೂ ಅವಳಿಗೆ ಸಹನೀಯವೇ.

ಆಟೋ ಹಿಡಿದು ಮನೆಗೆ ಬಂದಾಗ ಪದ್ಮಮ್ಮ ಹೊರ ಬಾಗಿಲಿನಲ್ಲೇ ಎದುರುಗೊಂಡರು "ಮುಗೀತಾ ಮದ್ವೆ?" ಕೋಪ, ನಿಸ್ಸಹಾಯಕತೆ ಇತ್ತು. ಆಕೆಯ ದನಿಯಲ್ಲಿ "ಲಗ್ನ, ದಿನ, ವಾರಾಂತ ಕಾಯೋದೇಕೆ? ದೇವಸ್ಥಾನದಲ್ಲಿ ಹಾರ ಬದಲಾಯ್ಸಿಕೊಳ್ಳಿ. ಇಲ್ಲದಿದ್ದರೆ ರಿಜಿಸ್ಟರ್ಡ್ ಆಫೀಸ್‌ನಲ್ಲಿ ಮದ್ವೇ ಆಗ್ಲೀ" ಇದೇ ಮಾತನ್ನ ಹಲವಾರು ಸಲ ಮಗಳು, ಗಂಡನ ಮುಂದೆ ಹೇಳಿದ್ದರು. ಯಾರು ಕೇಳುತ್ತಾರೆ ಆಕೆಯ ಮಾತನ್ನ?

"ನೀನು ಈ ವಿಷ್ಯದಲ್ಲಿ ತಲೆ ಹಾಕ್ಬೇಡ. ನಂಗೂ ಬುದ್ಧಿ ಇದೆ. ಆ ಹುಚ್ಚು ಮಕ್ಳನ್ನ ನೋಡ್ಕೊಂಡ್ರೆ... ಸಾಕು!" ಮುಖ ತಿರುಗಿಸಿಕೊಂಡು ಕೋಣೆಯತ್ತ ಹೋದಳು.

ಬಾಗಿಲು ಹಾಕಿ ದಿಂಬಿನಲ್ಲಿ ಮುಖ ಹುದುಗಿಸಿ ಬಿಕ್ಕಿ ಬಿಕ್ಕಿ ಅತ್ತಳು. ಎಲ್ಲಾ ಕಳೆದು ಕೊಂಡರೂ ಅವಳು ಡಾ॥ ಪ್ರಭುನ ಕಳೆದುಕೊಳ್ಳಲು ಸಿದ್ಧವಿಲ್ಲ. ಅವನ ಒಲವಿಗಾಗಿ, ಪ್ರಸನ್ನತೆಗಾಗಿ ಏನು ಬೇಕಾದರೂ ಮಾಡಲು ಸಿದ್ಧ.

ಡಾ॥ ಪ್ರಭು ಅವಳ ಮನೆಯಲ್ಲೇ ಠಿಕಾಣಿ ಹೂಡಿದರೂ ಆಗಾಗ ಹೋಟೆಲ್‌ನಲ್ಲಿ ಭೇಟಿಯಾಗುತ್ತಿದ್ದರು. ತಾನು ತೋರುವ ಪ್ರೀತಿ ದಯೆಯೆಂಬ 'ಅಹಂಕಾರ' ಅವನಿಗೆ. ಯದ್ವಾ ತದ್ವಾ ಬಳಸಿಕೊಳ್ಳುತ್ತಿದ್ದ ಅವಳನ್ನ. ಆ ಪ್ರಪಂಚದಲ್ಲಿ ನೋವಿನಲ್ಲೂ ಹಿತ.

ಪದ್ಮಮ್ಮ ಮೆಲ್ಲಗೆ ಬಾಗಿಲು ತಟ್ಟಿದರು. "ತೆಗೀ.....ಬಾಗ್ಲು" ಹತ್ತು ನಿಮಿಷ ತಾಯಿಯ ಕೂಗಿಗೆ ಕಿವುಡಾಗಿದ್ದವಳು ಬಂದು ತೆಗೆದಳು. "ನೀನು ತಾಯಿನೋ, ಶತ್ರುನೋ.... ನನ್ನ ಸುಮ್ನೆ ಬಿಡು" ಕಿರಿಚಿದಳು. ಆಕೆ ಎರಡು ಕಿವಿಗಳನ್ನು ಮುಚ್ಚಿಕೊಂಡು ಆಚೆಗೆ ಹೋದಳು.

ಹಿಂದಿನಿಂದ ಇಣಕಿದ ಸಚ್ಚಿದಾನಂದ್ "ಪ್ರಭು ಏನಾದ್ರೂ ಹೇಳಿ ಹೋದ್ನಾ? ಇವತ್ತು ಬರ್ತೀನಿ ಅಂದಿದ್ದ. ಮೇಸ್ತ್ರಿ ಮೂರು ಸಲ ಬಂದು ಹೋದ" ಎಂದರು.

ಅಂದರೆ ಪ್ರಭು ತಾನು ಎಲ್ಲಾದರೂ ಹೋಗುವ ವಿಷಯ ತಂದೆಗೆ ತಿಳಿಸಿದ್ದ. ತನಗೇಕೆ ತಿಳಿಸಲಿಲ್ಲ? ಹದಿನೈದು ದಿನಕ್ಕೆಂದು ರೂಮು ಪಡೆದು ಅಡ್ವಾನ್ಸ್ ಕೊಟ್ಟಿದ್ದು. ದಿನದಲ್ಲಿ ಒಂದೆರಡು ಗಂಟೆಗಳು, ಒಮ್ಮೊಮ್ಮೆ ರಾತ್ರಿ ಹತ್ತರವರೆಗೂ ಅಲ್ಲೇ ಉಳಿದುಕೊಂಡು ಬರುತ್ತಿದ್ದರು. ಇವಳು ಹೇಳುವುದು ಫಿಲಂ ನೆವ. ಅವನನ್ನ ಕೇಳುವ ಧೈರ್ಯ ಇವರಿಗೆ ಇರಲಿಲ್ಲ.

"ನಂಗೆ.... ಗೊತ್ತಿಲ್ಲ" ಎದ್ದು ಹೋಗಿ ಬಾತ್‌ರೂಂಗೆ ಹೋಗಿ ಬಾಗಿಲು ಹಾಕಿಕೊಂಡಳು. "ನೀವು ತಪ್ಪು ಮಾಡಿದ್ರಿ. ಎಲ್ಲಿಂದಲೋ ಬಂದವನನ್ನ ಪೂರ್ತಿ ನಂಬಿದ್ರಿ!" ಪದ್ಮಮ್ಮ ಅತ್ತುಕೊಂಡರು.

"ಸುಮ್ನೇ ಏನೇನೋ ಮಾತಾಡ್ಬೇಡ" ಸಿಡುಕಿದರು ಸಚ್ಚಿದಾನಂದ್.

ಡಾ॥ ಪ್ರಭು ಬಂದು ಮನೆ ಸೇರಿದ ಮೇಲೆ ಸಚ್ಚಿದಾನಂದ್ ವಿವೇಕ ಪೂರ್ತಿ ಶೂನ್ಯವಾಗಿತ್ತು. ಅವನ ಅಪ್ಪಣೆಯನ್ನು ಇವರು ಪಾಲಿಸುತ್ತಿದ್ದರು. ಅವನ ಪ್ರಕಾರ ಹರೀಶ್ ಇದ್ದ ಹಿಂದಿನ ಔಟ್‌ಹೌಸ್ ಒಡೆಸಿದ್ದಾಗಿತ್ತು. ಸಿಮೆಂಟ್, ಕಲ್ಲು, ಮರಳು ಬಂದು ಬಿದ್ದಿತ್ತು. ಕಂಟ್ರಾಕ್ಟರ್‌ಗೆ ಅಡ್ವಾನ್ಸ್ ಹಣ ತೆತ್ತಿದ್ದಾಗಿತ್ತು.

"ಯಾವೊತ್ತಿಗೆ ಇದೆಲ್ಲ ಮುಗಿಯುತ್ತೋ" ಗೊಣಗಿಕೊಂಡರು.

ಮನೆಯಲ್ಲಿ ಭಾವಿ ಅಳಿಯನಿಗೆ ರಾಜೋಪಚಾರ. ಅವನು ಕಣ್ಣು ಹಾಯಿಸಿದತ್ತ ಗಮನಹರಿಸಬೇಕು ಮನೆಯವರೆಲ್ಲ.

"ಒಂದ್ಮದ್ವೇಂತ ಮುಗ್ಸಿಬಿಡಿ" ಹೆಂಡತಿ ಗಲಾಟೆ.

ಅವರಿಗೂ ಸರಿಯೆನಿಸಿತ್ತು. "ಹೇಗೂ ಕಟ್ಟಡ ತನ್ನ ಪಾಡಿಗೆ ತಾನು ರೆಡಿಯಾಗ್ತ ಇದೆ. ಮದ್ವೆ ಮುಗ್ಸಿಬಿಡೋಣ" ಪ್ರಭು ಮುಂದೆ ಹೇಳುತ್ತಿದ್ದರು. ಅವನದು ಪ್ರಬಲ ವಿರೋಧ.

"ನಾನು ಇಲ್ಲೇ ಇದ್ದೀನಲ್ಲ. ಯಾಕೆ ಅರ್ಜೆಂಟ್? ಅದು ನಂಗೆ ಬಿಡಿ" ಇವರ ಬಾಯಿ ಮುಚ್ಚಿಸುತ್ತಿದ್ದ.

ಡಾ|| ಪ್ರಭುವಿನ ಖರ್ಚು ವೆಚ್ಚಗಳಿಗೆಲ್ಲ ಇವರದೇ ಎರಡು ಲಕ್ಷದಷ್ಟು ಹಣ ಖಾಲಿ. ಅಸಹಾಯ ಮಕ್ಕಳಿಗಾಗಿ ಜೋಪಾನ ಮಾಡಿದ ಗಂಟು ಸಣ್ಣಗಾಗತೊಡಗಿತ್ತು.

ಸಚ್ಚಿದಾನಂದ್ ಹಿಂದಕ್ಕೆ ಬಂದರು. ಹಿಂದಿನ ಮನೆ ಮುಚ್ಚಿತ್ತು. ಮೆಲ್ಲಗೆ ಕರೆದರು. ಹರಿಣಿ, ನಾಗರಾಜ ಮೂಲೆಯ ಚಕ್ಕಳವಾಗಿದ್ದರು. ಹಿಂದೆ ಏನಾಗಿದ್ದರೂ ಮುಖದ ಮೇಲೆ ಜೀವಂತಿಕೆಯ ಕಳೆ ಇತ್ತು. ಇಂದು ಪ್ರೇತದ ಪ್ರತಿರೂಪಗಳು, ದಾರುಣ ಸ್ಥಿತಿ.

"ವಾಸಿಯಂತು ಆಗೋಲ್ಲ. ಸದಾ ಅವರನ್ನ ನೋಡ್ತಾ ಇದ್ದರೂ... ಮನೆಯವ್ರೆಲ್ಲ ಮೆಂಟಲ್ ಆಸ್ಪತ್ರೆಗೆ ಚೆಕಪ್‌ಗೆ ಹೋಗ್ಬೇಕಾಗುತ್ತೆ. ಹಿಂದಕ್ಕೆ ಸಾಗಿಸಿ" ಅಳಿಯ ದೇವರು ಈ ಮನೆಯಲ್ಲಿ ಸೆಟಲ್ ಆದ ಕೂಡಲೇ ಅಪ್ಪಣೆ ಕೊಡಿಸಿದ್ದರು.

ಮೊಣಕಾಲುಗಳ ನಡುವೆ ತಲೆ ಹುದುಗಿಸಿ ಗಳಗಳ ಅತ್ತರು ಸಚ್ಚಿದಾನಂದ್. ಎಷ್ಟೋ ವರ್ಷಗಳ ವೇದನೆ. ಆಕ್ರೋಶ, ಇಂದಿನ ನಿಸ್ಸಹಾಯಕತೆ ಕಣ್ಣೀರಿನ ರೂಪದಲ್ಲಿ ಹರಿಯಿತು. ಹೃದಯವಿದ್ರಾವಕವಾಗಿತ್ತು. ಅವರ ದುಃಖ.

ಪದ್ಮಮ್ಮ, ವಾರಿಣಿ ನಿಬ್ಬೆರಗಾದರು. ಅವರ ಬಾಯಿಂದ ಮಾತುಗಳೇ ಹೊರಡಲಿಲ್ಲ. ಸದಾ ಅವರುಗಳ ಮೇಲೆ ಕಿಡಿಹಾರಿಸುತ್ತಿದ್ದ ವ್ಯಕ್ತಿಯ ಎದೆಯಾಳದ ಪಿತೃ ಪ್ರೇಮ ಶುಭ್ರ ಮಂದಾಕಿನಿಯಂತೆ ಪ್ರವಹಿಸುತ್ತಿತ್ತು.

ತಾವೇ ಅವರಿಬ್ಬರಿಗೂ ಕಟ್ಟಿದ್ದ ಕಟ್ಟುಗಳನ್ನು ಬಿಚ್ಚಿದರು ಸಚ್ಚಿದಾನಂದ್. ಆ ವಾಸನಾಮಯ ಪಾಪ ಕೂಪದಿಂದ ಪಾರು ಮಾಡಬೇಕೆಂಬ ಅವರ ಅನಿಸಿಕೆ ಸತ್ತಿತು. ಒಂದೇ ಕಡೆಯಲ್ಲಿ ಬಿದ್ದುಕೊಂಡಿದ್ದ ಅವರುಗಳ ಕೈಕಾಲುಗಳು ಚಲನರಹಿತವಾಗಿತ್ತು.

"ಅಯ್ಯೋ......." ಅವರನ್ನು ತಬ್ಬಿಕೊಂಡು ಅತ್ತರು. "ಇವ್ರು ನನ್ಮಕ್ಳು, ಇವರನ್ನ ಇಲ್ಲಿ ಕಟ್ಟಿ ಹಾಕೋಕೆ ಅವ್ನು ಯಾರು?" ಕೂಗಾಡಿದರು. ಯಾವುದೇ ಪ್ರಯೋಜನವಿಲ್ಲವಾಯಿತು.

ಆ ಮನೆಯ ಮೇಲೆ ಪೂರ್ತಿ ಕತ್ತಲಿನ ಚಾದರ. ಬೆಳಕು ಮೂಡಿಸಲು ಹೊಸ ಸೂರ್ಯನ ಉದಯವಾಗಬೇಕು. ಆ ಸೂರ್ಯ ಯಾರು?

ಮೂರು ದಿನ ಕಳೆಯಿತು. ಡಾ|| ಪ್ರಭುನ ಪತ್ತೆ ಇಲ್ಲ. ನರ್ಸಿಂಗ್ ಹೋಂನ ಪಾಯದ ಕೆಲಸ ಶುರುವಾಗಿತ್ತು. ಸಚ್ಚಿದಾನಂದ್ ಇಡೀ ದಿನ ಅಲ್ಲಿರುತ್ತಿದ್ದರು. ಕೆಲವೇ ದಿನಗಳು ಅವರ ಜೀವನದ ಹತ್ತು ವರ್ಷಗಳನ್ನು ಕಬಳಿಸಿ ಮುಪ್ಪಿಗೆ ದೂಡಿತ್ತು.

ಮೇಸ್ತ್ರಿ ಬಂದು ಸಚ್ಚಿದಾನಂದ್ ಮುಂದೆ ನಿಂತ "ಎಲ್ಲಿ ಸ್ವಾಮಿ, ಡಾಕ್ಟ್ರು ಹಣ ಕೊಡ್ತೀನಿ ಅಂದವರು ಇನ್ನೂ ಕೊಟ್ಟಿಲ್ಲ!" ಅವರಿಗೆ ತಲೆಬುಡ ಅರ್ಥವಾಗಲಿಲ್ಲ. ಎಲ್ಲಾ ಪ್ರಭುದೇ ಮಾತುಕತೆಗಳು "ಅವ್ರೇ.... ಬರ್ತಾರೆ...." ಕೆಳಗಿಳಿದು ಬಂದರು.

ಬಂದ ಹರೀಶ್ ಟ್ಯಾಕ್ಸಿ ನಿಲ್ಲಿಸಿ ಇಳಿದು ಬಂದ. "ನಮಸ್ಕಾರ ಯಜಮಾನ್ರೆ...." ಅವರು

ತಲೆ ಎತ್ತಲಾರದೆ ಎತ್ತಿದರು. ಪಾಷಾ ಹೇಳಿದ ಮಾತುಗಳು ನೆನಪಿಗೆ ಬಂದವು "ಎಲ್ಲಾದ್ರೂ ಕೆಲ್ಸ ಹುಡುಕ್ಕೋಬೇಕು. ಯಜಮಾನ್ರು ಇನ್ನು ಸ್ವಲ್ಪ ದಿನದಲ್ಲೇ ಹುಚ್ಚರಾಗಿಬಿಡ್ತಾರೆ"

ಆದರೆ ಇಂದಿನ ಅವರ ಸ್ಥಿತಿ ಹರೀಶ್‌ಗೆ ಗಾಬರಿಯಾಯಿತು. ಓರಣವಿಲ್ಲದ ನೆರೆತ ಕೂದಲು. ಸುಕ್ಕಾದ ಬಟ್ಟೆಗಳು. ಮುಖದಲ್ಲಿ ನಿರ್ಜೀವ ಕಳೆ.

"ಪರ್ವಾಗಿಲ್ಲ.....ನೀನು ಹೇಗಿದ್ದಿ?" ಸ್ವರ ತೀರಾ ಮೆತ್ತಗಿತ್ತು.

"ಚೆನ್ನಾಗಿದ್ದೀನಿ...." ಇಟ್ಟಿಗೆ ಮರಳಿನ ರಾಶಿಯಿಂದ ಪಾಯದ ಕಡೆ ನಡೆದ. ಹಿಂಭಾಗದ ಮನೆ ಹೊಸದೇ "ಅಯ್ಯೋ" ಎನಿಸಿತು. ಅವರ ಮನೆಯ ಚಿತ್ರಗಳೆಲ್ಲ ವರ್ತುಲಾಕಾರವಾಗಿ ನಿಂತವು. "ಛೆ...." ಎಂದುಕೊಳ್ಳುತ್ತ ಅವರ ಬಳಿ ಬಂದ.

ಅವರಲ್ಲಿನ ಅಂತರದ ಮನೋಬಾವ ಸತ್ತು ಹೋಗಿತ್ತು. ಹರೀಶ್‌ನ ಭುಜ ತಟ್ಟಿ ಮೆಚ್ಚಿಗೆಯಿಂದ ನೋಡಿದರು. ಮಾತುಗಳು ಹೊರಡಲಿಲ್ಲ.

"ಮನೆಯಲ್ಲಿ ಎಲ್ಲಾ ಚೆನ್ನಾಗಿದ್ದಾರ, ಯಜಮಾನ್ರೆ" ಅವನೇ ಕೇಳಿದ.

ಸಚ್ಚಿದಾನಂದ್ ಸೋತ ನಗೆ ನಕ್ಕರು "ಆ ಮನೆಯಲ್ಲಿ ಯಾರಾದ್ರೂ ಚೆನ್ನಾಗಿರೋಕೆ ಸಾಧ್ಯನಾ? ನಂಗೆ ಮನುಷ್ಯನ ಬದ್ಕಿನ ಬಗೆಗೆ ಹೇಸಿಗೆ" ಮುಖದ ಸುಕ್ಕುಗಳು ಮತ್ತಷ್ಟು ಆಳವಾದವು. ಬದುಕು ಅವರನ್ನ ತೀವ್ರವಾಗಿ ಘಾಸಿಗೊಳಿಸಿತ್ತು.

ಹರೀಶ್ ನೊಂದೇ ಟ್ಯಾಕ್ಸಿ ಹತ್ತಿದ. ಎರಡೇ ನಿಮಿಷ. ನಂತರ ಹಾಡನ್ನ ಗುಣಗುಣಿಸುತ್ತ ಪರೀಕ್ಷಿತ್ ಫರ್ಟಿಲೈಸರ್ ಆಫೀಸ್ ಕಡೆ ನಡೆದ. ಮೂರು ದಿನದಿಂದ ಸುಮತಿನ ನೋಡಿ ರಲಿಲ್ಲ. ಲಾಂಗ್ ಟ್ರಿಪ್ ಒಪ್ಪಿಕೊಂಡಿದ್ದರಿಂದ ಇಂದು ಬೆಳಿಗ್ಗೆಯೇ ಅವನು ಹಿಂದಿರುಗಿದ್ದು.

ಟೈಮ್ ನೋಡಿ ಗಾಡಿ ನಿಲ್ಲಿಸಿದವನು ಎಂ.ಡಿ. ರೂಮು ಕಡೆ ನಡೆದ. "ಏನೋ ಮಾತಾಡ್ತಾ ಇದ್ದಾರೆ" ಆಫೀಸ್ ಬಾಯ್ ತಡೆದ. ವೆಯಿಟಿಂಗ್ ಛೇರ್ ಮೇಲೆ ಕೂತ.

ಬಂದ ರಿಸೆಪ್ಷನಿಸ್ಟ್ ಹಲ್ಲು ಕಿರಿದ "ಮೇಡಮ್‌ನ ನೋಡೋಕೆ ಬಂದ್ರಾ?" ಹ್ಞೂಗುಟ್ಟಿದ. ಆಫೀಸ್ ಬಾಯ್‌ನ ವಿಚಾರಿಸಿಕೊಂಡು ಹಿಂತಿರುಗಿದ.

ಹದಿನೈದು ನಿಮಿಷದ ನಂತರ ಡೋರ್ ತೆಗೆದುಕೊಂಡು ಇಬ್ಬರು ವ್ಯಕ್ತಿಗಳು ಹೊರಗೆ ಬಂದರು.

ಆಫೀಸ್ ಬಾಯ್ ಎದ್ದು ನಿಂತ "ಇನ್ನ ನೀವ್ಹೋಗಿ ನೋಡ್ಬಹುದ್ದು" ಸ್ಪ್ರಿಂಗ್ ಡೋರ್ ಹಿಡಿದೇ ಇಣಕಿದ "ಮೈ ಐ ಕಮಿನ್ ಸರ್" ಎಂದು. ತಟ್ಟನೆ ಮುಖ ಮೇಲೆತ್ತಿದ ಪರೀಕ್ಷಿತ್ ಮುಖದಲ್ಲಿ ಹಲವು ಭಾವಗಳು ಮಿನುಗಿ ಮರೆಯಾದವು "ಯಸ್......ಕಮಿನ್" ಎಂದ.

ಅವರಿಬ್ಬರು ಮದುವೆಯಾಗಿದ್ದಾರೆ. ಸುಬ್ಬಯ್ಯ ಹೇಳಿ ಹೋಗಿದ್ದ. ಅದನ್ನು ಪುಷ್ಟೀಕರಿಸಿದ್ದಳು ಸುಶೀಲ. "ಹರೀಶ್‌ನ ಕಂಡರೆ ಸುಮತಿಗೆ ತುಂಬ ಪ್ರೀತಿ. ಒಟ್ಟಿಗೆ ಕೆಲವು ದಿನ ಒಂದೇ ಮನೆಯಲ್ಲಿ ಇದ್ದರು. ಈಗಿನದು ಬರೀ ಸ್ಟಂಟ್, ಯಾಕೋ ವಿಷಯನ ಮುಚ್ಚಿಟ್ಟಿದ್ದಾರೆ" ಎಂದಿದ್ದಳು. ಅವಳನ್ನು ಗದರಿ ಕಳಿಸಿದ್ದ. ಆದರೆ ಮನಸ್ಸು, ಹೃದಯನ ಮಾತ್ರ ಸಂತೈಯಿಸಲಾರದೇ ಹೋಗಿದ್ದ.

"ಕೂತ್ಕೋ.....ಹರೀಶ್" ಸೀಟಿನತ್ತ ಕೈ ತೋರಿಸಿದ ಮೇಲೆಯೇ ಅವನು ಕೂತಿದ್ದು "ನಿಮ್ಮನ್ನ ಡಿಸ್ಟರ್ಬ್ ಮಾಡ್ದೆಂತ ಕಾಣಿಸುತ್ತೆ. ಮೇಡಮ್‌ನಂತೂ ಈಗ ಭೇಟಿಯಾಗೋ ಹಾಗಿಲ್ಲ" ನಗುವಿನಲ್ಲಿ ಮಾತನ್ನು ಹಗುರವಾಗಿ ತೇಲಿಸಿದ. ಅದು ಸಂಗೀತದಂತೆ ಕಂಡಿತು. ಸುಶ್ರಾವ್ಯವಾಗಿತ್ತು.

ಪರೀಕ್ಷಿತ್ ಪೇಪರ್ ವೈಟನ್ನು ಒಂದು ಸುತ್ತೊಡೆಸಿ ಇಟ್ಟ. "ಮೂರು ದಿನದಿಂದ ಪತ್ತೆ ಇಲ್ಲ. "ಸುಮ ಅಂತು ನಾಲ್ಕಾರು ಸಲ ನೆನೆಸಿಕೊಂಡ್ಳು. ಎಲ್ಲಾದ್ರೂ ಹೋಗೋವಾಗ ತಿಳ್ಸಿ ಹೋಗೋದು ಒಳ್ಳೇದು" ಹಿರಿಯನಂತೆ ಬುದ್ಧಿವಾದ ಹೇಳಿದ.

ಹರೀಶ್ ಆಕರ್ಷಕವಾಗಿ ನಕ್ಕ "ಎರ್ಡು ಸಲ ಫೋನ್ ಮಾಡಿದ್ದೆ ಸಿಕ್ಕಿಲ್ಲ. ಈಗ ಸಾರಿ ಕೇಳ್ತೀನಿ ಮೇಡಮ್" ಅವನ ಕಣ್ಣುಗಳಲ್ಲಿ ಹೊಳೆದಂತಾಯಿತು. ಪ್ರಯಾಸದಿಂದ ಕಹಿ ನುಂಗಿದ ಪರೀಕ್ಷಿತ್.

ಆಮೇಲೆ ಹರೀಶ್ ಆಡಿದ ಮಾತುಗಳನ್ನು ಮೌನವಾಗಿ ಕೇಳಿದ. ಆನಂದರಾಯರು ಇಂಥ ಗಂಡನನ್ನೇ ಮನಸ್ಸಿನಲ್ಲಿ ಇಟ್ಟುಕೊಂಡಿದ್ದರೇನೋ! "ನಿಂಗೆ ಆ ವ್ಯಕ್ತಿತ್ವ ಇದೆ. ಅದ್ನ ಸರ್‍ಯಾಗಿ ನಾನು ರೂಪಿಸ್ತೀನಿ' ತ್ಯಾಗಿಯಂತೆ ಮನಸ್ಸಿನಲ್ಲಿಯೇ ಪಣ ತೊಟ್ಟ.

"ಹರೀ, ನಿನ್ನ ಟ್ಯಾಕ್ಸಿಗೆ ಒಬ್ಬ ಒಳ್ಳೆ ಡ್ರೈವರ್‌ನ ನೋಡು. ಎರಡರ ಜೊತೆಗೆ ಇನ್ನೆರಡು ಇಟ್ಟುಕೊಂಡು ಒಂದು ಏಜೆನ್ಸಿ ಸ್ಥಾಪಿಸೋದು. ಅದ್ಕೆ ಬೇಕಾದ ಹೆಲ್ಪ್ ನಾನು ಮಾಡ್ತೀನಿ" ಆಶ್ವಾಸನೆ ಇತ್ತ.

ಹರೀಶ್, ಇನ್ನಷ್ಟು ಬೆರಗಿನಿಂದ ನೋಡಿದ. ಅವನಿಗೆ ಏನು ಹೇಳಬೇಕೋ ತೋಚಲಿಲ್ಲ. ರೆಪ್ಪೆ ಕದಲಿಸದೇ ನೋಡಿದ.

ವಾಚ್ ಕಡೆ ನೋಡಿ ಎದ್ದ ಪರೀಕ್ಷಿತ್ ಅವನ ಭುಜ ತಟ್ಟಿದ "ಈಗ ಲಂಚ್ ಬ್ರೇಕ್. ಹೋಗಿ ನೋಡು. ಮಿಕ್ಕಿದ್ದು ನಂಗಿರ್ಲಿ" ಹೊರ ನಡೆದ.

ಸುಮತಿಯ ಕೋಣೆಯತ್ತ ನೋಟವನ್ನು ಕೂಡ ಹರಿಸದೇ ಹೋಗಿ ಕಾರಿನಲ್ಲಿ ಕೂತ. ಎದೆಯಲ್ಲಿ ಅಸಾಧ್ಯ ಉರಿ. ಸಹಿಸಿಕೊಳ್ಳಲಾರದೆ ಚಡಪಡಿಸಿದ.

ಹರೀಶ್‌ಗೆ ಎಲ್ಲಾ ಕನಸಿನಂತೆ ಕಂಡಿತು. ಇಂಥ ಕನಸನ್ನು ಕೂಡ ಹಿಂದೆ ಕಂಡಿರಲಿಲ್ಲ. ಇಂಥ ಒಂದು ಹಠಾತ್ ಬದಲಾವಣೆ ಮನುಷ್ಯ ಜೀವನದಲ್ಲಿ ಸಾಧ್ಯವೇ?

ಮ್ಯಾನೇಜರ್ ಕೋಣೆಯತ್ತ ಹೆಜ್ಜೆ ಹಾಕಿದ "ಮೈ ಐ ಕಮಿನ್ ಮೇಡಮ್" ತಲೆ ಒಳಗೆ ಹಾಕಿದ. ಮುಂದಿದ್ದ ಫೈಲ್ ಪಕ್ಕಕ್ಕೆ ಸರಿಸಿ "ಬಾ ಹರಿ...ಬಹಳ ಬಿಜಿನಾ!" ಆಹ್ವಾನಿಸಿದಳು.

ಕೂತು ಸುತ್ತಲೂ ನೋಟ ಹರಿಸಿದ. ಹೆಚ್ಚೆನಿಸುವಷ್ಟು ನೀರವತೆ. ಅಲ್ಲಿನ ಪ್ರತಿಯೊಂದು ವಸ್ತುಗಳು ಸುಮತಿಯಷ್ಟೇ ಸೀರಿಯಸ್ಸಾಗಿದ್ದಂತೆ ಕಂಡಿತು.

ಎದ್ದು ಕೈ ತೊಳೆದು ಬಂದ ಸುಮತಿ ಇಂಟರ್‌ಕಾಮ್ ಎತ್ತಿದಳು. ಸದ್ದಿಲ್ಲ "ಬಾಸ್, ಮನೆಗೆ ಹೋದ್ರು" ಹರೀಶ್ ಹೇಳಿದ. ಅವಳಿಗೆ ಆಶ್ಚರ್ಯವಾಯಿತು. "ಕ್ಯಾರಿಯರ್

ಬಂದಿದೆ. ಊಟಕ್ಕೆ ಇಲ್ಲಿಗೆ ಬರಬೇಕು" ಪರೀಕ್ಷಿತ್ ಹೇಳಿದ್ದ.

ಅವಳ ಡಬ್ಬಿ ತಿಂಡಿಯ ಬಗ್ಗೆ ಅವನ ವಿರೋಧ "ಇನ್ನಷ್ಟು ಸ್ಲಿಮ್ ಆಗೋದ್ಬೇಡ. ಕ್ಯಾರಿಯರ್ ಬರೋ ಏರ್ಪಾಟು ಮಾಡ್ತೀನಿ" ಅಸಮಾಧಾನ ವ್ಯಕ್ತಪಡಿಸಿದ್ದ.

"ಖಂಡಿತ ಬೇಡ. ಕ್ಯಾರಿಯರ್ ಊಟ ತಿಂದು ಆರಾಮಾಗಿ ನಿದ್ರೆ ಮಾಡಬೇಕಾಗುತ್ತೆ. ಸದ್ಯಕ್ಕೆ ಲಂಚ್‌ನಲ್ಲಿ ಒಂದಿಷ್ಟು ತಿಂಡಿ ಸಾಕು" ನಿರಾಕರಿಸಿದ್ದಳು. ಆದರೆ ಆಗಾಗ ಅವನ ಜೊತೆ ಊಟ ಮಾಡುವುದನ್ನು ತಪ್ಪಿಸಿಕೊಳ್ಳಲಾಗಿರಲಿಲ್ಲ.

ಡಬ್ಬಿ ತೆಗೆದು ತಿಂಡಿಯನ್ನು ಎರಡು ಪ್ಲೇಟುಗಳಿಗೆ ಬಗ್ಗಿಸಿದಳು. "ತಗೋ ಹರಿ...." ಅವನ ಮುಂದೊಂದು ಸರಿಸಿದಳು. "ಥ್ಯಾಂಕ್ಯೂ ಮೇಡಮ್.... ತಿಂಡಿಗೋಸ್ಕರವೇ ಬಂದೆ" ತಿನ್ನತೊಡಗಿದ.

ಹಿಂದಿನ ದಿನ ಸುಶೀಲ ಅಂದ ಮಾತುಗಳು ಸುಮತಿಯ ತಲೆಯನ್ನು ಕೊರೆಯುತ್ತಿದ್ದವು. "ನಿಮ್ಮ ತಾತ ಪ್ರೊನೋಟು ಬರೆದುಕೊಟ್ಟು ಸುಬ್ಬಯ್ಯನತ್ರ ಹಣ ತಗೊಂಡಿದ್ರಂತೆ. ಅದ್ಕೇ ನಿನ್ನ ಹುಡ್ಕಿಕೊಂಡು ಬಂದಿದ್ದ".

ಸುಬ್ಬಯ್ಯ ಬಂದಿದ್ದಕ್ಕೆ ಅವಳಿಗೆ ಸ್ಪಷ್ಟನೆ ಸಿಕ್ಕಿತ್ತು. ಅವನ ಭೇಟಿಯನ್ನು ನಿರಾಕರಿಸ ಬಾರದಿತ್ತು. ಎಷ್ಟು ಹಣ? ಯಾವಾಗ ತಗೊಂಡಿದ್ದರು? ಅವಳಿಗೊಂದು ಗೊತ್ತಿರಲಿಲ್ಲ. ಇದೊಂದೇ ಅಲ್ಲ, ಅವಳಿಗೆ ಯಾವುದೂ ಗೊತ್ತಿರಲಿಲ್ಲ.

ತಾತನ ಸಂಪೂರ್ಣ ಸಂಪತ್ತಿಗೆ ಪೂರ್ತಿ ಬಾಧ್ಯಳಂತೆ ಅವರ ಸಾಲಗಳು ಒಂದು ವರ್ತುಲದ ಮಧ್ಯೆ ಸಿಕ್ಕಿಕೊಂಡಂತೆ ಚಿಂತಿಸುತ್ತಿದ್ದಳು.

ಅನ್ಯಮನಸ್ಕತೆಯನ್ನು ಹರೀಶ್ ಗಮನಿಸಿ ಆತಂಕಗೊಂಡ. "ಮೇಡಮ್, ಯಾಕೋ ಒಂದು ತರಹ ಇದ್ದೀರಾ!" ನೆತ್ತಿ ಹತ್ತಿತ್ತು. ಕೆಮ್ಮ ತೊಡಗಿದ. ನೀರಿನ ಗ್ಲಾಸ್ ಅವನ ಮುಂದೆ ಜರುಗಿಸಿದಳು. "ಏನಿಲ್ಲ....." ಎದ್ದು ಹೋಗಿ ಕೈ ತೊಳೆದಳು.

ಆಗಾಗ ಆನಂದರಾಯರ, ಅವರ ವೈಭವದ ಶ್ರೀಮಂತಿಕೆಯೇ ಜೀವನ. ಧಾರಾಳತನದ ಬಗೆಗೆ ಮಾತಿನ ನಡುವೆ ಪರೀಕ್ಷಿತ್ ಹೇಳಿದ್ದನೇ ವಿನಃ ಎಂದೂ ಸುಮತಿ ಆ ಬಗ್ಗೆ ಮಾತೇ ಆಡಿರಲಿಲ್ಲ.

ಫ್ಲಾಸ್ಕಿನಲ್ಲಿದ್ದ ಕಾಫೀನ ಎರಡು ಲೋಟಕ್ಕೆ ಬಗ್ಗಿಸಿ ಅವನಿಗೊಂದನ್ನು ಕೊಟ್ಟಳು.

"ಹರಿ, ರಾತ್ರಿ ಪ್ಯಾಸೆಂಜರ್ಸ್ ಕರೆದೊಯ್ಯುವಾಗ ಹುಷಾರಾಗಿರು. ಮೊನ್ನೆ ಆದ ಟ್ಯಾಕ್ಸಿ ಡ್ರೈವರ್ ಕೊಲೆ ನೆನೆಸಿಕೊಂಡ್ರೆ ಭಯವಾಗುತ್ತೆ" ಮುಖದ ಮೇಲಿನ ಬೆವರನ್ನು ಕರ್ಚೀಫ್‌ನಿಂದೊತ್ತಿ ಕೊಂಡಳು. ಮಾತಿಗಿಂತ ಅವಳ ಮುಖ ಹೆದರಿಕೆಯನ್ನು ಹೊರ ಹಾಕಿತು.

"ಈ ಹರೀನ ನೋಡಿದ್ರೆ... ಆಯುಧಗಳೆಲ್ಲ ನಡುಗುತ್ತೆ. ಈ ರಟ್ಟೆಗಳಲ್ಲಿ ಬಲ ಎಷ್ಟಿದೆಯೋ, ಮಿದುಳಿನಲ್ಲಿ ಅಷ್ಟೇ ಬುದ್ಧಿ ಇದೆ" ಹೆಮ್ಮೆಯಿಂದ ಹೇಳಿಕೊಂಡವನು ತಾನೇ ನಕ್ಕ.

ಆಮೇಲೆ ಗಂಭೀರನಾದವನು ಪರೀಕ್ಷಿತ್ ಸಲಹೆಯನ್ನು ಅವಳ ಮುಂದಿಟ್ಟ. "ನಂಗೇನು ತೋಚಲಿಲ್ಲ. ಇದ್ನೆಲ್ಲ ಸಹಾಯ ಸಹಕಾರ ಅಂದುಕೊಳ್ಳೋದು ಹೇಗೆ? ಒಂದು ಪೈಸೆ ಪಡೆದಿಲ್ಲ" ಏನೇನೋ ಹೇಳಿದ.

ಹರೀಶ್‌ಗೆ ಮಾಡಿದ ಸಹಾಯ ಯಾವಾಗಲೂ ದುರುಪಯೋಗವಾಗದೆಂದು ಅವಳಿಗೆ ಗೊತ್ತು. ಅವನು 'ಋಣ' ಎಂಬ ಪದದಡಿಯಲ್ಲಿ ಬಂಧಿಯಾಗುವುದು ಅವಳಿಗೆ ಇಷ್ಟವಿಲ್ಲ.

"ಇದೇ ಸೋಷಿಯಲಿಜಂ ಉಳ್ಳವರು ಬೇರೆಯವರನ್ನು ಹೀಗೆಯೇ ಕಂಡರೆ ಉತ್ತಮ ಸಮಾಜ ನಿರ್ಮಾಣವಾಗುತ್ತೆ. ನೀನು ಒಂದು ಸ್ಟೇಜ್‌ಗೆ ಬಂದ್ಮೇಲೆ... ಬೇರೆಯವ್ರಿಗೆ ಇಂಥ ಸಹಾಯ ಮಾಡು. ದಟ್ಸ್ ಆಲ್." ವಿಷಯಕ್ಕೆ ವಿರಾಮ ಹಾಕಿದಳು.

ಅವನು ಹೊರಟಾಗ ಹೊರಗಡೆಯವರೆಗೂ ಬಂದು ಬೀಳ್ಕೊಟ್ಟಳು. "ಹರೀ.... ರಾತ್ರಿ ವೇಳೆ ಮತ್ತಷ್ಟು ಎಚ್ಚರವಾಗಿರು. ಓವರ್ ಕಾನ್ಫಿಡೆನ್ಸ್ ಒಳ್ಳೇದಲ್ಲ" ಮತ್ತೊಮ್ಮೆ ಎಚ್ಚರಿಸಿದಳು.

ಮಧ್ಯಾಹ್ನ ಪರೀಕ್ಷಿತ್‌ನ ಪಿ.ಎ. ಒಂದು ರಾಜೀನಾಮೆಯ ಪತ್ರ ತಂದು ಅವಳ ಮುಂದಿಟ್ಟ "ಇದೇನಿದು..." ಓದಿ ನೋಡಿದಳು "ಈ ಸಜೆಷನ್ ಎಂ.ಡಿ. ಕೊಟ್ಟಿದ್ದಾರೆ. ಬೇರೆ ಯಾರಿಗೋ ಪ್ರಮೋಟ್ ಮಾಡ್ಬಹ್ದು. ಇಲ್ಲಿ ಹೊಸಬರು ನನ್ನ ಜಾಗಕ್ಕೆ ಬರಬಹ್ದು. ಎಲ್ಲಾ ಸೆಟಲ್ ಆಗಿದೆ" ಹೊರ ನಡೆದ.

ಅವಳಿಗೆ ಅರ್ಥವಾಗಲಿಲ್ಲ. ಇವನು ನಾರಾಯಣ್‌ಗೆ ದೂರದ ಸಂಬಂಧಿಯೆಂದು ಮಾತ್ರ ಗೊತ್ತು.

ಪರೀಕ್ಷಿತ್ ಬಂದಿಲ್ಲವೆಂಬುದನ್ನ ದೃಢಪಡಿಸಿಕೊಂಡು ಮನೆಗೆ ಫೋನ್ ಮಾಡಿದಳು. ಅವನೇ ಎತ್ತಿದ "ಹಲೋ... ಪಿ.ಎ. ರಿಸಿಗ್ನೇಷನ್ ಬಗ್ಗೆ ತಾನೇ! ಅವನು ಹೋಗುವುದು ಅನಿವಾರ್ಯವಾಗಿತ್ತು. ಅಷ್ಟೆ" ಅವನ ಸ್ವರದಲ್ಲಿನ ಭಾರ, ಒರಟುತನವನ್ನು ಗಮನಿಸಿದಳು.

ಅಲ್ಲಿ ಬಾಸ್ ಅನ್ನುವ ಗೌರವ ಬಿಟ್ಟು ಸ್ನೇಹ ಇಣಕಿತು "ಪರೀಕ್ಷಿತ್ ನೀನು ಯಾಕೋ ನಾರ್ಮಲ್ ಆಗಿಲ್ಲ. ಸಮ್ ಪ್ರಾಬ್ಲಮ್ಸ್...." ಹಗುರವಾಗಿ ನಕ್ಕುಬಿಟ್ಟ.

"ದೇವದಾಸ್, ಮಜ್ನು, ರೋಮಿಯೋ ಕತೆ ಏನಾಯ್ತು? ನನ್ನ ಸ್ಥಿತೀನು ಅದೇ. ಚಿರ ವಿರಹಿ...." ನಿರಾಶೆ ತೂರಿಬಂತು. ದಿಗ್ಭ್ರಮೆಗೊಂಡಳು.

'ಲವ್ ಅಫೇರ್' ತೀರಾ ಅವನ ಪರ್ಸನಲ್, ಕೆದಕಿ ಮಾತನಾಡಲಾಗಲಿಲ್ಲ.

"ಫೋನ್.... ಇಡ್ತೀನಿ" ರಿಸೀವರ್ ಇಟ್ಟಳು.

ಅಂದಿನ ಅವನ ವರ್ತನೆ, ಮಾತುಗಳಿಂದಲೇ ಇವನು ಹಲವು ಹೆಣ್ಣುಗಳ ಕಾಮಿ ಎಂದು ಕೊಂಡಿದ್ದಳು. ಇವನು ಪ್ರೇಮಿ ಯಾವಾಗ ಆದ?

ಸಂಜೆ ಆಫೀಸ್‌ನಿಂದ ಹೊರಬರುವವರೆಗೂ ಅದೇ ಗುಂಗಿನಲ್ಲಿದ್ದಳು. ಈಗ ಏಕಾಕಿತನಕ್ಕಿಂತ ಎಲ್ಲರ ನಡುವೆ ಕೂತು ಮಾತಾಡಬೇಕೆನಿಸಿತು. ಹಿಂದೆ ಹಿಂಡು ಜನರಿದ್ದರು. ಈಗ ಅವಳು ಪೂರ್ತಿ ಒಂಟಿ.

ಆಮೇಲೆ ನಾಲ್ಕಾರು ದಿನ ಕಳೆದರೂ ಪರೀಕ್ಷಿತ್ ಒಂದು ರೀತಿಯ ಮಂಕಿನಲ್ಲಿದ್ದ. ಮಾತುಗಳೆಲ್ಲ ಬರೀ ನಿರಾಶೆಯ ಹೊಂಡದಲ್ಲಿ ಮಿಂದು ಬಂದಂತಿತ್ತು. ಆಗಾಗ ಉದಾಸದ ನಗು ಅವನ ತುಂಟಿಯಂಚಿನಲ್ಲಿ ಮಿನುಗುತ್ತಿತ್ತು. ಕುಡುಕ ದೇವದಾಸ್, ದುರಂತ ಪ್ರೇಮಿ ಮಜ್ನುವಿನ ನೆನಪಾಗುತ್ತಿತ್ತು ಅವಳಿಗೆ. ಇಬ್ಬರದು ದುರಂತವೇ.

ಇಂದು ಅವಳಾಗಿ ಪ್ರಶ್ನಿಸಿದಳು "ಕ್ಯಾರಿಯರ್ ಬಂದಿಲ್ವಾ ಸರ್" ತಲೆಯಾಡಿಸಿ ನಿಟ್ಟುಸಿರು ಚೆಲ್ಲಿದ. "ಬೋರ್, ಊಟ ಮಾಡ್ಬೇಕೂಂತ್ಲೇ ಅನ್ನಿಸೋಲ್ಲ. ಮತ್ಯಾಕೆ ಕ್ಯಾರಿಯರ್?" ತೆಪ್ಪಗಾಗಿಸಿದ.

ಹೇಗಾದರೂ ಅವಳ ಬಾಯಲ್ಲಿ ಸತ್ಯಾಂಶ ಹೊರಡಿಸಬೇಕೆಂಬುದು ಅವನ ಹಟ.

"ಸಣ್ಣ ಟ್ರಾವಲಿಂಗ್ ಏಜೆನ್ಸಿ ಓಪನ್ ಮಾಡ್ತಾ ಇದ್ದಾನೆ, ಹರೀಶ್" ಗಂಟಲು ಸರಿ ಮಾಡಿಕೊಂಡ "ಕೋಣೆ ಏಕೆ, ಒಂದು ಮನೇನೆ ಮಾಡೂಂತ ಹೇಳಿದ್ದೀನಿ" ಎಂದ.

ಅವಳ ಪ್ರತಿಕ್ರಿಯೆ ಸೊನ್ನೆ "ನಂಗೇನು ಗೊತ್ತಾಗೋಲ್ಲ. ಹೇಗೂ ನಿಮ್ಮ ಪರಮ ಶಿಷ್ಯನಾಗಿದ್ದಾನೆ. ಏನ್ಹೇಳಿದ್ರೂ ಕೇಳ್ತಾನೆ" ಅವನತ್ತಲೇ ಸರಿಸಿದಳು. ನೋಟದಿಂದ ಅವಳ ಕಣ್ಣುಗಳಲ್ಲಿನ ಭಾವಗಳನ್ನ ಅಳೆದ "ಖಂಡಿತ ಕೇಳ್ತಾನಾ?" ಆಸೆ ಅವನ ಕಣ್ಣಲ್ಲಿ ಮಿಂಚಿತು.

"ಕೇಳ್ಬಹುದು, ನೀವು ಹೇಳೋದರ ಮೇಲಿರುತ್ತೆ ಅವ್ನ ಒಪ್ಪಿಗೆ. ಕೆಲವು ವಿಷ್ಯಗಳಲ್ಲಿ ಅವ್ನು ಸ್ವಾಭಿಮಾನಿ" ಎಂದಳು.

ಆ ಮಾತುಗಳಲ್ಲಿ ಪರೀಕ್ಷಿತ್ ಗುರ್ತಿಸಿದ್ದು ಅಭಿಮಾನ, ಪ್ರೀತಿ, ತುಟಿಯ ಮೇಲೆ ನಾಲಿಗೆಯಾಡಿಸಿ ಸೀಲಿಂಗ್‌ನತ್ತ ನೋಟ ಹರಿಸಿದ.

ಹೊರಟ ಅವಳನ್ನೇ ಹಿಂಬಾಲಿಸಿ ಅವನ ನೋಟ ನಿಂತಿತು. 'ಸುಮತಿ, ನೀನು ಮತ್ತೆ ನನ್ನ ಕಣ್ಣಿಗೆ ಬೀಳಬಾರದಿತ್ತು. ನನ್ನ ಸುಖೀ ಪ್ರಪಂಚ ಸುಟ್ಟು ಭಸ್ಮವಾಯಿತು. ಈಗ ದಿನಗಳನ್ನ ಪ್ರಯಾಸದಿಂದ ದೂಡಬೇಕಾಯಿತು.' ಮನದಲ್ಲೇ ಅಂದುಕೊಂಡ.

ಮೂರು ದಿನ ಕಂಟಿನ್ಯೂ ಆಗಿ ಪರೀಕ್ಷಿತ್ ಆಫೀಸಿಗೆ ಬರಲಿಲ್ಲ. ಅವನ ಪಿ.ಎ. ರಿಜೈನ್ ಮಾಡಿದ ಮೇಲೆ ಆ ಕೆಲಸ ಕೂಡ ಇವಳೇ ವಹಿಸಿಕೊಳ್ಳಬೇಕಿತ್ತು! ಕೆಲವು ಪೇಪರ್‌ಗಳಿಗೆ ಸಹಿ ಬೀಳಬೇಕಿತ್ತು. ಫೋನ್ ಮಾಡಿದಾಗಲೆಲ್ಲ 'ರೆಸ್ಟ್' ಅಥವಾ 'ಡಿಪ್ರೆಷನ್' ಅವಳಿಗೆ ತಲೆ ಚಿಟ್ಟು ಹಿಡಿದು ಹೋಯಿತು. ಇವನ 'ಪ್ರಾಮಿಸ್' ಏನಾಯಿತು?

ಆ ಪೇಪರ್‌ಗಳನ್ನೆಲ್ಲ ಜೋಡಿಸಿಕೊಂಡು ಲಂಚ್ ಬ್ರೇಕ್‌ನಲ್ಲಿ ಕಾರು ಹತ್ತಿದಳು. ಇವಳ ಕಾರು ಮರೆಯಾಗುವುದಕ್ಕೂ ಹರೀಶ್ ಬಂದು ಇಳಿಯುವುದಕ್ಕೂ ಸರಿಹೋಯಿತು.

"ಈಗ ತಾನೇ ಬಾಸ್ ಮನೆಗೆ ಹೋದ್ರು" ರಿಸೆಪ್ಷನಿಸ್ಟ್ ನುಡಿದಾಗ ಹೊರ ಬಂದ. ಸಿಕ್ಕ ವಾರಿಣಿ ಹೇಳಿದ್ದಳು "ಒಂದ್ಸಲ ಮನೆ ಕಡೆ ಬಾ ಹರೀಶ್. ಅಪ್ಪ ಆಡೋ ರೀತಿ ನೋಡಿದ್ರೆ ಭಯವಾಗುತ್ತೆ."

ಅತ್ತ ತಿರುಗಿಸಿದ ಟ್ಯಾಕ್ಸಿಯನ್ನ. ಪರೀಕ್ಷಿತ್ ಎಲ್ಲಾ ಜವಾಬ್ದಾರಿಯನ್ನು ತಾನೇ ಹೊತ್ತಿದ್ದರಿಂದ ಅವನ ಏಜೆನ್ಸಿಯ ಬೋರ್ಡ್ ಕೂಡ ಬರಿಸಿಯಾಗಿತ್ತು. ಎಲ್ಲಾ ಪರೀಕ್ಷಿತ್ ಹೊತ್ತಿದ್ದ.

ಕಾರಿನಿಂದ ಇಳಿದಾಗ ವಾಚ್‌ಮನ್ ತಲೆ ಕೆರೆದುಕೊಂಡ. ಕತ್ತಲಲ್ಲಿ ಬಿದ್ದ ಪೆಟ್ಟು ಅವಳ ಮುಖವನ್ನ ನೆನಪಿನಲ್ಲಿಟ್ಟುಕೊಳ್ಳುವಂತೆ ಮಾಡಿತ್ತು. ಬಲವಂತವಾಗಿ ನಗಲು ಪ್ರಯತ್ನಪಟ್ಟ. ಸಹಾನುಭೂತಿ ಅವಳಲ್ಲಿ ಚಿಮ್ಮಿತು.

ಬ್ರಾಸ್ ಮೆಟೀರಿಯಲ್‌ಗಳಿಗೆ ಪಾಲೀಷ್ ಹಾಕುತ್ತಿದ್ದ ಮಾರುತಿ ಎದ್ದು ನಿಂತ. ಈಗ ಏನು ಹೇಳುವುದು? ಯಾರು ಬಂದರೂ ಇಲ್ಲ ಅನ್ನು, ಬಾಟಲು ಫ್ರೆಂಡ್ಸ್, ಬೆಡ್ ರೂಮು ಲೇಡಿಸ್‌ಗೂ ಇದೇ ಉತ್ತರ ಅನ್ವಯಿಸುತ್ತೆ ಅಂತ ತಾಕೀತು ಮಾಡಿದ್ದ. ಇವರು ಆಫೀಸ್‌ಗೆ ಸಂಬಂಧಪಟ್ಟವರು. ತಲೆ ಕೆರೆದುಕೊಂಡ.

"ಬಾಸ್.... ಇದ್ದಾರ?" ಫೈಲು ಹಿಡಿದೇ ಕೇಳಿದಳು. "ಮೇಡಮ್, ನಾನು ಬರ್ಲಾ?" ಪರ್ಸನಲ್ ಕ್ಲರ್ಕ್ ಕೇಳಿದ್ದ, "ಪರ್ವಾಗಿಲ್ಲ...." ಎಂದಿದ್ದಳು. ತಾನು ಮ್ಯಾನೇಜರ್ ಎಂಬ 'ಅಹಂ' ಅವಳಿಗೆ ಇರಲಿಲ್ಲ.

ಮಾರುತಿ ಸುಮ್ಮನೆ ನಿಂತ. ಅವನ ಸಂದಿಗ್ಧತೆಯನ್ನ ಅರ್ಥ ಮಾಡಿಕೊಂಡು ಒಂದು ಚೀಟಿಯಲ್ಲಿ ವಿವರಗಳನ್ನ ಬರೆದು ಅವನ ಕೈಯಲ್ಲಿಟ್ಟಳು.

"ಇದ್ನ....ಕೊಡು, ಅವ್ರು ಹೇಗೆ ಹೇಳಿದ್ರೆ ಹಾಗೇ"

ಮಾರುತಿ ಮುಖದಲ್ಲಿ ಮೆಚ್ಚಿಗೆ ತುಳುಕಿತು. ಇಂಥ ಗಾಂಭೀರ್ಯ ಹೆಣ್ಣಿಗೆ ತೀರಾ ಅಗತ್ಯವೆನಿಸಿತು. ಸದಾ ನಗುವಿನ ಹೊಳೆ ಹರಿಸುವ, ವೈಯ್ಯಾರ ಬೀರುವ, ತಮ್ಮ ಚೆಲುವಿನ ಬಗ್ಗೆ ಜಾಗ್ರತೆ ವಹಿಸುವ ಹೆಣ್ಣುಗಳನ್ನ ಮಾತ್ರ ಕಂಡಿದ್ದ. ಎಲ್ಲರಿಗಿಂತ ವಿಭಿನ್ನ ಈ ಹೆಣ್ಣು.

ಕೋಣೆಯೊಳಕ್ಕೆ ಹೋದ ಮಾರುತಿ ಚೀಟಿಯನ್ನ ಪರೀಕ್ಷಿತ್ ಮುಂದಿಟ್ಟ "ಏಸೀ... ಹೋಗು. ನಾನು ಯಾರನ್ನ ನೋಡೋಲ್ಲಾಂತ ಹೇಳಿದ್ದೀನಲ್ಲ" ರೇಗಿದ.

ಉಗುಳು ನುಂಗಿದ ಮಾರುತಿ "ಮ್ಯಾನೇಜರ್ ಮೇಡಮ್ ಬಂದಿರೋದು, ನೀವು ಹೇಗೆ ಹೇಳಿದ್ರೆ ಹಾಗೇ ಅಂದ್ರು......." ಅರೆ ಮಲಗಿದ್ದ ಪರೀಕ್ಷಿತ್ ಎದ್ದು ಸರಿಯಾಗಿ ಕೂತ. ಕಲ್ಪನೆ, ಕನಸು ಘನೀಭರಿಸಿ ಬಂದಂತಾಯಿತು. "ನಾನೇ ಬರ್ತೀನಿ" ಅವನನ್ನ ಕಳುಹಿಸಿದ.

ಸಹಿ ಮಾಡಿಸಬೇಕಾದ ಪೇಪರ್‌ಗಳನ್ನ ನೋಡುತ್ತ ಕೂತ ಸುಮತಿ "ಹಲೋ...." ಎಂದಾಗಲೇ ತಲೆ ಎತ್ತಿದ್ದು ಷೇವ್ ಮಾಡದ ಮುಖ. ಅಸ್ತವ್ಯಸ್ತ ತಲೆಗೂದಲು. ಮುಖದಲ್ಲಿ ಸೋಮಾರಿತನ, ಜಿಗುಪ್ಸೆ ಬೆರೆತಂಥ ಕಳೆ, ಫೈಲು ಇಟ್ಟು ಮೇಲೆದ್ದಳು. "ಹಲೋ..." ಕೇಳಿಯೂ ಕೇಳಿಸದಂಥ ದನಿ ತೂರಿ ಹೋಯಿತು.

"ಬಾ.... ಸುಮ....." ಸಿಟ್ಟಿಂಗ್ ರೂಮಿನೊಳಕ್ಕೆ ಕರೆದೊಯ್ದು "ಏನು ವಿಷ್ಯ?" ಕೂತ ಫೈಲನ್ನ ಅವನ ಮುಂದಿಟ್ಟಳು. "ಕೆಲವು ಪೇಪರ್‌ಗಳಿಗೆ ಸಿಗ್ನೇಚರ್ ಬೇಕಿತ್ತು."

ಅವನು ಹೇಳಿದ ಕಡೆ ನಿಶ್ಚಿಂತೆಯಾಗಿ ಸಹಿ ಹಾಕಿದ, ಆಗ ಅವಳ ಕೆನ್ನೆ ಅವನಿಗೆ ಅತಿ ಸಮೀಪದಲ್ಲಿತ್ತು. 'ಸುಮ.....' ಕಣ್ಮುಚ್ಚಿ ಭಾವನೆಗಳನ್ನ ಒತ್ತಿಹಿಡಿದ.

ಆಮೇಲೆ ಹತ್ತು ನಿಮಿಷ ಇಬ್ಬರು ಮೌನವಾಗಿ ಕೂತರು. ಪರೀಕ್ಷಿತ್‌ನ ರೀತಿ ಅವಳಿಗೆ

ಸರಿಯೆನಿಸಲಿಲ್ಲ. ಕೆಲವು ತೀರಾ ಅವನ ವೈಯಕ್ತಿಕ. ಈಗಿನ ನಿರ್ಲಕ್ಷ್ಯ.... ಆನಂದರಾಯರು ಕಣ್ಮುಚ್ಚಿದ ಕ್ಷಣವನ್ನ ನೆನಪಿಸಿಕೊಂಡಳು. 'ಹಾರ್ಟ್ ಅಟ್ಯಾಕ್' ಡಾಕ್ಟರ್ ಅವರ ಸಾವಿಗೆ ಕಾರಣ ನೀಡಿದ್ದರು. ಹಲವು ಹತ್ತು ಕಾರಣಗಳು ಇರಲಿಲ್ಲ. ಅವರ ಆರ್ಥಿಕ ದೋಣಿ ಮುಳುಗಿತ್ತು. ಅದನ್ನ ತಡೆದುಕೊಳ್ಳುವ ಶಕ್ತಿ ಅವರ ಹೃದಯಕ್ಕೆ ಇರಲಿಲ್ಲ.

ನೀರವತೆಯನ್ನು ಭೇದಿಸಿಕೊಂಡು ಅವಳ ಆರೋಪ ಹೊರಬಿತ್ತು. "ಮತ್ತೆ ಅದೇ ತಪ್ಪು ಮಾಡ್ತಾ ಇದ್ದೀಯಾ ಪರೀಕ್ಷಿತ್. ನಂಗೆ ಕೊಟ್ಟ ಪ್ರಾಮಿಸ್ ಏನಾಯ್ತು?"

ಪರೀಕ್ಷಿತ್ ಹಣೆ ಒತ್ತಿದ, ಕೆನ್ನೆ ಉಜ್ಜಿದ, ಗಡ್ಡ ಕೆರೆದ. ಕೂದಲಲ್ಲಿ ಕೈಯಾಡಿಸಿದ. ಅತ್ತಿತ್ತ ನೋಟ ಹರಿಸಿದ.

"ಯಾವ ತಪ್ಪು? ನಾನೇನು ನಿರ್ಲಕ್ಷ್ಯ ವಹಿಸಿಲ್ಲ. ನಿನ್ನಂಥ ಮ್ಯಾನೇಜರ್‌ನ ಪರೀಕ್ಷಿತ್ ಫರ್ಟಿಲೈಜರ್‌ಗೆ ನೇಮಿಸಿದ್ದೀನಿ... ಮತ್ತೇನು?" ಗಾಳಿಯಲ್ಲಿ ಅವನ ಮಾತುಗಳು ಹಾರಿಹೋದವು. ತಟಸ್ಥಳಾದಳು.

ಹೇಗೆ ಮಾತಾಡಬಹುದು ಎಂದು ಯೋಚಿಸತೊಡಗಿದಳು. ತಲೆಯೆತ್ತಿ ಅವನತ್ತ ನೋಡಿದಳು. ಆರೋಗ್ಯ ಕೆಟ್ಟಿದೆಯೆ? ಅವನ ಕಣ್ಣುಗಳು ನಕ್ಕವು. ಆ ನಗುವಿನ ಹಿಂದೆ ಅಪಾರವಾದ ವೇದನೆ ಇದೆಯೆನಿಸಿತು.

"ನಿಂಗೇನಾಗಿದೆ ಪರೀಕ್ಷಿತ್?" ವಿಷಯಕ್ಕೆ ಬಂದಳು.

"ನಿಂಗೇನು ಹೊಳೆದಿಲ್ವಾ? ಸರ್‍ಯಾಗಿ ನೋಡು" ಎಂದ ನಗುತ್ತ.

ಮತ್ತೆ ಅವನನ್ನ ನೋಡಿ ತಲೆಯಾಡಿಸಿದಳು. "ನಂಗೇನು ಗೊತ್ತು? ನಿನ್ನ ದೇಹಸ್ಥಿತಿಯ ಬಗ್ಗೆ ಡಾಕ್ಟರಿಗೆ ಗೊತ್ತು. ನಿಂಗೆ ಗೊತ್ತಿದ್ರೆ... ಹೇಳು. ಚಿಕಿತ್ಸೆ ಬಗ್ಗೆಯಾದ್ರೂ ತಲೆ ಕೆಡಿಸ್ಕೋಬಹ್ದು" ಬೇಸರದಿಂದಲೇ ನುಡಿದಳು.

ತದೇಕಚಿತ್ತನಾಗಿ ಅವಳನ್ನೇ ನೋಡಿದ. ಮೊದಲ ಸಲ ಅವಳನ್ನು ನೋಡಿದಾಗ ಸುಮತಿಯ ವಯಸ್ಸೆಷ್ಟು? ಬಹುಶಃ ಹದಿಮೂರು ದಾಟಿರಬಹುದು. ಎಂಥ ಸ್ವಚ್ಛ ಬಣ್ಣ, ಎಂಥ ಮೃದುವಾದ ಮಾತು. ಇಂದಿಗೂ ಆ ಚಿತ್ರ ಅವನ ಮನದಿಂದ ಮರೆಯಾಗಿರಲಿಲ್ಲ. ಆಮೇಲೆ ಐದು ವರ್ಷ ಆನಂದರಾಯರ ಸಹಾಯ, ಸಹಕಾರದ ಜೊತೆ ಸುಮತಿಯ ಸ್ನೇಹ ಕೂಡ ಸಿಕ್ಕಿತ್ತು. ಅವಳ ಮಾತು, ಭಂಗಿ ಎಲ್ಲಾ ಅವನೆದೆಯಲ್ಲಿ ಹಸಿರು, ಅದು ಮರವಾಗದಂತೆ ಆನಂದರಾಯರ ಮಾತುಗಳು ತಡೆದಿದ್ದವು. ಆದರೆ ಆ ಬಳ್ಳಿ ಸತ್ತು ಹೋಗಿರಲಿಲ್ಲ.

ತಲೆಯೆತ್ತಿದಳು. ಎರಡು ನೋಟಗಳು ಕ್ಷಣ ಬೆರೆತವು. ಶಾಂತ ಕೊಳದಲ್ಲಿ ಮಿಂದಂಥ ಅನುಭವ, ಕ್ಷಣ ಮೈಮರೆತಂತಾಯಿತು ಅವಳಿಗೆ. ಇದು ಅವಳ ಪಾಲಿಗೆ ಹೊಸದು. ತಟ್ಟನೆ ತಲೆ ತಗ್ಗಿಸಿದಳು. ಅವಳ ಮೈನ ರಕ್ತ ಬಿಸಿಯಾಯಿತು.

"ಡಾಕ್ಟ್ರು ಚಿಕಿತ್ಸೆಗೆ ಮೀರಿದ ಕಾಯಿಲೆ" ಮೆಲ್ಲನೆ ನುಡಿದ.

ಅವಳಲ್ಲಿ ಇನ್ನೂ ಚೇತರಿಕೆಯುಂಟಾಗಿರಲಿಲ್ಲ.

"ಏನಂಥ ಕಾಯಿಲೆ?" ಅವಳ ಸ್ವರ ನಡುಗಿತು. "ಬೇರೆ ಕಡೆ ಪ್ರಯತ್ನಿಸಬ್ಬಹ್ದು!" ಅವಳ ಹಣೆಯಲ್ಲಿ ಬೆವರಿನ ಬಿಂದುಗಳು ಮುತ್ತಿನಂತೆ ಹೊಳೆದವು.

"ಪ್ರೇಮದ ಕಾಯಿಲೆ, ಲವ್ ಡಿಸೀಸ್. ಇದರ ಬಗ್ಗೆ ನಿಂಗೇನಾದ್ರೂ ಗೊತ್ತಾ?" ನವಿರಾಗಿ ಛೇಡಿಸಿದ.

ಕೂತಿದ್ದ ಸುಮತಿ ಮೇಲೆದ್ದಳು... "ಏನೇನೋ ಕೇಳ್ಬೇಡ. ತಾತ ಎಲ್ಲಾ ಹೊತ್ತುಕೊಂಡಿದ್ದರಿಂದ.... ಆ ಬಗ್ಗೆ ನಾನು ಯೋಚ್ಸೇ ಇರ್ಲಿಲ್ಲ. ಆಮೇಲೆ ಅಂಥ ಅವಕಾಶವೇ ಇರ್ಲಿಲ್ಲ" ತಡಬಡಿಸಿಕೊಂಡು ಬಂದ ಮಾತುಗಳಿಗೆ ಪರೀಕ್ಷಿತ್ ನಕ್ಕುಬಿಟ್ಟ.

"ಆರಾಮಾಗಿ ಮದುವೆಯಾಗಿಬಿಟ್ಟೆ. ಆ ಪ್ರೇಮದ ಪ್ರಖರತೆ ನಿಂಗೆ ತಟ್ಟಲೇ ಇಲ್ಲ" ಮನದಲ್ಲೇ ಅಂದುಕೊಂಡ.

"ಅದ್ಕೇ ನಿಂಗೇನು ಗೊತ್ತಾಗೋಲ್ಲ! ಮತ್ತೆ ಯಾರ್ಹತ್ರ ಹೇಳಿಕೊಳ್ಳಿ?" ನಿಸ್ಸಹಾಯಕತೆ ವ್ಯಕ್ತಪಡಿಸಿದ. ಕಸಿವಿಸಿಯಾಯಿತು ಸುಮತಿಗೆ.

ಐದು ನಿಮಿಷದ ಮೌನದ ನಂತರ ತಾನು ಓದಿದ ಪ್ರೇಮಕಾವ್ಯ, ಕಾದಂಬರಿಗಳನ್ನು ಮೆಲುಕು ಹಾಕಿ ಒಂದು ಸುಲಭವಾದ ಸಲಹೆಯನ್ನು ಕೊಟ್ಟಳು.

"ಹೇಗೂ ಪ್ರೇಮಿಸಿದ್ದೀಯಲ್ಲ, ಮದ್ವೆಯಾಗ್ಬಿಡು"

ಪರೀಕ್ಷಿತ್ ಜೋರಾಗಿ ಚಪ್ಪಾಳೆ ತಟ್ಟಿದ "ಭೇಷ್, ಒಳ್ಳೆ ಸಲಹೆ, ಆದ್ರೆ ಆ ಹೆಣ್ಣು ಒಪ್ಪಬೇಕಲ್ಲ!" ಬೆಚ್ಚಿಬಿದ್ದಳು.

ಅಂದಿನ ರಾತ್ರಿಯ ದೃಶ್ಯ ಅವಳ ಕಣ್ಮುಂದೆ ಸುಳಿಯಿತು. ಇಂಥ ಒಂದು ಪ್ರಸಂಗ ದಲ್ಲಿಯೇ ನೋಡಿ ನಿರಾಕರಿಸಿರಬೇಕು. ಛೆ.... ಮತ್ತೆ ಮಾತಾಡಬೇಕೆನಿಸಲಿಲ್ಲ. ಮೇಲೆದ್ದಳು.

"ಒಂದು ಹೆಣ್ಣಿಗಾಗಿ ಒದ್ದಾಡೋ ಜನಕ್ಕೆ ಪ್ರೇಮ, ಪ್ರೀತಿ, ನಿಂಗ್ಯಾಕೆ ಆ ಭ್ರಮೆ? ನಿನ್ನ ಬದ್ಕಿನಲ್ಲಿ ಸಾಕಷ್ಟು ಹೆಣ್ಣುಗಳು ಬಂದು ಹೋಗಿರಬೇಕು. ಸಮಾಜದಲ್ಲಿ ಚಲಾವಣೆಗಾಗಿ ಬೇಕಾದರೆ ಒಂದು ಹೆಣ್ಣನ್ನ ಮದ್ವೆ ಆಗು" ಏರುಪೇರಿಲ್ಲದ ತಣ್ಣನೆಯ ಸ್ವರದಲ್ಲಿ ನುಡಿದಳು.

ಷಾಕ್ ತಿಂದಂತಾಯಿತು ಪರೀಕ್ಷಿತ್‌ಗೆ. ಅವಳೇನು ಸುಳ್ಳು ಆರೋಪ ಹೊರಿಸಿಲ್ಲ. ಸುಶೀಲ ಹೇಳಿರಬಹುದು. ಮತ್ತೆ ಯಾರೋ ಉಸುರಿರಬಹುದು. ಇದಂತು ಸತ್ಯ. ಅವೆಲ್ಲ ತಾಳಮೇಳವಿಲ್ಲದ ಒಡನಾಟ. ಅತೃಪ್ತ, ನಿರಾಶೆ ಮನದ ಆಕ್ರೋಶ ಅದನ್ನೆಲ್ಲ ಬಿಡಿಸಿ ಹೇಳಲು ಸಾಧ್ಯವೇ?

"ನಿಂಗೆ ವಿವರಿಸ್ತಾರೆ!" ಮೃದು ದನಿಯಲ್ಲಿ ಹೇಳಿದ.

"ಥ್ಯಾಂಕ್ಯೂ, ನೀನು ವಿವರಿಸಿದ್ರೂ... ನಂಗೆ ಅರ್ಥವಾಗದು. ಬರ್ತೀನಿ" ನಡೆದುಬಿಟ್ಟಳು. ಅವನ ಹೃದಯದಲ್ಲಿ ಭಯಂಕರ ಆಂದೋಲನ "ಹೋಗ್ಲಿ ಬಿಡು, ಸುಮ. ನಿಂಗೆ ಇನ್ನು ತಿಳಿಯೋದ್ರಿಂದ ಪ್ರಯೋಜನವಿಲ್ಲ. ಸ್ವಲ್ಪ ನಾನು ಎಚ್ಚರ ತಪ್ಪಿದರೂ ದೂರ ಹೋಗಿ ಬಿಡ್ತೀಯಾ! ನನ್ನ ಎದುರಿನಲ್ಲೇ ಇರ್ತೀಯಲ್ಲ ಸಾಕು" ಹೇಳಿಕೊಂಡ. 'ಸಾಕ್ರಿಫೈಸ್' ನಿಜವಾದ ಪ್ರೀತಿಯ ಇನ್ನೊಂದು ಮುಖ.

ಫ್ಲ್ಯಾಟ್‌ಗೆ ಬಂದ ಸುಮತಿ ಚಿಂತಿತಳಾದಳು. ಕ್ಷಣಕಾಲ ಅವನ ನೋಟದಲ್ಲಿ ಅವಳ ಕಣ್ಣೋಟ ಬೆರೆತರೂ ಅವುಗಳ ಪ್ರಜ್ವಲನೆಗೆ ಬೆರಗಾಗಿದ್ದಳು. ನೊಂದ ಪ್ರೇಮಿಯಂತೆ, ದುರಂತ ಲವರ್‌ನಂತೆ ಕಂಡ ಪರೀಕ್ಷಿತ್. ಶರತ್ ಚಂದ್ರರ ಕುಡುಕ ದೇವದಾಸ್ ಅವಳ ಕಣ್ಮುಂದೆ ಸುಳಿದು ನೋಯಿಸಿದ.

ಬಹಳ ಹೊತ್ತು ಕಣ್ಣೀರು ಸುರಿಸಿದಳು. ಬದುಕಿನಲ್ಲಿ ಯಾರಿಲ್ಲವೆಂದು ಒಂಟಿಯಾಗಿ ಬಂದು ಕಹಿ ಉಂಡರೂ ಪರೋಕ್ಷವಾಗಿಯಾದರೂ ಪರೀಕ್ಷಿತ್ ಅವಳ ಆಸರೆಗೆ ನಿಂತಿದ್ದ. ಅವಳ ಬಗ್ಗೆ ಬಹಳಷ್ಟು ಕಾಳಜಿ ವಹಿಸಿದ್ದ.

"ಪರ್ವಾಗಿಲ್ಲ, ಇಲ್ಲಿ ಎಲ್ಲಾ ಫ್ಲ್ಯಾಟ್‌ಗಳಲ್ಲೂ ಸಮಸ್ತವೂ ಇರುತ್ತೆ!" ಎಂದಾಗ ಹರೀಶ್ ನಕ್ಕುಬಿಟ್ಟಿದ್ದ. "ಇಲ್ಲ ಮೇಡಮ್, ಕೆಲವು ಫ್ಲ್ಯಾಟ್‌ಗಳಲ್ಲಿ ಒಂದಿಷ್ಟು ಫರ್ನೀಚರ್ಸ್ ಇರ್ಬಹ್ದು ಅಷ್ಟೇ. ಮಿಕ್ಕಿದ್ದೆಲ್ಲ ಕೊಂಡು ತಂದು ತುಂಬಿರೋದು" ಎಂದು ಹೇಳಿದ್ದ.

ಅನುಕೂಲಕ್ಕೆ ಬೇಕಾದ ಪಾತ್ರೆ ಪಡಗ, ಸ್ಟೌವ್, ಮಿಕ್ಸಿ ಮಂಚ, ಹಾಸಿಗೆ ಸಮಸ್ತವೂ ಇತ್ತು. ಈಗಲೂ ಅವಳದು ಬರೀ ಒಂದು ಸೂಟ್‌ಕೇಸ್, ಅದರಲ್ಲಿನ ಬಟ್ಟೆ ಬರೆಗಳು, ಹೊರಡಬೇಕಾದ ಸಂದರ್ಭ ಬಂದರೂ ಆರಾಮಾಗಿ ಹೋಗಿಬಿಡಬಹುದು.

ಅವಳ ತಾತ ಮಾಡಿದ ಅಲ್ಪ ಸ್ವಲ್ಪ ಸಹಾಯಕ್ಕೆ ಅವನು ಮಾಡುತ್ತಿರುವುದು ಜಾಸ್ತಿಯಾಗಿಯೇ ಕಂಡಿತು. ಅವನ ಭಾವನೆಯಲ್ಲಿ ಅವಳು ಇಂದಿಗೂ ಶ್ರೀಮಂತ ಆನಂದ ರಾಯರ ಮೊಮ್ಮಗಳೇ. ಹಾಗೆಯೇ ಕಾಣುತ್ತಿದ್ದಳು ಕೂಡ. ಒಂದಿಂಚು ಕೆಳಗಿಳಿಸಲಾರ.

ಪರೀಕ್ಷಿತ್ ಶರಶ್ಚಂದ್ರರ ದೇವದಾಸ್ ಆಗಬಾರದು. ಇವನು ಪ್ರೇಮಿಸಿದ ಹೆಣ್ಣು ಯಾರಾಗಿರಬಹುದು? ಇಡೀ ರಾತ್ರಿ ತಲೆ ಕೆಡಿಸಿಕೊಂಡಳು.

ಬೆಳಿಗ್ಗೆ ಏಳುವ ವೇಳೆಗೆ ಹರೀಶ್ ಹಾಜರು. "ಗುಡ್ ಮಾರ್ನಿಂಗ್, ಮೇಡಮ್..." ತಾನೇ ಹೋಗಿ ಕಾಫಿ ಮಾಡಿ ತಂದ "ರಾತ್ರಿಯೆಲ್ಲಾ ಜಾಗರಣೆ ಮಾಡಿದ್ರಾ?" ಅವನ ಪ್ರಶ್ನೆಗೆ ಉತ್ತರಿಸದೆಯೇ ಬಾತ್‌ರೂಮಿಗೆ ಹೋದಳು.

ಅಷ್ಟರಲ್ಲಿ ಫೋನ್ ಬಂತು. ಹರೀಶ್ ಎತ್ತಿದ "ಹಲೋ...." ರಿಸೀವರ್ ಹಿಡಿತ ಬಿಗಿದುಕೊಂಡಿತು. ತುಟಿ ಕಚ್ಚಿ ಉಗುಳು ನುಂಗಿದ. "ಹಲೋ....ಹರೀಶ್, ಸ್ವಲ್ಪ ಫೋನ್ ಸುಮಂಗೆ ಕೊಡು" ಎಂದ.

"ಅವ್ರು ಬಾತ್‌ರೂಂನಲ್ಲಿದ್ದಾರೆ. ಎರ್ಡು ಸಲ ಆಫೀಸ್‌ಗೆ ಬಂದಿದ್ದೆ. ನೀವು ಸಿಗ್ಲಿಲ್ಲ. ಈಗ ನೇರವಾಗಿ ಅಲ್ಲಿಗೇ ಬರೋದು. ಡಿಸ್ಟರ್ಬ್ ಆಗೋಲ್ವಾ, ಸರ್" ಪ್ರಶ್ನಿಸಿದ.

"ಏನಿಲ್ಲ...." ಫೋನಿಟ್ಟುಬಿಟ್ಟ.

ಹರೀಶ್‌ಗೆ ಆಶ್ಚರ್ಯವಾಯಿತು. ಬಂದು ಕೂಡಲೇ ಸುಮತಿಗೆ ಹೇಳಿದ. "ಫೋನ್ ಬಂದಿತ್ತು. ನಿಮ್ಹತ್ರ ಮಾತಾಡ್ಬೇಕು ಅಂದವ್ರು ಇಟ್ಟು ಬಿಟ್ರು"

ಸುಮತಿ ಡಯಲ್ ತಿರುಗಿಸಿದಳು. ಬಹಳ ಹೊತ್ತು ರಿಂಗಾದ ನಂತರವೇ ಎತ್ತಿದ್ದು "ಹಲೋ...." ಎಂದಳು. "ನಾನು ಮೇಡಮ್ ಮಾರುತಿ" ಕೂಗಿದ.

"ಸ್ವಲ್ಪ ನಿಮ್ಮ ಯಜಮಾನ್ರಿಗೆ ಕೊಡು ಫೋನ್" ಎಂದಳು.

"ಅವ್ರು ಈಗ ಮಾತಾಡೋಲ್ಲ. ನಂಗೂ ಮಾತಾಡ್ಬೇಡಾಂತ ಹೇಳಿದ್ದಾರೆ. ಈಗೇನ್ಮಾಡ್ಲೀ?" ಕೇಳಿದ ಅವಳನ್ನೇ.

"ಫೋನ್ ಇಟ್ಟು ಬಿಡು" ಎಂದಳು.

ತಾನು ಫೋನಿಟ್ಟು ಬಂದಳು "ಇದೇನು ಹರೀಶ್ ಬೆಳಿಗ್ಗೆ ಬೆಳಿಗ್ಗೆಯೇ" ಅವನು ಕೆನ್ನೆಯುಜ್ಜಿದ "ನಮ್ಮ ಯಜಮಾನ್ರು ಭಾವೀ ಅಳಿಯ ಡಾ॥ ಪ್ರಭು ತಪ್ಪಿಸಿಕೊಂಡು ಬಿಟ್ಟಿದ್ದಾರೆ. ಅವ್ರುನ ಹುಡ್ಕೀ ಹುಡ್ಕೀ ಸಾಕಾಗಿದ್ದಾರೆ" ಮ್ಲಾನವದನನಾದ.

"ಎಲ್ಲಿ ತಪ್ಪಿಸಿಕೋತಾರೆ? ಎಲ್ಲೋ ಹೋಗಿದ್ದಾರೆ. ಬರ್ತಾರೆ, ಅವರೇನು ಸಣ್ಣ ಮಗು ಅಲ್ಲ. ಯಾಕೆ ಇವ್ರಿಗೆ ಧಾವಂತ?" ಸಹಜವಾಗಿ ನುಡಿದಳು.

ವಿಷಯವನ್ನು ಅವನಿಗೆ ತಿಳಿದಷ್ಟು ಸಂಕ್ಷಿಪ್ತವಾಗಿ ವಿವರಿಸಿದ.

"ಈಗೇನು ಮಾಡ್ತಾರೆ? ಸಾಕಷ್ಟು ಹಣ ಹೋಗಿದೆ. ಮನೆಯವರೆಲ್ಲ ಚಿಂದಿ ಚಿಂದಿ. ಅದರೊಳಗೂ ಡಾ॥ ಪ್ರಭು ಬಂದು ಮದ್ವೆ ಆಗ್ತಾನೆ ಅನ್ನೋ ಆಶಾಕಿರಣ" ತಲೆಯ ಮೇಲೆ ಬಂಡೆಯೊತ್ತವನಂತೆ ನುಡಿದ.

"ನಿನ್ನ ಕೈಯಲ್ಲಾದ ಸಹಾಯ ಮಾಡು. ಇಂಥ ಸಂದರ್ಭಗಳಲ್ಲಿ ಧೈರ್ಯ ಹೇಳೋರು ಬೇಕಾಗ್ತಾರೆ"

ಅಂದು ರಾತ್ರಿ ಈ ಸಿಟಿಯಲ್ಲಿ ಒಬ್ಬಳೇ ಬಂದು ಇಳಿದಿದ್ದನ್ನ ನೆನಪಿಸಿಕೊಂಡಳು. ಒಳ್ಳೆಯವರು ಎಂದರೇ ಹರೀಶ್‌ನಂಥವರೇ - ಅವಳ ತೀರ್ಮಾನ. ಅವಳಿಗೆ ಅವನ ಹಿನ್ನೆಲೆ, ವಿದ್ಯಾಭ್ಯಾಸದ ಬಗ್ಗೆ ಯೋಚಿಸಲಾರಳು. ಅವನ ಎಣೆ ಇಲ್ಲದ ಬದುಕಿನ ಪ್ರೀತಿಯ ಬಗ್ಗೆ ಬೆರಗು. ಅವನು ಗುಲಾಬಿ, ನಂದಿ ಬಟ್ಟಲು ಹೂಗಳನ್ನು ಪ್ರೀತಿಸುವಷ್ಟು ಜನ ತಮ್ಮ ಮಕ್ಕಳನ್ನ ಪ್ರೀತಿಸುತ್ತಾರೆ ಎನ್ನುವ ಅಪನಂಬಿಕೆ ಅವಳಿಗೆ.

"ಹೋಗ್ಬರ್ತೀನಿ.....ಮೇಡಮ್" ಹರೀಶ್ ಎದ್ದ.

ಸುಮತಿ ರೇಗಿದಳು. "ಹರೀ, ಈ ಮೇಡಮ್ ಅನ್ನೋದು ನೀನು ಬಿಡೋಲ್ಲ. ನಿಂಗೆ ಯಾರು ಕಿವಿ ಹಿಂಡಿ ಪಾಠ ಹೇಳಿ ಕೊಡ್ಬೇಕಿಲ್ಲ. ಯು ಆರ್ ಪರ್‌ಫೆಕ್ಟ್ ಜಂಟಲ್‌ಮನ್. ಅಗತ್ಯವಿದ್ದರೆ ಫೋನ್ ಮಾಡು" ಅವನನ್ನು ಕಳುಹಿಸಿಕೊಟ್ಟಳು.

ಪರೀಕ್ಷಿತ್ ಅವಳಿಗೊಂದು ಸಮಸ್ಯೆಯಾದ. ಹೆಣ್ಣು, ಪ್ರೇಮ ಎಲ್ಲಾ ಅವಳಿಗೆ ಗಲಿಬಿಲಿ. ಪ್ರೇಮಿಸಿದ ಹೆಣ್ಣು ಅವನ ತಪ್ಪುಗಳನ್ನು ಕ್ಷಮಿಸಿ ತಿದ್ದಿಕೊಳ್ಳಬಹುದಿತ್ತು. ತಿದ್ದಲಾರದಷ್ಟು ಕೆಟ್ಟಿದ್ದಾಗ? ದೇವದಾಸ್ ಕುಡುಕನಾದ್ದುದು ಪಾರ್ವತಿಗೋಸ್ಕರ. ಅಂಥದರಲ್ಲಿ ಪಾರ್ವತಿ ಅವನನ್ನು ಸಹಾನುಭೂತಿಯಿಂದ ನೋಡಬೇಕು - ಇಂಥ ಆಲೋಚನೆಗಳು ಅವಳನ್ನು ಮುತ್ತಿದ್ದವು.

ಎಂದೂ ಪ್ರೇಮ, ಪ್ರೀತಿಯ ಬಗೆಗೆ ಚಿಂತಿಸದವಳು ಪೂರ್ತಿ ಅದನ್ನೇ ತಲೆಯಲ್ಲಿ ತುಂಬಿಕೊಂಡಳು. ಅದರ ಪ್ರಖರತೆ ಎಷ್ಟು?

ತಿಂಡಿ ತಿಂದು ಡ್ರೆಸ್ ಮುಗಿಸಿ ಹೊರಟು ನಿಂತಳು. ನಿಧಾನವಾಗಿ ಡಯಲ್ ತಿರುಗಿಸಿದಳು. "ಹಲೋ....." ಎಂದಳು. "ಪರೀಕ್ಷಿತ್ ಹಿಯರ್" ಅವನ ಸ್ವರ ಗಡುಸಾಗಿತ್ತು. "ಆಫೀಸ್‌ಗೆ ಬರ್ತೀರಾ ಸರ್" ಕೇಳಿದಳು. ಕೆಲವು ನಿಶ್ಯಬ್ದತೆಯ ನಂತರ "ಬಾ ಅಂದರೇ ಬರ್ತೀನಿ, ಮೇಮ್‌ಸಾಬ್" ತಮಾಷೆಯ ಅಲೆಗಳು ತೇಲಿದವು. ಇಷ್ಟು ಬೇಗ ಇಷ್ಟರಮಟ್ಟಿನ ಬದಲಾವಣೆ. "ಖಂಡಿತ ಬಾ, ನೀನೇನು ಅರ್ಥವಾಗಿಲ್ಲ!" ಸ್ನೇಹದಿಂದ ಹೇಳಿದಳು.

"ಅದೇ ಒಳ್ಳೇದು. ನೀನಂತು ನೋಯೋದ್ಬೇಡ. ಖಂಡಿತ ಬರ್ತೀನಿ" ಫೋನಿಟ್ಟ.

ಅವನ ಮಾತುಗಳನ್ನು ಸೀರಿಯಸ್ಸಾಗಿ ತೆಗೆದುಕೊಳ್ಳದವಳು ಇಂದು ಗಂಭೀರವಾಗಿ ಚಿಂತಿಸಿದಳು. ಅವಳು ಹೆಚ್ಚು ದೂರ ಯೋಚಿಸದಿದ್ದರೂ ಅವನ ಸ್ನೇಹಕ್ಕೆ ಮೂಕಳಾದಳು.

"ನನ್ನಿಂದ ಏನಾದ್ರೂ ಮಾಡೋಕ್ಕಾಗುತ್ತೇನೋ, ಪ್ರಯತ್ನಿಸ್ತೀನಿ" ಪರೀಕ್ಷಿತ್ ಗೆಳೆಯನಿಗೆ ಭರವಸೆ ಕೊಟ್ಟಳು ಮನದಲ್ಲೇ.

ಇವಳು ತನ್ನ ಸೀಟಿಗೆ ಹೋದ ಕೂಡಲೇ ಇಂಟರ್‌ಕಾಮ್ ಗುಣ ಗುಣಿಸಿತು. "ಗುಡ್ ಮಾರ್ನಿಂಗ್, ನೀನು ಬಂದಿದ್ದು ಗೊತ್ತಾಯ್ತು. ಒಂದಿಷ್ಟು ಕ್ಷಮೆ ಕೇಳೋದಿದೆ.... ಬಾ" ಎಂದ ಪರೀಕ್ಷಿತ್. ಸದ್ಯಕ್ಕೆ ಅವನು ಗೆಲುವಾಗಿರೋದು ಬೇಕಿತ್ತು ಅವಳಿಗೆ.

ಇವಳಿಗಾಗಿ ಕಾಯುತ್ತ ಕೂತಿದ್ದವನು ಛೇರ್‌ನತ್ತ ಕೈ ತೋರಿಸಿದ. "ಟೇಕ್ ಯುವರ್ ಸೀಟ್. ಈಗ್ಹೇಳು ಏನು ನಿನ್ನ ಪ್ರಾಬ್ಲಮ್?" ಕೇಳಿದ. ಅವಳ ಕಣ್ಣುಗಳು ಕಿರಿದಾದವು. ತಲೆ ಅಡ್ಡಡ್ಡ ಆಡಿಸಿದಳು.

"ಕರೆಕ್ಟ್, ನೀನು ಸಮಸ್ಯೆಗಳಿಂದ ಮುಕ್ತಳು. ನಾನೇ ಅದರ ನಡುವೆ ಇರೋದು. ಸೋ ಸಾರಿ... ಬೆಳಗಿನ ಪ್ರಕರಣಕ್ಕೆ" ಎಂದ.

"ಪ್ರೇಮಿಗಳೆಲ್ಲ ಹುಚ್ಚರು ಅಂತಾರೆ. ನೀನು ಇರೋದು ಕೂಡ ಅದೇ ಸ್ಥಿತಿಯಲ್ಲಿ. ಆದ್ರಿಂದ ಸಾರಿ ಕೇಳೋ ಅವಶ್ಯಕತೆಯೇನು ಇಲ್ಲ. ಇದು ಆಫೀಸ್ ಟೈಮ್" ನೆನಪಿಸಿ ಎದ್ದು ಹೋದಳು.

ಪರೀಕ್ಷಿತ್ ಅವಳು ಹೋದತ್ತಲೇ ನೋಡುತ್ತ ಕೂತುಬಿಟ್ಟ. ಅಂದು ಕೂಡ ಬಿಂಕ, ಬಿಗುಮಾನವಿಲ್ಲದ ಸರಳ ಸ್ನೇಹಪೂರ್ವಕ ನಡತೆ, ಇಂದು ಅದೇ. ಅದೇ ಸುಮತಿಯಲ್ಲಿನ ವಿಶೇಷತೆ. ಮೈ ಮರೆತಂತೆ ಕೂತುಬಿಟ್ಟ.

ಅವಳ ಬದುಕಿನಲ್ಲಿ ಸುಂದರ ಹೂಗಳು ಅರಳಲಿ. ಹಾರೈಸಿದ. ಬೆಳಿಗ್ಗೆ ಬಹಳ ಉಲ್ಲಾಸದಿಂದ ಫೋನೆತ್ತಿದಾಗ ಹರೀಶ್ ಎತ್ತಿದ್ದ. ಬಹುಶಃ ಅವನು ಅಲ್ಲೇ ಇದ್ದಿರಬೇಕು. ಕದ್ದು ಮುಚ್ಚಿ ಪ್ರೇಮ ಮಾಡುವ ಅಗತ್ಯವಿದೆಯೇ? ನನ್ನಿಂದ ಇಬ್ಬರು ಯಾಕೆ ಮುಚ್ಚಿಟ್ಟಿದ್ದಾರೆ? ತಿಳಿಸಿದ್ದರೆ ತನ್ನ ಮನದ ಆಂದೋಳನ ಮೆಟ್ಟಿಯಾದರೂ ಗ್ರಾಂಡ್ ಪಾರ್ಟಿ ಕೊಡುತ್ತಿದ್ದ. ತನ್ನ ಸ್ವಂತ ಬಂಗ್ಲೆಯನ್ನ ಅವರಿಗೆ ಬಿಟ್ಟುಕೊಟ್ಟು ತಾನು ಫ್ಲ್ಯಾಟ್‌ನಲ್ಲಿ ವಾಸಿಸುತ್ತಿದ್ದೆ. ಇದೇ ಜಾಡಿನಲ್ಲಿ ಸಾಗುತ್ತಿತ್ತು ಅವನ ಚಿಂತನೆಗಳೆಲ್ಲ.

ಸೀಟ್‌ಗೆ ಹೋದ ಸುಮತಿಗೆ ಕೆಲಸ ಮಾಡಲಾಗಲಿಲ್ಲ. ಆ ರಾತ್ರಿಯ ಪ್ರಕರಣ

ದೇವದಾಸ್‌ನ ಪ್ರತಿರೂಪದಂತೆ ಗೋಚರವಾಗುತ್ತಿತ್ತು. ಇವನ ಪಾರ್ವತಿ ಯಾರು? ಸುಶೀಲನ ವಿಚಾರಿಸುವುದು ಸರಿಯೋನೋ ಎಂದು ಫೋನೆತ್ತಿದಳು.

ನಾರಾಯಣ್ "ಹಲೋ........" ಎಂದಾಗ "ಸ್ವಲ್ಪ ಸುಶೀಲಾಗೆ ಕೊಡಿ" ಎಂದಳು. ಅವಳು ಎತ್ತಿದ್ದೇ ಶುರು ಮಾಡಿದಳು "ಸ್ಟಾಪ್ ಇಟ್, ನಿನ್ಹತ್ರ ಸ್ವಲ್ಪ ಮಾತಾಡ್ಬೇಕು. ಯಾವಾಗ ಸಿಕ್ತೀಯಾ?" ವಿಚಾರಿಸಿದಳು.. "ನೀನು ಬಾ ಅಂದ್ರೆ ಈಗ್ಲೇ ಬರ್ತೀನಿ ಬರ್ಲಾ" ಉತ್ಸಾಹ ತೋರಿದಳು. "ಬೇಡ, ಸಂಜೆ ಬಾ, ನೇರವಾಗಿ ಫ್ಲ್ಯಾಟ್ ಹತ್ರ. ಇಲ್ಲಿಗೆ ಬರೋದ್ಬೇಡ" ಎಚ್ಚರಿಸಿ ಇಟ್ಟಳು.

ಸುಶೀಲ ಇವಳ ಸ್ನೇಹಿತೆಯಾದರೂ ಪರೀಕ್ಷಿತ್ ಅವಳನ್ನ ಅಣಕಿಸುತ್ತಿದ್ದ. 'ಆಸೆಬುರುಕಿ' ಹಂಗಿಸುತ್ತಿದ್ದ. ಇದೆಲ್ಲ ಹಿಂದಿನ ವಿಷಯ.

ಅವಳಿಗೆ ತಟ್ಟನೆ ಸುಬ್ಬಯ್ಯನ ನೆನಪಾಯಿತು. ಅವನು ಪರೀಕ್ಷಿತ್‌ನಲ್ಲಿ ಮಾತಾಡಿದ ಬಗ್ಗೆ ಅವಳಿಗೆ ತಿಳಿದು ಬಂದಿತು. ವಿಚಾರಿಸುವುದು ಸರಿಯೆನಿಸಿತು.

ಲಂಚ್ ಬ್ರೇಕ್‌ನಲ್ಲಿ ಅವಳಾಗಿ ಅವನ ಕೋಣೆಗೆ ಹೋದಳು. "ಅರೆ ಪ್ರಕೃತಿಯಲ್ಲಿ ಏನಾದ್ರೂ ಬದಲಾವಣೆ ಬಂದಿದ್ಯಾ? ವೆಲ್‌ಕಮ್...." ಹುಬ್ಬು ಕುಣಿಸಿ ನಸು ನಗೆ ಬೀರಿದ.

ಕೂತ ಸುಮತಿ ಎರಡು ನಿಮಿಷದ ಮೌನದ ನಂತರ "ಸುಬ್ಬಯ್ಯ ನಿಂಗೇನಾದ್ರೂ ಹೇಳಿದ್ಯಾ.... ಪರೀಕ್ಷಿತ್?" ಭಾರವಾದ ದನಿಯಿಂದ ಪ್ರಶ್ನಿಸಿದಳು. "ಏನಿದೆ, ಹೇಳೋಕೆ? ಎಲ್ಲೋ ಬಂದಿದ್ದಾನೆ. ನಿನ್ನ ನೋಡ್ಬೇಕನ್ನೋ ಉದ್ದೇಶವೇನಿಲ್ಲ. ಸುಮ್ನೇ ಹಳೇ ನೆನಪುಗಳು ಬೇಡಾಂತ ನಿನ್ನ ಭೇಟಿ ಮಾಡೋದು ತಡೆದೆ, ಅಷ್ಟೆ" ಹಗುರವಾಗಿ ಅಂದ.

"ಸಾಲದ ವಸೂಲಿಗೆ ಬಂದಿದ್ದಾನೇಂತ ಗೊತ್ತಾಯ್ತು. ನಮ್ಮ ತಾತ ಪ್ರೊನೋಟು ಬರ್ದುಕೊಟ್ಟು ಅವ್ನಿಂದ ಹಣ ಪಡೆದಿದ್ದರಂತೆ" ಎಂದಳು.

ಅವನ ಹುಬ್ಬುಗಳು ಬಿಗಿದುಕೊಂಡವು "ಇಂಥ ಫಾಲ್ಸ್ ನ್ಯೂಸ್ ನಿಂಗೆ ಕೊಟ್ಟೋರು ಯಾರು? ಆನಂದರಾಯರು ಕೊಡುಗೈ ಧಣಿಯಂತೆ ಅವ್ನ ಹೆಣ್ಣು ಮಕ್ಳ ಮದ್ವೆಗೆಲ್ಲ ಹಣ ಸುರಿದೋರು. ಅವನ್ಹತ್ರ ಸಾಲ ಕೇಳ್ತಾರಾ? ಅದೆಲ್ಲ ಶುದ್ಧ ಸುಳ್ಳು" ಹಾರಾಡಿದ.

"ನಂಗೆ ಸಂದೇಹ, ಸುಮ್ನೇ ನೋಡೋಕೆ ಬಂದಿರಲಾರ. ಅಂಥ ಅಕ್ಕರೆ ಅವ್ನಿಗೆ ನನ್ಮೇಲೆ ಇಲ್ಲ" ಮನಸ್ಸಿಗೆ ತೋಚಿದ ಸತ್ಯವನ್ನ ನುಡಿದಳು.

ದೀರ್ಘವಾಗಿ ಅವಳನ್ನೇ ನೋಡಿ ನಿಟ್ಟುಸಿರು ದಬ್ಬಿದ.

"ಅಲ್ಲಿನ ವ್ಯವಹಾರಗಳು ಮುಗಿದಾಗ ಸುಬ್ಬಯ್ಯ ಸಾಲದ ಸುದ್ದಿ ಹೇಳಿದ್ನಾ?" ಕೇಳಿದ. ಅವಳ ಮುಖ ಮಂಕಾಗಿ ನೆನಪು ಕೆಲವು ತಿಂಗಳು ಹಿಂದಕ್ಕೆ ಹಾಕಿತು "ಎಲ್ಲಾ ಮುಗೀತು ತಾನೇ?" ಹೊರಡುವ ಮುನ್ನ ಕೇಳಿದ್ದಳು "ಹೆಚ್ಚು ತಕರಾರು, ತಡೆ ಇಲ್ದೇ ವ್ಯವಹಾರ ಮುಗೀತು. ಇನ್ನ...ನನ್ನ.... ಇರಲೀ ಬಿಡಿ" ಎಂದಿದ್ದ. ಅವಳೇನು ಹೆಚ್ಚಿಗೆ ಭಾವಿಸಿರಲಿಲ್ಲ. ಅದನ್ನ ಮನಸ್ಸಿನಲ್ಲಿಟ್ಟುಕೊಂಡು ಹೇಳಿರಬಹುದೆ? ಅವಳ ಮನ ಅನುಮಾನಿಸಿತು.

"ನಾನೇನು ಹೇಳ್ಲಾರೆ. ತಾತ ಕೊಟ್ಟಿದ್ದು ನೋಡಿದ್ದನೇ ವಿನಹ ಯಾರಿಂದಲೂ ಪಡೆದದ್ದು

ಗೊತ್ತಿರಲಿಲ್ಲ. ಪೆಡಂಭೂತಗಳ ಹಾಗೆ ಎರಗಿತು. ಈಗ್ಲೂ ಅವನೇನಾದ್ರೂ ಸಾಲ ಕೊಟ್ಟಿದ್ರೆ.... ಹಿಂದಿರುಗಿ ಕೊಡೋದು ನನ್ನ ಕರ್ತವ್ಯ. ತಾತನ ನೆನಪು ಎಲ್ಲರಿಗೂ ಸಿಹಿಯಾಗ್ಲಿ, ಯಾರ್ಗೂ ಕಹಿಯಾಗೋದ್ಬೇಡ. ಪ್ಲೀಸ್ ನೀನು ಸ್ವಲ್ಪ ಸುಬ್ಬಯ್ಯನ ಸಂಪರ್ಕಿಸು ಪರೀಕ್ಷಿತ್" ಅಪರೂಪಕ್ಕೆ ಅವಳ ದನಿಯಲ್ಲಿ ದೈನ್ಯತೆ ಇಣುಕಿದಾಗ ಪರೀಕ್ಷಿತ್ ತಡೆಯದಾದ.

ಅವಳ ಕಣ್ಣಂಚಿನ ಕಂಬನಿ ಕೆನ್ನೆಯ ಮೇಲೆ ಜಾರಿಯೇಬಿಟ್ಟಿತು. "ಸುಮ, ನಾನು ಈ ಕಣ್ಣೀರು ಮಾತ್ರ ನೋಡ್ಲಾರೆ. ಪರೀಕ್ಷಿತ್ ಬದ್ಕಿರೋವಾಗ ಈ ಮುತ್ತುಗಳು ಉದುರ ಕೂಡದು" ಸಮೀಪಕ್ಕೆ ಬಂದು ತೋರು ಬೆರಳಿನಿಂದ ತೊಡೆದ.

"ಅವೆಲ್ಲ ಕಲ್ಪನೆ, ಸುಬ್ಬಯ್ಯನತ್ರ ಯಾವ್ದೇ ಸಾಲ ಆನಂದರಾಯರು ಮಾಡಿಲ್ಲ. ಇದು ಸತ್ಯ. ನಂಬು, ನಾನು ಬೇಕಾದ್ರೆ.... ಭರವಸೆ ಕೊಡ್ತೀನಿ. ನೀನು ಮಾತ್ರ ಅವನನ್ನು ಸಂಪರ್ಕಿಸ್ಬಾರ್ದು" ತಿಳಿ ಹೇಳಿದ.

ಏನು ಬೇಕಾದರೂ ಸಹಿಸಬಲ್ಲ. ಸುಮ ಮಾತ್ರ ನೋಯಬಾರದು. ಅವನ ಬದುಕಿನಲ್ಲಿ ಅರ್ಥವಾಗಿ ಬಂದವಳು ಕನಸ್ಸಾಗಿ ಮೂಡಿದವಳು. ಕಲ್ಪನೆ ಗರಿಗೆದರಿದ ಶುಭ್ರ.... ಕುಸುಮ ಅವಳೇ.

ಸಂಜೆ ಆಫೀಸ್ ಕ್ಲೋಸ್‌ವೇಳೆಗೆ ಸುಶೀಲ ಬಂದಿಳಿದಳು. "ನನ್ನ ಕಾರು ಕೆಟ್ಟು ಹೋಯ್ತು. ಅದ್ಕೇ... ಬಂದೇ" ಎಂದು ಅರ್ಥವಿಲ್ಲದ ಮಾತುಗಳನ್ನ ಅಡಿ ಸುಮತಿಯ ಜೊತೆ ಆಫೀಸ್ ಕಾರು ಹತ್ತಿದಳು.

ಆ ಸುದ್ದಿ ಪರೀಕ್ಷಿತ್‌ಗೆ ಮುಟ್ಟಲು ತಡವಾಗಲಿಲ್ಲ. ಗಂಡ ಹೆಂಡತಿ ಕೆಟ್ಟವರಲ್ಲದಿದ್ದರೂ ಅವರ ದುರಾಸೆ, ವಿಕೃತ ಚೇಷ್ಟೆಗಳನ್ನ ಬಲ್ಲ. ಎಚ್ಚರಿಸುವ ಅಗತ್ಯ ಕಂಡಿತು.

ಸುಶೀಲ ಮನೆಗೆ ಫೋನ್ ಮಾಡಿ ನಾರಾಯಣ್‌ಗೆ ಹೇಳಿದ "ನಿನ್ನ ಮಡದಿ ಎಷ್ಟೊತ್ತಿಗೆ ಮನೆಗೆ ಬಂದ್ರೂ ಇಲ್ಲಿಗೆ ಕಳ್ಸಿ ಕೊಡು" ಇದನ್ನು ಅಕ್ಷರಶಃ ಪಾಲಿಸುತ್ತಾನೆಂದು ಅವನಿಗೆ ಗೊತ್ತು.

ಇವರ ಬಗ್ಗೆ ಹರೀಶ್‌ಗೆ ಎಚ್ಚರಿಸಬೇಕೆನಿಸಿತು. ತಾನು ಹೇಳಲಾಗದ ಎಷ್ಟೋ ಮಾತುಗಳನ್ನ ಅವನು ಹೇಳಿ ಸುಮತಿಯನ್ನ ಸಾಂತ್ವನಪಡಿಸಬಹುದು. ಜೋಪಾನ ಮಾಡಬಹುದು. ಅಂಥ ಎಲ್ಲಾ ಅವಕಾಶಗಳು ಅವನಿಗಿದೆ.

'ಮೇಡಮ್....' ಎಂದೇ ಮಾತನಾಡುತ್ತಿದ್ದ. ಆ ಬಗ್ಗೆ ಸುಶೀಲ ಕೂಡ ಹೇಳಿದ್ದಳು. "ಎಷ್ಟು ಹೇಳಿದ್ರೂ ಹರೀಶ್ ಮೇಡಮ್ ಅನ್ನೋದು ಬಿಟ್ಟಿಲ್ಲ. ನೀನು ಮೇಮ್ ಸಾಬ್. ಜೀ ಹುಜೂರ್ ಅನ್ನೋದು ನಿಲ್ಲಿಸಿಲ್ಲ" ಅವೆರಡು ನಿಜವೇ.

ರಾತ್ರಿ ಹನ್ನೊಂದರವರೆಗೆ ಅಡ್ಡಾಡಿದ ಹೊರಗಡೆಯ ಕಾಲು ಗಂಟೆಯ ನಂತರ ಕಾರು ಬಂದು ನಿಂತಿತು. ಅದು ಅವಳದೇ. ಇಳಿದಿದ್ದು ಸುಮತಿಳೊಬ್ಬಳೆ. ನಾರಾಯಣ್ ಇದನ್ನ ಕರಾರುವಕ್ಕಾಗಿ ಪಾಲಿಸಿದ್ದ.

ಬಣ್ಣ ಹಚ್ಚಿದ ತುಟಿಗಳು ಚೆಂಗುಲಾಬಿಗಳಂತೆ ಬಿರಿದವು. ಇಂಥ ನಗುವಿನ ಅಗತ್ಯ

ಪರೀಕ್ಷಿತ್‌ಗೆ ಇರಲಿಲ್ಲ.

"ಎಕ್ಸ್‌ಕ್ಯೂಜ್ ಮಿ, ತಡವಾಯಿತೇನೋ" ವೈಯ್ಯಾರದ ಕ್ಷಮೆಯಾಚನೆ "ಏನಿಲ್ಲ...." ಒಳಗೆ ನಡೆದ.

ಅವಳು ಧಾವಿಸಿದ ರೀತಿಯನ್ನು ಅರಿತೇ ಎದುರಿನ ಸೋಫಾದಲ್ಲಿ ಕೂಡುವಂತೆ ಸನ್ನೆ ಮಾಡಿದ. ಅವಳ ಉತ್ಸಾಹ ಚಿಂದಿಯಾಯಿತು. ತೆಪ್ಪಗೆ ಕೂತಳು.

"ಈಗ ಎಲ್ಲಿಗೆ ಹೋಗಿದ್ದು ಅಲ್ಲ.. ಹೋಗಿ ಬಂದ್ದದ್ದು?" ಸುತ್ತು ಬಳಸದೆ ವಿಷಯಕ್ಕೆ ಬಂದ. ಸುಶೀಲ ಅಳುಕಿದಳು. "ಅಂಥ ವಿಶೇಷವಾದ ವ್ಯಕ್ತಿಗಳನ್ನ ಮೀಟ್ ಮಾಡಲು ಏನಲ್ಲ" ಹೇಳಲು ಇಷ್ಟಪಡಲಿಲ್ಲ.

"ಸುಶೀಲ, ನನ್ನತ್ರ ಹುಡ್ಗಾಟ ಬೇಡ. ನಂಗೆ ಗೊತ್ತು. ಆದರೆ ಸತ್ಯ ನಿನ್ನ ಬಾಯಿಂದಲೇ ಕೇಳ್ಬೇಕೂಂತೂ. ಸುಮತಿನ ಯಾಕೆ ಮೀಟ್ ಮಾಡ್ದೇ?" ಹುಬ್ಬು ಗಂಟಿಕ್ಕಿದ.

"ನಾನಾಗಿ ಭೇಟಿಗೆ ಹೋಗ್ಲಿಲ್ಲ. ಅವ್ಳೇ ಫೋನ್ ಮಾಡಿದ್ಲು. ಏನೆಲ್ಲ ಮಾತಾಡಿದಳು. ವಿಷ್ಯವಂತ ನಿಂಗೆ ಸ್ಪಷ್ಟವಾಗಿಲ್ಲ. ಬರೇ ಬೋರ್" ಮುಂಗುರುಳನ್ನು ಸರಿ ಮಾಡಿಕೊಂಡಳು.

ಪರೀಕ್ಷಿತ್ ಪೂರ್ತಿ ನಂಬಲಿಲ್ಲ. ಕೆದಕಿ ಕೇಳಬೇಕೆನಿಸಲಿಲ್ಲ. ಬೆಣ್ಣೆಯಂಥ ಮಾತುಗಳನ್ನು ಉಪಯೋಗಿಸಿದರೇ ಇಡೀ ರಾತ್ರಿ ಇಲ್ಲೇ ಕಳೆಯುವ ಏರ್ಪಾಟು ಮಾಡುತ್ತಾಳೆ.

ನೂರರ ಎರಡು ನೋಟನ್ನು ತಂದು ಅವಳ ಮುಂದೆ ಹಾಕಿದ "ಬಂದಿದ್ದಕ್ಕೆ ಫೀಜು. ಇನ್ನ ಹೋಗ್ಬಹ್ದು. ಸುಬ್ಬಯ್ಯನ ಸುದ್ದಿ ನೀನೇ ತಾನೇ ಸುಮತಿಗೆ ಹೇಳಿದ್ದು? ಇನ್ಮೇಲೆ ಎಚ್ಚರವಾಗಿರು. ಅನವಶ್ಯಕವಾಗಿ ಅವನನ್ನ ಮಾನಸಿಕ ಹಿಂಸೆಗೆ ದೂಡಿದರೇ.... ನಾನು ಏನಾಗ್ತೀನೋ ಹೇಳೋಕ್ಕಾಗೋಲ್ಲ. ಇನ್ನ ಹೋಗು" ಸಿಡಿದ.

ಆ ಸಮಯದಲ್ಲಾದರೂ ನೋಟುಗಳನ್ನ ನಿರಾಕರಿಸಬಹುದಿತ್ತು. ಅವಳು ಹಾಗೆ ಮಾಡಲಾರಳು. ಹಣಕ್ಕಿಂತ ಅವಳಿಗೆ ಜಗತ್ತಿನಲ್ಲಿ ಯಾವುದೂ ದೊಡ್ಡದಿಲ್ಲ. ಅದರ ಜೋಪಾನದ ಬಗ್ಗೆ ಅವಳಿಗೆ ಆಸಕ್ತಿ, ಶ್ರದ್ಧೆ.

ಎತ್ತಿಕೊಂಡಳು ನಡುಗುವ ಕೈಯಿಂದ "ಇನ್ನ ಬರ್ತೀನಿ" ನಡೆದುಬಿಟ್ಟಳು. "ಮಾರುತಿ, ಬಾಗ್ಲು ಹಾಕಿ" ಎಂದವ ತನ್ನ ಕೋಣೆಗೆ ಹೋದ.

ಸುಮತಿಗೆ ಫೋನ್ ಮಾಡಬೇಕೆಂದು ಎತ್ತಿದವನು ಇಟ್ಟ. ಅದೇ ಸದ್ದಾಯಿತು "ಮಾರಾಯ, ಯಾಕೆ ಗುಡ್‌ನೈಟ್ ಹೇಳ್ಲಿಲ್ಲ! ಯೋಚ್ಸಿ ಸಾಕಾದೆ. ಗುಡ್‌ನೈಟ್........ ಸ್ವೀಟ್ ಡ್ರೀಮ್, ಪ್ರೇಮ, ದುರಂತ, ವಿರಹ ಬಿಟ್ಟು ಬೇರೆ ರೀತಿಯಲ್ಲಿ ಕನಸು ಕಾಣು" ಫೋನಿಟ್ಟುಬಿಟ್ಟಳು.

ಐದು ವರ್ಷದಷ್ಟು ದೀರ್ಘಕಾಲದ ನಂತರ ಸುಮತಿಯನ್ನ ಭೇಟಿಯಾಗಿದ್ದ. ಅವನೆದೆಯಲ್ಲಿನ ಪ್ರೇಮ ಎದೆಯಾಳದಲ್ಲಿ ತೊಳೆದ ಮುತ್ತಿನಂತೆ ಶೋಭಿಸುತ್ತಿತ್ತು. ಆಮೇಲೆ ಎಷ್ಟೋ ಹೆಣ್ಣುಗಳನ್ನ ನೋಡಿದ್ದ. ಹೃದಯದ ಹತ್ತಿರವೇನು, ಮನದ ಹತ್ತಿರ ಬಂದವರು ಕೂಡ ಇಲ್ಲ. ಆಮೇಲಿನ ಅವನ ಸುಂದರ ಸಾಮ್ರಾಜ್ಯವನ್ನ ಹರೀಶ್ ಧ್ವಂಸ ಮಾಡಿಬಿಟ್ಟಿದ್ದ.

ಇಡೀ ರಾತ್ರಿ ವಿರಹ ಗೀತೆಗಳನ್ನ ಕೇಳುತ್ತ ದುರಂತ ಪ್ರೇಮಿಯಂತೆ ಕಳೆದ.

* * *

ಮೆಟ್ಟಲೇರುತ್ತಿದ್ದ ಹರೀಶ್ ಹಾಗೆಯೇ ನಿಂತ. ಸಚ್ಚಿದಾನಂದ್ ತೀರಾ ಬೆಂಡಾಗಿ ಹೋಗಿದ್ದರು. ತುಂಬಿಕೊಂಡ ಕೆನ್ನೆಗಳು ಆಳಕ್ಕೆ ಇಳಿದಿದ್ದವು. ಮುಖದ ಮೇಲೆ ಪ್ರೇತದ ಕಳೆ. ಷೇವ್ ಮಾಡಿ ಕೆಲವು ದಿನಗಳು ಆಗಿದ್ದವು.

"ಯಜಮಾನ್ರೆ...." ಅವನ ಸ್ವರ ನಡುಗಿತು.

ಸಚ್ಚಿದಾನಂದ್ ನಕ್ಕರು. ಎಂಥ ನಗೆ? ತೀರಾ ಕೆಟ್ಟದ್ದು, ದುಃಖ, ವೇದನೆ, ನಿರಾಸೆಯ ಹೊಂಡದಲ್ಲಿ ಪುಟಿದ ಹುಚ್ಚು ನಗೆ-ಬಹಳ ಪ್ರಯಾಸದಿಂದ ನುಂಗಿದ ಹರೀಶ್.

"ಚೆನ್ನಾಗಿದ್ದೀಯಾ... ಹರೀಶ್?" ಹತ್ತಿರ ಬಂದು ವಿಚಾರಿಸಿದರು. "ನಿನ್ನ ದಾರಿ ನೀನು ಹುಡ್ಕಿಕೊಂಡಿದ್ದು ಒಳ್ಳೇದಾಯ್ತು. ಪಾಷಾ ಕಾರು ಆಕ್ಸಿಡೆಂಟ್ ಆಯ್ತು. ಬರೀ ಅಲೆಯೋದು ಆಗಿದೆ. ಇನ್ನೊಂದನ್ನ ಮಾರ್‍ಬಿಡೋಣಾಂತ ತೀರ್ಮಾನ ಮಾಡಿದ್ದೀನಿ. ಗಳಿಕೆಗಿಂತ ಖರ್ಚೇ ಜಾಸ್ತಿ" ಇನ್ನಿಷ್ಟು ಸೇರಿಸಿದರು.

ವರಾಂಡಗೆ ಕರೆದೊಯ್ದರು. ಬಲವಂತದಿಂದ ಕೂಡು ಎಂದು ಹೇಳಿದರು. ಕಾಫೀ ತರಿಸಿಕೊಟ್ಟರು.

ಬಾಗಿಲಿಗೆ ಬಂದ ಪದ್ಮಮ್ಮ ಕಣ್ಣೀರು ಸುರಿಸಿದರು. "ನಾವು ಹಾಳಾದೆವೋ ಹರೀ, ನಮ್ಮನ್ನ ಪ್ರಭು ಕೊಂದುಬಿಟ್ಟ" ಆಕೆಯ ಕಣ್ಣುಗಳಿಂದ ಹರಿಯುತ್ತಿದ್ದುದು ಕಂಬನಿಯ ಬಿಂದುಗಳೋ, ರಕ್ತದ ಬಿಂದುಗಳೋ ಎಂದು ಗಾಬರಿಗೊಂಡ.

ಹರೀಶ್ ಸುಳಿವು ಸಿಕ್ಕ ಕಡೆಯೆಲ್ಲ ಹುಡುಕಾಡಿದ. ಅವನನ್ನು ಪರಿಚಯಿಸಿದ ಜನಕ್ಕೂ ಪ್ರಭು ಬಗ್ಗೆ ಗೊತ್ತಿರಲಿಲ್ಲ. ಅವನು ಡಾಕ್ಟರಲ್ಲ. ಮೊದಲ ವರ್ಷ ಮೆಡಿಕಲ್‌ಗೆ ಸೇರಿಕೊಂಡ ಮೇಲೆ ಅವನು ರೆಗ್ಯುಲರ್ ಆಗಿ ಅಟೆಂಡ್ ಆಗಿದ್ದು ಒಂದಿಷ್ಟು ದಿನಗಳು ಮಾತ್ರ. ಆದರೆ ಡಾಕ್ಟರ್ ಎನ್ನುವುದನ್ನು ತನ್ನ ಹೆಸರಿಗೆ ಆರಾಮಾಗಿ ಅಂಟಿಸಿಕೊಂಡಿದ್ದ. ಇವರೊಬ್ಬರೇ ಅಲ್ಲ, ಹಲವರನ್ನ ಲೀಲಾಜಾಲವಾಗಿ ಮೋಸ ಮಾಡಿದ್ದ.

ಮಾನ, ಮರ್ಯಾದೆ, ಹಣ ಕಳೆದುಕೊಂಡ ಮುಗ್ಧ ಜನ ಪೊಲೀಸ್‌ಗೆ ಕಂಪ್ಲೆಂಟ್ ಕೊಡಲು ಹಿಂಜರಿದು ತೆಪ್ಪಗಿದ್ದರು. ಅವರು ಧೈರ್ಯವಹಿಸಿದ್ದರೇ ಇವರಾದರೂ ಬಚಾವಾಗಬಹುದಿತ್ತು. ಆದರೂ ಇವರು ಅದೇ ದಾರಿ ಹಿಡಿದಿದ್ದರು. ಮತ್ತೆ ಯಾರಿಗೆ ಮೋಸ ಕಾದಿದೆಯೋ! ಇದು ಒಳ್ಳೆಯತನವೋ, ದೌರ್ಬಲ್ಯವೋ.

"ಪೊಲೀಸ್‌ಗೆ ಕಂಪ್ಲೆಂಟ್ ಕೊಡೋಣ ಯಜಮಾನ್ರೆ" ಸಲಹೆ ಕೊಟ್ಟ. ಕಲ್ಲಿನಂತೆ ಕೂತ ಸಚ್ಚಿದಾನಂದ್ ಚಲಿಸಲಿಲ್ಲ. ಪದ್ಮಮ್ಮ ನಿರಾಕರಿಸಿದರು. "ಬೇಡಪ್ಪ, ಬೇಡ... ನಾವು ಈಗ್ಲೇ ಪಾತಾಳಕ್ಕೆ ಇಳಿದಿದ್ದೀವಿ. ನಾಲ್ಕು ತುತ್ತು ಅನ್ನ ಕಣ್ಣೀರಿನಲ್ಲಿ ಬೆರೆಸಿಯೇ ತಿನ್ನಬೇಕು. ಆಮೇಲೆ..." ಹೆದರಿಕೆ ಅವರ ಕಣ್ಣುಗಳಲ್ಲಿ ಮೂಡಿತು.

"ಅಷ್ಟೊಂದು ಹೆದರಿದರೆ ಹೇಗೆ? ಆ ಮನುಷ್ಯ ಮಾಡಿದ ತಪ್ಪಿಗಾದರೂ ಶಿಕ್ಷೆ ಸಿಗುತ್ತೆ.

ಬೇರೆಯವ್ರಿಗಾದ್ರೂ ಆಗೋ ಅನ್ಯಾಯ ತಪ್ಪುತ್ತೆ" ವಿವರಿಸಲು ನೋಡಿದ. ಅವರದು ಅದೇ ಮೊಂಡುವಾದ. ಅವನ ಮೇಲಿನ ಆಸೆ ಕ್ಷೀಣಿಸಿರಲಿಲ್ಲ ಅವರಿಗೆ.

ಅವರು ಬದುಕುವುದು ಸಮಾಜಕ್ಕಾಗಿ. ಜನರ ಮೂದಲಿಕೆ. ಅವಹೇಳನ ತಪ್ಪಿಸಿಕೊಳ್ಳಲು ಕಪ್ಪೆ ಚಿಪ್ಪಿನಲ್ಲಿ ಅಡಗಿ ಕೂಡಬಲ್ಲರು.

ಇಂದು ಸಚ್ಚಿದಾನಂದ್ ಹರೀಶ್ ತಮ್ಮವರಲ್ಲಿ ಒಬ್ಬ ಎನ್ನುವಂತೆ ಮನ ಬಿಚ್ಚಿ ಹೇಳಿದರು. ಅವರಿಗಾದ ನಷ್ಟ ಒಂದೆರಡು ಲಕ್ಷವಾದರೆ, ವಾರಿಣಿಯ ಸಹಾಯದಿಂದ ಒಡವೆಗಳನ್ನೆಲ್ಲ ಖಾಲಿ ಮಾಡಿ ಅದರ ಜಾಗದಲ್ಲಿ ನಕಲಿ ಒಡವೆಗಳನ್ನು ತುಂಬಿದ್ದ. ಅದಕ್ಕಿನ್ನ ಬೆಲೆ ಕಟ್ಟಿರಲಿಲ್ಲ.

"ಜಾತಿ, ಕುಲ, ಗೋತ್ರ ನೋಡ್ಲಿಲ್ಲ. ವಿದ್ಯಾವಂತ, ಸುಂಸ್ಕೃತ ಅಂತ ನಂಬಿ ಹಾಳಾದೆ. ಈಗ್ಲೂ ಅವ್ನ ಬಂದು ವಾರಿಣಿಯ ಕೈ ಹಿಡಿದರೇ... ಸಾಕು" ಎಂದಾಗ ಹರೀಶ್ ತಬ್ಬಿಬ್ಬಾದ.

ಅವನು ಸುಳ್ಳುಗಾರ, ಮೋಸಗಾರ ಎಂದು ತಿಳಿದ ಮೇಲೆಯೂ ಈ ನಿಶ್ಚಿಂತೆ. ಅದಕ್ಕೆ ಕಾರಣ ಅವರ ಸ್ಥಿತಿಗತಿಗಳೇ ಇರಬೇಕೆಂದುಕೊಂಡ.

ಅವನು ಹೊರಟು ನಿಂತಾಗ ವಾರಿಣಿ ಹೊರಗೆ ಬಂದಳು. ಅಷ್ಟು ಚೆಲುವೆಯಲ್ಲದ ಅವಳು ಕುರೂಪಿಯಾಗಿ ಕಾಣುತ್ತಿದ್ದಳು. ಬತ್ತಿದ ಮುಖ, ಅತ್ತು ಅತ್ತು ಹೊಳಪು ಕಳೆದುಕೊಂಡ ಕಣ್ಣುಗಳು.

"ಹರೀ.....ಹರೀ........" ಕೈಗಳಲ್ಲಿ ಮುಖ ಮುಚ್ಚಿಕೊಂಡು ಬಿಕ್ಕಳಿಸಿದಳು. "ಸಮಾಧಾನ ಮಾಡ್ಕೊಳ್ಳಿ, ಇವತ್ತಲ್ಲ ನಾಳೆ ಸಿಕ್ತಾರೆ" ಸುಳ್ಳು ಸಮಾಧಾನ ಹೇಳಿದ. ಈ ಭರವಸೆಯಲ್ಲಿ ಅವನಿಗೂ ನಂಬಿಕೆ ಇರಲಿಲ್ಲ.

ಹೊರ ಬಮದಾಗ ಅವನ ಮನದಲ್ಲಿ ದೊಡ್ಡ ತುಫಾನು. ಅವರುಗಳು ಅಂಥ ಪ್ರೀತಿ ವಿಶ್ವಾಸ ತೋರದಿದ್ದರೂ ಒಂದು ರೀತಿಯ ಅಭಿಮಾನ ಅವನಲ್ಲಿ ಬೆಳೆದುಕೊಂಡಿತ್ತು.

ಬೆಳಿಗ್ಗೆನೇ ಸುಮತಿ ಫೋನ್‌ನಲ್ಲಿ ತಿಳಿಸಿದ್ದಳು.

"ಲಂಚ್ ಬ್ರೇಕ್‌ನಲ್ಲಿ ಬರ್ಬೇಡ. ಹೋಟಲ್ ಅಶೋಕದಲ್ಲಿ ಡೈರೆಕ್ಟರ್ಸ್ ಮೀಟಿಂಗ್ ಇದೆ. ಸಧ್ಯಕ್ಕೆ ಪರೀಕ್ಷಿತ್‌ಗೆ ನಾನೇ ಪಿ.ಎ. ಹೋಗ್ತಾ ಇದ್ದೀನಿ"

ಒಂದು ಟ್ರಾವೆಲಿಂಗ್ ಏಜೆನ್ಸಿ ಅಂತ ಆದ ದಿನ ಪರೀಕ್ಷಿತ್ ಅವನನ್ನ ಛೇರ್ ಮೇಲೆ ಕೂಡಿಸಿ "ನಿನ್ನ ಪ್ರಮೋಟ್ ಮಾಡಲಾಗಿದೆ. ನೀನು ಟ್ಯಾಕ್ಸಿ ಹತ್ತೋದ್ಬೇಡ" ಹೇಳಿದ್ದ.

ಈಗ ಅವನು ಪೂರ್ತಿ ಬಿಜಿ. ಏಜೆನ್ಸಿ ಬಹಳ ಚೆನ್ನಾಗಿ ನಡೆಯುತ್ತಿತ್ತು. ಕೆಲವು ಪ್ರಸಿದ್ಧ ಹ ಓಟಲ್ ಮಾಲೀಕರು ತಮ್ಮ ಕಸ್ಟಮರ್‌ಗೆ ಈ ಏಜೆನ್ಸಿಯ ವಾಹನಗಳ ರೆಕಮಂಟ್ ಮಾಡುತ್ತಿದ್ದರು. ಅವೆಲ್ಲ ಪರೀಕ್ಷಿತ್‌ನ ಸಹಕಾರದಿಂದಲೇ ರೆಕಮಂಡ್ ಮಾಡುತ್ತಿದ್ದರು. ಅವೆಲ್ಲ ಪರೀಕ್ಷಿತ್‌ನ ಸಹಕಾರದಿಂದಲೇ ನಡೆಯುತ್ತಿತ್ತು. ಇನ್ನಷ್ಟು ದಿನಕ್ಕೆ ಹರೀಶ್ ಒಬ್ಬ ಮಾಮೂಲಿ ವ್ಯಕ್ತಿಯಲ್ಲ. ಅದೃಷ್ಟವಶಾತ್ ಅವನು ಪ್ರತಿಷ್ಠಿತರ ಸಾಲಿನಲ್ಲಿ ನಿಲ್ಲಬಹುದು. ಇಂಥ ಒಂದು ಸಾಧನೆಯಾದರೆ ಅದರಲ್ಲಿ ಪರೀಕ್ಷಿತ್‌ನ ಪಾತ್ರವೇ ಜಾಸ್ತಿ.

* * *

ಮೀಟಿಂಗ್ ಮುಗಿದ ನಂತರ ಕಾರಿನಲ್ಲಿ ಬರುತ್ತಿದ್ದ ಪರೀಕ್ಷಿತ್ "ನೇರವಾಗಿ ನನ್ನ ಮನೆಗೆ. ಅಲ್ಲೇ ಊಟ ಮುಗಿಸೋಣ. ನಿನ್ನದೇನಾದ್ರೂ.... ಅಭ್ಯಂತರವಾ" ಅವಳತ್ತ ತಿರುಗಿದ.

ಅಂದಿನ ಮೀಟಿಂಗ್ ಅರ್ಧದಲ್ಲಿಯೇ ಮುಕ್ತಾಯವಾಗಿತ್ತು. ಕೆಲವು ಪ್ರತಿಷ್ಠಿತರು ಬರದ ಕಾರಣವೊಂದು. ಮತ್ತೆ ಎಂಥಹುದೋ ರಾಜಕಾರಣ. ಪ್ರೆಸಿಡೆಂಟ್ ಎಲೆಕ್ಷನ್‌ನಲ್ಲಿ ಎಂಟು ಪಾರ್ಟಿ. ಬೇಸರವಾಗಿ ಹೋಗಿತ್ತು ಪರೀಕ್ಷಿತ್‌ಗೆ.

"ಹರೀಶ್ ಆರಾಮಾಗಿದ್ದ ಹಕ್ಕಿಯಂತೆ, ನಾನೇ ಇಲ್ದ ಟೆನ್‌ಷನ್ ಹಚ್ಚಿದೇನೇನೋ ಅನ್ನೋ ಭಯ. ಗುಲಾಬಿ, ಸಾಮಾನುಗಳೊಡನೆ ಹರಟಲು ಅವನೀಗೀಗಾ ಪುರುಸೊತ್ತಿಲ್ಲ" ಒಂದು ತರಹ ಮಾತಾಡಿದ. ಅವಳ ಮನಸ್ಸನ್ನ ತಿಳಿಯುವ ಅಭಿಪ್ರಾಯ ಅವನಿಗೆ.

"ಹಾಗೇನು ಅನ್ನಿಸೋಲ್ಲ. ಹರೀಶ್ ಬದಲಾಗದ ವ್ಯಕ್ತಿ, ಅದೇ ಸರಳತನ, ಪ್ರೀತಿ, ಈಗ್ಲೂ ಆರಾಮಾಗಿ ಪಾತ್ರೆಗಳ ಮುಂದೆ ಮಾತಾಡುತ್ತ ಕೂಡುತ್ತಾನೆ" ಅಭಿಮಾನ ತುಳುಕಿತು.

ವಾರೆಗಣ್ಣಿಂದ ನೋಡಿದ. ಇಂಥ ಅಭಿಮಾನದ ಒಂದಂಶ ತನ್ನ ಮೇಲಿದ್ದಿದ್ದರೇ? ಅಂಥ ವಿಮಾನ ಹತ್ತುವುದು ಅವನಿಗೆ ಬೇಡವೆನಿಸಿತು.

ವಾಚ್‌ಮನ್ ಕಣ್ಣರಳಿಸಿ ಗೇಟು ತೆರೆದ.

ತಾನು ಮೊದಲು ಇಳಿದು ಅವಳತ್ತ ಡೋರ್ ತೆಗೆದ "ವೆಲ್‌ಕಮ್, ಈ ಮಳ, ಮನಸ್ಸು, ಹೃದಯದ ಸಂತೋಷದ ಆಹ್ವಾನ" ಎಂದವನು ನಾಲಿಗೆ ಕಚ್ಚಿಕೊಂಡ. 'ನಾಟಕದ ಡೈಲಾಗ್ ನಂತೆ' ತೋರಿತು. ನವಿರಾಗಿ ನಕ್ಕಳು.

"ಹರೀಶ್ ಚೆನ್ನಾಗಿ ಮಾತಾಡ್ತಾನೇಂತ ಅಂದ್ಕೊಂಡಿದ್ದೆ. ನೀನು ಅವನನ್ನು ಮೀರಿಸೋ ಹಾಗೆ ಮಾತಾಡ್ತೀ!" ಹರೀಶ್‌ನ ನೆನಪಿಸಿದಂತಾಯಿತು.

ಒಳಗೆ ನಡೆದುಬಿಟ್ಟ. ಅದರಿಂದ ಹೊರಬರಬೇಕಾದರೆ ಅವನಿಗೆ ಹತ್ತು ನಿಮಿಷ ಬೇಕಾಯಿತು. ತ್ಯಾಗಿಯಾದ.

ಊಟ ಮುಗಿದ ಮೇಲೆ ಸಿಟ್ಟಿಂಗ್ ರೂಮಿನಲ್ಲಿ ಕೂತಳು. ಇಂಥ ಮಾತುಗಳನ್ನ ಆರಂಭಿಸುವುದು ಹೇಗೆ? ಅಂಥ ಸಂಕೋಚವಾಗಿ ಕಾಣಲಿಲ್ಲ.

"ನಿನ್ನ ಲವರ್ ಯಾರು?" ನಿಶ್ಯಬ್ದದ ನಡುವೆ ತೂರಿ ಬಂದ ಈ ಪ್ರಶ್ನೆ ಹಾಡಾಯಿತು ಅವನಿಗೆ. ಸದ್ದಿಲ್ಲದೆ "ನಕ್ಕ ನಿಂಗೆ ಮೀಟ್ ಮಾಡೋ ಆಸೆನಾ? ಪ್ರಯೋಜನವಿಲ್ಲ" ಎಂದ.

"ಪ್ಲೀಸ್, ಪರೀಕ್ಷಿತ್ ಸ್ವಲ್ಪ ಸೀರಿಯಸ್ಸಾಗಿ ಮಾತಾಡು. ತಾತ ಬದುಕಿದ್ದಿದ್ದರೇ.... ಶುರು ಮಾಡಿದಾಗ ತಡೆದ "ನೀನು ನನ್ಮುಂದೆ ಕೂತು ಪ್ರಶ್ನಿಸೋ ಅವಕಾಶವೇ ಇರ್ಲಿಲ್ಲ. ನನ್ನ ಪ್ರೇಮದ ಬಗ್ಗೆ ನಿನಗ್ಯಾಕೆ ಆಸಕ್ತಿ?" ಎಂದವನು ತಡವರಿಸಿದ. "ಸಾರಿ....ಸಾರಿ ಕೋಪ ಬೇಡ"

"ಆ ಹೆಣ್ಣು ಯಾರು? ನಿಮ್ಮ ಪ್ರೀತಿಗೆ ಎಷ್ಟು ದಿನದ ಇತಿಹಾಸ ಇದೆ? ಅಥ್ವಾ...." ಚಲನಚಿತ್ರದ ಘಟನೆಗಳನ್ನ ನೆನಪಿಸಿಕೊಂಡು ನಕ್ಕಳು.

ಮುಂದಿದ್ದ ಟೀಪಾಯಿ ಕುಟ್ಟಿದ ಪರೀಕ್ಷಿತ್ "ಕಂಟಿನ್ಯೂ.... ಒಂದು ಕಾಲೇಜು ಹುಡುಗಿ ಅದೇ ಕಾಲೇಜಿನ ಹೀ ಮ್ಯಾನ್‌ನ ಸಂಧಿಸುವುದು, ರೌಡಿಗಳು ಬಂದು ಸುತ್ತಿಕೊಂಡಾಗಲೋ, ಅಥವಾ...." ಮುಂದಿನ ರೋಮಾನ್ಸ್ ಘಟನೆಗಳನ್ನು ಹೇಳಲಾರದಾದ.

ವಯಸ್ಸಿಗನುಗುಣವಾಗಿ ಅವಳ ಕೆನ್ನೆಗಳಲ್ಲಿ ಚಿಮ್ಮಿದ ಕೆಂಪು ಮುಖದ ಮೇಲೆಲ್ಲ ಹರಡಿಕೊಂಡಿತು. ಕಣ್ಣರಳಿಸಿದ ಅದೊಂದು ಪ್ರಶ್ನೆಯಾಗಿ ಅವನ ಮನದಲ್ಲಿ ನಿಂತುಹೋಯಿತು.

"ನಂಗೆ ನಿಜ್ವಾಗಿ ಕೋಪ ಬರುತ್ತೆ. ಈಗ ನೀನು ಬಾಸ್ ಅಲ್ಲ. ನಿನ್ನ ಕಂಪನಿಯಲ್ಲಿ ಕೆಲ್ಸ ಮಾಡೋ ಮ್ಯಾನೇಜರ್ ನಾನಲ್ಲ. ನೀನು ದೇವದಾಸ್ ಆಗೋದು ನಂಗಿಷ್ಟವಿಲ್ಲ. ಆ ಹೆಣ್ಣು ಯಾರು?" ರೇಗಿ ಕೇಳಿದಳು.

ಪರೀಕ್ಷಿತ್ ಎದ್ದು ಹೋಗಿ ಕಿಟಕಿಯ ಬಳಿಯಲ್ಲಿ ನಿಂತ. ಅವನ ಹೃದಯ ತೀವ್ರವಾದ ಘಾಸಿಗೊಳಗಾಯಿತು. ಪೂರ್ತಿ ವಿಷಾದ ಅವನಲ್ಲಿ ತುಂಬಿಕೊಂಡಿತು.

"ಲವ್ ಅಟ್ ಫಸ್ಟ್ ಸೈಟ್ ಅಂತಾರೆ. ಅದರ ಬಗ್ಗೆ ನಿನ್ನ ಅಭಿಪ್ರಾಯವೇನು. ನಾನು ಹನ್ನೆರಡು ವರ್ಷಗಳ ಹಿಂದೆ ಒಂದು ಹೆಣ್ಣನ್ನ ನೋಡಿದೆ, ಪ್ರೀತಿಸಿದೆ. ಆ ಹೆಣ್ಣು ನನಗೆ ಎಟುಕದವಳು ಎಂದು ತಿಳಿದ ಮೇಲೂ ಅವಳ ರೂಪವನ್ನು ಹತ್ತಾರು ಹೆಣ್ಣುಗಳಲ್ಲಿ ಹುಡುಕಿದೆ. ಅಷ್ಟೆ. ಎಲ್ಲೂ ಸಾಕ್ಷಾತ್ಕಾರವಾಗಲಿಲ್ಲ" ಭಾರವಾದ ದನಿಯಲ್ಲಿ ನುಡಿದಾಗ ಸುಮತಿ ಗಲಿಬಿಲಿಗೊಂಡಳು.

ಹನ್ನೆರಡು ವರ್ಷಗಳ ಹಿಂದೆ ಪ್ರೇಮಿಸಿದ್ದೆ. ಅದು ಅವಳಿಗೆ ವಿಚಿತ್ರವಾಗಿ ಕಂಡಿತು. ಇಷ್ಟು ದೀರ್ಘಕಾಲದ ನಂತರವೂ ಪ್ರೇಮಿಸಿದ ಹೆಣ್ಣನ್ನ ನೆನಪಿನಲ್ಲಿ ಇಟ್ಟುಕೊಂಡಿದ್ದಾನೆಯೇ?

ಒಂದು ಕೂತ ಪರೀಕ್ಷಿತ್ ಅವಳನ್ನ ನೋಡುತ್ತ ವಿಷಣ್ಣತೆಯ ನಗೆ ಬೀರಿದ "ನಿಂಗೆ ಹುಚ್ಚು ತನವಾಗಿ ಕಂಡಿರಬೇಕಲ್ಲ. ಅವಳನ್ನ ಮರೆಯೋಕೆ ನನ್ನಿಂದ ಸಾಧ್ಯವಿಲ್ಲ ಎಂದು ಕೊಂಡಾಗ ಬೇರೆಯ ಹೆಣ್ಣುಗಳಲ್ಲಿ ಅವಳನ್ನ ಹುಡುಕಿದೆ" ವಿಶ್ಲೇಷಿಸಿದ.

"ಅವ್ಳು ಸಿಕ್ಕೋಲ್ಲಾಂತ ತಿಳಿದ್ಮೇಲು ಯಾಕೆ ಪ್ರೀತಿಸ್ದೇ. ನಿಂದೇ..... ತಪ್ಪು!" ಎಂದಳು.

ಪರೀಕ್ಷಿತ್ ಜೋರಾಗಿ ನಕ್ಕು ಬಿಟ್ಟ "ನೀವು ಸುಲಭವಾಗಿ ಹೇಳ್ಬಿಟ್ರಿ. ಮೇಡಮ್ ಅಷ್ಟು ಸುಲಭವಲ್ಲ. ತಾನು ಪ್ರೇಮಿಸ ಬಯಸುವ ವ್ಯಕ್ತಿ ಪರ್ಮಿಷನ್ ತಗೊಂಡ್ ಯಾರು ಪ್ರೇಮಿಸೋಕೆ ಶುರು ಮಾಡೋಲ್ಲ. ಒಬ್ಬರನ್ನೊಬ್ಬರು ಪ್ರೇಮಿಸುವುದು ಸುಲಭ. ಆದರೆ..." ಅವನ ಮಾತು ನಿಂತಿತು.

"ಆ ಹೆಣ್ಣು ನಿನ್ನ ಪ್ರೇಮಿಸಲೇ ಇಲ್ಲ! ನೀನು ಆರಾಮಾಗಿ ಪ್ರೇಮಿಸಿ ದೇವದಾಸ್ ಆಗೋಕೆ ಸಿದ್ಧವಾಗಿದ್ದೀಯ. ಬೇಡ ಪರೀಕ್ಷಿತ್ ಇಷ್ಟವಾದ ಹೆಣ್ಣನ್ನ ಮದ್ವೆ ಆಗಿ ಹಾಯಾಗಿರು. ನಿನ್ನ ಪ್ರೇಮಿಸದ ಹೆಣ್ಣಿಗೋಸ್ಕರ ಕೊರಗೋದು ಮೂರ್ಖತನ."

"ಮೂರ್ಖತನವೋ, ಮೂಢತನವೋ ನನ್ನ ಪ್ರೇಮವಂತು ಸಾಯೋಲ್ಲ. ಬೇಕಾದ್ರೆ ಅವ್ಳ ನೆನಪಿನಲ್ಲೇ ಸಾಯ್ತೀನಿ" ದೃಢವಾಗಿ ನುಡಿದ.

ಸುಮತಿಯ ಕಣ್ಣುಗಳು ಕೂಡ ತೇವವಾಯಿತು.

"ಇಂಥ ಪ್ರೇಮನ ಅವ್ಳು ನಿರಾಕರಿಸಲಾರಳು. ನಾನೇ ಮಾತಾಡ್ತೀನಿ" ನಿಶ್ಚಯಕ್ಕೆ ಬಂದಳು. ಈಗ ಪರೀಕ್ಷಿತ್ ತೀರಾ ಭಾವುಕನಂತೆ ಕಂಡ "ಸಾರಿ ಮೇಮ್ ಸಾಬ್, ಅವ್ಳು ನನ್ನ ಪ್ರೇಮಿಸಲಾರಳು. ಅವ್ಳು ತನ್ನ ಸುಂದರ ಜಗತ್ತಿನಲ್ಲಿದ್ದಾಳೆ. ಎಚ್ಚರಿಸೋ ಇಷ್ಟ ನಂಗಿಲ್ಲ" ಎಂದ. ಸುಮತಿ ವಿಸ್ಮಿತಳಾದಳು, ಇದೆಂಥ ಪ್ರೇಮ? ತೀರಾ ಕ್ಲಿಷ್ಟವಾಗಿ ಕಂಡಿತು.

ಪರೀಕ್ಷಿತ್‌ನ ಅತ್ಯಂತ ಗೌರವದಿಂದ ಅಭಿಮಾನ ಪೂರ್ವಕವಾಗಿ ನೋಡಿದಳು. "ನಾನೇನು ಹೇಳ್ಲಾರೆ. ನಮ್ಮಂಥವರ ಸಹಾಯ ಅಗತ್ಯವಿಲ್ಲ. ನಿನ್ನಂಥ ಪ್ರೇಮಿ ಇರೋ ಆ ಹೆಣ್ಣು ಅದೃಷ್ಟವಂತೆ" ಮೇಲೆದ್ದಳು. ನಿಸ್ಸಹಾಯಕತೆ ಅವಳನ್ನ ಕಾಡಿತು.

ಕೈ ಹಿಡಿದು ಕೂಡಿಸಿದ ಪರೀಕ್ಷಿತ್ "ಈಗ ಹರೀಶ್ ಲೈಫ್‌ನಲ್ಲಿ ಸೆಟಲ್ ಆಗಿದ್ದಾನೆ. ಮಾಮೂಲಿ ಡ್ರೈವರ್ ಅಲ್ಲ. ಒಂದ್ಮನೆ ನೋಡೂಂತ ಹೇಳಿದ್ದೀನಿ. ನಿನ್ನ ಅಭಿಪ್ರಾಯವೇನು? ಕೇಳಿದ.

ಅವಳು ಇದ್ದ ಗುಂಗೇ ಬೇರೆ. "ಇಲ್ಲಿ ನನ್ನ, ನಿನ್ನ ಅಭಿಪ್ರಾಯ ಇಂಪಾರ್ಟೆಂಟ್ ಅಲ್ಲ. ಹೇಗೂ ನಿನ್ನ ಸಜೆಷನ್ಸ್, ಗೈಡೆನ್ಸ್ ಇದ್ದೇ ಇರುತ್ತೆ. ನನ್ನ ಏನು ಕೇಳ್ತೀಯ?" ಸರಳವಾಗಿ ಹೇಳಿಬಿಟ್ಟಳು.

"ಯಾಕೋ ಸುಮ ನಮ್ಮಿಂದ ಮದ್ವೆ ಸುದ್ದಿ ಮುಚ್ಚಿಡ್ತಾ ಇದ್ದಾಳೆ. ಅವ್ಳಿಗೆ ಇನ್‌ಫೀರಿಯಾರಿಟಿ ಕಾಂಪ್ಲೆಕ್ಸ್ ಇರ್ಬಹ್ದು. ಅವರಂತು ಜಾಲಿಯಾಗಿದ್ದಾರೆ. ಇದು ನನ್ನವ್ರ ರೂಮರ್ ಅಲ್ಲ, ಸತ್ಯ" ತಲೆಯ ಮೇಲೆ ಕೈಯಿಟ್ಟು ಕೊಂಡು ಪ್ರಮಾಣ ಮಾಡಿದ್ದಳು ಸುಶೀಲ.

ನೇರವಾಗಿ ಪ್ರಶ್ನಿಸಬೇಕೆಂದು ತುದಿ ನಾಲಿಗೆಗೆ ಬಂದ ಮಾತನ್ನು ನುಂಗಿದ ಅಂದೇ ರಿಜಿಸ್ಟ್ರಾರ್ ಆಫೀಸ್‌ನಿಂದ ಇಡೀ ವರ್ಷ ಮದುವೆಗಳ ದಾಖಲೆ ತರಿಸಿದ್ದ. ಅವರುಗಳ ಹೆಸರುಗಳೇ ಇರಲಿಲ್ಲ. ಮದುವೆ ಆಗಿಲ್ಲವೆನ್ನುವ ಅನುಮಾನವಿದ್ದರೂ ಮುಂದೆ ಆಗಬಲ್ಲರು ಎನ್ನುವುದು ಡೆಫನೆಟ್ ಆಗಿತ್ತು ಅವನಿಗೆ.

ಅಷ್ಟರಲ್ಲಿ ಚಕ್ರವರ್ತಿ ಬಂದಿರೋ ಸುದ್ದಿ ಸಿಕ್ಕಿತ್ತು. ಒಳಗೆ ಬರ ಹೇಳಿದ. "ಎಲ್ಲಾ ಮುಗೀತಾ?" ಚುರುಕು ಮುಟ್ಟಿಸಿದ. ತಲೆ ಎತ್ತಿ ನಿಲ್ಲುತ್ತಿದ್ದ ಚಕ್ರವರ್ತಿ ಇಂದು ಸ್ವಲ್ಪ ತಗ್ಗಿಸಿದ "ಸಾರಿ ಸರ್...... ನನ್ನ ತಂಗಿಗೆ ಗಂಡು ನೋಡೋ ಓಡಾಟ" ರೇಗಬೇಕೆಂದುಕೊಂಡವನು "ನಾಳೇ ಆಫೀಸ್‌ಗೆ ಬಾ. ಕೆಲವು ವಿಷಯಗಳಲ್ಲಿ ನೀನು ಚಕ್ರವರ್ತಿಯೆ, ನಂಬಿದವ್ರ ಕೈಗೆ ಮಾತ್ರ ಕರಟ."

ತಲೆಯೆತ್ತದೆ ವಿಶ್ ಮಾಡಿ ಹೊರಗೆ ಹೋದ. ಅಂದು ಷೂಗಳನ್ನ ನೋಡಿಯೇ ಗುರ್ತಿಸಿದ್ದ ಪರೀಕ್ಷಿತ್ ಮರುದಿನ ಎಚ್ಚರಿಸಿದ್ದು ಅವಳ ಕಿವಿಗೆ ಬಿದ್ದಿತ್ತು.

"ಸುಶೀಲ ಅಂಥ ಶ್ರೀಮಂತ ಹೆಣ್ಣಿನ ಜೊತೆ ನಿನ್ನ ರೊಮಾನ್ಸ್ ಬೇಡ. ಅವ್ಳಿಗೆ ಬೇಕಾಗಿರೋದು ಬರೀ ಹಣ, ಷೀ ವಾಂಟ್ಸ್ ಓನ್ಲಿ ಮನೀ. ಮೈಂಡ್ ಇಟ್. ಇನ್ನೊಂದ್ಸಲ

ಇಂಥದೇನಾದ್ರೂ ನಡೆದಿದ್ದು ಗೊತ್ತಾದ್ರೆ....ನಿನ್ನ ಸಂಬಳದ ಹಣ ನೇರವಾಗಿ ಮನೆಗೆ ಹೋಗುತ್ತೆ."

ಅವನು ಹೋದ ಮೇಲೆ ಗೊಣಗಿದ "ಸುಳ್ಳು ಹೇಳೋದ್ರಲ್ಲಿ ಇವ್ನು ಚಕ್ರವರ್ತಿ ರೊಮಾನ್ಸ್‌ನಲ್ಲಿ ಇವನನ್ನ ಬಿಟ್ಟರೇ ಇಲ್ಲ. ಬಟ್ಟೆ, ಷೂ..." ನಕ್ಕ.

ಹೊಸ ಡಿಸೈನಿನ ಷರಟು, ಪ್ಯಾಂಟ್ ಯಾವ ಸ್ನೇಹಿತರಲ್ಲಿ ಕಂಡರೂ ಎರವಲು ಪಡೆದುಕೊಂಡು ಹಾಕ್ಕೊಂಡು ಬರುತ್ತಿದ್ದ. ದಿನಕ್ಕೊಂದು ಹೇರ್ ಸ್ಟೈಲ್. ಹುಡುಗಿಯರಿದ್ದ ಕಡೆ ಅವನ ಓಡಾಟ ಹೆಚ್ಚು. ಅವನಿಗಿದ್ದ ರೂಪ, ಆಕರ್ಷಕ ನಿಲುವನ್ನು ಅಸ್ತ್ರವನ್ನಾಗಿ ಮಾಡಿಕೊಂಡಿದ್ದ. ಆದರೆ ಒಂದೇ ಒಂದು ನಿಜ ಹೇಳಿದ್ದ. ಅವನದು ತೀರಾ ಬಡತನದ ಕುಟುಂಬ. ಹೆಚ್ಚು ಗಳಿಸಬಹುದಾದಂಥ ವಿದ್ಯಾವಂಥ ಮಗ ಇವನೊಬ್ಬನೇ.

"ಇಂಥವರು ತೊಂಬತ್ತು ಭಾಗವಾದರೆ ಹರೀಶ್‌ನಂಥವ್ರು ಬರೀ ಹತ್ತು ಪರ್ಸೆಂಟ್. ಅವನ ನಡೆ, ನುಡಿ, ಜೀವನದ ಮೇಲಿನ ಪ್ರೀತಿ ಹತ್ತು ಜನಕ್ಕೆ ಆದರ್ಶಪ್ರಾಯ" ಮೈ ಮರೆತು ಹೊಗಳಿದ. ಅದು ಅವನ ಹೃದಯದ ಮಾತುಗಳು. ಹರೀನ ಮನಃಪೂರ್ವಕವಾಗಿ ಮೆಚ್ಚಿಕೊಂಡಿದ್ದ. ಅಸೂಯೆ ಅಲ್ಲಿ ಸೋಲೊಪ್ಪಿಕೊಂಡಿತು.

ಇಬ್ಬರು ಬಂದು ಬಾಲ್ಕನಿಯಲ್ಲಿ ನಿಂತರು. ಕತ್ತಲಿನ ಆ ರಾತ್ರಿ ಒಂಟಿಯಾಗಿ ಬಾಲ್ಕನಿಯ ಮೆಟ್ಟಲು ಹತ್ತಿ ಬಂದಿದ್ದಳು. ಕಹಿ ಅನುಭವ, ಅದು ಮರೆತಂತೆ ಕಂಡರೂ ಆಗಾಗ ಪ್ರಜ್ವಲಿಸಿ ಅವನ ಅಸಲಿ ರೂಪದ ದರ್ಶನವಾಗುತ್ತಿತ್ತು.

"ಕೈಗೆ ಎಟುಕದ ವಸ್ತುವಿಗೆ ಕೈ ಚಾಚೋದ್ಬೇಡ. ಆರಾಮಾಗಿ ಮದ್ವೆಯಾಗಿ ಹೊಸ ಜೀವನ ಪ್ರಾರಂಭಿಸು ಪರೀಕ್ಷಿತ್ ಅವಳಲ್ಲೇ ನಿನ್ನ ಪ್ರೇಮಿನ ಹುಡ್ಕಿಕೋ. ನಿನ್ನ ಯಾವ ಹೆಣ್ಣು ಬೇಕಾದ್ರೂ ಒಪ್ಪಿ ಮದ್ವೆ ಆಗ್ತಾಳೆ" ಮನಸು ತಡೆಯದೆ ಮತ್ತಷ್ಟು ಹೇಳಿದಳು.

ಪುಟ್ಟ ಹುಡುಗನಂತೆ ಪರೀಕ್ಷಿತ್ ಅವಳ ಕೈ ಕುಲುಕಿದ "ಕೊಟ್ಟ ಸರ್ಟಿಫಿಕೇಟ್ ನಿನ್ಹತ್ರನೇ ಇರಲಿ. ಬೇಕೂಂದಾಗ ಎನ್‌ಕ್ಯಾಷ್ ಮಾಡ್ಸಿಕೊಳ್ತೀನಿ. ನೆನಪಿರ್ಲಿ" ಮೋಹಕ ನಗೆ ಬೀರಿದ.

"ಷ್ಯೂರ್, ನಾನು ಬೇಕಾದ್ರೆ ಆ ಹೆಣ್ಣಿಗೆ ಷ್ಯೂರಿಟಿ ಕೊಡ್ತೀನಿ" ಎಂದೇನೋ ಆಶ್ವಾಸನೆ ಕೊಟ್ಟುಬಿಟ್ಟಳು. ಆಮೇಲೆ ಅವಳೆದೆ ಧಡಗುಟ್ಟಿತು.

ಮೊದಲ ಪ್ರೇಮದಿಂದ ವಿಮುಖನಾಗುತ್ತಾನಾ? ಹಾಗೇನಾದರೂ ಅವಳ ಕನಸಿನಲ್ಲಿ ವಿಹರಿಸಿದರೆ ವಿಮುಖನಾಗುತ್ತಾನಾ? ಹಾಗೇನಾದರೂ ಅವಳ ಕನಸಿನಲ್ಲಿ ವಿಹರಿಸಿದರೆ ಮದುವೆಯಾದ ಹೆಣ್ಣಿನ ಕನಸುಗಳ ಗತಿಯೇನು?

ಫ್ಲ್ಯಾಟ್‌ಗೆ ಬಂದರೂ ಅದೇ ಮಾತುಗಳ ವಿಶ್ಲೇಷಣೆ ಮನದಲ್ಲಿ. ಎರಡು ಮೂರು ದಿನ ಕಳೆದರೂ ಪರೀಕ್ಷಿತ್ ಮರೆತರೂ ಅವಳು ಮರೆಯಲಿಲ್ಲ. ಕಡೆಗೆ ಅವನೇ ಛೇಡಿಸಿದ.

"ನೀನೇನು ಹೆದರ್ಕೋಬೇಡ. ಅವಳನ್ನ ಎಂದಿನವರ್ಗೂ ನೆನ್ಪೈಯಲ್ಲಿ ಮರ್ರ್‍ಯೋಕೆ ಆಗೊಲ್ವೋ, ಅಂದಿನವರ್ಗೂ ನಾನು ಬೇರೆ ಹೆಣ್ಣನ್ನ ಮದ್ವೆಯಾಗಿ ನಿನ್ನ ಷ್ಯೂರಿಟಿನ ಗಾಳಿಗೆ ತೂರೋಲ್ಲ. ಬಿ ಡೇರ್"

ಬೆಪ್ಪಾಗಿದ್ದಳು ಅವನ ಮಾತುಗಳಿಗೆ.

* * *

ಬೆಳಗಿನ ಜಾವವೇ ಪೊಲೀಸ್‌ನವರು ಬಂದು ಹರೀಶ್‌ನ ಎಬ್ಬಿಸಿಕೊಂಡು ಹೋದರು. ಅವನ ಏಜೆನ್ಸಿಯ ಟ್ಯಾಕ್ಸಿಗಳು ಆಕ್ಸಿಡೆಂಟ್ ಆಗಿರಲಿಲ್ಲ. ಮತ್ತಾವುದೇ ಕಾರಣದಿಂದ ಅವನ್ನು ಹಿಡಿದಿಟ್ಟಿರಲಿಲ್ಲ.

"ಗೊತ್ತಾಗುತ್ತೆ...ಬಾ" ಕರೆದೊಯ್ದರು.

ಅಲ್ಲಿ ಸಚ್ಚಿದಾನಂದ್‌ನ ನೋಡಿ ಅವನು ಬೆಪ್ಪಾದ. ಹುಚ್ಚು ಹತ್ತಿದವರಂತೆ ನೋಟ ಬೀರುತ್ತ ಕೆಳಗೆ ಕೂತು ಮೊಣಕಾಲುಗಳಲ್ಲಿ ಮುಖ ಹುದುಗಿಸಿದ್ದರು, ಬೆವತುಬಿಟ್ಟ.

"ಯಾಜಮಾನ್ರೆ..." ಕೂಗಿದ.

ಇನ್ಸ್‌ಪೆಕ್ಟರ್ ಅವನನ್ನ ಒಳಗೆ ಕರೆದೊಯ್ದು ವಿಷಯ ತಿಳಿಸಿದರು. "ಅವ್ರು ಕೊಲೆ ಮಾಡಿದ್ದಾರೆ!" ಎಂದಾಗ ಅವನಿಗೆ ಬೆನ್ನಿನಲ್ಲಿ ಛಳಿ ಬಂತು. ಸಚ್ಚಿದಾನಂದ್ ಕೊಲೆ!

ಆತ ಅವನು ತಿಳಿದಂಗೆ ಸಜ್ಜನ ವ್ಯಕ್ತಿ. ಪರಿಸ್ಥಿತಿಯ ಪ್ರಭಾವದಿಂದ ಕಲ್ಲಿನಂತಾಗಿದ್ದರೂ ಒಂದು ಇರುವೆಯನ್ನು ಕೊಲ್ಲಲು ಹಿಂಜರಿಯುವಂಥ ಮನುಷ್ಯ. ಅವರಿಗೆ ಗೋವುಗಳ ಮೇಲೆ ವಿಪರೀತ ಪ್ರೀತಿ. ಮಕ್ಕಳಲ್ಲಿ ತೋರಿಸಬೇಕಾದ ಮಮತೆಯನ್ನು ಅವುಗಳಲ್ಲಿ ಹಂಚಿಕೊಂಡಿದ್ದರು.

"ನಂಗೆ ನಂಬ್ಕೇ ಬರ್ತಾ ಇಲ್ಲ, ಸರ್" ತೊಡರಿದ.

ಇನ್‌ಪೆಕ್ಟರ್ ಅವನನ್ನ ಒಂದು ತರಹ ನೋಡಿದರು. ಪರಿಚಯದ ವ್ಯಕ್ತಿಯೇ "ನಿಜ ಹರೀ, ಅವ್ರು ಕೊಲೆ ಮಾಡಿದ್ದು ತಮ್ಮ ಮಕ್ಕಳನ್ನು. ಎಲ್ಲೋ ಮುಚ್ಚಿಹೋಗಬಹುದಾದಂಥ ಕೇಸು. ಅವ್ರೇ ಜೀವ ಕೊಟ್ಟಿದ್ದಾರೆ. ಪಶ್ಚಾತ್ತಾಪದ ಅಗ್ನಿಯಲ್ಲಿ ಬೇಯೋ ಅವರಿಗೆ ಶಿಕ್ಷೆ ಬೇಕು" ಎಂದು ನುಡಿದವರು ಅವನಿಗೊಂದು ಕವರ್ ಕೊಟ್ಟರು.

"ಇದ್ನ, ನಿಂಗೆ ಕೊಡೋಕೆ ಹೇಳಿದ್ದಾರೆ" ಒಳಗೆ ಹೋದರು.

ಸಚ್ಚಿದಾನಂದ್ ತಮ್ಮ ಮನಸ್ಸನ್ನು ತೋಡಿಕೊಂಡಿದ್ದರು. ಶಾಪಗ್ರಸ್ತ ಸಂತಾನ ಸತ್ತಂತೇ ಬದುಕುವುದರ ಜೊತೆ ಮನೆಯವರ ನೆಮ್ಮದಿ, ಜೀವಂತಿಕೆಯನ್ನು ಕಬಳಿಸಿಬಿಟ್ಟಿದ್ದವು. ಅದಕ್ಕೆ ತಮ್ಮದೇ ಪರಿಹಾರವನ್ನು ಜಾರಿಗೊಳಿಸಿದ್ದರು. ವಿಷ ಹಾಕಿ ಕೊಂದಿದ್ದರು. ಮತ್ತು ಇಡೀ ಆಸ್ತಿ ಚರಾಚರ ವಸ್ತುಗಳನ್ನ ಹರೀಶ್‌ನ ಹೆಸರಿಗೆ ಬರೆದು ಒಂದೇ ಒಂದು ಬೇಡಿಕೆಯನ್ನು ಅವನ ಮುಂದಿಟ್ಟರು. ವಾರಿಣಿನ ನೀನು ಮದ್ವೆಯಾಗು. ಅವ್ಳ ಹೊಟ್ಟೆಯಲ್ಲಿನ ಮಗು ಪರದೇಶಿಯಾಗೋದ್ಬೇಡ. ಆ ಮನೆಯ ಅನಿಷ್ಟ ತೊಲಗಲಿ. ಮೊಳಗೋ ಮಂಗಳ ವಾದ್ಯಗಳನ್ನು ಜೇಲಿನಿಂದಲೇ ಕೇಳ್ತೀನಿ. ಹತ್ತಿರದ ಸಂಬಂಧಗಳಲ್ಲಿ ವಿವಾಹ ಒಳ್ಳೆಯದಲ್ಲ ಎಂದು ಓದಿದ್ದೆ.... ಆಮೇಲಿನ ಅಕ್ಷರಗಳೆಲ್ಲ ಕಣ್ಣೀರಿನಿಂದ ಕಲಸಿಹೋಗಿದ್ದವು.

ಹರೀಶ್ ದಿಗ್ಭ್ರಾಂತನಂತೆ ನಿಂತ. ಪದೇ ಪದೇ ಮಂಡಿಗಳ ನಡುವೆ ತಲೆಯೂರಿ ಭಿಕಾರಿಯಂತೆ, ಹುಚ್ಚನಂತೆ ಕೂತಿದ್ದ ಸಚ್ಚಿದಾನಂದ್ ಚಿತ್ರವೇ ನೆನಪಿಗೆ ಬರುತ್ತಿತ್ತು.

ನಿಧಾನವಾಗಿ ಒಳಗೆ ಬಂದ. ಸಚ್ಚಿದಾನಂದ್ ಅದೇ ಸ್ಥಿತಿಯಲ್ಲಿ ಕೂತಿದ್ದರು, ಹತ್ತಿರಕ್ಕೆ ಹೋಗಿ ಕೂತ.

"ಯಜಮಾನ್ರೆ...." ಈಗ ಅವನಿದ್ದ ಸ್ಥಿತಿಯಲ್ಲಿ ಹಿಂದಿನದನ್ನ ಮರೆಯಬಹುದಿತ್ತು. "ಯಜಮಾನ್ರೆ...." ಮತ್ತೆ ಕೂಗಿದ. ಮಂಡಿಯಿಂದ ತಲೆಯೆತ್ತಿದರು... ಪ್ರಳಯದಲ್ಲಿ ಸಮಸ್ತವನ್ನು ಕಳೆದುಕೊಂಡು ಒಂಟಿಯಾದ ವ್ಯಕ್ತಿಯ ಮುಖದಲ್ಲಿ ನೆಲೆಸುವ ಶಾಂತತೆ ಅವರ ಮುಖದಲ್ಲಿತ್ತು.

ಅವನ ಎರಡು ಕೈಗಳನ್ನ ಹಿಡಿದುಕೊಂಡರು. "ಈಗ್ಲೂ ಸ್ವಾರ್ಥಿಯಾಗಿ ನಿನ್ನ ಬಗ್ಗೆ ಯೋಚಿಸ್ಲಿಲ್ಲ. ನಂಗೆ ಜಗತ್ತಿನಲ್ಲಿ ನಿಂಗಿಂತ ಆತ್ಮೀಯರು. ನಂಬಿಕಸ್ಥರು, ನನ್ನವರು ಕಾಣ್ಲಿಲ್ಲ. ಕ್ಷಮ್ಸಿಬಿಡು. ಆದ್ರೆ.... ನನ್ನ ಗೃ ಕೈ ಬಿಡ್ಬೇಡ" ಕೇಳಿಕೊಂಡರು. ಕಣ್ಣಲ್ಲಿ ನೀರಿರಲಿಲ್ಲ. ಬಹುಶಃ ಮುಂದೆ ಅವರೆಂದೂ ಕಣ್ಣೀರು ಸುರಿಸಲಾರರು!

ಭರವಸೆಯಿಂದ ಅವರ ಕೈ ಅದುಮಿ ಹೊರಬಂದ. ಹಗುರಾದ ಹಾಯಾದ, ಸ್ವತಂತ್ರದ ಜೀವನಕ್ಕೆ ಒಂದು ತಿರುವು! ಬೇಗ ಬೇಗನೆ ಹೆಜ್ಜೆ ಹಾಕಿದ.

ಅವನು ಸಚ್ಚಿದಾನಂದ್ ಮನೆಯ ಬಳಿಗೆ ಬರುವ ವೇಳೆಗೆ ಅಲ್ಲಲ್ಲಿ ಜನ ಸೇರಿ ಮಾತಾಡುತ್ತಿದ್ದರು. ಒಳಗಿನ ಮೌನ ರೋದನ ಅತ್ಯಂತ ಭೀಕರವಾಗಿತ್ತು.

ಅಳುತ್ತಿದ್ದ ವಾರಿಣಿ ಅವನಿಗೆ ಬಂದು ತೆಕ್ಕೆ ಬಿದ್ದಳು. ಮೊದಲ ಸ್ತ್ರೀ ಸ್ಪರ್ಶ. ಉಗುಳು ನುಂಗಿ ಅವಳ ಬೆನ್ನು ನೇವರಿಸಿದ.

"ಸಮಾಧಾನ ಮಾಡ್ಕೋ ವಾರಿಣಿ"

ಪದ್ಮಮ್ಮನಂತು ಗಳಿಗೆಗೊಮ್ಮೆ ಮೂರ್ಛೆ ಹೋಗುತ್ತಿದ್ದರು. ಈಗಾಗಲೇ ವಾಸನೆಗೊಂಡ ದೇಹಗಳು ಭಯಂಕರತೆಯನ್ನು ಹುಟ್ಟು ಹಾಕಿತ್ತು. ನಾಗರಾಜ, ಹರಿಣಿಗೆ ಚಿರಶಾಂತಿ ಕೋರಿ ಗೋಡೆಗೊರಗಿ ಕಣ್ಮುಚ್ಚಿದ ಹರೀಶ್.

ಪೋಸ್ಟ್ ಮಾರ್ಟಂ, ಅಂತಿಮ ಸಂಸ್ಕಾರ ಮುಗಿಯುವ ವೇಳೆಗೆ ಮತ್ತೆ ಬೆಳಕು ಹರಿದಿತ್ತು. ಗುಂಪು ಸೇರದ ಜನ ಚದುರಿದ್ದರು. ಆ ಮನೆಗೆ ಇಬ್ಬರೇ ತಾಯಿಯೊಂದು ಮೂಲೆ, ಮಗಳೊಂದು ಮೂಲೆ, ಬಂಧುಗಳು ಕೂಡ ಉಳಿದುಕೊಳ್ಳಲಿಲ್ಲ.

"ವಿಷಪ್ರಾಶನ, ಅರೆ ಆಯಸ್ಸಿನಿಂದ ಸತ್ತ ಮಕ್ಳು ದೆವ್ವಗಳಾಗಿ ಮನೆಯಲ್ಲಿ ಇರ್ತಾರೆ" ಇಂಥ ಒಂದು ಮಾತು ಹಬ್ಬಿ ಅಕ್ಕ ಪಕ್ಕದವರು ಕೂಡ ಬರಲು ಹಿಂದೆಗೆದರು.

ಪಾಷನ ಹೆಂಡತಿಯೇ ಅವರಿಗೆ ಸ್ನಾನಕ್ಕೆ ನೀರು ಹಾಕಿದಳು.

ಹರೀಶ್ ಆಫೀಸ್‌ಗೆ ಬಂದಾಗ ಪರೀಕ್ಷಿತ್ ಇದ್ದ. ಹಿಂದಿನ ದಿನವೇ ರಜ ಬರೆದಿಟ್ಟು ಹೋಗಿದ್ದಳು ಸುಮತಿ.

ಇವನನ್ನು ನೋಡಿದ ಕೂಡಲೇ ಪರೀಕ್ಷಿತ್ ಗಾಬರಿಯಿಂದ ದಿಗ್ಗನೆದ್ದ. "ಏನು ವಿಷ್ಯ? ಧೈರ್ಯಗೆಡೋದ್ಬೇಡ. ನಾನಿದ್ದೀನಿ" ಬಂದು ಭುಜ ತಟ್ಟಿದ.

ಹರೀಶ್ ಅತ್ತು ಬಿಟ್ಟ. ತಡೆದಿಟ್ಟ ದುಃಖ - ಸಂಬಂಧವಿಲ್ಲದ ಜೀವಿಗಳು ಇರಬಹುದು. ಆ ಸಂಸಾರ ಅವನನ್ನು ಎಳೆದುಕೊಂಡಿತ್ತು.

ಮತ್ತಷ್ಟು ಆತಂಕಗೊಂಡ ಪರೀಕ್ಷಿತ್ "ಏನಾಯ್ತು ಹರಿ?" ಬರೀ ಕೆಟ್ಟದ್ದೇ ಅವನ ಮಸ್ತಿಷ್ಕದಲ್ಲಿ ಮೂಡಿ ಭಯ ಹುಟ್ಟಿಸುತ್ತಿತ್ತು.

ಭುಜವಿಡಿದು ಕೂಡಿಸಿ ಸಮಾಧಾನಗೊಳ್ಳಲು ಬಿಟ್ಟು ತಾನು ಕೂತ. ಆಮೇಲೆ ಹರೀಶ್ ಉಸುರಿದಾಗ ನಿಟ್ಟುಸಿರು ಚೆಲ್ಲಿದ.

"ತಂದೆಯಿಂದ ಮಕ್ಳ ಕೊಲೆ. ತುಂಬ ಘೋರ. ಆತ ಹುಚ್ಚನಾಗಿ ಬಿಟ್ಟಿರಬೇಕು" ಸಚ್ಚಿದಾನಂದ್ ಬಗ್ಗೆ ಪರಿತಾಪಗೊಂಡ.

ಎಷ್ಟೋ ಹೊತ್ತು ಮೌನವಾಗಿ ಕೂತಿದ್ದರು. 'ಇಡೀ ದಿನ ರೆಸ್ಟ್ ಬೇಕು' ರಜ ಚೀಟಿ ಅವನ ಮುಂದಿಟ್ಟಿದ್ದಳು ಸುಮತಿ. ಈ ವಿಷಯ ಅವಳಿಗೆ ಗೊತ್ತಿತ್ತೇ? ಕಾಕತಾಳೀಯವಾಗಿ ಯೋಚಿಸಿದ.

"ಸುಮಗೆ ಈ ವಿಷ್ಯ ಗೊತ್ತಿತ್ತಾ?" ಕೇಳಿದ.

'ಇಲ್ಲ'ವೆಂದು ತಲೆಯಾಡಿಸಿದ "ನಾನಾಗಿ ಮೇಡಮ್‌ಗೆ ತಿಳ್ಸಿದ್ರೆ... ಗೊತ್ತಾಗುತ್ತೆ. ಯಜಮಾನ್ರು ಮನೆಯವರನ್ನು ಅವರು ನೋಡಿಲ್ಲ" ಉಸುರಿದ.

ಅವನು ಹೊರಟ ಮೇಲೆ ಸುಮತಿಗೆ ಫೋನ್ ಮಾಡಿದ ಪರೀಕ್ಷಿತ್ "ಹರೀಶ್‌ನ ಹಿಂದಿನ ಯಜಮಾನ್ರು ಸಚ್ಚಿದಾನಂದ್ ತಮ್ಮ ಮಕ್ಳ ಕೊಲೆ ಮಾಡಿ ಪೊಲೀಸ್ ಸ್ಟೇಷನ್‌ಗೆ ಹೋಗಿ ಒಪ್ಪಿಕೊಂಡಿದ್ದಾರೆ ತಾನಾಗಿ. ಅವರ ಸಂಪರ್ಕದಲ್ಲಿದ್ದ ಹರೀಶ್ ತುಂಬ ಮನಸ್ಸಿಗೆ ಹಚ್ಚಿಕೊಂಡಿರಬೇಕು" ತಿಳಿಸಿದ. ಹಿಂದೆಯೇ ಅವನ ಮುಂದೊಂದು ಚಿತ್ರ ಮೂಡಿತು. 'ಸುಮತಿ ಅಪ್ಪಿ ಸಂತೈಯಿಸುತ್ತಿದ್ದಾಳೆ" ನೋಡಲಾರದವನಂತೆ ಮುಖವನ್ನು ಪಕ್ಕಕ್ಕೆ ತಿರುಗಿಕೊಂಡ.

ಎಲ್ಲಾ ಓಡಾಟ ಮುಗಿದ ಮೇಲೆ ಪದ್ಮಮ್ಮನೇ ವಿಷಯನ ಅವನ ಮುಂದಿಟ್ಟರು "ಅವ್ರ ಎಲ್ಲಾ ನಿಂಗೆ ಒಪ್ಸಿ ಹೋಗಿದ್ದಾರೆ. ವಾರಿಣಿಗೆ ಒಂದು ಬದ್ಕು ಕೊಡು" ಕೇಳಿಕೊಂಡರು. ಇದನ್ನು ಸಚ್ಚಿದಾನಂದ್ ಹೋಗುವಾಗ ಹೆಂಡತಿಗೆ ಹೇಳಿದ್ದರು.

ಅವನೊಬ್ಬ ದಿಕ್ಕು ದೆಸೆ ಇಲ್ಲದ ಡ್ರೈವರ್ ಎಂದು ಮನೆಯವರು ಅವನೊಂದಿಗೆ ವಿಶ್ವಾಸದಿಂದ ಮಾತಾಡಿಸಲು ವಿರೋಧಿಸಿದ್ದ ಸಚ್ಚಿದಾನಂದ್ ಅವನಿಗೆ ಸಂಪೂರ್ಣವಾಗಿ ಶರಣಾಗಿದ್ದರು. ಎಲ್ಲಿಯ ಬದುಕು.. ಎಲ್ಲಿಗೋ .

ತಲೆ ತಗ್ಗಿಸಿಕೊಂಡು ಹೊರಟವನ ಕಾಲುಗಳನ್ನು ವಾರಿಣಿ ಹಿಡಿದಳು. "ಹರೀ, ನನ್ನೈ ಬಿಡಬೇಡ. ನಂಗೂ ಸ್ವಲ್ಪ ವಿಷ ಕೊಟ್ಬಿಡು" ಬಗ್ಗಿ ಎತ್ತಿ ಕಣ್ಣೀರು ತೊಡೆದವನು ನಿಲ್ಲಲಾರದೆ ಹೊರಬಂದ.

ಒಂದು ವಿಚಿತ್ರವಾದ ಸುಳಿಯಲ್ಲಿ ಸಿಲುಕಿಕೊಂಡಿದ್ದ. ಹೊರಬರಲಾರದಷ್ಟು ಬಲವಾಗಿತ್ತು. ಹಾಯಾಗಿದ್ದ. ಸಂತೋಷವಾಗಿದ್ದ. ಜಗವೆಲ್ಲ ಸಂತೋಷ ತುಂಬಿದೆ

ಯೆನ್ನುವಂತೆ ದಿನಗಳನ್ನು ಕಳೆದಿದ್ದ. ಈ ಮನೆಯವರಂತೆ ಅವನ ಸಹೋದ್ಯೋಗಿಗಳೇ ಬಂಧುಗಳು. ಆದರೆ ಅವನ ಬದುಕಿನಲ್ಲಿ ಹೊಂಗಿ ರಣವಾಗಿ ಬಂದವಳು ಸುಮತಿ. ಇಂದು ಗೌರವದಿಂದಲೇ ಕಾಣುತ್ತಿದ್ದ. ಕೆಟ್ಟ ದೃಷ್ಟಿಯಿಂದ ನೋಡಿದ್ದಿಲ್ಲ. ಆರಾಧನೆಯೋ, ಆತ್ಮೀಯತೆಯೋ, ಪ್ರೇಮವೋ, ಅಕ್ಕರೆಯೋ ಅವನಿಗೆ ಅರ್ಥವಾಗದ ಸ್ಥಿತಿ.

ಎಂದೂ ಮಾನಸಿಕವಾಗಿ ವ್ಯಭಿಚಾರಿಯಾಗಿಲ್ಲ. ಸುಮತಿಗೋಸ್ಕರ ಪ್ರಾಣವನ್ನು ಬೇಕಾದರೂ ಕೊಡಬಲ್ಲ. ಯಾಕೆ? ಏನು? ಅವನಿಗೆ ಅರ್ಥವಾಗದು. ಇದನ್ನು ಪ್ರೇಮವೆಂದು ಕೂಡ ಕರೆಯಲು ಹಿಂಜರಿಯುತ್ತಾನೆ. ಆರಾಧನೆ ಅಥವಾ ಪೂಜೆ. ತಾನು ಅಕ್ಕರೆಯಿಂದ ಪೂಜಿಸುವ ದೇವತಾ ವಿಗ್ರಹವನ್ನು ಮುಟ್ಟಲಾರದಷ್ಟು ಶ್ರದ್ಧೆ ಅವನದು.

ನೋಡಬೇಕು, ಮಾತಾಡಿಸಬೇಕು. ಆಡುವ ಮಾತುಗಳನ್ನು ಕೇಳಬೇಕು. ಸುಮತಿಗೆ ಇಷ್ಟವಾಗುವ ರೀತಿಯಲ್ಲಿ ನಡೆದುಕೊಳ್ಳಬೇಕು. ಅವಳಿಗೆ ಸಂತೋಷದ ಕ್ಷಣಗಳನ್ನು ಸವಿಯಬೇಕು. ತನ್ನ ಗುಲಾಬಿ, ನಂದಿ ಬಟ್ಟಲ ಹೂಗಳ ನಡುವೆ ಅವಳನ್ನು ಇರಿಸಿ ಭಕ್ತಿಯಿಂದ ಪೂಜಿಸಬೇಕು. ಇದು ಪರಿಪೂರ್ಣ ವ್ಯಾಖ್ಯಾನ.

ಪ್ರೇಮ, ಪ್ರೀತಿಯ ಉಗಮ, ಮಧ್ಯ, ಅಂತ್ಯದ ಬಗ್ಗೆ ಸಂಶೋಧನೆ ನಡೆಸುವ ವಿಚಾರವಂತರೇ ಇದನ್ನು ಸರಿಯಾಗಿ ಅರ್ಥೈಯಿಸಿಕೊಳ್ಳಬಲ್ಲರು.

ಆಗ ತಾನೇ ತಲೆಗೆ ಸ್ನಾನ ಮಾಡಿ ಒದ್ದೆಯನ್ನೊರೆಸುತ್ತಿದ್ದ. ಸುಮತಿ, ಪರೀಕ್ಷಿತ್‌ನ ದಿಢೀರ್ ಆಗಮನಕ್ಕೆ ಆಶ್ಚರ್ಯಗೊಂಡಳು.

“ಅಂತೂ ಸರ್‌ಪ್ರೈಜ್ ವಿಸಿಟ್. ಈಗ ಆಫೀಸ್ ಟೈಮಲ್ಲ ಬಿಡು. ಏನು ತಗೋತೀಯಾ?” ಕೂದಲನ್ನು ಹಿಂದಕ್ಕೆ ಹಾಕಿಕೊಂಡಳು.

ಸಹಾನುಭೂತಿಯಿಂದ ಅವಳ ಸ್ವಚ್ಛ ಮುಖಭಾವವನ್ನು ಅಳೆದ. ಇವಳು ಈ ಆಘಾತ ವನ್ನು ಹೇಗೆ ತಡೆದುಕೊಳ್ಳಬಲ್ಲಳು.

“ನೋ...ನೋ.... ನಿನ್ನದೇನು ಹುಚ್ಚಾಟ್ವಾನ! ಹೇಗೆ ಮದ್ವೆ ಆಗ್ತೀಯಾ” ಉದ್ವೇಗದಿಂದ ಹರೀಶ್ ಮುಂದೆ ಕೂಗಾಡಿದ್ದ. ಸುಮತಿಗೆ ಆಗೋ ಅನ್ಯಾಯವನ್ನು ಅವನು ಸಹಿಸಲಾರ. “ಈ ಹುಡ್ಗಾಟ ನನ್ನತ್ರ ಬೇಡ, ಬಿ ಕೇರ್‌ಫುಲ್” ಸೇರಿಸಿದ.

ಹರೀಶ್ ಸುಮ್ಮನೆ ತಲೆ ಮೇಲೆ ಕೈ ಹೊತ್ತು ಕೂತಿದ್ದ. ಅವನೇ ಅಯೋಮಯದ ಸ್ಥಿತಿಯಲ್ಲಿದ್ದ.

ಸುಮತಿಯ ಕೈ ಹಿಡಿದು ಕೂಡಿಸಿದ “ನಾನು ಇನ್ನು ಸುಮ್ನೆ ಕೂಡೋಲ್ಲ. ಹರೀಶ್ ಯಾರು? ಅವ್ನ ಬಗ್ಗೆ ನಂಗೆ ಗೊತ್ತಾಗ್ಲೇಬೇಕು” ಎಮೋಷನಲ್ ಆದ.

“ನಂಗೇನು ಗೊತ್ತಿಲ್ಲ. ಹರೀ.... ಹರಿ.....ಹರೀಶ್.....ಹರೀಶ್ ಇಷ್ಟು ಬಿಟ್ಟು ಏನೂ ಗೊತ್ತಿಲ್ಲ. ಮತ್ತೆ ಯಾವುದಾದ್ರೂ ಸಮಸ್ಯೆಯಲ್ಲಿ ಬಿದ್ದಿದ್ದಾನ?” ಕೇಳಿದಳು.

ಕವರ್ ಅವಳ ಕೈಯಲ್ಲಿಟ್ಟ ”ಓದಿ ನೋಡು, ಸಚ್ಚಿದಾನಂದ್ ಆ ವರ್ತುಲದೊಳಕ್ಕೆ ಇವನನ್ನು ಎಳೆದುಕೊಂಡ” ಏದುಸಿರು ಬಿಡುತ್ತಿದ್ದ.

ನಿಧಾನವಾಗಿ ಓದಿ ಮುಗಿಸಿದಳು. ದಯನೀಯವಾಗಿ ಚಿಂತಿಸಿದಳು. ಸಚ್ಚಿದಾನಂದ್ ಆಯ್ಕೆ ಒಳ್ಳೆಯದೇ. ಆದರೆ ಹರೀಶ್..........ಆರಾಮಾಗಿ ಗಿಡ. ಮರ, ಬಳ್ಳಿ ಟೇಬಲ್ಲು ಊಟವನ್ನೇ ತನ್ನ ಸಮಸ್ತವೆಂದು ಸಂತೋಷದಿಂದಿರುವವ ಹೇಗೆ ಸ್ವೀಕರಿಸಿಯಾನು?

"ಪೂರ್ತಿ ಸೋತ ವ್ಯಕ್ತಿಗೆ ಹರೀಶ್ ದೇವರಾಗಿ ಭಾಸವಾಗಿರಬೇಕು. ನಿಶ್ಚಿಂತೆಯಿಂದ ಭಾರ ಹೇರಿಬಿಟ್ಟರು. ಇದ್ನ ಹರೀ ಹೇಗೆ ತಗೋತಾನೋ ಮಗುವಿನಂಥ ಅವ್ನ ನಿರ್ಮಲ ಮನ ಹೇಗೆ ನಿರ್ವಹಿಸ್ಬಹ್ದು?" ಚಿಂತಿತಳಾದಳು.

ಪರೀಕ್ಷಿತ್ ಚಕಿತನಾದ. ಸುಮತಿ ಆಘಾತಗೊಳ್ಳಬಹುದು. ಅಳಬಹುದು. ಹೇಗೆ ಸಮಾಧಾನಿಸುವುದು? ಧೈರ್ಯ ತುಂಬುವುದು ಎಂದು ನೂರು ಮಾತುಗಳನ್ನು ಜೋಡಿಸಿ ಕೊಂಡು ಬಂದವನಿಗೆ ತುಟಿಗಳನ್ನು ಬಿಗಿದಂತಾಯಿತು.

ಸುಬ್ಬಯ್ಯ ಹೇಳಿದ ಮಾತುಗಳನ್ನು ನೆನಪು ಮಾಡಿಕೊಂಡ "ಸುಮ ತೀರಾ ಮೃದು, ಲೋಕಜ್ಞಾನ ಇಲ್ಲದವಳು. ಈ ಆಘಾತಗಳ ನಡುವೆ ಹುಚ್ಚಳಾಗಿಬಿಡ್ತಾಳೆ. ಇಲ್ಲದಿದ್ರೆ ಆತ್ಮ ಹತ್ಯೆ ಮಾಡಿಕೊಂಡುಬಿಡ್ತಾಳೇಂತ ಹೆದರಿದ್ದೆ. ಆದರೆ... ಪರಿಸ್ಥಿತಿಯನ್ನು ಧೈರ್ಯವಾಗಿ ಎದುರಿಸಿದ ರೀತಿಗೆ ಬೆರಗಾದೆ, ಅಗಾಧವಾದ ಆತ್ಮ ವಿಶ್ವಾಸವಿದೆ."

ಅಂದಿನಂತೆ ಇಂದು ಪರಿಸ್ಥಿತಿಯನ್ನ ಸ್ವೀಕರಿಸಿರಬಹುದೇ? ಯೋಚನೆಗೊಳಗಾದ. ಆದರೂ ಪರಿಸ್ಥಿತಿಯ ಒತ್ತಡಕ್ಕೆ ದೂಡಿಬಿಡಲು ಮನಸ್ಸಾಗಲಿಲ್ಲ ಪರೀಕ್ಷಿತ್‌ಗೆ.

"ಅವ್ರು ಸಾವಿರ ಬರೀಬಹ್ದು. ಕೇಳಬಹ್ದು. ಹಾಗಂತ ಹರೀಶ್‌ನ ಬದ್ಕು ಬಲಿ ಕೊಡೋಕೆ ನಾನು ಒಪ್ಪೋಲ್ಲ." ಇಲ್ಲಿಯೂ ಅದೇ ಆಕ್ರೋಶ.

ಮೌನವಾಗಿ ಕೂತಳು ಸುಮತಿ. ಹರೀಶ್‌ನ ಮನಸ್ಸು ಅವಳಿಗೆ ಗೊತ್ತಿಲ್ಲ. ಆಳವಾದ ಮಾತುಗಳನ್ನ ಅವನೆಂದೂ ಆಡುತ್ತಿರಲಿಲ್ಲ. ತನ್ನ ಮುಂದಿನ ಭವಿಷ್ಯ, ಪ್ರೀತಿ, ಪ್ರೇಮ, ಮದುವೆಯ ವಿಷಯಗಳನ್ನ ಎತ್ತುತ್ತಿರಲಿಲ್ಲ.

"ಹರೀಶ್ ಏನು ಹೇಳ್ದ? ನಿರ್ಧಾರ ಅವನದೇ ಇರಲಿ. ಒಂಟಿ ಹಕ್ಕಿಯಂತೆ ಹಾಡುತ್ತ, ನಲಿಯುತ್ತ ಇದ್ದ. ನಾವು ಯಾವುದೇ ಸಂಕೋಲೆ ಬಂಧನವೇರುವುದು ಬೇಡ" ಅವಳ ಸ್ವರದಲ್ಲಿ ದೃಢತೆ ಇತ್ತು.

ಪರೀಕ್ಷಿತ್ ಸುಸ್ತಾದ. ತುಟಿಯವರೆಗೂ ಬಂದ ಪ್ರಶ್ನೆ ಮಾತುಗಳನ್ನ ಪದೇ ಪದೇ ನುಂಗಿಕೊಂಡ. ತಾನು ಪ್ರೀತಿಸುವ, ಆರಾಧಿಸುವ, ಬಯಸುವ ಹೆಣ್ಣನ್ನ ಹೇಗೆ ಪ್ರಶ್ನಿಸಿಯಾನು? 'ಹರೀಶನ್ನ ನೀನು ಪ್ರೀತಿಸುತ್ತಿದ್ದೀಯಾ?' ಈ ಪ್ರಶ್ನೆಯನ್ನು ಕೇಳುವುದು ಅವನಿಂದಾಗದು.

ಸುಮತಿಯ ಕೈ ಹಿಡಿದುಕೊಂಡ "ಸುಮ, ಸ್ವಲ್ಪ ಬಿಡ್ಸಿ ಹೇಳು. ನಿನ್ನೊತೆ ನಾನು ಇದ್ದೀನಿ, ನಿನ್ನ ಸುಖ, ನೆಮ್ದಿಗಾಗಿ ನಾನು ಹೋರಾಡ್ತೀನಿ. ನೀನೇನು ಹೇಳದಿದ್ರೆ... ನಂಗೆ ಹೇಗೆ ಅರ್ಥವಾಗುತ್ತೆ? ಮನಸ್ಸನ್ನು ಕೊಂದುಕೊಂಡು ಬದುಕೋಕೆ ಆಗೋಲ್ಲ" ಅವನ ನುಡಿಗಳನ್ನ ಕೇಳಿ ನಸುನಗೆ ಬೀರಿದಳು.

"ಯಾವ ನಾಟ್ಕದಲ್ಲಿ ಅಭಿನಯಿಸುತ್ತಿದ್ದೀಯಾ? ಈ ಡೈಲಾಗ್‌ನ ನಿನ್ನ ಲವರ್‌ಗೆ ಹೇಳಿದ್ದೀಯಾ?" ಅವಳು ಜೋಕಾಗಿ ಪರೀಕ್ಷಿತ್‌ನ ಮಾತುಗಳನ್ನ ತೆಗೆದುಕೊಂಡಿದ್ದಳು.

ತೀರಾ ಸೋತವನಂತೆ ಪರೀಕ್ಷಿತ್ ಹಣೆಗೆ ಕೈಯೊತ್ತಿದ. ಇನ್ನೆಷ್ಟು ಫ್ರಾಂಕಾಗೆ ವಿಚಾರಿಸೋದು? ಅರ್ಥವಾಗಿ ಅರ್ಥವಾಗದಂತೆ ನಟಿಸುತ್ತಿದ್ದಾಳ? ಅದೇನು - ಸರಿಯೆನಿಸಿರಲಿಲ್ಲ ಅವಳ ಸ್ವಚ್ಛ ಮುಖ ಭಾವ ಸಾರುತ್ತಿತ್ತು.

"ಇನ್ನಷ್ಟು ವಿವರವಾಗಿ ಕೇಳೋಕೆ ನನ್ನಿಂದ ಆಗೋಲ್ಲ. ಹರೀಶ್ ಆ ಹುಡ್ಗೀನ ಮದ್ವೆ ಆಗೋದ್ರಲ್ಲಿ ನಿನ್ನ ಅಭಿಪ್ರಾಯವೇನು?" ಪರೋಕ್ಷವಾಗಿ ಕೇಳಿದ.

ಅವನನ್ನ ನೇರವಾಗಿ ನೋಡಿ ನಸುನಕ್ಕಳು "ನಿಜ್ವಾಗ್ಲೂ ನಿಂಗೆ ಹುಚ್ಚು ಹಿಡಿದಿದೆ. ಅದು ಇಷ್ಟು ತೀವ್ರವಾಗಿದೆಯೆಂದರೇ....ಮೈ ಗಾಡ್. ಏನೇನೋ ಮಾತಾಡ್ತೀಯಾ! ಹರೀಶ್ ಮದ್ವೆ, ನಿರ್ಧಾರ ಎಲ್ಲಾ ಅವನದೇ. ಇದ್ರಲ್ಲಿ ನಾನು ಯಾವ ಸಲಹೆನು ಕೊಡ್ಲಾರೆ. ನಿನ್ನಷ್ಟು, ಹರೀ ಕೂಡ ಕಂಗೆಟ್ಟಿರಲಾರ. ಬಿ ಕಾಮ್" ಸಮಾಧಾನವಾಗಿ ನುಡಿದಳು.

ಅವನಿಗೆ ತಲೆ ಕೆಟ್ಟಂತಾಯಿತು. ತಾನಿಷ್ಟು ಪರಿತಾಪಪಡುತ್ತಿದ್ದರೇ, ಅವಳಿಷ್ಟು ಶಾಂತವಾಗಿ ಇದ್ದಾಳಲ್ಲ - ಕಂಗೆಟ್ಟ.

ಹೋಗಿ ಕಾಫಿ ಹಿಡಿದು ಬಂದಳು ಸುಮತಿ. "ನೀನು ಬೇಗ ಎಕ್ಸೈಟ್ ಆಗ್ತೀಯಾ. ಆಫೀಸ್ ವಿಷ್ಯದಲ್ಲಿ ಅಷ್ಟು ಕಾಮಾಗಿರೋ ನೀನು ಪರ್ಸನಲ್ ವಿಷಯಗಳಿಗೆ ಎಮೋಷನಲ್ ಆಗಿಬಿಡ್ತೀಯಾ. ಹರೀಶ್ ಕೇಳಿದಾಗ ನಮ್ಮ ಸಲಹೆ, ಸಹಕಾರದ ಜೊತೆ ಧೈರ್ಯಾನು ತುಂಬೋಣ."

ಪರೀಕ್ಷಿತ್ ಸುಮ್ಮನೆ ಕೂತುಬಿಟ್ಟ. ಇಂದಿನವರೆಗೂ ಹರೀಶ್ ಆಗಲಿ, ಸುಮತಿಯಾಗಲಿ ತಾವು ಒಬ್ಬರನ್ನೊಬ್ಬರು ಪ್ರೀತಿಸಿದ ವಿಷಯವಾಗಲಿ, ಮದುವೆಯಾದ ಬಗ್ಗೆ, ಮದುವೆಯಾಗುವ ಬಗ್ಗೆ ಅವನಿಗೆ ತಿಳಿಸಿರಲಿಲ್ಲ. ಅದೆಲ್ಲ ಇವನ ಕಲ್ಪನೆಯೊ ಭ್ರಮೆಯೋ! ಎಲ್ಲಾ ಅಯೋಮಯವಾಗಿ ಕಂಡಿತು.

"ನೀನು ಮನಬಿಚ್ಚಿ ನನ್ಹತ್ರ ಮಾತಾಡ್ತಾ ಇಲ್ಲ. ಈಗಿನ ವ್ಯವಹಾರಿಕ ಸಂಬಂಧ ಬಿಟ್ಟು ಹಿಂದಿನ ಸ್ನೇಹವನ್ನಾದ್ರೂ ನೆನಸ್ಕೋ. ನೀನು ಕಷ್ಟಪಡೋದಾಗ್ಲಿ, ವಿಷಾದಗೊಳ್ಳುವುದಾಗ್ಲಿ - ನಂಗಿಷ್ಟವಿಲ್ಲ. ಇದ್ನೆಲ್ಲ ಹೇಗೆ ಬಿಡ್ಲಿ... ಹೇಳ್ಲಿ?"

ಅಚ್ಚರಿಯಿಂದ ಕಣ್ಣರಳಿಸಿದಳು. ಒಂದಕ್ಕೊಂದು ಸಂಬಂಧವಿಲ್ಲದ ಮಾತುಗಳೆನಿಸಿತು.

"ನೀನು ಯಾಕೆ ತಲೆ ಕೆಡಿಸ್ಕೋತಾ ಇದ್ದೀಯೋ ನಂಗೆ ಗೊತ್ತಾಗ್ತ ಇಲ್ಲ. ನಂಗೂ ಹರೀಶ್ ಬಗ್ಗೆ ಸಹಾನುಭೂತಿ ಇದೆ. ಹಾಗೆಂದು ಸಚ್ಚಿದಾನಂದ್ ಬಗ್ಗೆ ಕೋಪವೇನು ಇಲ್ಲ. ಕತ್ತಲೆಯ ಕೂಪದಲ್ಲಿ ನರಳೋ.... ಜನಕ್ಕೆ ದೀವಿಗೆ ಯಾಗೂಂತ. ಹರೀನ ಪ್ರಾರ್ಥಿಸಿದ್ದಾರೆ. ಇದೇನು ತಪ್ಪಲ್ಲ" ನಿಸ್ಸಹಾಯಕ ಸ್ಥಿತಿಯಲ್ಲಿರುವ ತಾಯಿ ಮಗಳನ್ನ ನೆನೆಸಿಕೊಂಡು ಮರುಗಿದಳು.

"ನಾನು ಹರೀಶ್‌ನ ಮೀಟ್ ಮಾಡ್ತೀನಿ" ಪರೀಕ್ಷಿತ್‌ನ ಬೀಳ್ಕೊಟ್ಟಳು.

ಪರೀಕ್ಷಿತ್ ಮೇಲಿನ ಅಭಿಮಾನ ನೂರುಪಟ್ಟು ಬೆಳೆದು ನಿಂತಿತು. ವ್ಯವಹಾರಿಕ

ಜಗತ್ತಿನಲ್ಲಿ, ಫಾಲ್ಸ್ ಪ್ರಿಸ್ಟೀಜ್‌ಗಾಗಿ ಹೊಡೆದಾಡುವ ಜನರ ಮಧ್ಯೆ ಅವನು ಪ್ರಕಾಶಮಾನವಾಗಿ ಶೋಭಿಸಿದ. ಹರೀಶ್ ಮೇಲೆ ಅವನು ತೋರಿದ ಔದಾರ್ಯ ಜಾಸ್ತಿಯೆನಿಸಿತು.

"ಯು ಆರ್ ಗ್ರೇಟ್, ಪರೀಕ್ಷಿತ್" ಎಂದುಕೊಂಡಳು.

ಆನಂದರಾಯರ ಅಸ್ಪಷ್ಟ ರೂಪ ಕಂಡಂತಾಯಿತು. ಅವರಿಗೆ ತನ್ನವರು ಪರರು ಎಂಬ ಭೇದವೇ ಇರಲಿಲ್ಲ. ಕಷ್ಟ ಎಂದು ಮರುಗಿದ ಜನರೊಂದಿಗೆ ಒಂದಾಗಿಬಿಡುತ್ತಿದ್ದರು.

ಬಂದ ಡ್ರೈವರ್‌ಗೆ ಹೇಳಿ ಕಳಿಸಿ ಹರೀಶ್ ರೂಮಿಗೆ ಬಂದಳು. ಮಂಕಾಗಿ ಕೂತಿದ್ದ.

"ಇದೇನು ಹರೀಶ್, ಇಂಥ ನಡತೆ ನಿನ್ನಿಂದ ನಿರೀಕ್ಷಿಸಿರ್ಲಿಲ್ಲ. ಸಂತೋಷ, ಹಾಸ್ಯದ ಒಂದು ರೂಪವೇ ನೀನೂಂತ ಅಂದ್ಕೊಂಡಿದ್ದೆ. ಈಗ ಏನಾಗಿ ಹೋಗಿದೆ?" ಆಕ್ಷೇಪಿಸಿದಳು.

ಎದ್ದು ಹೋದ ಹರೀಶ್ ಮುಖ ತೊಳೆದು ಬಂದ "ಹಾಗೇ ಇರ್ಬೇಕೂಂತಲೇ ನನ್ನಿಷ್ಟ. ಅದ್ಕೇ..." ದುಃಖ ನುಂಗಿದ. ಸುಮತಿಯೆ ತಲೆ ಬಗ್ಗಿಸಿಕೊಂಡು ಕೂತಳು.

"ಅವ್ರಿಗೆ, ನಿನ್ನ ಸಹಾಯ ಅಗತ್ಯ!" ಒತ್ತಿ ಹೇಳಿದಳು.

"ಷ್ಯೂರ್, ಏನು ಬೇಕಾದ್ರೂ ಮಾಡ್ತೀನಿ. ಅವರನ್ನ ಜೋಪಾನ ಮಾಡ್ತೀನಿ. ಮದ್ವೆ ಮಾತ್ರ ಸಾಧ್ಯವಿಲ್ಲ. ಆ ಬಗ್ಗೆ ನಾನು ಯೋಚಿಸ್ಲಾರೆ" ಗಟ್ಟಿಯಾಗಿ ತಲೆ ಹಿಡಿದುಕೊಂಡ. ಭಯಂಕರ ಹಿಂಸೆ ಅನುಭವಿಸುವಂತೆ ಕಂಡ.

ಷಾಕ್ ತಿಂದವಳಂತೆ ಕೂತಳು ಸುಮತಿ. ಯಾರು ಯಾರಿಗೂ ಅರ್ಥವಾಗದವರು ಅನಿಸಿತು. ಅವನ ಮನಸ್ಸಿನ ವಿರುದ್ಧ ಒತ್ತಾಯವೇರುವುದು ಸರಿಯೆನಿಸಲಿಲ್ಲ.

"ಆಯ್ತು ಹರೀ, ನಿನ್ನ ಹಿಂಸೆಗೊಳಿಸೋ ಮದ್ವೆಯಿಂದ ಯಾರ್ಗೂ ಸುಖವಿಲ್ಲ. ಒಂದಷ್ಟು ದಿನ ಮೌನವಹಿಸು. ಸಚ್ಚಿದಾನಂದ್ ಮಾತಿಗೋಸ್ಕರ ನೀನು ಆತ್ಮಹತ್ಯೆ ಮಾಡ್ಕೊಳ್ಳೋದ್ಬೇಡ. ಇನ್ನ ನಿನ್ನ ರೂಪ, ಮಾತು ಎಲ್ಲ ಬದಲಾಯಿಸು" ಬುದ್ಧಿ ಹೇಳಿದಳು.

ಸುಮತಿಯ ಮಾತುಗಳು ದಟ್ಟ ಕತ್ತಲೆಯ ನಡುವೆ ಉರಿಯುವ ಮೇಣದ ಬತ್ತಿಗಳಾದವು. ಎದ್ದು ಹೋಗಿ ಮುಖ ತೊಳೆದು ಬಂದ.

"ನಾನೇ ನಿಮ್ಮನ್ನ ಆಫೀಸ್‌ಗೆ ಬಿಡ್ತೀನಿ" ಎಂದ ಉತ್ಸಾಹದಿಂದ "ಏನು ಬೇಡ, ನಾನು ಹೋಗ್ತೀನಿ. ನೀನ್ಹೋಗಿ ಏಜೆನ್ಸಿ ಬಾಗ್ಲು ತೆಗೀ. ಪರೀಕ್ಷಿತ್ ತುಂಬ ಹಚ್ಚಿಕೊಂಡಿದ್ದಾನೆ" ಹೊರಟು ನಿಂತಳು.

ಆದರೆ ಹರೀಶ್, ಸುಮತಿಯನ್ನ ಆಫೀಸ್‌ನ ಬಳಿ ಇಳಿಸಿ ಪರೀಕ್ಷಿತ್‌ನ ನೋಡಲು ಅವನ ಛೇಂಬರ್‌ಗೆ ಹೋದ.

"ಸಾರಿ, ಫಾರ್ ದಿ ಡಿಸ್ಟರ್ಬ್ ಸರ್. ಮೇಡಮ್ ಬಂದಿದ್ರು" ತಾನೇ ಛೇರ್ ಎಳೆದು ಕೊಂಡು "ಕೂತುಕೋಬಹುದಾ?" ಕೇಳಿದ.

"ಯೂ ಫೂಲ್.... ಕೂತ್ಕೋ" ಪರೀಕ್ಷಿತ್ ಸ್ನೇಹದಿಂದ ಬೈದ.

ಒಂದೊಂದು ಸಲ ಅಸೂಯೆ, ಕೋಪ, ನಿಸ್ಸಹಾಯಕತೆಯಿಂದ ಒದ್ದಾಡುತ್ತಿದ್ದವನು ಮರುಕ್ಷಣ ಸಹೃದಯತೆಯಿಂದ ಯೋಚಿಸುತ್ತಿದ್ದ. ಸುಮತಿಯನ್ನ ಪಡೆದುಕೊಳ್ಳುವುದಕ್ಕಿಂತ. ಅವಳ ಒಳಿತನ್ನು ನೋಡುವುದೇ ಹೆಚ್ಚು ಸುಖವೆನಿಸಿತು.

ಯಾವುದೋ ನಿರ್ಧಾರಕ್ಕೆ ಬಂದವನಂತೆ ಪರೀಕ್ಷಿತ್ ಮೇಲೆದ್ದು "ನಿನ್ಹತ್ರ ಮಾತಡ್ಬೇಕು. ಹೋಗೋಣ ನಡೀ" ಹೊರಡಿಸಿಕೊಂಡು ಹೊರಟ.

ಅವರನ್ನೊತ್ತ ಕಾರು ಪರೀಕ್ಷಿತ್‌ನ ಮನೆ ತಲುಪಿತು. ವಾಚ್‌ಮನ್ ಗಡ್ಡ ಕೆರೆದ. ಅಂದು ಸಾಮಾನ್ಯ ಟ್ಯಾಕ್ಸಿ ಡ್ರೈವರ್‌ನಂತೆ ಬಂದವ ಇಂದು ಯಜಮಾನನ ಪಕ್ಕ ಕೂಡುವಷ್ಟು ಅವನ ಮಟ್ಟ ಸುಧಾರಿಸಿತ್ತು. ತಾನೋ... ಬೇರೆ ಸಂಪಾದನೆ ಕೂಡ ಕಡಿಮೆಯೆನಿಸಿತು.

ನೇರವಾಗಿ ಸಿಟ್ಟಿಂಗ್ ರೂಂಗೆ ಕರೆದೊಯ್ದು. ಕೂಲ್‌ಡ್ರಿಂಕ್ಸ್ ತರಿಸಿ ಕೊಟ್ಟ. ಹರೀಶ್ ಯಾರು? ಗಟ್ಟಿಯಾಗಿ ಕೇಳುವ ಸ್ವತಂತ್ರ ತನಗಿದೆಯೇ? ಇಲ್ಲವೆನ್ನುವಷ್ಟೇ, ಇದೆಯೆಂದು ಕೊಂಡ, ಸುಮತಿ ಭವಿಷ್ಯಕ್ಕೆ ರೂಪು, ರೇಷೆ ತಿದ್ದಬೇಕಾದವನು ತಾನೇ ಎನ್ನುವ 'ಅಹಂ' ಅವನಲ್ಲಿ ಇಣಕುತ್ತಿತ್ತು. ಅವಳು ಎಲ್ಲೇ ಇರಲೀ ಹೇಗೇ ಇರಲಿ, ಮಾನಸಿಕವಾಗಿ ತನ್ನವಳೇ.

"ಯಾವ ನಿರ್ಧಾರಕ್ಕೆ ಬಂದೆ?" ತೀಕ್ಷ್ಣವಾಗಿ ಅವನನ್ನು ನೋಡಿದ. ಹರೀಶ್ ಕೈಯಾಡಿಸಿಬಿಟ್ಟ "ಒಂದ್ಗಂಟೆಯ ಮುನ್ನಿನವರ್ಗ್ಗೂ ಮನಸ್ಸು ತೂಗುಯ್ಯಾಲೆಯಲ್ಲಿತ್ತು. ಈಗ ದೃಢ ನಿಶ್ಚಯಕ್ಕೆ ಬಂದೆ. ಸಚ್ಚಿದಾನಂದ್ ಮನೆಯ ಎಲ್ಲಾ ಜವಾಬ್ದಾರಿಗಳನ್ನು ಹೊತ್ತು ಕೊಳ್ಳಬಲ್ಲೆ. ವಾರಿಣಿನ ಮದ್ವೆ ಆಗೋದಂತು ಸಾಧ್ಯವಿಲ್ಲ."

ಪರೀಕ್ಷಿತ್ ಪಕ್ಕದಲ್ಲಿ ಸ್ಫೋಟಿಸಿದಂತಾಯಿತು. ಮುಂದಿದ್ದೆಲ್ಲ ಛಿದ್ರ ಛಿದ್ರವಾಯಿತು. ನಿಶ್ಚಯಗಳು, ನಿರ್ಧಾರಗಳ ಆಳದಲ್ಲಿ ಆಸೆಯೆಂಬ ಮಿಣುಕು ಪ್ರಜ್ವಲಿಸುತ್ತಲೇ ಇತ್ತು. ಪ್ರೇಮ, ಆರಾಧನೆ, ಬಯಕೆಯ ಸಾಕ್ಷಾತ್ಕಾರವಾದರೆ.

ಸ್ತಬ್ಧವಾದ ಅವನ ಮನಸ್ಸು, ಮಿದುಳಿಗೆ ಚಲನೆ ಬರಲು ಕೆಲವು ನಿಮಿಷಗಳು ಬೇಕಾಯಿತು.

"ಗುಡ್, ಮನಸ್ಸು ಹೃದಯಕ್ಕೆ ಬೆಲೆ ಕೊಟ್ಟೆ ಎಂದವ ಕುತೂಹಲ ತಾಳಲಾರದೆ ಹೋದ. ಇವನಿಂದಲಾದರೂ ಸತ್ಯ ಹೇಳಿಸಬೇಕೆನಿಸಿತು. "ಯಾರನ್ನಾದ್ರೂ ಪ್ರೀತಿಸಿದ್ಯಾ?" ಮೊದಲಿನ ಹರೀಶನಂತೆ ನಕ್ಕುಬಿಟ್ಟ.

ಮತ್ತೆ ಅವನ ಮುಖ ಗಂಭೀರವಾಯಿತು. "ನಾನು ಒಂಟಿ, ಅನಾಥನೆನ್ನುವುದು ಅನುಭವಕ್ಕೆ ಬಂದ್ಮೇಲೆ ನನ್ನಲ್ಲಿರುವ ಸಮಸ್ತವನ್ನೂ ಪ್ರೀತಿಸತೊಡಗಿದೆ. ಪಾತ್ರೆ, ಮೇಜು, ಟ್ಯಾಕ್ಸಿಯೊಂದಿಗೂ ನನ್ನದು ಮಧುರ ಬಾಂಧವ್ಯ. ಅವೆಲ್ಲ ಕನಸಾಗಿ ಕಾಯುವಂತೆ, ಪ್ರೀತಿಸುವಂತೆ ಭ್ರಮೆಯನ್ನು ಹುಟ್ಟಿಸಿಕೊಂಡು ಸಂತೋಷವಾಗಿದ್ದೆ. ಅಂಥದರಲ್ಲಿ ನಾನು ಮನುಷ್ಯರನ್ನ ಪ್ರೀತಿಸಲಾರೆನೇ ಸರ್?" ಅವನ ಮಾತುಗಳಿಗೆ ಪರೀಕ್ಷಿತ್ ತಬ್ಬಿಬ್ಬಾದ. ಅವನು ಹೇಳುವುದೆಲ್ಲ ಸತ್ಯವೇ. ಇಂಥದರಲ್ಲಿ ಪ್ರೀತಿಯ ಪ್ರತ್ಯೇಕತೆ ವಿವರಿಸಿ ಹೇಗೆ ಹೇಳುವುದು?

"ನಾನು ಕೇಳಿದ್ದು, ಅದಲ್ಲ" ಮುಂದೆ ವಿವರಿಸಲಾರದೆ ಹೋದ ಪರೀಕ್ಷಿತ್ "ಸೋ...." ಬರೀ ಚಡಪಡಿಸಿದ.

ತಕ್ಷಣ ಮಾತು ಬದಲಾಯಿತು. "ಡಾ॥ ಪ್ರಭುನ ಮತ್ತಷ್ಟು ಹುಡ್ಕಬೇಕು, ಸರ್. ಅವ್ನು ಹೇಗಿದ್ರೂ ವಾರಿಣಿ ಸ್ವೀಕರಿಸ್ತಾಳೆ. ಅವನ ಮಗುವನ್ನು ಹೊತ್ತು ತಂದೆಯನ್ನು ನಿರಾಕರಿಸಲಾರಳು" ಯಾವುದೋ ಗುಂಗಿನಲ್ಲಿ ಮುಳುಗಿದ.

ಡಾ॥ ಪ್ರಭುಗೆ ಜೋತುಬಿದ್ದ ಓಡಾಡುತ್ತಿದ್ದಳು ವಾರಿಣಿ. ಅದನ್ನೆಲ್ಲ ತರ್ಕಿಸಲು ಹೋಗಲಾರ. ಪ್ರೇಮವೋ, ಪ್ರೀತಿಯೋ, ಸ್ವಾರ್ಥವೋ.. ಇಬ್ಬರೂ ಒಂದಾಗಿದ್ದರು. ಅಂಥ ಬಯಕೆ, ಪ್ರಲೋಭನೆಯಿಂದ ಅವಳನ್ನು ಮುಟ್ಟಲೂ ಕೂಡ ಅವನಿಂದಾಗದು. ಮತ್ತೆ ಕಣ್ಣೀರು, ದುಃಖ ದುರಂತ ಹೀಗೆಯೇ ಮುಂದುವರಿದುಕೊಂಡು ಹೋಗುತ್ತೆ. ಅದಕ್ಕೆ ಅವಕಾಶ ಕೊಡಬಾರದೆಂಬುದೇ ಹರೀಶ್‌ನ ತೀರ್ಮಾನ.

"ಇನ್ನೊಂದು ವಿಷ್ಯದಲ್ಲಿ ನಂಗೆ ನಿಮ್ಮ ಹೆಲ್ಪ್ ಬೇಕಾಗುತ್ತೆ, ಸರ್" ಮೇಲೆದ್ದು ಪರೀಕ್ಷಿತ್‌ನ ಕೈಗಳನ್ನು ಹಿಡಿದುಕೊಂಡವನ ಕಣ್ಣಲ್ಲಿ ತುಂಟ ನಗೆ ಇಣಕಿತು. "ಈಗ ಅರ್ಥವಾಗ್ತಾ ಇದೆ. ನನ್ನ ಪ್ರೀತಿಯ ಹೆಣ್ಣು ಬಗ್ಗೆ ತಾನೇ ನೀವು ಪ್ರಶ್ನಿಸಿದ್ದು. ನೋಡ್ತಾ ಇರೀ... ಒಂದಲ್ಲ ಒಂದು ದಿನ ತಂದು ನಿಮ್ಮ ಮುಂದೆ ನಿಲ್ಲಿಸ್ತೀನಿ" ಕಣ್ಣೊಡೆದ.

"ಯೂ ಈಡಿಯಟ್...." ಅವನ ಬೆನ್ನಿಗೊಂಡು ಗುದ್ದಿದ "ಆ ದಿನ ಬೇಗ ಬರ್ಲಿ. ನಾನೇ ನಿಂತು ಮದ್ವೆ ಮಾಡ್ತೀನಿ. ತುಂಬ ಸತಾಯಿಸ್ಬೇಡ ಅಷ್ಟೆ" ಕೊನೆಗೆ ಒತ್ತಾಯವಿತ್ತು. ಅವನೆದೆಯ ತುಮುಲ ಕೊನೆಗೊಳ್ಳಲು ಒಂದು ಮುಕ್ತಾಯ ಬೇಕಿತ್ತು.

ಅವರಿಬ್ಬರ ಮಧ್ಯೆ ಸಂಪೂರ್ಣ ಸ್ನೇಹದ ಬೆಸುಗೆ ಇತ್ತು. ಹರೀಶ್‌ನ ಸ್ವಾಭಿಮಾನ, ಸಂಕೋಚವನ್ನು ಪರೀಕ್ಷಿತ್ ತೊಡೆದು ಹಾಕಿದ್ದ. ಅದು ಹರೀಶ್‌ಗೆ ಹೇಗೆಯೋ, ಆದರೆ ಪರೀಕ್ಷಿತ್ ಮಾತ್ರ ಸುಮತಿಗಾಗಿ ಅವನನ್ನು ಹೆಚ್ಚು ಆದರಿಸುತ್ತಿದ್ದ.

"ಆಲ್ ದಿ ಬೆಸ್ಟ್" ಪರೀಕ್ಷಿತ್ ಅವನನ್ನು ಬೀಳ್ಕೊಟ್ಟ.

* * *

ಒಂದು ತಿಂಗಳು ಕಾದರೂ ಹರೀಶ್ ಅವರಿಗೆ ಎಲ್ಲವು ಆಗಿ ನೋಡಿಕೊಳ್ಳುತ್ತಿದ್ದ. ಮತ್ತೆ ಮೂರು ಟ್ಯಾಕ್ಸಿ ಓಡುತ್ತಿತ್ತು. ಡೈರಿಗೆ ಮಾಮೂಲಾಗಿ ಹಾಲು ಹೋಗುತ್ತಿತ್ತು. ಜೈಲಿಗೆ ಹೋಗಿ ಸಚ್ಚಿದಾನಂದ್‌ನ ಭೇಟಿ ಮಾಡಿ ಬರುತ್ತಿದ್ದ. ಅವರದು ಒಂದೇ ಪಟ್ಟು .

"ನಾನು ಮಾಡಿದ ಕೊಲೆಗಳಿಗೆ ಶಿಕ್ಷೆ ಆಗ್ಲೇಬೇಕು. ನಾನಂತು ಸುಳ್ಳು ಹೇಳಿ ಹೊರಬರೋಲ್ಲ. ಮತ್ತೆ ಲಾಯರ್ ಓಡಾಟ ಒಂದೂ ಬೇಡ."

ಲಾಯರ್‌ನ ಹರೀಶ್ ಕರೆದೊಯ್ದಿದ್ದ. ತಾಯಿ ಮಗಳು ಅತ್ತು ಕರೆದು ಗೋಳಾಡಿದ್ದರು. ಆದರೂ ಅವರು ಬದಲಾಗಿರಲಿಲ್ಲ. ಸ್ವತಂತ್ರದ ಗಾಳಿ, ಸಮಾಜದ ಜನ, ಮನೆಯ ಪರಿಸರ ಅವರಿಗೆ ಬೇಕಿರಲಿಲ್ಲ.

ವಾರಿಣಿಗೆ ಮೂರು ತಿಂಗಳು ತುಂಬಿ ನಾಲ್ಕಕ್ಕೆ ಬಿದ್ದಿತ್ತು. ಕೆಲವರ ಬಾಯಿಗಾದರೂ ಈ ಸುದ್ದಿ ಬಿದ್ದು ಹರಡಿತ್ತು. ಹರೀಶ್‌ನ ಯಾರು ಅನುಮಾನಿಸಲಾರರು. ರಾಜಾರೋಷವಾಗಿ ಅವನೊಂದಿಗೆ ವಾರಿಣಿ ತಿರುಗಾಡುತ್ತಿದ್ದುದನ್ನು ಕಂಡಿದ್ದರು.

ಅಂದು ಸಂಜೆ ಹರೀಶ್ ಬಂದಾಗ ಪದ್ಮಮ್ಮ ಪ್ರಸ್ತಾಪಿಸಿದರು. "ಮದ್ವೆ ಸುದ್ದಿ ಏನ್ಮಾಡ್ದೇ! ಅವ್ಳು ಹೊರ್ಗೇ ತಲೆ ಇಟ್ಟಿಲ್ಲ. ಸವೆದುಹೋಗೋ ಅವ್ಳಿಗೆ ಒಂದು ಆಸರೆ ಬೇಕು.

ಹರೀಶ್ ಒಂದೆರಡು ನಿಮಿಷದ ಮೌನದ ನಂತರ ಉಸುರಿದ "ಡಾ|| ಪ್ರಭುನ ಹುಡುಕಿಸ್ತಾ ಇದ್ದೀನಿ. ಸ್ವಲ್ಪ ಧೈರ್ಯ ತಗೋಬೇಕು" ತಲೆ ತಗ್ಗಿಸಿದ.

ಆಕೆಯ ಕೈ ಕಾಲು ಕಟ್ಟಿಹಾಕಿದಂತಾಯಿತು. ಉಸಿರು ಸಿಕ್ಕಿಕೊಂಡು ಒದ್ದಾಡುವ ಪರಿಸ್ಥಿತಿ. ಆಸೆಗಳೆಲ್ಲ ಬಿರುಗಾಳಿಗೆ ಸಿಕ್ಕಿದ ತರಗೆಲೆಗಳಂತಾಯಿತು.

"ಅವ್ರು ಹೇಳಿದ ವಿಷ್ಯ ನಿಂಗೆ ಹೇಳಿದ್ದೆ" ಕಣ್ಣೀರು ಚೆಲ್ಲಿದರು.

ಅವನು ಹೊರಗೆದ್ದು ಬಂದು ನಿಂತ. ಮಾನವ ಬದುಕು ಪರಿಪೂರ್ಣ, ಅತ್ಯಂತ ಪವಿತ್ರ, ಸಂತೋಷದಾಯಕ ಎನ್ನುವ ನಿಲುವೊತ್ತಿ ಬದುಕಿದ್ದ. ಸ್ವಾಮಿ ವಿವೇಕಾನಂದರು ಅವನ ಆರಾಧ್ಯದೈವ. ವಯಸ್ಸಿಗೆ ಅನುಗುಣವಾಗಿ ಕಂಡ ಕಂಡ ಹೆಣ್ಣುಗಳೊಂದಿಗೆ ಮಾನಸಿಕ ವ್ಯಭಿಚಾರ ನಡೆಸಿದವನೇ ಅಲ್ಲ. ಇನ್ನ ವಾರಿಣಿ... ಕೈಯೆತ್ತಿ ಮುಗಿಯಬಲ್ಲ. ದೂರದಲ್ಲಿ ನಿಂತು ಹರಸಬಲ್ಲ. ಒಳಿತಿಗಾಗಿ ಶ್ರಮಿಸಲಿಲ್ಲ. ತಾಳಿ ಕಟ್ಟಿ ಅವಳೊಂದಿಗೆ ಜೀವನವನ್ನು ಮಾತ್ರ ಹಂಚಿಕೊಳ್ಳಲಾರ.

ಪದ್ಮಮ್ಮ ಹೋಗಿ ವಾರಿಣಿಗೆ ಈ ವಿಷಯ ಉಸುರಿರಬೇಕು. ಮೆಲ್ಲನೆದ್ದು ಹೊರಗೆ ಬಂದಳು. ಪ್ರೇಮ, ಪ್ರೀತಿ ಸಂಬಂಧದ ಬಗ್ಗೆ ಅಂತಹ ಕಲ್ಪನೆಗಳೇನು ಇರಲಿಲ್ಲ. ಹರೀಶ್‌ನ ನೋಡಿದಾಗಲೂ ಅವಳಲ್ಲಿ ಪ್ರೀತಿಯುಂಟಾಗುತ್ತಿತ್ತು. ಡಾ|| ಪ್ರಭು ಸಿಕ್ಕಾಗಲೂ ರೋಮಾಂಚನಗೊಂಡಿದ್ದಳು. ಅವರಿಬ್ಬರಲ್ಲಿ ಅವಳಿಗೆ ವ್ಯತ್ಯಾಸವಿಲ್ಲ.

"ಹರೀ...." ಅವನ ಭುಜದ ಮೇಲೆ ಕೈಯಿಟ್ಟಳು. ತಟ್ಟನೆ ತಿರುಗಿ, "ನೀವ್ಯಾಕೆ ಹೊರ್ಗಡೆ.. ಬಂದ್ರಿ? ಡಾಕ್ಟ್ರು ರೆಸ್ಟ್ ಬೇಕೂಂದಿದ್ದಾರೆ" ಅವನ ಗಂಟಲೊಣಗಿತ್ತು.

ವಾರಿಣಿಯತ್ತ ನೋಟ ಹರಿಸಿದ. ಇನ್ನಷ್ಟು ಬಡವಾದ ದೇಹ ಹೊಟ್ಟೆಯ ಭಾಗ ಸ್ವಲ್ಪ ಉಬ್ಬಿತ್ತು, ಅಲಂಕಾರವಿಲ್ಲದ ಮುಖ.

"ನಾನು ಚೆನ್ನಾಗಿಲ್ಲ, ಅಲ್ವಾ?" ಕಣ್ಣೀರು ಮಿಡಿದಳು.

'ಹಾಗೆಲ್ಲ, ಅಲ್ಲ. ನಾನೇನಾದ್ರೂ ಮದ್ವೆಯ ಉರುಳಿಗೆ ಸಿಕ್ಕರೇ... ಅನುಭವಿಸೋದು" ನಕ್ಕ. "ಅದು ನಿಮ್ಮ ಪಾಲಿಗೆ ಬೇಡ. ಬೆಳದಿಂಗಳು ಮೂಡೋ ಹಾಗೆ ಮಾಡ್ತೀನಿ" ಆಸೆಯ ಮಿಂಚಿನ ಕಡೆ ಕೈಚಾಚಿದ.

ಅವಳಲ್ಲಿನ ದೂರದ ಆಸೆ ನಂದಿಹೋಯಿತು. ಅತ್ತು, ಗೋಳಾಡಿ ಸವೆದರೂ ಹರೀಶ್ ತನ್ನ ಬಾಳು ಪ್ರವೇಶಿಸುತ್ತಾನೆಂಬ ಅಚಲ ನಂಬಿಕೆ ಅವಳಲ್ಲಿತ್ತು. ಇನ್ನ...ಹೇಗೆ?

"ಅದೆಲ್ಲಿ... ಅಲ್ಲ ಹರೀ, ನಾನು ಪತಿತೆ. ಮೊದ್ಲೇ ಮನೆ ಹೆಸರು ಚೆನ್ನಾಗಿಲ್ಲ. ಬೇರೊಬ್ಬರ ಮಗುಗೆ ತಂದೆ ಆಗೋಕೆ ಯಾವ ಗಂಡು ಒಪ್ತಾನೆ? ಅಪ್ಪ ನಮ್ಮನ್ನ ನಾಶ ಮಾಡಿದ್ರು" ಬಿಕ್ಕಿ ಬಿಕ್ಕಿ ಅಳಲು ಶುರು ಮಾಡಿದಳು.

ಅವನು ಕಣ್ಣೀರಿಗೆ ಕರಗಲು ಸಕ್ಕರೆಯ ಗೊಂಬೆಯಲ್ಲ. ಅವನು ದೊಡ್ಡ ವಿದ್ಯಾವಂತನಲ್ಲ. ಜಗತ್ತಿನ ಮಹಾನ್ ವ್ಯಕ್ತಿಗಳ ಬಗ್ಗೆ ಹೆಚ್ಚಿಗೇನು ತಿಳಿದಿಲ್ಲ. ಆದರೆ ತರ್ಕಿಸಬಲ್ಲ. ಇದು ಸರಿ, ಇದು ಅಲ್ಲ ಎನ್ನುವ ಶುಭ್ರ ವಿವೇಕ ಅವನಲ್ಲಿದೆ. ವ್ಯವಹಾರಿಕವಾಗಿ ತಾಳಿ ಕಟ್ಟೋದೋ, ಹೇಗೋ ದಿನಗಳು ದೂಡೋದೋ... ಅವನಿಗಿಷ್ಟವಿಲ್ಲ. ತೀರಾ ಹೊರ ನೋಟಕ್ಕೆ ಬಾಳಿನ ಹಗುರಾಗಿ, ಹಾಸ್ಯವಾಗಿ ಮಾತಾಡಿದರೂ ಜೀವನದ ಬೆಲೆ ಅವನಿಗೆ ಗೊತ್ತು.

"ನಿನ್ನ ಊಹೆಗಳೊಂದು ಸರಿಯಿಲ್ಲ! ಒಂದಿಷ್ಟು.. ಕಾದಿರು. ಪ್ರಭುವಿನ ಸುಳಿವು ಸಿಕ್ಕಿದೆ. ಈಗ ಎಲ್ಲ ಸಮಸ್ಯೆಗಳು ನಿವಾರಣೆಯಾಗಿದೆ. ಖಂಡಿತ ಬರ್ತಾನೆ" ಸಂತೈಸಿದ.

ಕೀಳು ಕಾಮನೆಗಳು ಅವನಲ್ಲಿ ಉದಯಿಸಿಯೇ ಇರಲಿಲ್ಲ ಇದುವರೆಗೆ.

ತಾಯಿ ಮಗಳದು ಒಂದೇ ಪಟ್ಟು. ಸದ್ಯಕ್ಕೆ ಎಲ್ಲರ ಮೇಲಿನ ನಂಬಿಕೆ ಹಾರಿ ಹೋಗಿ ಹರೀಶ್‌ನನ್ನ ಪೂರ್ತಿ ಅವಲಂಬಿಸಿದ್ದರು. ಅವನು ವಿಮುಖನಾದರೆ ಬದುಕೆಲ್ಲ ಶೂನ್ಯವೆನಿಸುತ್ತಿತ್ತು.

* * *

ಸ್ವಚ್ಛ ಬಿಳುಪಿನ ಹತ್ತು ನಂದಿ ಬಟ್ಟಲು ಹೂಗಳನ್ನು ಪ್ಲಾಸ್ಟಿಕ್ ಕವರಿನಲ್ಲಿಟ್ಟು ಸುಮತಿಯ ಟೇಬಲ್ಲು ಮೇಲಿಟ್ಟ.

"ವೆರಿ....ವೆರಿ....ಗುಡ್ ಮಾರ್ನಿಂಗ್ ಮೇಡಮ್..........." ಬರೆಯುತ್ತಿದ್ದವಳು ತಲೆಯೆತ್ತಿದಳು "ಗುಡ್ ಮಾರ್ನಿಂಗ್ ಹರೀ....." ವಾಚ್ ಕಡೆ ನೋಡಿ "ಇದು ಆಫೀಸ್ ಟೈಮ್. ಒಂದ್ಗಂಟೆ ಕಾಯೋ ಪೆನಿಷ್‌ಮೆಂಟ್" ಎಂದಳು.

"ಸಾರಿ....ಐಯಾಮ್ ರಿಯಲೀ ಸಾರಿ..." ಹೊರಗೆ ಹೋದವನು ಮತ್ತೆ ಒಳಗೆ ಬಂದ. ಕೂತ ಸುಮತಿಯನ್ನು ನೋಡಿದ. ರಾಶಿ ರಾಶಿ ಹೂಗಳಿಂದ ಅರ್ಚಿಸಬೇಕು. ಬದುಕಿನುದ್ದಕ್ಕೂ ಆರಾಧಿಸಬೇಕು' ಎಂದುಕೊಂಡ.

ಬಲವಾಗಿ ಕಾಲಿಂಗ್ ಬೆಲ್ ಒತ್ತಿದಳು. ಹೆದರಿದಂತೆ ನಟಿಸಿದ ಹರೀಶ್ ಹೊರಗೆ ಹೋದ. ಸಿನ್ನಿಯರ್ ಆಫೀಸರ್, ಆ ಟೇಬಲ್ಲು ಕುರ್ಚಿ, ಪರಿಸರ ಎಲ್ಲವು ಭೂಷಣ ಮನ ಮೆಲುಕು ಹಾಕಿತು. ಹೊಸ ಬಗೆಯ ಒಂದು ಯೋಚನೆ.

ಟೇಬಲ್ಲು ಮೇಲಿನ ಹೂವಿನ ಪ್ಯಾಕೆಟ್ ತೆಗೆದು ಪಕ್ಕದ ಸ್ಟಾಂಡ್ ಮೇಲೆ ಅಲಂಕಾರಪ್ರಾಯವಾಗಿ ಇಟ್ಟು ತನ್ನ ಕೆಲಸದಲ್ಲಿ ಮಗ್ನಳಾದಳು.

ಬಂದ ಪರೀಕ್ಷಿತ್ ಅವನನ್ನು ನೋಡಿ ನಸುನಕ್ಕ. "ಮೇಡಮ್ ಪರ್ಮಿಷನ್ ಸಿಕ್ಲಿಲ್ವಾ! ಆಫೀಸ್ ಕೆಲ್ಸಾಂತ ಸ್ಲಿಪ್ ಕಳ್ಸು. ಏನೋ ಒಂದು ಕೇಳ್ಬಹುದ್ದು" ಹಾಸ್ಯ ಮಾಡಿದ.

ಹರೀಶ್ ಭಯ ನಟಿಸಿದ "ಆಫೀಸ್ ಬಾಯ್‌ಗೆ ಕಾಲ್ ಮಾಡಿ ನಿರ್ದಾಕ್ಷಿಣ್ಯವಾಗಿ

ಹೊರದಬ್ಬಿಸಿ ಬಿಡುತ್ತಾರೆ. ನಂಗೆ ಮೊದ್ಲೇ...ಹೆದ್ರಿಕೆ...." ಅವನ ಮಾತುಗಳಿಗೆ ನಕ್ಕುಬಿಟ್ಟ.

"ನನ್ನ ಛೇಂಬರ್‌ಗೇನು ಪರ್ಮಿಷನ್ ಬೇಕಿಲ್ಲ. ಬಾ...." ಭುಜದ ಮೇಲೆ ಕೈ ಹಾಕಿ ಕರೆದೊಯ್ದು.

ಇದು ಎಲ್ಲರೂ ಹುಬ್ಬೇರಿಸುವಂಥ ವಿಷಯ. ಅವೆರಲ್ಲ ಮಾತಾಡಿ ಮಾತಾಡಿ ಸೋತು ಹೋಗಿ ಇನ್ನೇನು ಆಡಲು ಇಲ್ಲವೆಂದು ಸುಮ್ಮನಾಗಿದ್ದರು.

ಪರೀಕ್ಷಿತ್ ಕೂತಾಗ ಹಾಟ್ ಜಗ್‌ನಲ್ಲಿದ್ದ ಟೀಯನ್ನು ಕಪ್‌ಗೆ ಬಗ್ಗಿಸಿ ಕೊಟ್ಟ. ಇದು ಆಫೀಸ್‌ಬಾಯ್ ಮಾಡುತ್ತಿದ್ದ ಕೆಲಸ. ಇಂದು ಹರೀಶ್ ಪ್ರೀತಿಯಿಂದ ಮಾಡಿದ್ದ.

ಟೀ ಕಪ್ ತುಟಿಗೆ ಹಚ್ಚುವ ಮುನ್ನ ಕೇಳಿದ "ನಿನ್ನ ಗುಲಾಬಿ, ನಂದಿ ಬಟ್ಟಲು ಹೂಗಳು ಹೇಗಿವೆ?" ಹರೀಶ್ ತುಟಿಯಂಚಿನಲ್ಲಿ ನಸುನಗು ತೇಲಿತು. "ಐ ಲವ್ ನಾಟ್ ಮ್ಯಾನ್ ದಿ ಲೆಸ್, ಬಟ್ ನೇಚರ್ ಮೋರ್. ಇಂಥ ಒಂದು ಕವಿವಾಣಿಯನ್ನು ಕೇಳಿದ್ದೆ. ನಾನು ಮನುಷ್ಯರನ್ನು ಕಡಿಮೆ ಪ್ರೀತಿಸೋಲ್ಲ. ಅದ್ಕಿಂತ ನಂಗೆ ನೇಚರ್‌ನ ಕಂಡರೆ ಪ್ರಾಣ. ತುಂಬ ಚೆನ್ನಾಗಿವೆ ಸರ್. ನನ್ನ ನಾನು ಬೇಕಾದ್ರೆ ನೆಗ್‌ಲೆಕ್ಟ್ ಮಾಡಿಕೊಳ್ಳಬಲ್ಲೇ. ಅವನ್ನ ಮಾಡ್ಲಾರೆ" ಎಂದಾಗ ಪರೀಕ್ಷಿತ್‌ನ ಕೈಯಲ್ಲಿನ ಕಪ್ ಕೆಳಗಿಳಿಯಿತು. ಮಂತ್ರಮುಗ್ಧನಾದ.

ಸರಸರನೆ ಹರೀಶ್‌ನ ವ್ಯಕ್ತಿತ್ವ ಮೇರುವಿನೆತ್ತರಕ್ಕೆ ಬೆಳೆಯಿತು. ಆನಂದ ರಾಯರು ಮೊಮ್ಮಗಳಿಗಾಗಿ ಅರಸುತ್ತಿದ್ದ ವ್ಯಕ್ತಿ ಎದುರಿಗೆ ಪ್ರತ್ಯಕ್ಷನಾದಂತೆ ಕಂಡ. ಇಂಥ ನಡತೆ, ರೂಪುರೇಷೆಯನ್ನು ಚಿತ್ರಿಸಿಕೊಂಡಿದ್ದರೇನೋ.

"ಗುಡ್, ಯು ಆರ್ ಗ್ರೇಟ್, ನಿನ್ನ ಬಗ್ಗೆ ನಂಗೆ ಹೆಮ್ಮೆ. ಪ್ರಭು ಸಿಕ್ಕಿದ್ನಾ? ಸಚ್ಚಿದಾನಂದ್ ಮನೆಯವರು ಹೇಗಿದ್ದಾರೆ?" ಮತ್ತೆ ಕಪ್ ತುಟಿಗಚ್ಚಿದ.

ಕ್ಷಣ ಹರೀಶ್‌ನ ಮುಖ ಇಳಿದುಹೋಯಿತು. ವಾರಿಣಿಯ ನಿಸ್ತೇಜ ಮುಖದಲ್ಲಿ ಬೆಳಕು ಕಂಡಿಲ್ಲದಿದ್ದರೂ ನೆಮ್ಮದಿಯಾಗಿದ್ದಳು.

"ಇದ್ದಾರೆ, ಅಷ್ಟೆ. ಪ್ರಭು ಅಲ್ಲಿದ್ದಾನೆ. ಇಲ್ಲಿದ್ದಾನೆ ಅಂತಾರೆ. ಎಲ್ಲಿದಾನೋ? ಈಗಲಾದ್ರೂ ಪರಿಸ್ಥಿತಿನ ಅರ್ಥಮಾಡಿಕೊಂಡ. ಸಂಭಾಳಿಸುತ್ತಾನೆ ಅದ್ನೆಲ್ಲ ಕಾಲನೇ ಹೇಳ್ಬೇಕು. ಚೀರಾಟ, ಕೂಗಾಟ, ವದರಾಟದ ಸದ್ದಡಗಿ ನಿಶ್ಯಬ್ದವಾಗಿದೆ ಮನೆ" ತೇಲಿದಂತೆ ಹೇಳಿದ.

ಕಪ್ ಇಟ್ಟ ಪರೀಕ್ಷಿತ್ ಸೂಕ್ಷ್ಮವಾಗಿ ಅವನ ಮುಖ ಗಮನಿಸಿದ "ಪ್ರಭು, ಸಿಕ್ಕದಿದ್ರೆ...." ಹರೀಶ್ ಬೆವೆತುಬಿಟ್ಟ. ಬೇಗನೆ ಸಂಭಾಳಿಸಿಕೊಂಡ "ನಾನಂತು ಏನು ಹೇಳ್ಲಾರೆ. ಮದ್ವೆ ಆಗೋದಂತು ಸುಳ್ಳು. ನಂಗೆ ನನ್ನದೇ ಆದ ಪವಿತ್ರ ಕಲ್ಪನೆಗಳು ಇವೆ. ಆದರ್ಶ, ತ್ಯಾಗಗಳ ಸದ್ದಿನಲ್ಲಿ ಅದ್ನ ಹೇಳೋಲ್ಲ" ಅವನ ಮಾತುಗಳು ಅಚಲವಾಗಿದ್ದವು. ಭೀಷ್ಮ ಪ್ರತಿಜ್ಞೆಯಂತೆ ಕಂಡಿತು.

ಪರೀಕ್ಷಿತ್ ಎಷ್ಟೇ ಸಮಾಧಾನಿಸಿಕೊಂಡರೂ. ಒಳಗೊಳಗೇ ಛಿದ್ರವಾಗುತ್ತಿದ್ದ. ಒಂದು ರೀತಿಯ ಚಿತ್ರಹಿಂಸೆ. ತೀರ್ಮಾನವಾಗಿಬಿಟ್ಟರೇ ಚಿರವಿರಹಿಯಂತೆ ಕೂತು ದುಃಖಿಸಬಲ್ಲ. ಈಗ ಆಸೆಯ ಪತಂಗಗಳು ಅದುಮಿಟ್ಟಷ್ಟು ಹಾರಾಡುತ್ತಿದ್ದವು.

ಅಷ್ಟರಲ್ಲಿ ಒಳ ಬಂದ ಚಕ್ರವರ್ತಿ ಫೈಲು ಅವನ ಮುಂದಿಟ್ಟು ಕತ್ತು ತುರಿಸಿಕೊಂಡ. ಇಡೀ ಫೈಲಿನ ಮೇಲೆ ಒಂದು ಲೆಟರ್ ಎದ್ದು ಕಾಣುತ್ತಿತ್ತು.

"ಏನಿದು?" ಬರೀ ನೋಟ ಆಡಿಸಿಯೇ ಕೇಳಿದ ಪರೀಕ್ಷಿತ್. ಕಣ್ಣು, ಕೆನ್ನೆಯುಜ್ಜಿದ. ಮೇಲಕ್ಕೂ ಕೆಳಕ್ಕೂ ನೋಡಿದ "ಅದರಲ್ಲೇ ಇದೆ, ಸರ್..." ಕೈ ಕೈ ಹೊಸೆದ. ಪರೀಕ್ಷಿತ್ ಮುಕ್ತವಾಗಿ ನಕ್ಕುಬಿಟ್ಟ.

"ಅಯ್ಯೋ, ಚಕ್ರವರ್ತಿ..........ಸ್ವಲ್ಪ ಹೆಸರಿಗೆ ಅನುಗುಣವಾಗಿ ನಡ್ಕೋ. ಕೆನ್ನೆಯುಜ್ಜೋದು. ಕೈ ಹೊಸೆಯೋದೇಕೆ? ಏನು ನಿನ್ನ ಪ್ರಾಬ್ಲಮ್? ಆರಾಮಾಗಿ ಕೂತ್ಕೊಂಡ್.... ಹೇಳು. ಹರೀಶ್ ನಾಳೆ ಎಂ.ಡಿ. ಆದರೂ ಹೆಚ್ಚಲ್ಲ" ಎಂದುಬಿಟ್ಟ.

ಹರೀಶ್ ಬೆಚ್ಚಿಬಿದ್ದ. ತಮಾಷೆಗೂ ಕೂಡ ಇಂಥ ಮಾತು ಆಡುವುದು ಅವನಿಗೆ ಸಹನೀಯವೆನಿಸಲಿಲ್ಲ. ಅವನ ಗಂಟಲು, ನಾಲಿಗೆಯಲ್ಲ ಒಣಗಿತು.

ಅರಿತವನಂತೆ ಮುಗುಳ್ನಕ್ಕ ಪರೀಕ್ಷಿತ್ ಮುಂದೆ ಮುಚ್ಚಿಟ್ಟ ಗಾಜಿನ ಲೋಟ ಅವನಿಗೆ ಕೊಟ್ಟ. ಗಟಗಟನೆ ಕುಡಿದು ಸುಧಾರಿಸಿಕೊಂಡ.

ಚಕ್ರವರ್ತಿ ಅವನತ್ತ ತಿರುಗಿದವನೆ "ಕಂಗ್ರಾಜುಲೇಷನ್ ಸರ್..." ಎಂದಾಗ ಅವನ ಭುಜ ತಟ್ಟಿದ "ಸಾಹೇಬ್ರ ಜೋಕಿಗೆ ಬೇಸ್ತು ನಿದ್ದೆಯಲ್ಲ" ಎಂದವನೆ "ಆಮೇಲೆ ಬಂದು ನೋಡ್ತೀನಿ, ಸರ್" ಹೊರಗೆ ನಡೆದ.

ಹರೀಶ್ ಹಾಗೇ ಅಂದು ಹೊರಗೆ ಬಂದಿದ್ದರೂ ಅದು ಜೋಕ್ ಎನಿಸಲಿಲ್ಲ. ವಿದ್ಯಾರ್ಹತೆ, ಸಮಾಜದಲ್ಲಿ ಸ್ಥಾನಮಾನಗಳಿಲ್ಲದ ನನ್ನನ್ನು ಇಷ್ಟೊಂದು ಪುರಸ್ಕರಿಸಲು ಕಾರಣವೇನು? "ಪರೀಕ್ಷಿತ್ ಫರ್ಟಿಲೈಜರ್‌ನ ಎಂ.ಡಿ. ಸೀಟು" ಬೆನ್ನಲ್ಲಿ ಬಂದಂತಾಯಿತು.

ಒಬ್ಬ ಮಗನನ್ನು ಹುಚ್ಚಾಸ್ಪತ್ರೆಯಲ್ಲಿ ಬಿಟ್ಟಿದ್ದ ಡ್ರೈವರ್ ಅನ್ವರ್ ಕೆಲವು ಸ್ವಾರಸ್ಯಗಳನ್ನು ಹೇಳುತ್ತಿದ್ದ. ಅವರ ವರ್ತನೆ, ಕಲ್ಪನೆಗಳು ಹೇಗಿರುತ್ತವೆ? ತಲೆ ಕೆಟ್ಟ ರಾಜಕಾರಣಿ ಇನ್ನೊಬ್ಬನನ್ನು ಪ್ರಧಾನಿಯೆಂದು ಘೋಷಿಸುವುದು. ತಾನು ಡಾಕ್ಟರ್ ಆಗಬೇಕೆಂದು ನಿರಾಶನಾದ ವ್ಯಕ್ತಿ ಪ್ರತಿಯೊಬ್ಬನನ್ನು ಪೇಷಂಟ್‌ನಂತೆ ಕಂಡು ಪರೀಕ್ಷಿಸಲು ಹೋಗುವುದು. ಇಂಥ ವೈಪರೀತ್ಯಗಳು ಅಲ್ಲಿ ಮಾತ್ರ ಸಾಧ್ಯ.

ಕೋಣೆಗೆ ಬಂದವನೆ ಭ್ರಮಿತನಂತೆ ಕೂತುಬಿಟ್ಟ. ಎಂದೂ ಸಂಬಂಧಗಳನ್ನು ಆಳವಾಗಿ ವಿವೇಚಿಸಿರಲಿಲ್ಲ. ಪರೀಕ್ಷಿತ್ ಸುಮತಿಯನ್ನು ಗೌರವಿಸುವುದು, ಸಹಾಯ ಮಾಡುವುದು ಎಲ್ಲಾ ಸಹಜ. ಅದರ ಹಿಂದೇನು ಅಂಥ ಅಸಹಜತೆ ಇದೆಯೆನಿಸಿರಲಿಲ್ಲ.

ಆದರೆ ಇಂದು ಎದೆ ಹಿಡಿದಂತಾಯಿತು. ಸುಮತಿ ತೋರುವ ಆತ್ಮೀಯತೆ, ಪರೀಕ್ಷಿತ್ ಪ್ರೀತಿ ಅವನನ್ನು ಇನ್ನಷ್ಟು ಮತ್ತಷ್ಟು ಕೃತಜ್ಞನನ್ನಾಗಿ, ಅವರವನನ್ನಾಗಿ ಮಾಡಿತು.

ಸಂಜೆಯವರೆಗೂ ಪರೀಕ್ಷಿತ್ ಆಡುವ ಮಾತುಗಳನ್ನು ನೆನೆಸಿಕೊಂಡ. ಅದಕ್ಕೆ ಅಂದು ರಾತ್ರಿಯ ದೃಶ್ಯ ಜೋಡಣೆ ಮಾಡಿ ನೋಡಿದ. ಸೇಡು, ನಿರಾಶೆ, ಹುಡುಕಾಟ ಕಂಡಿತು.

ಏಜೆನ್ಸಿಯಲ್ಲಿದ್ದ ಕ್ಲರ್ಕ್‌ಗೆ ಫೋನ್ ಮಾಡಿ ಸುಮತಿಯ ಫ್ಲ್ಯಾಟ್‌ನತ್ತ ನಡೆದ. ತನಗಿಂತ

ಹೆಚ್ಚು ತಿಳಿವಳಿಕೆ, ವಿದ್ಯಾರ್ಹತೆ ಇರುವ ಸಮುತಿ ವಿಶ್ಲೇಷಿಸಬಲ್ಲಳೆಂದು ಅವನ ನಂಬಿಕೆ.

ಆಗ ತಾನೇ ಬಂದ ಸುಮತಿ ಬಟ್ಟೆ ಕೂಡ ಬದಲಾಯಿಸದೆ ಕೂತಿದ್ದಳು. ಚಕ್ರವರ್ತಿಯಿಂದ ಪರೋಕ್ಷವಾಗಿ ಅವಳಿಗೆ ಸುದ್ದಿ ಮುಟ್ಟಿ ಗಾಬರಿಯಾಗಿತ್ತು. ಅವನ ಇಡೀ ರಾತ್ರಿಗಳನ್ನು ನೆನೆಸಿಕೊಂಡಾಗ ಅವಳೆದೆ ಝಲ್ಲೆನಿಸಿತು. ಬಾಟಲುಗಳನ್ನು ಖಾಲಿ ಮಾಡುವ ಪರೀಕ್ಷಿತ್ ಮಂಪರಿನಲ್ಲಿ ತನ್ನ ಪ್ರೀತಿಯ ಹುಡುಗಿಗಾಗಿ ಹಂಬಲಿಸುತ್ತಾನೆ. ಈ ಹುಡುಗಾಟದ ಕೊನೆ... ಅನಾಥನಂತೆ ಸತ್ತ ದೇವದಾಸನನ್ನ ನೆನಪಿಸಿತು.

ದಿಗ್ಗನೆ ಎದ್ದು ಅಡ್ಡಾಡತೊಡಗಿದಳು. ಪರೀಕ್ಷಿತನನ್ನು ರಕ್ಷಿಸಬಲ್ಲವಳು ಅವಳ ಪ್ರೇಮಿಯೊಬ್ಬಳೇ. "ಅವಳು ಸುಂದರ ಲೋಕದಲ್ಲಿ ವಿಹರಿಸುತ್ತಿದ್ದಾಳೆ" ಅವನೇ ಹೇಳಿದ್ದ. ಅವಳ ಬದುಕಿನಲ್ಲಿ ಇಣಕಿದರೇ ಭವಿಷ್ಯ ನಾಶಮಾಡಿದಂತೆ.

ಹಂತ ಹಂತವಾಗಿ ಪರೀಕ್ಷಿತ್ ಇಳಿಯುವ ಸ್ಥಿತಿಗೆ ಭಯಗೊಂಡಳು. ಎರಡು ಆಘಾತಗಳು ನಂತರ ಮೂರನೆಯದು. ಸುಶೀಲ ಶುದ್ಧ ಸ್ನೇಹದಿಂದ ದೂರ ಉಳಿದರು. ಪರೀಕ್ಷಿತ್ ಹತ್ತಿರವಾಗಿದ್ದ.

ಅಷ್ಟರಲ್ಲಿ ಒಳ ನುಗ್ಗಿದ ಹರೀಶ್ "ಯಾಕೆ ಈ ವಾಕ್? ರಾತ್ರಿ ಅಡ್ಗೇ ಮಾಡೋಕೆ ಹಾಜರು ಅದ್ರೆ" ಕಾಲರ್ ಸರಿಪಡಿಸಿ ತಲೆತಗ್ಗಿಸಿ ನಮ್ರತೆಯ ನಟನೆ ಮಾಡಿದ. ಅದು ಅವನಿಗೆ ಒಗ್ಗದು.

"ರಾತ್ರಿ ಊಟ ಮಾಡೋ ಮನಸ್ಸೇ ಇಲ್ಲ ಹರೀಶ್. ಬೆಳಗಿನ ಅಡಿಗೆನೇ ಮಿಕ್ಕಿದೆ. ನೀನು ಇಲ್ಲೇ ಊಟ ಮಾಡ್ಕೊಂಡ್ ಹೋಗ್ಬಹುದ್ದು" ಫ್ಲಾಸ್ಕ್‌ನಲ್ಲಿನ ಕಾಫಿ ಬಗ್ಗಿಸಿ ಅವನ ಕೈಗೆ ಕೊಟ್ಟಳು. ನಿಂತೇ ಕುಡಿದ.

ಇಂದು ಸುಮತಿ ಮಾಮೂಲಾಗಿಲ್ಲವೆಂದುಕೊಂಡ. ಎಂದೂ ಪರೀಕ್ಷಿತ್, ಸುಮತಿಯ ಮಧ್ಯೆ ಮತ್ತೇನಾದರೂ ಇದೆಯೇ ಎಂದು ತರ್ಕಿಸುವಷ್ಟು ಪ್ರಬುದ್ಧನಾಗಿರಲಿಲ್ಲ. ಇಂದು ಕೂಡ ಇಷ್ಟವಿಲ್ಲ.

"ಚಕ್ರವರ್ತಿ ಒಂದಿಷ್ಟು ಸುದ್ದಿ ಹರಡಿದ್ದಾನೆ, ನಿಜ್ವಾ?" ಕೇಳಿದಳು. ಹರೀಶ್ ಹೌದೆಂದು ತಲೆಯಾಡಿಸಿದ "ಯಾಕೆ ಈ ರೀತಿ ಮಾಡಿದ್ರೂಂತ. ನಂಗೆ ಅರ್ಥವಾಗ್ಲಿಲ್ಲ. ತಮಾಷೆ...." ಉಗುಳು ನುಂಗಿದ.

ಜಿಗುಪ್ಸೆಯಿಂದ ತಲೆ ಕೊಡವಿದಳು. ನೋವಿನಿಂದ ನುಡಿದಳು. "ಇದು ಒಳ್ಳೇದಲ್ಲ ಹರೀ. ಇಂಥ ಮಾತುಗಳ ಹಿಂದಿನ ನಿರಾಶೆ ಬಗ್ಗೆ ಭಯವಾಗುತ್ತೆ. ಪರೀಕ್ಷಿತ್ ಇದ್ರಿಂದ ಹೊರಬರಲಾರನೇನೋ!" ಕಣ್ಣಂಚಿಗೆ ಕಂಬನಿ ಬಂದೇ ಬಿಟ್ಟಿತು. ಅಂದು ತಡವಾದುದರಿಂದ ಕಲ್ಲಾಗಿದ್ದಳು. ಇಂದು ಅವಳ ಮುಂದೆಯೇ ಪ್ರಪಾತಕ್ಕೆ ಧುಮುಕಲು ಸಿದ್ಧನಿದ್ದ.

ವಿಷಯ ಸುಮತಿಗೆ ಗೊತ್ತಿದೆ. ಹರೀಶ್ ಚುರುಕಾದ.

"ಪರೀಕ್ಷಿತ್ ಫರ್ಟಿಲೈಜರ್ ಏನಾದ್ರೂ ನಷ್ಟದಲ್ಲಿದ್ಯಾ?" ಆತಂಕಗೊಂಡ. "ನೋ, ಹರಿ....." ತಲೆ ತಗ್ಗಿಸಿ ಕೂತುಬಿಟ್ಟಳು. "ಒಂದು ಹೆಣ್ಣನ್ನ ಪ್ರೇಮಿಸಿ ನಿರಾಶನಾಗಿದ್ದಾನೆ.

ಕುಡಿದು, ಅವಳನ್ನ ಬೇರೆಯವರಲ್ಲಿ ಹುಡ್ಕೀ... ತನ್ನ ಅಧಃಪತನಕ್ಕೆ ತಾನೇ ಕಾರಣನಾಗ್ತಾ ಇದ್ದಾನೆ" ವಿಷಯವನ್ನು ಅವನ ಮುಂದಿಟ್ಟಳು.

ಅವನಲ್ಲಿನ ಅನುಮಾನ ಬುಡ ಸಹಿತ ಕತ್ತರಿಸಿ ಹೋಯಿತು. ಈಗ ಬರೀ ಕುತೂಹಲ... ಆತುರ?

"ಯಾರು ಆ ಹೆಣ್ಣು?" ಪ್ರಶ್ನಿಸಿದ.

"ಗೊತ್ತಿಲ್ಲ, ಪರೀಕ್ಷಿತ್‌ಗೆ ತಿಳಿಸಲು ಇಷ್ಟವಿಲ್ಲ. ಬಹುಶಃ ಆ ಹೆಣ್ಣು ಬೇರೆ ದಾರಿಯಲ್ಲಿದ್ದಾಳೆ. ಅಲ್ಲಿ ಸುಖವಾಗಿ, ಸಂತೋಷವಾಗಿರುವ ಅವಳನ್ನ....." ತಲೆ ಅಡ್ಡಡ್ಡ ಆಡಿಸಿದಳು.

ಅಲ್ಪ ಸಲ್ಪ ಅರ್ಥಮಾಡಿಕೊಂಡ ಹರೀಶ್ " ಆ ಹೆಣ್ಣಿಗೆ ಮದ್ವೆ ಆಗಿದ್ಯಾ?" ಸುಮತಿಯ ಮುಖ ಮತ್ತಷ್ಟು ಗಂಭೀರವಾಯಿತು. "ಏನೋ ಅವನ್ನೊಂದು ಹೇಳೋಲ್ಲ. ಅವನಲ್ಲಿನ ಪ್ರೀತಿ, ತ್ಯಾಗದಿಂದ ದುರಂತದ ಹಾದಿ ಹಿಡಿದಿದೆ" ಕಹಿ ಉಗುಳನ್ನು ನುಂಗಿದಳು.

ಹರೀಶ್ ಉತ್ಸಾಹಗೊಂಡ "ಇನ್ನೆಲ್ಲಾ ನಂಗೆ ಬಿಡಿ. ನಾನು ತಿಳ್ಕೋತೀನಿ. ಅವ್ರು ದುರಂತಕ್ಕೆ ಜಾರೋಕೆ ನಾನು ಬಿಡೋಲ್ಲ" ಅವನಲ್ಲಿ ದೃಢತೆ ಇತ್ತು.

ನಿರಾಸೆಯ ನಗು ಅವಳ ತುಟಿಯಂಚಿನಲ್ಲಿ ಮಿನುಗಿತು. "ಬೆಸ್ಟ್ ಆಫ್ ಲಕ್... ಅಷ್ಟು ಮಾತ್ರ ಹೇಳಬಲ್ಲೆ" ತನ್ನಿಂದ ಏನೂ ಆಗದೆಂದು ಒಪ್ಪಿಕೊಂಡಳು.

"ಮೊದಲು ಆ ಯುವತಿ ಯಾರೆಂದು ಪತ್ತೆ ಮಾಡ್ತೀನಿ" ನಿರ್ಧಾರ ತಳೆದ, ಏನೋ ನೆನಪಿಸಿಕೊಂಡಂತೆ "ಅವ್ನ ಪ್ರೇಮದ ಹೆಣ್ಣನ್ನ ಅವನು ನೋಡಿದ್ದು ಹನ್ನೆರಡು ವರ್ಷದ ಹಿಂದೆಯಂತೆ. ಎಲ್ಲಿ ಹುಡುಕಾಡ್ತಿ? ಅವನಿಂದ್ಲೇ ಒಂದಿಷ್ಟು ವಿಷ್ಯ ತಿಳ್ಕೋಬೇಕು. ಮೊದ್ಲು ಆ ಪ್ರಯತ್ನ ಮಾಡು" ಎಂದಳು.

ಹರೀಶ್‌ಗೆ ಸರಿಯೆನಿಸಿತು. ಅಡುಗೆ, ಊಟದ ವಿಷಯ ಮರೆತು ಹೊರಟವನು ಒಮ್ಮೆ ಅವಳತ್ತ ದೃಷ್ಟಿಸಿದ. ಮುಖ ಹೋರಾಟವಿಲ್ಲದೆ ನಿರ್ಮಲವಾಗಿತ್ತು.

"ಪ್ರಯತ್ನಪಡ್ತೀನಿ. ನಿಮ್ಮ ಸಹಕಾರ ಬೇಕಾಗ್ಬಹುದ್ದು. ಎಷ್ಟೇ ಆಗಲಿ ಪರೀಕ್ಷಿತ್ ಅವರ ಮುಂದೆ ಹೆಚ್ಚು ಮಾತಾಡಲು ನನ್ನಿಂದಾಗದು. ಅವ್ರು ಹೇಳಿ, ನಾನು ಕೇಳಿಯೇ ಅಭ್ಯಾಸ. ಆದರೆ ನೀವು ಹೇಳಿದ್ದು ಕೇಳೋ ಅಭ್ಯಾಸ ಅವರಿಗಿದೆ" ಎಂದ. ಮಾರ್ಮಿಕವಾಗೇನು ನುಡಿಯಲಿಲ್ಲ. ಅದನ್ನ ಅವಳು ಡೀಪಾಗಿಯೂ ತೆಗೆದುಕೊಳ್ಳಲಿಲ್ಲ.

ಅವನು ರೂಮಿಗೆ ಹಿಂದಿರುಗುವ ವೇಳೆಗೆ ಪಾಷಾ ಬಂದು ಕಾದಿದ್ದ. "ಅರೇ, ಯಾರ್.... ನಿನ್ನ ಹುಡುಕಾಡಿಬಿಟ್ಟೆ. ಅಮ್ಮಾವ್ರು ಕರ್ಕೊಂಡ್ಬಾಂದ್ರು" ಎಂದ.

ಕ್ಷಣ ಅವನ ತಲೆ ಕೆಟ್ಟಂತಾಯಿತು. ಪದೇ ಪದೇ ತಾಯಿ ಮಗಳದು ಒಂದೇ ರಾಗ. ದಿನಗಳು ಕರಗಿ ವಾರಿಣಿಯ ಹೊಟ್ಟೆ ಮತ್ತಷ್ಟು ಸ್ಪಷ್ಟವಾಗತೊಡಗಿತು. ಹುಟ್ಟುವ ಮಗುವಿನ ತಂದೆಯನ್ನು ಸಮಾಜಕ್ಕೆ ತೋರಿಸಲು ಅವರಿಗೆ ಆತುರ.

"ಹೋಗೋಣ....ಬಾ" ಒಳಗೆ ಕರೆದೊಯ್ದ.

"ಏನ್ಮಾಡ್ದೇ ಹರೀ? ಅಮ್ಮಾವ್ರು ಒಂದೇ ಸಮ ಅಳ್ತಾರೆ. ಶಾಸ್ತ್ರಕ್ಕೆ ತಾಳಿ ಕಟ್ಟು. ಆಮೇಲೆ ಬೇಕಾದ್ರೆ ನಿಂಗೆ ಇಷ್ಟವಿರೋ ಹುಡ್ಗೀನ ಮದ್ವೆ ಮಾಡ್ಕೋ. ಈಗ ನಂಗೆ ಮೂರು ಬೀಬಿ ಇಲ್ವಾ?" ಮನವೊಲಿಸಲು ನೋಡಿದ.

ಅವನನ್ನ ದೋಷಿಯೆಂದು ದೂಷಿಸದಿದ್ದರೂ ಆ ವಾದವನ್ನು ಮಾತ್ರ ಒಪ್ಪಿಕೊಳ್ಳಲಾರ. ವಾರಿಣಿಗೆ ತಾಳಿ ಕಟ್ಟೋದೇನು, ಅಂತ ದೃಷ್ಟಿಯಲ್ಲಿ ಕೂಡ ನೋಡಲಾರ. ಅವಳಿಗೆ, ಸಮಾಜಕ್ಕೆ ಮೋಸ ಮಾಡೋದರ ಜೊತೆಗೆ ತನಗೆ ತಾನೇ ಮೋಸ ಮಾಡಿಕೊಳ್ಳಲಾರ.

'ಇಲ್ಲ ಪಾಷಾ, ಮದ್ವೆ ವಿಷ್ಯ ಬಿಟ್ಟು ಏನಾದ್ರೂ ಹೇಳಲಿ" ಮುಖ ಉಜ್ಜಿದ. ಇಂಥ ಮಾತುಗಳನ್ನು ಹಗುರವಾಗಿ ಆಡಿದರೂ ಸಚ್ಚಿದಾನಂದ ಕಣ್ಣುಗಳಲ್ಲಿನ ದೈನ್ಯತೆ ನೆನಪಾದರೆ ತಬ್ಬಿಬ್ಬಾಗುತ್ತಿದ್ದ.

ಪಾಷಾ, ಹರೀಶ್, ಸಚ್ಚಿದಾನಂದ್ ಮನೆಗೆ ಬಂದ ಬರುವ ವೇಳೆಗೆ ಕೋಟಾ ಡಾಕ್ಟರ್ ಪ್ರಭು ಹೊರಗಡೆಯೇ ನಿಂತು ಸಿಗರೇಟು ಸೇದುತ್ತಿದ್ದ. ಅದೇ ನೋಟ, ಅದೇ ನಿಲುವು.

ಹರೀಶ್ ಹರ್ಷಗೊಂಡರೂ ತಾಯಿ, ಮಗಳ ಭವಿಷ್ಯವನ್ನು ಯೋಚಿಸಿದ. "ಯಾರು ನೀವು?" ಮುಲಾಜಿಲ್ಲದೆ ಪ್ರಶ್ನಿಸಿದ. ಅವನ ಮೂತಿ ಸೊಟ್ಟಗಾಯಿತು. ಮಾತಾಡಲಿಲ್ಲ. ಪಾಷಾ ಅಷ್ಟು ದೂರಕ್ಕೆ ಉಗಿದು "ಲೋಫರ್ ನನ್ಮಕ್ಳು.... ಒಂದು ತುಂಬು ಸಂಸಾರ ಹಾಳಾಯಿತು!" ಗೊಣಗಿದ.

ಒಳಗೆ ಹೋದ ಕೂಡಲೇ ವಾರಿಣಿ, ಪದ್ಮಮ್ಮ ಬೋರೆಂದು ಅತ್ತರು. "ಈಗೇನು ಮಾಡೋದು?" ಭಯಗೊಂಡಿದ್ದರು. "ಒಳ್ಳೇದೇ ಆಯ್ತು. ಏನಾದ್ರೂ ಬಂದೋಬಸ್ತು ಮಾಡೋಕೆ ಆಗುತ್ತೇನೋ ನೋಡ್ತೀನಿ" ಪಾಷಾನ ಅಲ್ಲೇ ಇರಿಸಿ ಹೊರಗೆ ಬಂದ.

ಸಚ್ಚಿದಾನಂದ್‌ನ ಭೇಟಿಯಾಗಿ ಬಂದ. ಅವರು ಮಾತೇ ಮರೆತಿದ್ದರು. ಕಿವುಡರಂತೆ ನಿಂತಿದ್ದರು. ಮೂಕರಂತೆ ನೋಟ ಬೀರಿದರು.

ಅವನು ಯಾವುದೇ ನಿಲುವಿಗೆ ಬರುವುದಕ್ಕೆ ಮುನ್ನ ಎಷ್ಟೇ ಎಚ್ಚರಿಸಿದರೂ ವಾರಿಣಿಯ ಕೋಣೆಯಲ್ಲಿ ಪ್ರಭುವಿಗೆ ಪ್ರವೇಶ ಸಿಕ್ಕಿತ್ತು.

"ಚೆನ್ನಾಗಿದ್ದಾರೆ ಬಿಡು!" ಪದ್ಮಮ್ಮ ಹೇಳಿದರು.

ಪರೀಕ್ಷಿತ್ ಮುಂದೆ ತೋಡಿಕೊಂಡಾಗ ವಕೀಲರಲ್ಲಿ ಮಾತಾಡಿ ಆ ಸರ್ಕಲ್ ಪೊಲೀಸ್ ಸಿಬ್ಬಂದಿಯ ಮುಂದೆಯೇ ಅವರಿಬ್ಬರ ಮದುವೆ ಮಾಡಿಸಿ ಹರೀಶ್‌ನ ದೊಡ್ಡ ಗಂಡಾಂತರದಿಂದ ಪಾರು ಮಾಡಿಸಿದ.

"ಥ್ಯಾಂಕ್ಯೂ ಸರ್...." ಹರೀಶ್ ಕೃತಜ್ಞತೆ ಸೂಚಿಸಿದಾಗ ಪರೀಕ್ಷಿತ್ ನಕ್ಕ "ನೀನು ತುಂಬ ಲಕ್ಕಿ. ನಿನ್ನ ಫ್ಯೂಚರ್ ತುಂಬ ಬ್ರೈಟಾಗಿದೆ. ಗೋ ಅಹೆಡ್" ಬೆನ್ನು ತಟ್ಟಿದ. ಆ ಮಾತುಗಳ ಹಿಂದಿನ ಅರ್ಥದ ಪರಿಣಾಮ ಅವನಲ್ಲೇನಾಗಲಿಲ್ಲ"

"ಇನ್ನು ಖುಷಿಯಾಗಿರು. ನೀನಾಗಿ ನಿನ್ನ ಹುಡ್ಗೀನ ನನ್ನ ಮುಂದೆ ನಿಲ್ಲಿಸ್ತೀಯಾ! ನಾನಾಗಿ ಕಿವಿ ಹಿಂಡಿ ಹಾರ ಹಾಕಿಸ್ಲಾ?" ತೋಳಿಡಿದು ಕೇಳಿದಾಗ ಹರೀಶ್ ನಕ್ಕುಬಿಟ್ಟ.

ತಕ್ಷಣ ಪರೀಕ್ಷಿತ್ ಕಣ್ಣಿನ ಸುತ್ತಿನ ದಟ್ಟ ಛಾಯೆ ಅವನನ್ನು ಸೆಳೆಯಿತು. ಗಾಬರಿ, ಆತಂಕವೇನು, ಅವನೆದೆಯೊಡೆದಂತಾಯಿತು.

ಒಂದೆರಡು ಮೂರು ರಾತ್ರಿ ಫೋನ್ ಮಾಡಿದಾಗ ಮಾರುತಿ ಯಜಮಾನರು ಇಲ್ಲ ಎಂದಿದ್ದ. ಆದರೆ ಹೋದಾಗ ತೋಡಿಕೊಂಡಿದ್ದ.

"ಮೊದಲಾದ್ರೂ ಖುಷಿಯಾಗಿ ಕುಡೀತಾ ಇದ್ರು. ಈಗ ಬರೀ ಅಳ್ತಾರೆ, ಬಡಬಡಿಸ್ತಾರೆ. ಎಚ್ಚರವಿಲ್ದೇ ಬಿದ್ದುಕೋತಾರೆ" ಕಣ್ಣೀರು ಹಾಕಿದ್ದ. ಅದರಿಂದಲೇ ಪರೀಕ್ಷಿತ್‌ನ ರಾತ್ರಿಗಳು ಎಷ್ಟು ಭಯಂಕರವೆನಿಸಿತ್ತು.

"ಸರ್, ರಾತ್ರಿ ನನ್ನ ಕೋಣೆಗೆ ಬನ್ನಿ. ಫಸ್ಟ್‌ಕ್ಲಾಸ್ ಅಡ್ಗೇ ಮಾಡ್ತೀನಿ" ವಿನಂತಿಸಿಕೊಂಡ.

ಪರೀಕ್ಷಿತ್ ಹರೀಶ್‌ನ ಭುಜದ ಮೇಲೆ ಕೈ ಹಾಕಿದ. "ಬೇಡ, ನಂಗೆ ಊಟದ ಬಗ್ಗೆ ಇಂಟರೆಸ್ಟ್ ಇಲ್ಲ. ಯಾವ್ದು ರುಚಿ ಇರೋಲ್ಲ. ಆದ್ರೆ... ನಿಮ್ಮದ್ವೆ ಸ್ವೀಟ್ ಮಾತ್ರ ತಿಂತೀನಿ" ನಡೆದುಬಿಟ್ಟ.

ಪ್ರಭು ವಾರಿಣಿಯ ಮದುವೆ ಎಸ್.ಪಿ. ಸಮ್ಮುಖದಲ್ಲಿಯೇ ನೆರವೇರಿಸಿದಾಗ ಮತ್ತಷ್ಟು ನಿರ್ಲಿಪ್ತನಾದ ಪರೀಕ್ಷಿತ್. ಅಷ್ಟೇ ಸಮಾಧಾನ ಕೂಡ. ಹರೀಶ್, ಸುಮತಿಯ ದಾರಿಯ ನಡುವೆ ಬೆಳೆದ ಮುಳ್ಳನ್ನು ಕತ್ತರಿಸಿ ಎಸೆದ ಸಂತೃಪ್ತಿ.

ತೀರಾ ಕೆಲವು ದಿನಗಳಿಂದ ಸುಮತಿಯ ಬಳಿ ಎಷ್ಟೋ ಅಷ್ಟು ಮಾತು. ಮ್ಯಾನೇಜರ್ ಮತ್ತು ಎಂ.ಡಿ.ಯವರಲ್ಲಿನ ವ್ಯವಹಾರ ಭಾವ. ಆಡುವ ವಿಷಯ ಬರೀ ಕಂಪನಿಗೆ ಸಂಬಂಧಪಟ್ಟಿದ್ದು ಮಾತ್ರ. ದಿನ ಬರುತ್ತಿದ್ದರೂ ಅಲ್ಲಿ ಉಳಿಯುತ್ತಿದ್ದದ್ದು ಗಂಟೆ, ಅರ್ಧಗಂಟೆ. ಹಿಂದಿನ ಮುಖದ ತೆಳು ನಗೆ ಮಾಸಿಹೋಗಿತ್ತು. ಈಗ ಬಿಗಿದ ಮುಖದಲ್ಲಿ ಕಠೋರತೆ.

ಪರೀಕ್ಷಿತ್‌ನ ಮುಖ ನೋಡಿದಾಗಲೆಲ್ಲ ಸುಮತಿಗೆ ಹೊಟ್ಟೆಯಲ್ಲಿ ಬೆಂಕಿ ಬಿದ್ದಂತಾಗುತ್ತಿತ್ತು. ಹಿಂದೆ ಅವಳ ಆಫೀಸ್ ಎಂದೂ ನೆನಪಿಸುತ್ತಿದ್ದಳು. ಅದನ್ನು ಕಟ್ಟುನಿಟ್ಟಾಗಿ ಜಾರಿಗೆ ತಂದಿದ್ದ ಈಗ. ಲಂಚ್ ಅವರ್‌ನಲ್ಲಿ ಮಾತನಾಡಬೇಕೆಂದರೂ ಸಿಗುತ್ತಿರಲಿಲ್ಲ. ಹಿಂದಿನ 'ಗುಡ್‌ನೈಟ್' ಅಭ್ಯಾಸಗಳು ಈಗ ಬಂದಾಗಿತ್ತು. ಅವಳು ಫೋನೆತ್ತಿದ್ದರೆ ಆ ಕಡೆ ಸದ್ದೇ ಇರುತ್ತಿರಲಿಲ್ಲ.

ಹರೀಶ್‌ನ ಸಚ್ಚಿದಾನಂದ್ ಮನೆ ಗಲಾಟೆ ಮುಗಿದಿತ್ತು. ನೇರವಾಗಿ ಅವನೊಂದಿಗೆ ಪರೀಕ್ಷಿತ್‌ನ ವಿಷಯ ಪ್ರಸ್ತಾಪಿಸುವುದು ಆಗಿರಲಿಲ್ಲ. ಬರೀ ಚಡಪಡಿಕೆ. ಹಿಂದೆ ಅವಳಿದ್ದ ಮನೆಯಲ್ಲಿ ಏನೆಲ್ಲ ನಡೆದು ಅವಳ ಅರಿವಿಗೆ ಬಾರದಂತೆ ಆನಂದರಾಯರು ಕಣ್ಮುಚ್ಚಿದ್ದರು. ಫುಟ್‌ಪಾತ್‌ನಲ್ಲಿ ಮೊಮ್ಮಗಳನ್ನು ನಡೆಸುವುದು ಬೇಕಿರಲಿಲ್ಲ. ತಮ್ಮ ದಾರಿ ಹಿಡಿದು ಹೋಗಿದ್ದರು. ಈಗ ಪರೀಕ್ಷಿತ್ ಸಾಗುತ್ತಿರುವ ದಾರಿ ಅವಳಿಗೆ ಗೊತ್ತು. ತಡೆಯಲಾಗದ ನಿಸ್ಸಹಾಯಕತೆ.

ಫ್ಲ್ಯಾಟ್‌ಗೆ ಹೋದ ಕೂಡಲೇ ಫೋನ್ ಮಾಡಿದಳು. "ಪ್ಲೀಸ್ ಪರೀಕ್ಷಿತ್ ಫೋನ್ ಇಡ್ಬೇಡ. ನೀನು ಈ ರೀತಿ ಉದಾಸೀನಭಾವ ತೋರಿದ್ರೆ .....ನಾನು ಕೆಲಸಕ್ಕೆ ರಾಜೀನಾಮೆ

ಕೊಟ್ಟು ಹೊರಟುಹೋಗ್ತೀನಿ" ಅವಳ ಗಂಟಲು ಹಿಡಿಯಿತು. ಫೋನಿಡಲಾರದೆ ಹೋದ ಪರೀಕ್ಷಿತ್ "ಉದಾಸೀನ ಅಂತ ತಿಳೀಬೇಡ ಸುಮ. ನಂಗೆ ಒಂದಷ್ಟು ರೆಸ್ಟ್ ಬೇಕು, ಅಷ್ಟೆ" ಸ್ವರದಲ್ಲಿ ಉತ್ಸಾಹವೇ ಇರಲಿಲ್ಲ.

"ನಿನ್ನ ಆರೋಗ್ಯ ಸರಿಯಿಲ್ವಾ?" ಅವಳ ದನಿ ಕಂಪಿಸಿತು. ಅವನಿಗೆ ಅರಿವಾಗಲಿಲ್ಲ. "ಏನಾಗಿದೆ ಆರೋಗ್ಯಕ್ಕೆ? ಬರಿ ಡಿಪ್ರೆಷನ್ ಅಷ್ಟೆ. ನೀನೇನಾದ್ರೂ ಕೆಲ್ಸಕ್ಕೆ ರಾಜೀನಾಮೆ ಕೊಟ್ಟರೆ........ಫ್ಯಾಕ್ಟರಿ ಮುಚ್ಚಿಬಿಡ್ತೀನಿ. ಒಂದಿಷ್ಟು ದಿನ ಸುಧಾರಿಸ್ಕೋ. ಎಲ್ಲಾ ಸರಿ ಹೋಗುತ್ತೆ. ಯಾಕೋ ಆ ಜನಾನೇ ಸಹಕರಿಸುತ್ತ ಇಲ್ಲ" ಫೋನಿಟ್ಟುಬಿಟ್ಟ.

ಅವನು ಮಾತನಾಡಿದ ಜನರು ಯಾರು? ತಲೆಬುಡವೊಂದು ಗೋಚರಿಸಲಿಲ್ಲ.

ಬಟ್ಟೆ ಬದಲಾಯಿಸಿದ ಪರೀಕ್ಷಿತ್ ಬಾಲ್ಕನಿಗೆ ಬಂದ. ಇಂದು ಅಪರೂಪಕ್ಕೆ ಸುಶೀಲ ನೆನಪಾದಳು. ಅವಳು ಸುಮತಿಯ ಹಿಂದಿನ ಫ್ರೆಂಡ್ ಅಷ್ಟಕ್ಕಾಗಿ ಅವಳು ಪ್ರಿಯಳು.

"ಮಾರುತಿ" ಕೂಗಿದ.

ಅವನ ಬದಲು ಬಂದಿದ್ದು ಹರೀಶ್ "ಯೆಸ್ ಬಾಸ್........" ಸೆಲ್ಯೂಟ್ ಹೊಡೆದ. ಯಾಕೆ ಬಂದ? ಅನವಶ್ಯಕವಾಗಿ ಬಂದು ಬೋರಿಡಿಸುವವನಲ್ಲ. ಸುಮತಿ ಪ್ರೀತಿಸುವ ವ್ಯಕ್ತಿ - ಹೃದಯ ಅರಳಿತು.

"ಎನೀ ಪ್ರಾಬ್ಲಮ್?" ಕಣ್ಣಲ್ಲಿ ಅಕ್ಕರೆ ಹರಿಸಿದ.

ದಿಢೀರನೆ ಪರೀಕ್ಷಿತ್ ವಯಸ್ಸು ಐದು ವರ್ಷ ಹೆಚ್ಚಾದಂತೆ ಕಂಡಿತು "ದೊಡ್ಡ ಪ್ರಾಬ್ಲಮ್‌ನಲ್ಲೇ ಸಿಕ್ಕಿಹಾಕಿಕೊಂಡಿದ್ದೀನಿ. ಪರಿಹಾರ ನಿಮ್ಹತ್ರನೆ ಇದೆ" ಅರ್ಥಪೂರ್ಣವಾಗಿ ಹೇಳಿದ.

ಹೃದಯದಕ್ಕೆ ಬಲವಾಗಿ ಒದ್ದಂತಾಯಿತು ಪರೀಕ್ಷಿತ್‌ಗೆ. 'ಅಬ್ಬ...........' ನೋವನ್ನು ನುಂಗಿದ. ಮೇಲ್ನೋಟಕ್ಕೆ ಹರ್ಷಚಿತ್ತನಾದ.

"ನನ್ಹತ್ರ ಪರಿಹಾರ ಇದ್ರೆ...ನಿಂಗೆ ಪ್ರಾಬ್ಲಮ್ಮೇ ಇರೋಲ್ಲ ಬಾ....." ಕೈ ಹಿಡಿದು ಸಿಟ್ಟಿಂಗ್ ಕೋಣೆಗೆ ಕರೆದೊಯ್ದು "ಏನಿದ್ರೂ........ಹೇಳು. ನನ್ನ , ನಿನ್ನ ನಡುವಿನ ಪ್ರೀತಿ, ಸೋದರ ಸ್ನೇಹಿತರ ಆತ್ಮೀಯತೆಗೆ ಮೀರಿದ್ದು, ಹಿಂಜರಿಕೇನೆ ಬೇಡ. ನನ್ನ ಸಾವಿನಿಂದ ನಿನ್ನ ಸಮಸ್ಯೆಗೆ ಪರಿಹಾರ ಸಿಗೋದಾದ್ರೆ....ಅದಕ್ಕೂ ರೆಡಿ" ಎಂದ.

ಹರೀಶ್ ನಡುಗಿಹೋದ. ಜಗತ್ತಿನಲ್ಲಿ ಒಂಟಿಯೆಂಬ ಭಾವ ಮರೆತು ಸುತ್ತಲಿನ ವಸ್ತು, ಪ್ರಕೃತಿಯನ್ನು ಪ್ರೀತಿಸಿದ. ಈಗ ಅವನಿಗೆ ಸಿಕ್ಕಿದ್ದು ಹತ್ತು ಜನ ಸೋದರರು ನೀಡದ ಆತ್ಮೀಯತೆ, ಹಲವು ಸೋದರಿಯರು ತೋರದ ಮಮತೆ, ಏನೇ ಆಗಲಿ ನಮ್ಮ ಮಡಿಲಲ್ಲಿ ನೀನು ಎನ್ನುವ ತಾಯ್ತಂದೆಯರ ಅಂತಃಕರಣಕ್ಕಿಂತ ನೂರು ಪಾಲು, ಸಾವಿರ ಪಾಲು ಪರೀಕ್ಷಿತ್ ಪ್ರೀತಿ ಹೆಚ್ಚೆನಿಸಿತು. ಅಂಥ ಅರ್ಹತೆ ತನಗಿದೆಯೇ?

ಬಗ್ಗಿದ ಹರೀಶ್ ಅವನೆರಡು ಕಾಲುಗಳನ್ನು ಹಿಡಿದುಕೊಂಡ. "ಸಾರ್..... ಸಾರ್.... ನನ್ಕೈಯಲ್ಲಿ ಮಾತಾಡೋಕೆ ಆಗ್ತಾ ಇಲ್ಲ. ನಿಮ್ಮ ಸಾವು... ಮತ್ತೆ ಅನಾಥವಾಗಿಬಿಡ್ತೀನಿ

ಎಂಥ ಮಾತಾಡಿಬಿಟ್ರಿ..." ಕಣ್ಣೀರಿನಿಂದ ಪರೀಕ್ಷಿತ್‌ನ ಕಾಲುಗಳನ್ನು ತೊಳೆದುಬಿಟ್ಟ.

ಪರೀಕ್ಷಿತ್ ಎಬ್ಬಿಸಿ ಅಪ್ಪಿಕೊಂಡ. ಸುಮತಿಯ ಸನಿಹ ಅನುಭವಿಸಿದಂಥ ಸುಖ. ವಿಕೃತ ಕಾಮಿಯಾಗಲಾರ. ದೂರದಲ್ಲಿ ನಿಂತು ಪ್ರೇಮಿಯಾಗಬಲ್ಲ. ಮರೆಯಲ್ಲಿ ನಿಂತು ಆರಾಧಿಸಬಲ್ಲ. ಆ ಪೂಜೆಯಲ್ಲಿ ಸಾಯಬಲ್ಲ.

ಉದ್ವಿಗ್ನ ಕ್ಷಣಗಳು ತಿಳಿಯಾಗಲು ನಿಮಿಷಗಳೇ ಬೇಕಾಯಿತು. ಹರೀಶ್ ಸಂಕೋಚ, ನಮ್ರತೆಯನ್ನ ಗಾಳಿಗೆ ತೂರಿಬಿಟ್ಟ.

"ಪ್ಲೀಸ್, ನೀವ್ಯಾಕೆ ಸವೆದುಹೋಗ್ತಾ ಇದ್ದೀರಿ ಹೇಳಿ" ಎರಡು ಕೈಗಳನ್ನು ಹಿಡಿದು ಕೊಂಡು ಕೇಳಿದ. ಪರೀಕ್ಷಿತ್ ನಕ್ಕುಬಿಟ್ಟ "ನಿಂಗೆ ಯಾರು ಹೇಳಿದ್ದು? ಈಗ ಮೊದ್ಲು ನಿನ್ನ ಸಮಸ್ಯೆಯೇನು? ಅವನ ಪ್ರಶ್ನೆಯನ್ನು ಮರೆಸಿದ.

ಬಹಳ ಹೊತ್ತು ಕೂತ ಹರೀಶ್ "ನಾನು ನಿಮ್ಮ ಆತ್ಮೀಯ ಅಂತ ಒಪ್ಕೊಂಡಿದ್ದೀರಿ. ನಾನು ಸ್ವಲ್ಪ ಸ್ವತಂತ್ರವಹಿಸಿ ಏನು ಕೇಳಿದ್ರೂ ತಪ್ಪಿಲ್ವಲ್ಲ?" ಮೆಲ್ಲಗೆ ಶುರು ಮಾಡಿದ.

ಇನ್ನೊಂದು ಪೆಟ್ಟು ಪರೀಕ್ಷಿತ್ ಹೃದಯಕ್ಕೆ ಬಿತ್ತು. ಮೊದಲಿನದಕ್ಕಿಂತ ಜೋರಾಗಿತ್ತು. ತಡಬಡಿಸಿದ. ಅವನು ನಿರೀಕ್ಷಿಸಿದ ಕ್ಷಣಗಳು ಹತ್ತಿರ ಬರುತ್ತಿದ್ದವು. 'ನಾನು ಸುಮತಿ ಒಬ್ಬರನ್ನೊಬ್ಬರು ಪ್ರೀತಿಸ್ತಾ ಇದ್ದೀವಿ, ನೀವು ನಿಂತು ಮದ್ವೆ ಮಾಡಿ' ಅನ್ನಬಹುದು. ಆಗ ತಾನು ಹಿರಿಯನಂತೆ 'ತಥಾಸ್ತು' ಅನ್ನಬೇಕು. ವಾಹ್ ತ್ಯಾಗವೆ.... ಕಾದಂಬರಿಯಲ್ಲಿ ಓದಿದಾಗ, ಚಲನಚಿತ್ರದಲ್ಲಿ ನೋಡಿದಾಗ..... ಮುಂದಕ್ಕೆ ಯೋಚಿಸಲಾರದೆ ಹೋದ.

"ಬಂದೆ........" ಬೆಡ್ ರೂಂಗೆ ಹೋದ.

ಸುತ್ತಲಿನ ವಸ್ತುಗಳು ಅವನ ಸುತ್ತಲು ತಿರುಗುತ್ತಿದ್ದವು. ಮತ್ತೊಂದು ಪೆಟ್ಟು ಬೀಳದಂತೆ ಜಾಗ್ರತೆ ವಹಿಸುವುದಕ್ಕಿಂತ ಬಿದ್ದಾಗ ಹೇಗೆ ಚೇತರಿಸಿಕೊಳ್ಳಬೇಕೆಂದು ಚಿಂತಿಸಿದ.

ಬಾಟಲಿನ ವಿಸ್ಕಿಯನ್ನು ಗ್ಲಾಸಿಗೆ ಬಗ್ಗಿಸಿ ಗಂಟಲಿಗೆ ಸುರಿದುಕೊಂಡು ಸಿಗರೇಟು ಹಚ್ಚಿಕೊಂಡು ಹೊರಗೆ ಬಂದ.

ಹರೀಶ್ ಅವನ ಸ್ಥಿತಿಗೆ ಕಂಗೆಟ್ಟ. "ಸಿಗರೇಟು ಆರೋಗ್ಯಕ್ಕೆ ಒಳ್ಳೇದಲ್ಲ ಅಂತಾರಲ್ಲ." ಸೂಕ್ಷ್ಮವಾಗಿ ಬಂದು ಕೂತವನ ಮುಖ ನಿರುಕಿಸಿದ. "ಅದು ಆರೋಗ್ಯ ಬೇಕೂನ್ನೋವ್ರಿಗೆ. ಈಗ್ಹೇಳು ನಿನ್ನ ವಿಷ್ಯ?" ಸಿಗರೇಟು ಅವನ ತುಟಿಗಳ ಮಧ್ಯೆ ಆಸೀನವಾಯಿತು.

"ನಂಗೂ ಆರೋಗ್ಯ ಬೇಡವೆನಿಸಿದೆ. ನಾನು......." ನೋಟ ತಪ್ಪಿಸಿದ. ಆಷ್‌ಟ್ರೇನೊಳಕ್ಕೆ ಸಿಗರೇಟು ಅಮುಕಿದ ಪರೀಕ್ಷಿತ್ ಕಣ್ಣುಗಳು ಕೆಂಪಗಾದವು. "ಯೂ ಈಡಿಯೆಟ್, ಅಂಥದೇನಾದ್ರೂ ಮಾಡಿದ್ರೆ.... ಈ ಪರೀಕ್ಷಿತ್‌ನ ಕೋಪ ಬಲದ ಅನುಭವವಾಗುತ್ತೆ. ಬಿ ಕೇರ್ ಫುಲ್" ರೇಗಿದ.

ಹರೀಶ್ ಮುಕ್ತ ನಗೆ ಬೀರುತ್ತ ಕೈಗಳನ್ನು ಹೊಸಕಿದ.

"ಈಗ್ಹೇಳು...." ಮತ್ತೆ ಪರೀಕ್ಷಿತ್ ಬಲವಂತಪಡಿಸಿದ. "ನನ್ಮೇಲೆ ನಿಮಗಿರೋ ಅಧಿಕಾರದಲ್ಲಿ ಕನಿಷ್ಟಪಕ್ಷ ಹತ್ತನೇ ಒಂದು ಭಾಗ... ಅದ್ಕಿಂತ ಕಡಿಮೆ ಅಧಿಕಾರ ನಂಗೂ

ಇರುತ್ತೆ. ನೀವಾಗಿ ನಿಮ್ಮ ಆರೋಗ್ಯನ ಯಾಕೆ ಹಾಳು ಮಾಡ್ಕೋತೀರಾ!" ಅವನ ಧೈರ್ಯ ವಿಜೃಂಭಿಸಿತು.

"ಸುತ್ತು ಬಳಸಿ ಮಾತು ಬೇಡ. ಕಮ್ ಟು ದಿ ಪಾಯಿಂಟ್. ಸಿಗರೇಟು ಹಾಬಿಯಾಗಿದೆ. ಆರೋಗ್ಯ ಹಾಳಾಗ್ಲಿಂತ ನಾನು ಸೇದೋಲ್ಲ. ಕೆಲವೊಮ್ಮೆ ಟೆನ್‌ಷನ್ ಕಡ್ಮೇ ಆಗುತ್ತೆ, ಅಷ್ಟೇ" ವಿವರಿಸಿದ.

ಮಾತುಗಳೆಲ್ಲ ಹರೀಶ್‌ಗೆ ಮರೆತಂತಾಯಿತು. ಕಸ್ಟಮರ್ಸ್ ಪಾತ್ರೆ, ಪಡಗ, ಮೇಜು, ಕುರ್ಚಿ, ಗಿಡಗಳ ಜೊತೆ ಹರಟುವ ತಾನು ಅಂಥ ಜಾಣನಲ್ಲವೆಂಬ ಅರಿವಾಯಿತು ಅವನಿಗೆ.

ಮಾರುತಿ ಬಂದು ನಿಂತ. "ಬಿಸಿ ಬಿಸಿಯಾಗಿ ಬೋಂಡ ಸಾಗು ಮಾಡಿದ್ದೀನಿ. ರುಚಿಯಾಗಿರುತ್ತೆ, ತರಲೇ?" ಕ್ಷಣ ಸುಮ್ಮನಿದ್ದ ಪರೀಕ್ಷಿತ್ "ಹರೀಗೆ ತಂದುಕೊಡು, ನಂಗೆ ಕಾಫಿ ಸಾಕು" ಎಂದ.

ಅವನು ಮುಖ ಸಪ್ಪಗೆ ಮಾಡಿಕೊಂಡು ಹೋದಾಗ ಹರೀಶ್ ಹಿಂದೆಯೇ ಹೋಗಿ ತಾನೇ ಎರಡು ಪ್ಲೇಟು ಹಿಡಿದು ಬಂದ.

"ಎಂಥ ರುಚಿಯಾದ ತಿಂಡೀನ ಬೇಡಾಂತೀರಲ್ಲ ಸರ್. ನೀವು ತಿನ್ಲೇ ಬೇಕು, ತಿಂದಾದ್ಮೇಲೆ ನಾನು ಪ್ರಶ್ನೆ ಕೇಳ್ತೀನಿ" ಪಟ್ಟು ಹಿಡಿದ.

ಯಾಕೋ ಪರೀಕ್ಷಿತ್‌ಗೆ ಹೆಚ್ಚು ಮಾತು ಬೇಕೆನಿಸಲಿಲ್ಲ. ತಿಂದ ಶಾಸ್ತ್ರ ಮಾಡಿ ಇಟ್ಟ. ಬಹಳ ಸೂಕ್ಷ್ಮವಾಗಿ ಗಮನಿಸಿದ ಹರೀಶ್.

ಎರಡು ಕೈಗಳನ್ನು ತಲೆಯ ಕೆಳಗಿಟ್ಟು ಸೋಫಾಗೆ ಒರಗಿ ಕಣ್ಮುಚ್ಚಿದ ಪರೀಕ್ಷಿತ್ ನೇರವಾಗಿ ದಿಟ್ಟಿಸಿದ. ಅಂದು ಕುಡುಕ, ಕಾಮುಕನಂತೆ ಕಂಡ ವ್ಯಕ್ತಿ ಇಂದು ಅತ್ಯಂತ ಸಂವೇದನಾಶೀಲ ಪ್ರೇಮಿ.

"ನೀವು ಪ್ರೇಮಿಸಿದ ಹೆಣ್ಣು ಯಾರೂಂತ ಕೇಳಿದ್ರೆ... ತಪ್ಪಲ್ವಲ್ವ ಸರ್? ಅದೇ ನನ್ನ ಪ್ರಾಬ್ಲಮ್" ನೀರವತೆಯ ನಡುವೆ ಬಂದು ಅಪ್ಪಳಿಸಿದ ಹರೀಶ್‌ನ ಮಾತುಗಳಿಗೆ ಚಕಿತನಾದ. ಮತ್ತೆ ಉದಾಸ ನಗೆ ಬೀರಿದ "ಯಾವ ಪ್ರೇಮ? ಯಾವ ಹೆಣ್ಣು? ನಿಂಗೆ ಹೇಳಿದೋರು ಯಾರು?" ತಲೆಯ ಹಿಂದಿದ್ದ ಅವನ ಕೈಗಳು ಮುಂದಕ್ಕೆ ಬಂದವು. ಸರಿಯಾಗಿ ಕೂತ.

"ನಂಗೆಲ್ಲ ಗೊತ್ತು. ನಿಮ್ಮ ನಿರಾಶೆ ಒಳ್ಳೇದಲ್ಲ. ನೀವಿಷ್ಟು ಪ್ರೀತಿಸಿದರೂ ಪ್ರೀತಿಸದ ಹೆಣ್ಣು ಈ ಲೋಕದಲ್ಲಿ ಇಲ್ಲ. ಯಾರೂಂತ ಹೇಳಿ" ಗೋಗರೆದ.

ಮನ ಹಗುರ ಮಾಡಿಕೊಳ್ಳಲು ಅವನಿಗೂ ಇಷ್ಟವೇ. ಆದರೆ ಹೇಳಲಾರ. ಅದರಿಂದ ಪ್ರಯೋಜನವಾಗದಿದ್ದರೂ ಬೇರೆ ವ್ಯಕ್ತಿಗಳಿಗೆ ನೋವು. ಆ ಕಹಿ ಬಾಳಿನುದ್ದಕ್ಕೂ ಜೊತೆ.

"ನನ್ನ ಏನು ಕೇಳ್ಬೇಡ. ಅದು ನಿನ್ನ ಪ್ರಾಬ್ಲಮ್ ಅಲ್ಲ. ಅದ್ನ ನಾನೇ ಸಮಸ್ಯೆಯೆಂದು ಭಾವಿಸಿಲ್ಲ. ನಿಂಗ್ಯಾಕೆ ಇಂಟರೆಸ್ಟ್?" ನಸು ಮುನಿಸು ಪ್ರದರ್ಶಿಸಿದ.

"ಥ್ಯಾಂಕ್ಯೂ ಸರ್...." ಹೊರಟುಬಿಟ್ಟ.

ಮುಖಕ್ಕೆ ಕೈ ಅಡ್ಡ ಹಿಡಿದು ಪರೀಕ್ಷಿತ್ ಎಷ್ಟೋ ಹೊತ್ತು ಕೂತಿದ್ದ. ಹೃದಯದ ಬಡಿತ ಜೋರಾಗಿದ್ದರೂ, 'ಸುಮ ಸುಮ ಎನ್ನುವ ಬಡಬಡಿಕೆ ಮಾತ್ರ ಇಂಪಾಗಿತ್ತು. ಹಾಗೆಯೇ ಕಣ್ಮುಚ್ಚಿ ಒರಗಿದ.

ತಿರುವಿನಲ್ಲಿ ಕಾದಿದ್ದ ಹರೀಶ್ ಪೇಟೆಗೆಂದು ಹೊರಟ ಮಾರುತಿಯನ್ನು ಹಿಡಿದ "ನಿನ್ಹತ್ರ ಮಾತಾಡ್ಬೇಕಿತ್ತು." ಏನೇನೋ ಮಾತಾಡುತ್ತ ಮರಗಳ ಸನಿಹದಲ್ಲಿದ್ದ ಕಲ್ಲು ಬೆಂಚಿನ ಬಳಿಗೆ ಕರೆದೊಯ್ದ.

"ಯಜಮಾನ್ರಿಗೆ ಹುಷಾರಿಲ್ವಾ? ಯಾವ ಡಾಕ್ಟ್ರು ನೋಡ್ತಾ ಇರೋದು?" ಮೆಲ್ಲಗೆ ವಿಷಯ ತಿಳಿಯಲು ಪ್ರಯತ್ನಿಸಿದ. ಕೈಯಾಡಿಸಿಬಿಟ್ಟ "ಏನು ಕಾಣ್ಸೋಲ್ಲ. ಕೆಲವು ಸಲ ರಾತ್ರಿ ಹೊತ್ತು ಕೆಮ್ಮುತಾರೆ. ಡಾಕ್ಟ್ರು ಬಂದಿದ್ದಿಲ್ಲ. ಇವ್ರು ಹೋಗಿಲ್ಲ."

ಆಮೇಲೆ ಸ್ವಲ್ಪ ಪುಸಲಾವಣೆಯ ನಂತರ ಅವನು ಬಾಯಿಬಿಡಲು ಶುರು ಮಾಡಿದ. ಬೇರೆ ಹೆಣ್ಣಲ್ಲಿ ತನ್ನ ಪ್ರೇಮಿಯನ್ನು ಹುಡುಕುವುದನ್ನು ಪರೀಕ್ಷಿತ್ ನಿಲ್ಲಿಸಿಬಿಟ್ಟಿದ್ದ. ಈಗ ಕುಡಿತವೊಂದೇ ಅವನ ಸಂಗಾತಿ.

"ಇದು ತುಂಬ ಅನ್ಯಾಯ ರಾಯ್ರೇ. ಯಾರು ಹೇಳೋಕೆ ಆಗುತ್ತೆ, ಆ ಜನಕ್ಕೆ" ಮಾರುತಿ ಸಂಕಟಪಟ್ಟ.

ಕಗ್ಗತ್ತಲೆಯ ಮಧ್ಯೆ ನಿಂತಂತಾಯಿತು ಅವನಿಗೆ. ಸೂಕ್ಷ್ಮವಾಗಿ ವಿವರಿಸಿ ಪ್ರೇಮಿಸಿದ ಹೆಣ್ಣಿನ ಬಗ್ಗೆ ತಿಳಿಸಿ ವಿಚಾರಿಸಿದ. "ಅವ್ರಿಗೆ, ಯಾರಾದ್ರೂ ಆತ್ಮೀಯ ಗೆಳೆಯರು ಇದ್ರಾ?"

ಮಾರುತಿ ನೆನಪಿಸಿಕೊಂಡ. ಯಾರೂ ಹಾಗೆ ಕಾಣಲಿಲ್ಲ. ಬಂದವರ ಉದ್ದೇಶಗಳು ಬೇರೆ ಬೇರೆ ಇದ್ದವೇ ಹೊರತು ಆ ನಾಟಕವನ್ನ 'ಪ್ರೀತಿ' ಎಂದುಕೊಳ್ಳಲಿಲ್ಲ. ಪರೀಕ್ಷಿತ್ ಕೂಡ ಯಾರಿಗೂ ತಡಬಡಿಸಿದ್ದು ಅವನಿಗೆ ಕಾಣಲಿಲ್ಲ.

"ಗೊತ್ತಿಲ್ಲಪ್ಪ!" ಸತ್ಯವನ್ನೇ ನುಡಿದ.

ನಿರಾಶನಾಗಲಿಲ್ಲ ಹರೀಶ್ "ನಂಗೆ ನಿಮ್ಮ ಸಹಾಯ ಬೇಕಾಗುತ್ತೆ" ನೂರರ ಒಂದು ನೋಟನ್ನು ಮಾರುತಿಯ ಕೈಯಲ್ಲಿಟ್ಟ. ಅವನನ್ನ ಈ ಸ್ಥಿತಿಗೆ ತಂದವನು ಪರೀಕ್ಷಿತ್. ಕೃತಜ್ಞತೆಯಿಂದ ಅವನ ಕೊರಳು ಬಿಗಿಯಿತು.

ಮಾರನೆ ದಿನ ಬೆಳಗಾಗುವ ವೇಳೆಗೆ ಹಾಜರು ಆದ. ಕಾಲು ಗಂಟೆ, ಅರ್ಧ ಗಂಟೆ, ಮುಕ್ಕಾಲು ಗಂಟೆ ವೇಳೆ ಸರಿದರೂ ಪರೀಕ್ಷಿತ್ ಏಳುವ ಲಕ್ಷಣ ಕಾಣಲಿಲ್ಲ.

'ನೋಡಿದ್ರಾ....' ಎನ್ನುವಂತೆ ತಲೆ ಗಟ್ಟಿಸಿಕೊಂಡ. ಮಾರುತಿ ನಿಧಾನವಾಗಿ ಕೋಣೆ ಹೊಕ್ಕ ಗಕ್ಕನೆ ನಿಂತುಬಿಟ್ಟ. ಟೀಪಾಯಿ ಮೇಲಿದ್ದ ಬಾಟಲು ಗಾಜುಗಳೆಲ್ಲ ಖಾಲಿ. ಲೆಕ್ಕ ಹಾಕಿದ ಹರೀಶ್‌ನ ಹೃದಯ ನಿಂತಂತಾಯಿತು.

ಅವನ ಪಕ್ಕದಲ್ಲಿದ್ದ ರಿಸೀವರ್ ಕ್ರೆಡಲ್ ಮೇಲಿಟ್ಟ ಸರಿಯಾಗಿ, ಸದ್ದಾಗತೊಡಗಿತು. ತಾನೇ ಎತ್ತಿದ "ಹಲೋ...." ಸದ್ದಿಲ್ಲದೆ ನಿಂತ. ಮತ್ತೆ ಅದೇ ಸ್ಥಿತಿಯಲ್ಲಿಟ್ಟು ಕೂತ.

ಹತ್ತು ನಿಮಿಷದ ನಂತರ ಪರೀಕ್ಷಿತ್ ಮಗ್ಗುಲಾದ "ಗುಡ್ ಮಾರ್ನಿಂಗ್ ಸರ್..." ಎಂದ ಪರೀಕ್ಷಿತ್ ತಲೆಯ ಮೇಲೆ ಒಂದು ಹಾಕಿದಂತಾಯಿತು. ಅವನ ನೋಟ ಬಾಟಲು, ಗ್ಲಾಸ್‌ಗಳತ್ತ ಹೊರಳಿತು "ಯಾಕೆ ಬಂದು ಡಿಸ್ಟರ್ಬ್ ಮಾಡ್ದೆ?" ಅಸಹನೆಗೊಂಡ.

"ಇವತ್ತು ನನ್ನ ಬರ್ತ್‌ಡೇ, ನೆನ್ನೆ ಹೇಳೋದು ಮರೆತಿದ್ದೆ" ಎಂದಕೂಡಲೇ ಪರೀಕ್ಷಿತ್ ತಣ್ಣಗಾಗಿಬಿಟ್ಟ "ಸಾರಿ...." ಎದ್ದು ಹೋಗಿ ಸಿಂಕ್‌ನಲ್ಲಿ ಮುಖ ತೊಳೆದು ಬಂದು ಕೈ ಕುಲುಕಿದ "ಮೆನೀ ಹ್ಯಾಪಿ ರಿಟರ್ನ್ಸ್ ಆಫ್ ದಿ ಡೆ" ಶುಭ ಹಾರೈಸಿದ.

"ರಾತ್ರಿ ಊಟಕ್ಕೆ ನನ್ನ ಗೆಸ್ಟ್ ಆಗ್ಬೇಕು" ಎಂದಾಗ "ಆಲ್‌ರೈಟ್......." ಎಂದ.

"ನೇರವಾಗಿ ಫ್ಲ್ಯಾಟ್‌ಗೆ ಬಂದ್ಬಿಡಿ. ನಾನು ಅಲ್ಲೇ ಕಾಯ್ತ ಇರ್ತೀನಿ" ಹರ್ಷದಿಂದ ಆಹ್ವಾನ ಕೊಟ್ಟ. ಆಗ ಅವನ ಹೃದಯಕ್ಕೆ ಬಿದ್ದ ಪೆಟ್ಟಂತು ಬಲವಾಗಿತ್ತು.

ಹರೀಶ್ ಹೋದ ಎಷ್ಟೋ ಹೊತ್ತಿನ ನಂತರವು ಅವನಿಂದ ಚೇತರಿಸಿ ಕೊಳ್ಳಲಾಗಲಿಲ್ಲ. ಹೃದಯದ 'ಲಬ್, ಲಬ್ ಡಬ್, ಡಬ್' ಅಡಗಿ ಮೌನವಾಗಿ ಅತ್ತಂತೆ ಕೇಳಿಸಿತು. ಈ ರೋದನ ಅತಿ ಭಯಂಕರ. ಎರಡು ಕಿವಿಗಳನ್ನ ಮುಚ್ಚಿಕೊಂಡ. ತಾನು ಇಷ್ಟೊಂದು ಸೆನ್ಸಿಟೀವ್ ಹೇಗಾದೆ?

ಹತ್ತು ನಿಮಿಷಗಳ ನಂತರ ಫೋನೆತ್ತಿ ಡಯಲ್ ತಿರುಗಿಸಿದ "ಹಲೋ" ಸುಮತಿಗೆ ಆಶ್ಚರ್ಯ "ಹಲೋ, ಗುಡ್ ಮಾರ್ನಿಂಗ್....ಹರೀಶ್ ಇದ್ದಾನ?" ಏನೋ ಮಾತಾಡ ಬೇಕೆಂದವನು ಮರೆತು ಕೇಳಿದ "ಇಲ್ಲ, ಬರ್ತೀನಿ ಅಂದಿದ್ದ. ಇನ್ನ ಬಂದಿಲ್ಲ. ಏನಾದ್ರೂ ಹೇಳೋದಿತ್ತಾ?"

"ಇಲ್ಲ........" ಫೋನಿಟ್ಟ.

ಹರೀಶ್‌ನ ಹುಟ್ಟಿದ ಹಬ್ಬಕ್ಕೆ ಅವಳಿಗೆ ಶುಭಾಶಯ ಹೇಳಬೇಕೆಂದು ಕೊಂಡಿದ್ದ. ಹೇಳಲಾರದೆ ಹೋದ. ತಾನಿನ್ನ ಸುಮತಿಯನ್ನ ಬಿಟ್ಟು ಕೊಡಲಾರದೆ ಒದ್ದಾಡುತ್ತಿದ್ದೇನೆ ಮಾತ್ರವಲ್ಲ, ಮಾನಸಿಕವಾಗಿ ಅವಳನ್ನ ಎಂದೂ ಬಿಟ್ಟು ಕೊಡಲಾರೆ. ಆದ್ದರಿಂದಲೇ ದೂರ ಬಹು ದೂರ ಹೋಗಿಬಿಡಬೇಕು.

ಆಫೀಸ್‌ನಲ್ಲೂ ಸುಮತಿ ತನ್ನನ್ನ ಆಹ್ವಾನಿಸಬಹುದೆಂದು ಕಾದ. ಸಂಜೆಯವರೆಗೂ ಆ ಪ್ರಸ್ತಾಪವೇ ಇಲ್ಲ . ಕಡೆಗೆ ತಾನೇ ಸೋತ.

"ಆರ್ ಯು ಫ್ರಿ? ಒಂದಿಷ್ಟು ಪ್ರೆಸೆಂಟೇಷನ್ ಖರೀದಿಸೋದಿದೆ, ಬರೋಕೆ ಸಾಧ್ಯನಾ?" ವ್ಯಾವಹಾರಿಕವಾಗಿ ಕೇಳಿದಾಗ ಅವಳ ಕಣ್ಣುಗಳಲ್ಲಿ ಕಂಬನಿ ತುಂಬಿಕೊಂಡಿತು. ಇವನ ಸ್ನೇಹಪೂರ್ಣ ಮಾತುಗಳು ಏನಾಯಿತು?

ವಾಚ್‌ನತ್ತ ನೋಡಿ "ಓ.ಕೆ.ಸರ್........" ಎಂದಳು. ಸದಾ ಬಳಲಿರುವ ಅವನ ಮುಖ ಕಂಡಾಗಲೆಲ್ಲ ಪರೀಕ್ಷಿತ್ ಆನಂದರಾಯರನ್ನ ಹಿಂಬಾಲಿಸುತ್ತಿದ್ದಾನೇನೋ ಎನ್ನುವ ಹೆದರಿಕೆ.

ಡ್ರೈವರ್‌ನ ಬೇಡವೆಂದು ತಾನೇ ಸ್ಟೇರಿಂಗ್ ವ್ಹೀಲ್ ಮುಂದೆ ಕೂತ.

"ಯಾರಿಗೆ ಪ್ರೆಸೆಂಟೇಷನ್ ?" ಕೇಳಿದಳು.

ಹಾಸ್ಯ ಮಾಡುತ್ತಿದ್ದಾಳೆನಿಸಿತು "ನಿಂಗೆ ಗೊತ್ತಿಲ್ವಾ ?" ನೆನಪು ಮಾಡಿಕೊಂಡಳು "ಚಕ್ರವರ್ತಿನ........" ಕೇಳಿದಳು. ಸದ್ದಾಗದಂತೆ ನಕ್ಕ. ಅವನು ಇಡೀ ತಿಂಗಳಿಂದ ತನ್ನ ಹುಟ್ಟಿದ ಹಬ್ಬದ ಬಗ್ಗೆ ಜಾಹೀರುಪಡಿಸುತ್ತ ಬಂದಿದ್ದ. 'ಎಂದೋ, ಏನೋ! ಖಂಡಿತ ನೀವು ಅಂದು ಬರಲೇಬೇಕು ಮೇಡಮ್' ಹೇಳಿದ್ದ. ಆ ಅಂದು....ಇಂದೇನಾ ?

"ಅವ್ನ ಮಾತಿನಲ್ಲಿ ಬಂಡಲ್ ಚಕ್ರವರ್ತಿ, ಅವ್ನ ಹುಟ್ಟಿದ ಹಬ್ಬದ ನೆನಪು ಬಹುಶಃ ಅವ್ನ ಮನೆಯವ್ರಿಗೂ ಇರೋಲ್ಲ!" ಏರುಪೇರಿಲ್ಲದ ಸ್ವರದಲ್ಲಿ ನುಡಿದ.

ಅವಳ ಸೀರೆಗಳನ್ನ ಗಮನಿಸುತ್ತಿದ್ದವನು ಇಂದು ಪ್ರಸ್ತಾಪಿಸಿದ "ಇಲ್ಲಿಗೆ ಬಂದ್ಮೇಲೆ ಏನೂ ತಗೊಂಡಿಲ್ಲ. ಆರ್ಥಿಕವಾಗಿ ಏನಾದರೂ ತೊಂದರೇನಾ" ಈ ವಿಷಯದ ಬಗ್ಗೆ ಗಿರೀಶ್‌ನ ಮೇಲೆ ಕೋಪದ ಜೊತೆ ಸಹಾನುಭೂತಿಯು ಕೂಡ.

"ನಂಗೇನು ಗೊತ್ತಾಗೋಲ್ಲ. ಪರೀಕ್ಷಿತ್ ನಂಗೆ ಸ್ವತಃ ಕರ್ಚೀಫ್ ಖರೀದಿಸಿ ಕೂಡ ಅಭ್ಯಾಸವಿಲ್ಲ. ಈಗ ಅನಿವಾರ್ಯ ಅಂದದ್ದು ಮಾತ್ರ ತಗೋತೀನಿ. ನಾನಿನ್ನ ಅವ್ರನ್ನ ಹೊರತುಪಡಿಸಿದ ಜೀವನಕ್ಕೆ ಹೊಂದಿಕೊಂಡಿಲ್ಲ. ಈಗ್ಲೂ ಆನಂದರಾಯರ ಮೊಮ್ಮಗಳೇ ಸ್ವಂತಿಕೆ ಏನಿಲ್ಲ" ಮನ ಬಿಚ್ಚಿ ಹೇಳಿದಳು. ಹಿಂದಿನ ಯಾವುದೇ ವಿಷಯ ಹಂಚಿಕೊಳ್ಳ ಬೇಕಾದರೂ ಅವನೊಬ್ಬನಲ್ಲಿ ಮಾತ್ರ ಸಾಧ್ಯ.

ಪರೀಕ್ಷಿತ್‌ನಲ್ಲಿನ ಸತ್ವವೇ ಉಡುಗಿದಂತಾಯಿತು. ಅಂದಿನ ವೈಭವದ ಕನಸಲ್ಲಿನ ಹುಡುಗಿಯ ಬಗ್ಗೆ ಮರುಕಗೊಂಡ. ಹರೀಶ್‌ಗೆ ಯಾಕೆ ಇದೆಲ್ಲ ಅರ್ಥವಾಗದು ? ನಾನಾಗಿ ತಿಳೀ ಹೇಳಬೇಕು. ಬರೀ ಪ್ರೀತಿಯಲ್ಲೇ ಬದುಕೋಕೆ ಆಗೋಲ್ಲ.

ದೊಡ್ಡ ಷೋರೂಂ ಮುಂದೆ ಕಾರು ನಿಲ್ಲಿಸಿದ. ಅವಳು ಇಳಿಯಲು ಅನುಮಾನಿಸಿದಳು. "ನೀನು ಕರ್ದೆಂತ ಬಂದೆ. ಅಲ್ಲಿ ನಂಗೇನು ಗೊತ್ತಾಗೋಲ್ಲ. ಆಮೇಲೆ ಬೇಜಾರು ಮಾಡ್ಕೋಬೇಡ" ಎಂದಾಗ ಕಣ್ಣಲ್ಲಿಯೇ ನಕ್ಕ.

"ಮುಂದಾದ್ರೂ ಅಭ್ಯಾಸವಾಗ್ಲೀ, ಇಳೀ" ತಾನೇ ಡೋರ್ ತೆಗೆದ.

ಈಗ ಹರೀಶ್‌ನ ಮೈಕಟ್ಟು ನೆನಪು ಮಾಡಿಕೊಂಡ. ಸೂಟು, ಸಫಾರಿ, ಟೀಷರ್ಟ್ ಎಂದು ಹಾಕಿದ್ದೇ ಕಂಡಿರಲಿಲ್ಲ. ಒಂದು ಪ್ಯಾಂಟ್, ಬುಶ್‌ಷರ್ಟ್, ಅಷ್ಟೇ ಅವನ ಉಡುಪು. ಇಂದು ಸೂಟು ಲೆನ್ಸ್ ಜೊತೆ. ಸಿಲ್ಕ್‌ನ ಜುಬ್ಬಾ ಪಾಯಿಜಾಮ ಪ್ಯಾಕ್ ಮಾಡಿಸಿ ಹಣ ತೆತ್ತ.

ಪ್ಯಾಕೆಟ್ ಕಾರು ಸೇರಿದ ಮೇಲೆ ಒಂದು ಸಾರಿ ಸೆಂಟರ್‌ನ ಮುಂದೆ ನಿಲ್ಲಿಸಿ ಅವಳತ್ತ ತಿರುಗಿದ "ಈಗ ನಿನ್ನ ಓಲ್ಡ್ ಫ್ರೆಂಡ್ ಪರೀಕ್ಷಿತ್. ಸ್ನೇಹದ ಮಧ್ಯೆ ಸಂಕೋಚ ಇರೋಲ್ಲ. ನಾನು ಏನು ಕೊಟ್ಟರೂ ಬೇಡವೆನ್ನಬಾರ್ದು. ನಾನು ಹೇಳಿದ್ದು ಸರಿ ತಾನೇ ?"

ಅವಳು ಮೂಕವಾದಳು. ತುಟಿ ಕಚ್ಚಿ ತಲೆದೂಗಿದಳು.

"ಯು ಆರ್ ಎ ಗುಡ್ ಗರ್ಲ್....." ತಲೆಯ ಮೇಲೊಂದು ಮೊಟಕಿದ "ಸೆಲೆಕ್ಷನ್

ಎಲ್ಲಾ ನಂದೇ. ನೀನೇನು ಬರಬೇಕಿಲ್ಲ" ಅಂಗಡಿಯತ್ತ ನಡೆದ.

ಹತ್ತಾರು ಪ್ಯಾಕೆಟ್‌ಗಳು ಬಂದು ಕಾರಿನಲ್ಲಿ ಹಿಂದಿನ ಸೀಟಿನಲ್ಲಿ ಕೂತಾಗ ಅವಳಿಗೆ ದಿಗ್ಭ್ರಮೆಯಾಯಿತು. ಇವನೇನು ಹುಚ್ಚನಾಗಿದ್ದಾನ?

"ಪರೀಕ್ಷಿತ್........" ಬಾಯಿ ತೆರೆದಾಗ ಅವಳು, ತನ್ನ ಕೈಯಿಂದ ಮುಚ್ಚಿದ "ಏನು ಮಾತಾಡ್ಬಾರ್ದು. ನೀನು ಅಂದು ಕೊಟ್ಟಾಗ ನಾನು ಬೇಡಾಂದಿಲ್ಲ. ಈಗ ನೀನು ಅಷ್ಟೆ" ತೆಪ್ಪಗಾಗಿಸಿದ.

ಕಾರು ಮುಂದಕ್ಕೆ ಹೊರಟಾಗ ಕೆಮ್ಮಿ ಗಂಟಲು ಸರಿಪಡಿಸಿಕೊಂಡಳು. "ಆ ಹೆಣ್ಣು ಯಾರು? ನಂಗಾದ್ರೂ ಹೇಳು. ನಾನು ತಿಳಿಯೋದ್ರಿಂದ ಯಾರ್ಗೂ ತೊಂದರೆ ಇಲ್ಲ" ನವಿರಾಗಿ ಕೇಳಿದಳು.

"ಬೇಡ ಸುಮ, ಅದ್ರಿಂದ ಏನೂ ಪ್ರಯೋಜನವಿಲ್ಲ. ಸುಮ್ನೇ ನೀನು ನೋಯ್ತೀಯ. ಆ ಭಯಂಕರ ನೋವು ನನಗೊಬ್ಬನಿಗೇ ಸಾಕು. ನೀನು ಸುಖವಾಗಿರೋದು, ಸಂತೋಷ ವಾಗಿರೋದು ಮಾತ್ರ ನಂಗೆ ಬೇಕು" ಮೈ ಮರೆತು ಭಾವುಕನಂತೆ ನುಡಿದ.

'ಜೋಕ್' ಎಂದೋ, 'ನಾಟಕದ ಡೈಲಾಗ್'ನ ಪದಗಳದೆನಿಸಲಿಲ್ಲ. ಪ್ರೀತಿಸಿದ ಒಂದು ಹೆಣ್ಣಿನಿಂದ ಇಷ್ಟೊಂದು ದುಃಖ ಪ್ರೇಮದ ಹುಟ್ಟು. ಬೆಳವಣಿಗೆ. ಅಂತ್ಯದ ಬಗ್ಗೆ ತೀರಾ ಗೋಜಲು ಗೋಜಲಾಯಿತು ಅವಳಲ್ಲಿ.

"ಅದೆಲ್ಲ ಬೇಡ, ಬರೀ ಕ್ಯೂರಿಯಾಸಿಟಿ ಅಷ್ಟೆ. ನಾನೇನು ಮೇಘ ಸಂದೇಶ ಒಯ್ಯೋಲ್ಲ, ಹೇಳು" ಒತ್ತಾಯಿಸಿದಳು.

ಅವಳಿಗೆ ಅವಳೆದೆಯ ಪ್ರೇಮದ ಅರಿವೇ ಇಲ್ಲವೆಂದು ಪರೀಕ್ಷಿತ್‌ಗೆ ಖಚಿತವಾಯಿತು. ನಿವೇದನೆಯಿಂದ ಪ್ರಯೋಜನವಿಲ್ಲ. ತನ್ನ ಪ್ರೇಮ ಬರೀ ದುರಂತ.

ನಿಧಾನವಾಗಿ ಉಸಿರೆಳೆದುಕೊಂಡು ಭಾರವಾಗಿ ದಬ್ಬಿದ "ನಿನ್ನಲ್ಲಿನ ಕ್ಯೂರಿಯಾಸಿಟಿ ಹಾಗೆಯೇ ಉಳೀಲಿ, ನಾನೆಂದು ಪ್ರಕಟಪಡಿಸೋಲ್ಲ" ಅವನದು ಖಚಿತ ನಿಲುವು.

ಸುಮತಿ ಸುಮ್ಮನಾದಳು. ಸ್ನೇಹ ಹೆಚ್ಚು ಭಾರವೆನಿಸಿತು. ಹದಿನೆಂಟರವರೆಗೂ ಹಾಯಾಗಿ ಬೆಳೆದ ತಾನು ಎಲ್ಲಿಗೆ ಬಂದು ನಿಂತಿದ್ದೇನೆ - ದುಃಖಿತಳಾದಳು.

ಕಾರು ನಿಂತಾಗ ಸುಮತಿ ಇದ್ದಳು. "ಕಾಫೀ ಕುಡ್ದು ಹೋಗಬಹುದಲ್ಲ" ಅವಳಲ್ಲಿ ಬೇಸರ ಇಣಕಿತು. "ಷ್ಯೂರ್, ನಿನ್ನ ಕೈನ ಕಾಫೀ ಕುಡಿಯೋರು ಅದೃಷ್ಟವಂತರು." ಎಂದವನು ನಿಂತಿದ್ದ ವಾಚ್‌ಮನ್‌ನ ಕರೆದು ಏನೋ ಹೇಳಿದ.

ಜೊತೆಯಾಗಿ ಮೆಟ್ಟಲೇರುತ್ತಿದ್ದವರು ಪರೀಕ್ಷಿತ್ ಒಂದು ಹೆಜ್ಜೆ ಹಿಂದಾದ. ಸರ್ರನೆ ಮುಂದಿನ ಮೆಟ್ಟಲಿನಲ್ಲಿ ಹೆಜ್ಜೆ ಇಟ್ಟವಳು ಸೀರೆಯ ನೆರಿಗೆಗಳು ತೊಡರಿದ್ದರಿಂದ ಹಿಂದಕ್ಕೆ ವಾಲಿದಳು.

ಹಿಡಿದುಕೊಂಡ ಪರೀಕ್ಷಿತ್ ಬೆವತುಬಿಟ್ಟ. "ಏಯ್ ಸುಮ, ಒಂದು ನಿಮಿಷದಲ್ಲಿ ನನ್ನ ಜೀವ ಹಾರಿ ಹೋಗೋ ಹಾಗೆ ಮಾಡ್ಬಿಟ್ಟೆ. ನಿನ್ಜೊತೆ ನಾನು ಉರುಳಿಬಿಡ್ತಾ ಇದ್ದೆ"

ಷಾಕ್‌ನಿಂದ ಇನ್ನು ಚೇತರಿಸಿಕೊಳ್ಳದ ಸುಮತಿಯ ಕಿವಿಯ ಮೇಲೆ ಅವನ ಮಾತುಗಳು ಬೀಳಲಿಲ್ಲ. ಇವರನ್ನ ನಿರೀಕ್ಷಿಸುತ್ತಿದ್ದು ಓಡಿ ಬಂದ ಹರೀಶ್ ಮಾತ್ರ ಕೇಳಿಸಿಕೊಂಡ. ಕತ್ತಲು ಮಧ್ಯ ಕೋಟಿ ನಕ್ಷತ್ರಗಳ ಬೆಳಕು.

ಹರೀಶ್‌ನ ನೂರು ಪ್ರಶ್ನೆಗಳಿಗೆ ಉತ್ತರ ಸಿಕ್ಕಂತಾಯಿತು. ಆದರೂ ಅನುಮಾನಿಸಿದ. ಅವನ ಮಿದುಳು ಇಂಥ ವಿಷಯಗಳಲ್ಲಿ ಚುರುಕಲ್ಲ. ಆದರೂ ಶಾಂತವಾಗಿದ್ದ ಸರೋವರದಲ್ಲಿ ಸಣ್ಣ ಕಲ್ಲು ಬಿತ್ತು.

ಭುಜ ಹಿಡಿದೇ ಮೇಲಿನವರೆಗೂ ನಡೆಸಿಕೊಂಡ ಪರೀಕ್ಷಿತ್ ಹರೀಶ್‌ನ ನೋಡಿದ ಕೂಡಲೇ ಸ್ವಲ್ಪ ಪಕ್ಕಕ್ಕೆ ಸರಿದ. ಭಯ, ಹಿಂಜರಿಕೆಯೊಂದು ಅಲ್ಲ, ಅವಳ ಜೀವನ ಪರಿಶುಭ್ರವಾಗಿ, ಪವಿತ್ರವಾಗಿ ಬೆಳಗಿನ ಇಬ್ಬನಿಯಲ್ಲಿ ತೊಯ್ದ ಸುಂದರ ಹೂನಂತೆ ಇರಬೇಕೆಂದು ಅವನ ಬಯಕೆ.

"ಯಾರಿಗೆ ಸರ್‌ಪ್ರೈಜ್, ಹರೀ? ಸುಮ ಏನು ಹೇಳ್ಲೇ ಇಲ್ಲ" ನಿಷ್ಟುರ ಮಾಡುತ್ತಲೇ ಬಂದು ಅವನ ಕೈ ಹಿಡಿದ.

ಹರೀಶ್ ಜೋರಾಗಿ ನಕ್ಕುಬಿಟ್ಟ. "ನಿಮ್ಗೆ ಸರ್‌ಪ್ರೈಜ್ ಅಲ್ಲ. ಫೂಲ್ ಮಾಡ್ದೇ. ನಾನು ಯಾವ ದಿನ ಹುಟ್ಟಿದೇಂತ ಪರ್‌ಫೆಕ್ಟಾಗಿ ಹೇಳೋರೇ ಇಲ್ಲ. ಅಂಥದ್ದರಲ್ಲಿ ನಂಗೆಂಥ ಹುಟ್ಟಿದ ಹಬ್ಬ!" ಎಂದ. ಪರೀಕ್ಷಿತ್ ಮುಖ ಬಿಗಿದುಕೊಂಡಿತು.

"ಎಕ್ಸ್‌ಕ್ಯೂಜ್ ಮೀ, ಸರ್. ಯಾವ ಪನಿಷ್‌ಮೆಂಟಾದ್ರೂ ವಿಧಿಸಿ, ಕೋಪ ಮಾತ್ರ ಮಾಡ್ಕೋಬಾರ್ದು" ಒಳಗೆ ಕರೆದೊಯ್ದ.

ಸುಮತಿ ಕೂತು ಸುಧಾರಿಸಿಕೊಳ್ಳುತ್ತಿದ್ದಳು. ತಾನು ಉರುಳಿದ್ದರೆ ಕೈ ಕಾಲುಗಳಿಗೆ ಬ್ಯಾಂಡೇಜ್ .... ಬೇಡವೇ ಬೇಡ. ಪ್ರಾಣ ಹೋಗಿದ್ದರೆ ಸಾಕಾಗಿತ್ತು. ಆ ಗುಂಗಿನಲ್ಲೇ ಇದ್ದಳು.

"ಹರೀಶ್ ಮೊದ್ಲು ನೀರು ತಗೊಂಡ್ಬಾ" ಗಾಬರಿಯಿಂದ ಅವಳತ್ತ ಬಂದ "ತುಂಬ ನರ್ವಸ್ ಆಗ್ಬಿಟ್ಟೆ. ಬಿದ್ದಿದ್ದರೂ ಹೊಸ ಅನುಭವ" ಕಣ್ಣು ಹಾರಿಸಿದ.

"ಹೌದೌದು, ಇಂಥ ಅನುಭವ ನಂಗಿದೆ. ಮಿಡಲ್ ಸ್ಕೂಲ್‌ನಲ್ಲಿದ್ದ ದಿನಗಳಲ್ಲೇ ಒಂದ್ಸಲ ಬಿದ್ದು ತಿಂಗ್ಳು ಕೈ, ಕಾಲಿಗೆ ಬ್ಯಾಂಡೇಜ್ ಹಾಕ್ಸಿ ಕೊಂಡಿದ್ದೆ. ನಾಲ್ಕೈದು ಜನ ನನ್ನ ಮಂಚದ ಬಳಿ ಕೂತು ತೂಕಾಡಿಸುತ್ತ ಇದ್ರು. ಇದು ನೆನಪಾದ್ರೆ ನಗು ಬರುತ್ತೆ" ಎಂದಳು. ಮನದ ಆತಂಕ, ಭಯವನ್ನು ತೋರ್ಪಡಿಸಿಕೊಳ್ಳಲಿಲ್ಲ.

ಹರೀಶ್ ನೀರಿನ ಜೊತೆ ಜ್ಯೂಸ್ ಕೂಡ ತಂದಿಟ್ಟ. "ಸಾರಿ ಮೇಡಮ್ .... ಈಚೆಗೆ ಊಟನೇ ರುಚಿ ಇರೋಲ್ಲ ಅನ್ತಾ ಇದ್ರು. ಅದಕ್ಕೆ ಊಟಕ್ಕೆ ರುಚಿ ಇದೇಂತ ಸಾಬೀತು ಮಾಡೋಕೆ ಪ್ಲಾನ್ ಮಾಡ್ದೇ" ಅವನ ಮುಕ್ತ ನಗುವಿನಲ್ಲಿ ಎಲ್ಲಾ ತೇಲಿಹೋಯಿತು.

"ಛೆ ನನ್ನ ಪರ್ಸ್ ಖಾಲಿ ಮಾಡಿಸ್ದೆ ಹೇಗೂ ಬಂದಿದ್ದಾಯ್ತು. ಇವತ್ತೇ ನಿನ್ನ ಹುಟ್ಟಿದ ಹಬ್ಬ" ಎರಡು ಪ್ಯಾಕೆಟ್‌ಗಳನ್ನು ಹರೀಶ್‌ಗೆ ಇತ್ತು.

ಇನ್ನು ಬಂದು ಕೂತ ಪ್ಯಾಕೆಟ್ ಯಾರಿಗಾಗಿ ಯಾಕಾಗಿ, ಹರೀಶ್ ಯೋಚಿಸಲಾರ. ಅವನೇ ಬೇರೆ ಮೂಡ್‌ನಲ್ಲಿದ್ದ.

ಪರೀಕ್ಷಿತ್ ಒಡನಾಡಿದ ಯಾರೊಬ್ಬರನ್ನೂ ಪ್ರೇಮಿಸಲಿಲ್ಲ. ನಿರಾಸೆ, ಸೇಡು, ಅತೃಪ್ತಿ ಅವನನ್ನು ಆ ದಾರಿಗೆ ಎಳೆದಿತ್ತು.

ಮುಖ ತೊಳೆದು ಅಡಿಗೆಯ ಮನೆಗೆ ಹೋದ ಸುಮತಿಗೆ ಆಶ್ಚರ್ಯವೇ ಕಾದಿತ್ತು. ಎರಡು ಮೂರು ವಿಧದ ಪಲ್ಯದ ಜೊತೆ ಸ್ವೀಟ್ಸ್, ಪಚ್ಚಡಿ, ಹಬೆಯಾಡುವ ರೈಸ್, ಟೊಮ್ಯಾಟೋ ಸಾಸ್.

ಖಂಡಿತ ಅವಳಿಗೆ ಇಷ್ಟೆಲ್ಲ ಮಾಡಲು ಬರುತ್ತಿರಲಿಲ್ಲ. ಸಾಂಪ್ರದಾಯಿಕ ತಿನಿಸುಗಳು.

"ಅಂತು ಹುಟ್ಟಿದ ಹಬ್ಬ ಗ್ರ್ಯಾಂಡ್" ಹರೀಶ್‌ನತ್ತ ತಿರುಗಿ ಹೇಳಿದಳು. "ಅಂತು ಪರೀಕ್ಷಿತ್ ಒಬ್ನೇ ನಿನ್ನ ಅತಿಥಿ ಅದ್ರೆ ಜೊತೆಗೆ ಪ್ರಭು, ವಾರಿಣಿಯನ್ನು ಆಹ್ವಾನಿಸ್ಬೇಕಿತ್ತು."

"ಅದು ಪರಿಹಾರವಾದ ಸಮಸ್ಯೆ. ಹೇಗಾದ್ರೂ ಇದ್ದುಕೊಳ್ಳಿ. ನಾನಂತು ಸದ್ಯಕ್ಕೆ ತಲೆ ಹಾಕೋಲ್ಲ" ಪ್ರತಿಜ್ಞೆ ಮಾಡಿದಂತೆ ಹೇಳಿದ.

ಅವನನ್ನು ಮದುವೆಯಾಗೆಂದು ಬಲವಂತಪಡಿಸುತ್ತಿದ್ದ ವಾರಿಣಿ, ಪ್ರಭುಗೆ ಹೊಂದಿ ಕೊಂಡುಬಿಟ್ಟಿದ್ದಳು. ಆಗ ಅರ್ಥ ಮಾಡಿಕೊಂಡಿದ್ದ. ಅವಳಿಗೆ ಬೇಕಾಗಿದ್ದದ್ದು ಬರೀ ಗಂಡೆಂದೂ ಅಲ್ಲಿ ಪ್ರೀತಿ, ಪ್ರೇಮ, ದೊಡ್ಡ ಮಾತುಗಳಿಗೆ ಅವಕಾಶವಿರಲಿಲ್ಲ. 'ಪವಿತ್ರ' ಎನ್ನದ ಸಂಕೋಲೆ ಇಲ್ಲ.

ಮುಖದ ಒದ್ದೆಯನ್ನು ಒತ್ತುತ್ತ ಬಂದ ಸುಮತಿ "ಷೂ ಬಿಚ್ಚಿ, ಆರಾಮಾಗಿ ಮುಖ ತೊಳ್ಕೋ . ಹೇಗೂ ಪ್ರೆಸೆಂಟೇಷನ್ ಕೊಟ್ಟುಬಿಟ್ಟಿದ್ದೀಯಾ. ಇನ್ನೊಂದು ಸಲ ವಿಶ್ ಮಾಡಿ ಊಟ ಮಾಡ್ಬಹುದ್ದು" ಅಲ್ಲೇ ಕೂತಳು.

ಬಿಚ್ಚುಗೂದಲು ಬೆನ್ನು ಮೇಲೆ ಧಾರೆಯಾಗಿತ್ತು.

"ಬೇಡ, ನಂಗೆ ಬೇರೆ ಕೆಲ್ಸ ಇದೆ. ಯಾರನ್ನೋ ಮೀಟ್ ಮಾಡೋದಿತ್ತು" ಮೇಲೆದ್ದ. ಅವರಿಬ್ಬರ ಮಧ್ಯೆ ಅವನು ಹೃದಯ ರೋಗಿ ಆಗುತ್ತಿದ್ದ.

ಪ್ರತ್ಯಕ್ಷನಾದ ಹರೀಶ್ ತಡೆದ "ಊಟ ಮಾಡ್ದೇ ಹೋಗೋಕೆ ಸಾಧ್ಯವೇ ಇಲ್ಲ. ನಾನೆಷ್ಟು ಕಷ್ಟಪಟ್ಟಿದ್ದೀನಿ ಗೊತ್ತಾ? ಆಮೇಲೆ ಒಂದು ಗುಡ್ ನ್ಯೂಸ್ ತಿಳಿಸ್ತೀನಿ" ಎಂದ. ಪರೀಕ್ಷಿತ್‌ನ ಎದೆಯಬಡಿತ ಜಾಸ್ತಿ ಆಯಿತು.

"ಓ.ಕೆ. ಕೂತ.

ಅಷ್ಟರಲ್ಲಿ ಹರೀಶ್‌ಗೆ ಏಜೆನ್ಸಿಯಿಂದ ಫೋನ್ ಬಂದಿದ್ದರಿಂದ ಕ್ಷಮೆ ಕೇಳಿ ಹೋದ. ಪರೀಕ್ಷಿತ್ ಎರಡು ಕಾಲುಗಳನ್ನು ಟೀಪಾಯಿ ಮೇಲಾಕಿ ಸೀಲಿಂಗ್ ದಿಟ್ಟಿಸತೊಡಗಿದ.

"ಸ್ನೇಹದ ಬಗ್ಗೆ ನಿಂಗೆಷ್ಟು ಅಧಿಕಾರ ಇದ್ಯೋ, ನಂಗೂ ಅಷ್ಟೇ ಇದೆ. ಯಾರು ಆ ಹೆಣ್ಣು ಹೇಳು" ಮತ್ತೆ ಅದೇ ವಿಷಯ ತೆಗೆದಳು. ಇದು ಅವಳ ಸ್ವಭಾವವಲ್ಲ.

ಸರಿಯಾಗಿ ಕೂತವನು ನಗೆ ಬೀರಿದ. "ನಾನೇ ಆ ಹೆಣ್ಣಿನ ವಿಷ್ಯ ಮೇಲ್ಮುಖಕ್ಕೆ ಬಿಡ್ಬೇಕೂಂತ ತೀರ್ಮಾನ ಮಾಡಿದ್ದೀನಿ. ಇದು ಬರೀ ಹೃದಯದಲ್ಲಿರೋ ಪ್ರೇಮ" ಅದೇ ಹಿಂದಿನ ವಾದ ಸುಮತಿಗೆ ಬೇಸರವಾಯಿತು.

ಡ್ರಾಯರ್‌ನಲ್ಲಿರೋ ಒಂದು ಕವರ್ ತಂದು ಅವನ ಮುಂದೆ ಹಾಕಿದಳು. "ನಾನು ಕೆಲ್ಸ ಬಿಟ್ಟು ಹೋಗ್ತಾ ಇದ್ದೀನಿ. ಅಂದು ಹರೀಶ್ ಸಿಕ್ಕದಿದ್ದರೆ ಮತ್ತೆ ನಿನ್ನ ಭೇಟಿಯಾಗ್ತಾನೆ... ಇರ್ಲಿಲ್ಲ. ನಿಶ್ಚಿಂತೆಯ ಬದ್ಕಿಗೆ ಒಗ್ಗಿಕೊಂಡ ಮನ... ಈಗ್ಲೂ ಅದನ್ನೆ ಬಯಸುತ್ತೆ" ಕೋಪಗೊಂಡಿದ್ದಳು.

ಕವರ್‌ನಲ್ಲಿರೋ ಆರ್ಡರ್ ತೆಗೆದು ಓದಿ ಮಡಚಿಟ್ಟ. ಅವನಿಗೆ ನಗು ಬಂತು. 'ಪರೀಕ್ಷಿತ್ ಫರ್ಟಿಲೈಜರ್' ಸಂಪೂರ್ಣ ಹೊಣೆಯ ಜೊತೆ ಅವನ ಚಿರಚರ ಆಸ್ತಿಯನ್ನು ಅವಳಿಗೂ, ಹರೀಶ್‌ಗೂ ಒಪ್ಪಿಸಿ ಹೋಗಲು ತುದಿಗಾಲಿನಲ್ಲಿ ನಿಂತಿದ್ದ.

"ಆನಂದರಾಯರ ಮೊಮ್ಮಗಳಾಗಿಯೇ ಇರ್ಬೇಂಕೂಂತ ನನ್ನಿಷ್ಟ ಕೂಡ. ಆದರೆ... ನಿಮ್ಮಿಬ್ಬರ ಸಹಕಾರ ಸಿಗ್ತಾ ಇಲ್ಲ" ಅವನ ನಿಟ್ಟುಸಿರಿನಿಂದ ಇಡೀ ಫ್ಲ್ಯಾಟ್ ಬಿಸಿಯಾದಂತಾಯಿತು.

ಅವಳಿಗೆ ಏನೇನು ಅರ್ಥವಾಗಲಿಲ್ಲ.

"ಒಗಟಾಗಿ ಮಾತಾಡೋದು ಎಂದಿನಿಂದ ಕಲಿತೆ? ಯಾವ ಸಹಕಾರ ಏನು.... ಅರ್ಥವಾಗೋಲ್ಲ!" ತಾಳ್ಮೆ ಕಳೆದುಕೊಂಡಳು.

ಅವಳತ್ತ ದೈನ್ಯತೆಯ ನೋಟ ಬೀರಿದ. ಹರೀಶ್ ಗುಲಾಬಿ, ನಂದಿ ಬಟ್ಟಲ ಹೂಗಳನ್ನು ಜೋಪಾನವಾಗಿ ತಂದು ಅವಳಿಗೆ ಕೊಡುತ್ತಿದ್ದ. ಪಕ್ಕದ ಕಾರ್ನರ್‌ನಲ್ಲಿ ಕೂಡುತ್ತಿದ್ದ ಹೂಗಳು ಹೋಗುವಾಗ ಅವಳ ಹ್ಯಾಂಡ್ ಬ್ಯಾಗ್ ಸೇರುತ್ತಿದ್ದವು. ಅವನ ಕ್ಯಾರಿಯರ್‌ನ ನಿರಾಕರಿಸಿ ಹರೀಶ್‌ನೊಂದಿಗೆ ತಿಂಡಿ ತಿನ್ನುತ್ತಿದ್ದಳು.

"ನಿಂಗೆ ಅರ್ಥವಾಗ್ಲಿ ಅಂದುಕೊಳ್ಳಕ್ಕಿಂತ, ಅರ್ಥವಾಗ್ದೇ ಇರಲೀಂತ್ಲೇ ನನ್ನ ಮನಸ್ಸಿನ ಇಚ್ಛೆ, ಆಗ ಮಾತ್ರ ಸುಖಿಯಾಗ್ಬಲ್ಲೆ" ಭಾವುಕನಾದ.

ಸುಮತಿ ಗದ್ದಕ್ಕೆ ಕೈ ಹಚ್ಚಿದಳು. ಕಣ್ಣಂಚಿನ ಕಂಬನಿ ಕೆನ್ನೆಯ ಮೇಲೆ ಜಾರಿಯೇಬಿಟ್ಟಿತು. ಪರೀಕ್ಷಿತ್ ತೋರು ಬೆರಳಿನಿಂದ ತೊಡೆದ.

"ನೀನೆಂದೂ ಅಳ್ಬಾರ್ದು, ಸುಮ. ನಾನು ಸಹಿಸ್ಲಾರೆ. ನನ್ನ ಹೃದಯ ತೀರಾ ದುರ್ಬಲ ವಾಗಿದೆ." ಎದೆಯ ಮೇಲೆ ಕೈಯಿಟ್ಟುಕೊಂಡ.

ಅಷ್ಟರಲ್ಲಿ ಹರೀಶ್ ಬಂದಿದ್ದರಿಂದ ಬಿಗುವು ಕಮ್ಮಿಯಾಯಿತು. ಆಮೇಲಿನ ಮಾತುಗಳೆಲ್ಲ ಅವನದೇ, ಒಂದಿಷ್ಟು ಊಟ ಮಾಡಿದ ಪರೀಕ್ಷಿತ್ ಹೊರಟ ನಿಂತ. ಅವನೆದೆಯಲ್ಲಿ ಭಯಂಕರ ತಳಮಳ. ಇನ್ನಷ್ಟು ಹೊತ್ತು ನಿಂತರೆ ಹೃದಯ ಎಲ್ಲಿ ತನ್ನ ಕ್ರಿಯೆ ನಿಲ್ಲಿಸಿ ಬಿಡುತ್ತದೆಯೋ ಎನ್ನುವ ಭಯ.

"ಬರ್ತೀನಿ, ಹರಿ" ಮೇಲೆದ್ದಾಗ ಹರೀಶ್ ತಡೆದ. "ಹೋಗೋದ್ಬೇಡ ಸರ್. ಇನ್ನಷ್ಟು

ಹೊತ್ತು ಮಾತಾಡ್ಬಹುದು" ಮುಲಾಜಿಲ್ಲದೆ ನಿರಾಕರಿಸಿದ "ಸಾರಿ, ಹೋಗ್ಲೇಬೇಕು."

ಇದೊಂದು ರಾತ್ರಿಯಾದರೂ ಬಾಟಲುಗಳಿಂದ ಅವನನ್ನು ದೂರವಿರಿಸಬೇಕೆಂದಿದ್ದ ಹರೀಶ್ ಸೋತರೂ ಧೃತಿಗೆಡಲಿಲ್ಲ.

"ಓ,ಕೆ. ನಾನು ಡ್ರೈವರ್" ಎಂದವನು ಮೆಟ್ಟಿಲಿನತ್ತ ನಡೆದವನು ಹಿಂದಕ್ಕೆ ಬಂದ ಸುಮ, "ಈ ಫ್ರೆಂಡ್ ಬಗ್ಗೆ ನಿಂಗೆ ಜಿಗುಪ್ಸೆ ಇಲ್ಲ. ತಾನೇ!....." ಮುಂದೆ ಹೇಳಲಾರದೆ ಚಡಪಡಿಸಿದ್ದನ್ನು ಹರೀಶ್ ಕೇಳಿದ.

ಹೋಗಿ ಕಾರಿನ ಬಳಿ ಕಾದು ನಿಂತ. ಪರೀಕ್ಷಿತ್ ಪ್ರೀತಿಸುವ ಹೆಣ್ಣು ಯಾರು? ಸುಮತಿ ಇರಬಹುದೆ? ಅದರ ಅರಿವು ಅವಳಿಗಿಲ್ಲವೇ? ಯೋಚಿಸತೊಡಗಿದ.

"ಏಯ್ ಹರೀ, ಕನಸು ಕಾಣ್ತಾ ಇದ್ದೀಯಾ? ನಾನು ಡ್ರೈವ್ ಮಾಡ್ಬಲ್ಲೇ" ಎಚ್ಚರಿಸಿದಾಗ ಹರೀಶ್ ಹಿಂದಿನ ಡೋರ್ ತೆರೆದು "ನೀವು ಕೂತ್ಕೊಳ್ಳಿ..." ಒತ್ತಾಯವೇರಿದ.

ಹರೀಶ್‌ಗೆ ಕಾರನ್ನ ಬಾಲ್ಕನಿಯಲ್ಲಿ ನಿಲ್ಲಿಸಿ ಇಳಿದ. "ಗುಡ್‌ನೈಟ್, ಒಳ್ಳೇ ಊಟ ಹಾಕಿದ್ದೀಯ, ಥ್ಯಾಂಕ್ಯೂ ವೆರಿಮಚ್" ಒಳಗೆ ಹೋದ.

ಎರಡು ಕೈಗಳನ್ನು ಪ್ಯಾಂಟ್ ಜೇಬಿನೊಳಕ್ಕೆ ತುರುಕಿ ಹರೀಶ್ ಯೋಚಿಸತೊಡಗಿದ. 'ಕುಡಿದು ರಾತ್ರಿಯೆಲ್ಲ ಬಡಬಡಿಸ್ತಾರೆ' ಮಾರುತಿ ಹೇಳಿದ್ದು ನೆನಪಿಸಿಕೊಂಡ. 'ಕ್ಲೂ' ಸಿಕ್ಕಬಹುದೆ?

ಬಂದ ಮಾರುತಿ ಗೊಣಗಿದ "ಅಯ್ಯಪ್ಪ ಸ್ವಾಮಿ ಭಜನೆ ಇತ್ತು. ಎಲ್ಲೂ ಹೋಗೋಕ್ಕಾಗೋಲ್ಲ" ಸ್ವಲ್ಪ ಚುರುಕಾದ ಹರೀಶ್, "ನೀನ್ಹೋಗಿ...ಬಾ. ನಾನು ಇರ್ತಿನಿ. ಬೆಳಿಗ್ಗೆ ಒಟ್ಟಿಗೆ ಹೋಗ್ತಿನಿ" ಎಂದ.

"ಒಪ್ಪೋಲ್ಲ........" ಹಣೆ ಗಟ್ಟಿಸಿಕೊಂಡ.

"ನೀನು ಕೇಳ್ಲೇಬೇಡ. ನಾನೇ ಹೇಳ್ತೀನಿ" ಭರವಸೆ ಕೊಟ್ಟ. ಮಾರುತಿಗೆ ಅರೆ ಮನಸ್ಸು. "ಏನ್ಮಾಡ್ಲಿ, ಕುಡಿದು ಅಮಲಿನಲ್ಲಿ ಮಲ್ಗಿ ಬಿಡ್ತಾರೆ. ಮನೆ ಜೋಪಾನಕ್ಕೆ ನಾನು ಇರ್ಬೇಕು. ಅಯ್ಯಪ್ಪ ಸ್ವಾಮಿ ಭಜನೆ..."

"ಏಯ್...ಮಾರುತಿ" ಕೂಗಿದ ಪರೀಕ್ಷಿತ್.

"ನಾನು ಹೋದೇಂತ ಹೇಳು. ಮಿಕ್ಕಿದ್ದು ನಂಗಿರ್ಲಿ. ಹೇಗೂ ಮಧ್ಯ ರಾತ್ರಿಯ ಹೊತ್ಗೇ ನೀನು ಇರ್ತೀಯಲ್ಲ. ನಿನ್ನ ಪುಣ್ಯದಲ್ಲಿ ನಂಗೊಂದಿಷ್ಟು ಪಾಲು ಸಿಕ್ಕುತ್ತೆ" ಹುರಿದುಂಬಿಸಿದ.

ಕೈ ಕೈ ಹೊಸೆಯುತ್ತಲೇ ಹೋದ ಮಾರುತಿ.

ಬಟ್ಟೆ ಬದಲಾಯಿಸಿ ಬಾಟಲು, ಗ್ಲಾಸ್‌ನ ಮುಂದೆ ಕೂತಿದ್ದ ಪರೀಕ್ಷಿತ್ ಹರೀ ಹೋದ್ನಾ? ಹೇಗೆ ಹೋದ? ಕಾರು ತಗೊಂಡ್ಹೋಗೂಂತ ಹೇಳ್ಬೇಕಿತ್ತು" ಮಾರುತಿ ಏನು ಹೇಳಲಾರದೆ ಗಡ್ಡ ತುರಿಸಿದ. ಕಡೆಗೆ "ಆಗ್ಲೇ ಹೋದ್ರು..." ಎಂದ.

"ಛೆ, ಎಂಥ ಕೆಲ್ಸ ಆಯ್ತು!" ನೊಂದುಕೊಂಡ ಪರೀಕ್ಷಿತ್, ನಂತರ "ಊಟ ಮುಗಿಸಿ ಮಲಕ್ಕೋ, ಯಾರ್ಬಂದ್ರೂ ಇಲ್ಲಾನ್ನು" ಫೋನ್ ಡಿಸ್ ಕನೆಕ್ಟ್ ಮಾಡಿಟ್ಟ.

ಹೊರಗೆ ಬಂದ ಮಾರುತಿ "ನೀನು ಹೇಗೆ ಹೋದೋಂತ ನೊಂದು ಕೊಂಡ್ರು ಇಂಥ ಶ್ರೀಮಂತರು ಕಡ್ಮೆ" ಎಂದಾಗ ಹರೀಶ್ ಹೃದಯ ಮೂಕವಾಯಿತು.

ನಾಲ್ಕು ಪೆಗ್ ಹಾಕಿದ ಮೇಲೆಯೇ ಮಾರುತಿ ಹೊರಟು ನಿಂತಿದ್ದು "ನಿನ್ನ ಪಾಡಿಗೆ ನೀನು ಮಲಕ್ಕೋ. ಕುಡಿದು, ಬಡಬಡಿಸಿ ಮಲ್ಗಿಬಿಡ್ತಾರೆ. ಮತ್ತೆ ಕರ್ರು ತೊಂದರೆ ಕೊಡೋಲ್ಲ. ನಾನು ಬಂದು ಎಬ್ಬಿಸ್ತೀನಿ. ಶರಣಂ... ಅಯ್ಯಪ್ಪ" ಭಕ್ತಿಯಿಂದ ಎದೆ ಮುಟ್ಟಿಕೊಂಡ.

ಅವನನ್ನು ಕಳಿಸಿ ಬಾಗಿಲು ಹಾಕಿಕೊಂಡು ಬಂದು ಕೋಣೆಯ ಮರೆಯಲ್ಲಿ ಕೂತ. ಪೆಗ್ ಮೇಲೆ ಪೆಗ್ ಬಾಟಲುಗಳು ಖಾಲಿಯಾಗುತ್ತಿದ್ದಂತೆ ಅವನು ತಡೆಯದಾದ. 'ಅಯ್ಯೋ...' ತನ್ನ ಸಕಲವು ಆದ ಪರೀಕ್ಷಿತ್ ಎದುರಿನಲ್ಲೇ ಭಸ್ಮವಾಗುತ್ತಿರುವಾಗ ಹೇಗೆ ನೋಡಲಿ? ಕಂಗೆಟ್ಟ.

'ಸುಮ ಐ ಲವ್ ಯು....' ತೊದಲಿದಾಗ ಬೆಚ್ಚಿ ಬಿದ್ದ "ನಾನು ಮರೆತಿದ್ದೆ. ಎಲ್ಲರಲ್ಲಿ ನಿನ್ನ ಹುಡುಕ್ತಾ ಸಾಯ್ತ ಇದ್ದೆ. ಯಾಕೆ ಬಂದೆ ಎದುರಿಗೆ? ನೋ... ನೋ... ಮರೀಲಾರೆ. ನಾನು ಚಿರವಿರಹಿ...!!'

ಹರೀಶ್ ದಿಗ್ಮೂಢನಾದ.

'ಆನಂದರಾಯರು ಪರ್‌ಫೆಕ್ಟ್ ಜಂಟಲ್‌ಮನ್ ಹುಡುಕ್ತಾ ಇದ್ರು. ನಾನೇನು ಅಲ್ಲ. ಈಗ ಅವನನ್ನ ಹರೀಶ್‌ನಲ್ಲಿ ಹುಡ್ಕಿಕೊಂಡೆ. ಐಯಾಮ್ ರಿಯಲೀ ಹ್ಯಾಪೀ, ಹರೀ ಒಳ್ಳೆಯೋನೇ. ನಾನು ಅವನನ್ನ ನನ್ನ ಕಂಪೆನಿಗೆ ಎಂ.ಡಿ. ಮಾಡ್ತೀನಿ. ನೀನು ಸುಖವಾಗಿರಬೇಕು' ಮಾತುಗಳ ನಂತರ ಸಮಸ್ತ ಕಳೆದುಕೊಂಡವನಂತೆ ಅಳತೊಡಗಿದ. ದಿಂಡಿನಲ್ಲಿಯಲ್ಲಿದ್ದ ಫೋಟೋ ಫ್ರೇಮ್ ತೆಗೆದು "ಪ್ರೆಟ್ಟಿ ಗರ್ಲ್... ನಿನ್ನ ಸೆಲೆಕ್ಷನ್ ಒಳ್ಳೇದು. ಈ ಪರೀಕ್ಷಿತ್ ಫೈಲ್" ಅವನ ರೋದನ ಗಗನಕ್ಕೇರಿತು. ಸುಸ್ತಾಗಿ ನೆಲದಲ್ಲಿಯೇ ಮಲಗಿಬಿಟ್ಟ.

ಹರೀಶ್ ಕಣ್ಣಿಂದ ಹರಿದ ಎರಡು ಕಂಬನಿಯ ಬಿಂದುಗಳು ಕೆನ್ನೆಯನ್ನು ತೋಯಿಸಿತು. ದುಃಖವೊ, ಸಂತೋಷವೋ, ಆಶ್ಚರ್ಯವೋ, ಅದ್ಭುತವೋ ಅವನಂತು ಬೆರಗಾಗಿದ್ದ.

ಅಪರೂಪಕ್ಕೆ ನೋಡಿದ ಚಲನಚಿತ್ರಗಳಲ್ಲಿನ ಇಂತಹ ದೃಶ್ಯಗಳನ್ನು ನೋಡಿ ನಕ್ಕುಬಿಟ್ಟಿದ್ದ. ಎಂದೂ ಮನಸ್ಸನ್ನು ತಟ್ಟಿರಲಿಲ್ಲ. ಇಂದು ದ್ರವಿಸಿ ಹೋಗಿದ್ದ. 'ಪ್ರೇಮ' ಇಂದು ಜಗತ್ತಿನಾದ್ಯಂತ ಹರಿದಂತೆ ಭಾಸವಾಯಿತು. ಎತ್ತರಕ್ಕೆ ಬಹು ಎತ್ತರಕ್ಕೆ ಬೆಳೆಯಿತು.

ಪರೀಕ್ಷಿತ್‌ನ ಎತ್ತಿ ಮಂಚದ ಮೇಲೆ ಮಲಗಿಸಿದ. ಕೈಯಲ್ಲಿನ ಫೋಟೋ ಫ್ರೇಮ್ ಪಕ್ಕಕ್ಕೆ ಜಾರಿದಾಗ ತೆಗೆದು ನೋಡಿದ. ಸುಮತಿಯ ಒಂದ್ಹತ್ತು ವರ್ಷದ ಹಿಂದಿನ ಫೋಟೋ, ಮುಖದಲ್ಲಿ ಮುಗ್ಧತೆ ಮಾಸದ ನಗು.

"ನಿಮ್ಮ ಸುಮ ನಿಮ್ಮವಳೇ, ಸರ್. ಆನಂದರಾಯರು ಆರಿಸಿದ್ದು ನಿಮ್ಮಂಥ ಜಂಟಲ್ ಮನ್‌ನೆ ವಿನಹ ನನ್ನಂಥವನಲ್ಲ" ಆ ಫೋಟೋ ಫ್ರೇಮನ್ನ ದಿಂಬಿನಡಿಯಲ್ಲಿಯೇ ಇಟ್ಟ.

ಮೌನವಾಗಿ ಕೂತ. ಇಂಥ ಅನುಮಾನ ಪರೀಕ್ಷಿತ್‌ಗೆ ಹೇಗೆ ಬಂತು? ತಮ್ಮಗಳ

ನಡತೆಯೇ ಪ್ರೇಮ, ಪ್ರೀತಿಯಾಗಿ ಗೋಚರಿಸಿರಬಹುದೇ? ಸುಮತಿಯ ಬಗ್ಗೆ ಅವನ ಹೃದಯದಲ್ಲಿದ್ದುದ್ದು ಏನೋ? ಅವನಿಗಂತೂ ಗೊತ್ತಿಲ್ಲ.

ಸುಮತಿ, ಪರೀಕ್ಷಿತ್ ಮಧ್ಯೆ ದಟ್ಟವಾದ ಸ್ನೇಹವಿದ್ದುದು ಗೊತ್ತು. ಈಗ ಪರೀಕ್ಷಿತ್ ಹೃದಯ ಬಯಲಾಗಿತ್ತು. ಸುಮತಿ... ಏನು ಹೇಳಲಾರ. ಅಂದಿನ ರಾತ್ರಿಯ ದೃಶ್ಯ ಕಣ್ಣಿಗೆ ಕಟ್ಟಿದಂತಾಯಿತು ಚಿಂತಿಸುತ್ತ ಕೂತ.

ಈ ವಿಷಯ ದಿಢೀರನೆ ಸುಮತಿಗೆ ತಿಳಿಸಿದರೆ.. ಪರಿಣಾಮ ಊಹಿಸಲಾರ. ಅದಕ್ಕೆ ಮುನ್ನ ಪರೀಕ್ಷಿತ್‌ನ ಹೃದಯದ ಅನುಮಾನ ತೊಡೆದುಹಾಕಬೇಕಿತ್ತು. ಕುಡಿತ, ಹೆಣ್ಣನ್ನು ಸೋಕದ ಪವಿತ್ರ ಮೂರ್ತಿಯನ್ನಾಗಿ ಪರೀಕ್ಷಿತ್‌ನ ರೂಪಿಸಬೇಕು.

ಕ್ಷಣಗಳು ನಿಮಿಷಗಳಾಗಿ, ನಿಮಿಷಗಳು ಗಂಟೆಗಳಾಗಿ ಸರಿದು ಹೋದಾಗ ಬಾಟಲು. ಗ್ಲಾಸ್‌ಗಳೆಲ್ಲ ತಂದು ದೂರಕ್ಕೆ ಎಸೆದ. ಅವುಗಳ 'ಫಳ್' ಶಬ್ದ ಅವನಿಗೆ ಹಿತವಾಗಿ ಕೇಳಿಸಿತು. ಪಣ ತೊಟ್ಟ.

ಮಾರುತಿ ಬಂದಾಗ ಮೂರೂವರೆ ಗಂಟೆ- ಚಿಲ್ಲರೆ ನಿಮಿಷಗಳು. "ಬಾಟಲು, ಗ್ಲಾಸ್‌ಗಳನ್ನೆಲ್ಲ ಒಡೆದು ಚೂರಾಗಿತ್ತು. ನಾನೇ ಎತ್ತಿ ಕ್ಲೀನ್ ಮಾಡ್ದೆ" ಹರೀಶ್ ಹೇಳಿದ.

"ಯಜಮಾನ್ರು ನಿನ್ನ ಗುರ್ತಿಸಲಿಲ್ವಾ?" ಪಿಸುಗುಟ್ಟಿದ.

ಇಲ್ಲವೆಂದು ತಲೆಯಾಡಿಸಿದವನು ಕತ್ತಲೆಯಲ್ಲಿಯೇ ಮರೆಯಾದ. ದಾಪುಗಾಲು ಹಾಕುತ್ತ ನಡೆಯುತ್ತಿದ್ದ. ಮತ್ತಷ್ಟು ಪರೀಕ್ಷಿತ್ ಸ್ಥಿತಿ ಹದಗೆಡುವುದಕ್ಕೆ ಮುನ್ನ ಸುಖಾಂತಗೊಳಿಸ ಬೇಕಿತ್ತು. ಯಾಕೋ, ಏನೋ... ಇಡೀ ಜಗತ್ತೇ ಶೂನ್ಯದಿಂದ ತುಂಬಿಹೋಗಿದೆಯೆನಿಸಿತು.

ಕೋಣೆಗೆ ಬರುವ ವೇಳೆಗೆ ತೀರಾ ಆಯಾಸಗೊಂಡಿದ್ದ. ಹಾಸಿಗೆಯ ಮೇಲೆ ಉರುಳಿಕೊಂಡ. ಅವನಿಗೆ ಅತ್ತದ್ದು ಜ್ಞಾಪಕವಿರಲಿಲ್ಲ. ಇಂದು ಮನ ಹಗುರವಾಗುವವರೆಗೂ ಅತ್ತ.

ಪೂರ್ತಿ ಬೆಳಕು ಹರಿಯುವ ವೇಳೆಗೆ ಹೊಸ ಯೋಚನೆಗಳಿಗೆ ಬದ್ಧನಾಗಿದ್ದ. ತಿಂಡಿ ಮುಗಿಸಿ ಕೋಣೆಗೆ ಬೀಗ ತಗುಲಿಸಿ ಹೊರಬಿದ್ದ. ಒಂದಷ್ಟು ದೂರ ಬರುವ ವೇಳೆಗೆ.

"ಹರೀಶ್......." ಹಿಂದಿನಿಂದ ತೂರಿ ಬಂತು ದನಿ. ನಿಂತು ಕತ್ತು ತಿರುಗಿಸಿದ. ಸುಶೀಲ... ಸುಮತಿಯ ಹಿಂದಿನ ಗೆಳತಿ ಸುಶೀಲ. ಅಂದು ತುಂಬು ಭರವಸೆಯಿಂದ ಇವಳ ಮನೆಯ ಬಾಗಿಲು ತಟ್ಟಿದ್ದು ಸುಮತಿ, ನಾಯಿ ಜೂಲಿಯ ನೆನಪಾಯಿತು. "ಹಲೋ... ಮೇಡಮ್..." ಎಂದು ಕೈಯೆತ್ತಿದ. ಇವಳನ್ನು ಒಂದಿಷ್ಟು ಬಳಸಿಕೊಳ್ಳುವ ಅಗತ್ಯ ಕಂಡಿತು. ಇವಳ ಹಣದ ದಾಹದ ಬಗ್ಗೆ ಮಾತಿನ ಸಂದರ್ಭದಲ್ಲಿ ಪರೀಕ್ಷಿತ್ ಹೇಳಿದ್ದ.

"ಓ..... ಒಂದಿಷ್ಟು ಟ್ಯಾಕ್ಸಿ ಬೇಕಾಗಿತ್ತಲ್ಲಪ್ಪ" ಎಂದಳು ವೈಯ್ಯಾರದಿಂದ. ನಲುಗಿ ಎಸೆದ ಹೂನಂತೆ ಕಂಡಳು "ಆಯ್ತು, ಒಂದಿಷ್ಟು ಟಿಫನ್ ಮುಗ್ಸಿ, ನಿಮ್ಮನ್ನ ಟ್ಯಾಕ್ಸಿ ಹತ್ತಿಸಿದರೆ ಪರ್ವಾಗಿಲ್ವಾ?" ಸಮ್ಮತಿಯೆನ್ನುವಂತೆ ಹಲ್ಲು ಗಿಂಜಿದಳು.

ಹೋಟೆಲ್‌ಗೆ ಕರೆದೊಯ್ದು, ಸುಮತಿ. ಇವಳ ನಡತೆ, ನಗು ಪ್ರತಿಯೊಂದಕ್ಕೂ ಅಜಗಜಾಂತರ ವ್ಯತ್ಯಾಸ. ದೇವರ ಪಾದತಲದಲ್ಲಿ ಶೋಭಿಸುವ ಸುಂದರ ಹೂ ಸುಮತಿ. ಹತ್ತು ಜನರ ಕಾಲು ತುಳಿತಕ್ಕೆ ಸಿಕ್ಕಿ ತಿಪ್ಪೆಗೆ ಎಸೆದಿರುವ ಹೂ ಸುಶೀಲ.

ಹರೀಶ್ ಬರೀ ಇಡ್ಲಿ, ಸಾಂಬಾರ್ ತರಿಸಿಕೊಂಡರೆ ದೋಸೆ, ಪೂರಿ ತರಿಸಿ ತಿಂದಳು. ಇಡೀ ರಾತ್ರಿಯ ಹಿಂಸೆ ಹರಿಸು ನೋಟುಗಳನ್ನು ನೋಡಿದಾಗ ಚದುರಿ ಹೋಗಿದ್ದರೂ, ಬಳಲಿಕೆಯಿಂದ ಮುಕ್ತವಾಗಿರಲಿಲ್ಲ.

ಬಿಲ್ಲು ತೆತ್ತ "ನನ್ನ ಕೋಣೆಗೆ ಹೋಗೋಣ. ಅಲ್ಲೇ ಬರುತ್ತೆ ಟ್ಯಾಕ್ಸಿ" ಅಂದುಕೊಂಡ. ಆದರೆ ಅವನಲ್ಲಿ ಭಯ ಆವರಿಸಿತು. "ಬೇಡ...ನಿಮ್ಗೆ ಲೇಟಾಗಬಹುದು" ಹೆಜ್ಜೆ ಹಾಕತೊಡಗಿದ.

ಹೊಟ್ಟೆಗೆ ತಿಂಡಿ ಬಿದ್ದಿತ್ತು. ಇನ್ನು ಪುಗಸಟ್ಟೆ ಮನೆಯ ಮುಂದೆ ಇಳಿಯಬಹುದು ಹರ್ಷಚಿತ್ತಳಾದಳು. ಧಾರಾಳವಾಗಿ ಸುಮತಿಯ ಬಗ್ಗೆ ಹರಟಿದಳು.

"ಹರೀ, ನೀನು ಪರೀಕ್ಷಿತ್ ವಿಷ್ಯದಲ್ಲಿ ಹುಷಾರಾಗಿರು. ನಂಗಂತು ಭಯ. ಅವ್ನು ಬಹಳ ಹಿಂದೆನೇ ಸುಮತಿನ ಪ್ರೀತಿಸ್ತ ಇದ್ದ. ಅವ್ಳಿಗೋಸ್ಕರ ಏನಾದ್ರೂ ಮಾಡ್ತಾನೆ. ಆದರೆ ಅವ್ಳು ನಿನ್ನವ್ಳು ಆದ್ಳು ಅನ್ನೋ ದ್ವೇಷ ಇದ್ದೇ ಇದೆ. ಸಮಯ ಕಾಯ್ತಾ ಇದ್ದಾನೆ"

ಅವಳ ಮಾತುಗಳಿಗೆ ನಿಬ್ಬೆರಗಾದ. ಪರೀಕ್ಷಿತ್‌ನ ಮನದ ಅನುಮಾನದ ಉಗಮ ಎಲ್ಲಿದೆಯೆಂಬುದನ್ನು ಕಂಡುಕೊಂಡ. ಅದೇ ಬಿರುಸಿನಲ್ಲಿ ಆನಂದರಾಯರು ಬರೆದುಕೊಟ್ಟ ಪ್ರೊನೋಟು ಪಡೆದು ಹಣ ಕೊಟ್ಟ ವಿಷಯವನ್ನು ತಿಳಿಸಿದಳು.

ಹರೀಶ್ ಮೂಕನಾದ. ಪರೀಕ್ಷಿತ್‌ನ ಹೃದಯದ ಪ್ರೇಮಕ್ಕೆ ಎಲ್ಲೆ ಕಟ್ಟಲಾರದೆ ಹೋದ. ಸ್ವಲ್ಪ ಚುರುಕಾದ.

"ನಾನು ಆಮೇಲೆ ಬಂದು ಮಾತಾಡ್ತೀನಿ. ನೀವು ಈಗ್ಲೇ ಹೋಗಿ ಸುಮತಿಗೆ ಈ ವಿಷ್ಯ ತಿಳ್ಸಿ ಮಿಕ್ಕಿದ್ದು ನಂಗಿರ್ಲಿ" ನೂರರ ಐದು ನೋಟುಗಳನ್ನು ಅವಳ ಕೈ ತೆರೆದು ಇಟ್ಟ.

ಅವಳ ಕಣ್ಣುಗಳಲ್ಲಿ ಭಯ ಇಣುಕಿತು. "ಪರೀಕ್ಷಿತ್‌ಗೆ ತಿಳ್ಸಿದ್ರೆ... ಕೊಂದು ಹಾಕಿಬಿಡ್ತಾನೆ!" ಅವನ ಬೆದರಿಕೆ ವಿಷಯವನ್ನು ತಿಳಿಸಿದಳು.

"ಡೋಂಟ್ ವರೀ....ಮೇಡಮ್. ನಾನು ನೋಡ್ಕೋತೀನಿ. ನೀವು ನಾಲ್ಕು ದಿನ ಮನೆಯಲ್ಲೇ ಇರ್ಬೇಡಿ" ಇನ್ನೂ ಐನೂರು ಕೊಟ್ಟು ಒಪ್ಪಿಸಿದ.

ಸಂತುಷ್ಟಳಾದಳು ಸುಶೀಲ. ಟ್ಯಾಕ್ಸಿಯಲ್ಲಿ ಸುಮತಿಯ ಫ್ಲ್ಯಾಟ್ ಮುಂದೆಯೇ ಇಳಿದಳು.

ಅಷ್ಟೇನು ಉತ್ಸಾಹದ ಸ್ವಾಗತ ಸಿಗಲಿಲ್ಲ ಸುಮತಿಯಿಂದ. "ಇದೇನು ಬೆಳಿಗ್ಗೆಯೇ, ಇಡೀ ದಿನ ಕರೆಂಟ್ ಇಲ್ದೇ ಫ್ರಿಜ್‌ನಲ್ಲಿರೋ ಹಾಲು ಒಡ್ದು ಹೋಗಿದೆ. ಕಾಫೀ ಕೂಡ ಕೊಡ್ಲಾರೆ" ಎಂದು ಸುಮತಿ ಕೂತು ಪೇಪರ್ ತಿರುವತೊಡಗಿದಳು.

"ಸುಬ್ಬಯ್ಯ ಮತ್ತೆ ಎಂದಾದ್ರೂ... ಬಂದಿದ್ನಾ?" ಕೇಳಿದಳು, ಬೇಸರದಿಂದಲೇ ಸುಮತಿ ನೋಟ ಎತ್ತಿದಳು. "ಇಲ್ಲ..." ಎಂದಳು ಚುಟುಕಾಗಿ.

ಎಲ್ಲಾ ಸಮಾಚಾರವನ್ನು ಸುಶೀಲ ಒದರಿಬಿಟ್ಟಳು.

"ಎಷ್ಟು ಪ್ರೊನೋಟ್ ತೋರ್‍ಸಿ ಪರೀಕ್ಷಿತ್ ಹತ್ರ ಹಣ ಕಿತ್ತುಕೊಂಡು ಹೋದ್ನೋ. ನನ್ನಾಣೆ, ನಿನ್ನಾಣೆ, ನನ್ನ ತಾಳಿಯಾಣೆ ಸತ್ಯ" ಕತ್ತಿನಲ್ಲಿದ್ದ ತಾಳಿ ಹಿಡಿದು ಪ್ರಮಾಣ ಮಾಡಿದಳು. ಎಷ್ಟು ಜನಕ್ಕೆ ಮೈ ಹಂಚಿದರೂ, ಗಂಡನನ್ನಾಗಿ ಸ್ವೀಕರಿಸಿದ್ದು ನಾರಾಯಣ್ ಮಾತ್ರ!

ಆಮೇಲೆ ಅವಳೇನು ಮಾತಾಡಿದಳೋ ಗೊತ್ತಾಗಲಿಲ್ಲ. ಕಡೆಯಲ್ಲಿ ಆಡಿದ ಮಾತು ಮಾತ್ರ ಅವಳ ಮನದಲ್ಲಿ ಉಳಿದುಹೋಯಿತು. "ಅವನೇನು ಸುಮ್ನೇ ಮಾಡ್ತಾ ಇಲ್ಲ. ಅಂದೇ ನಿನ್ನ ಪ್ರೀತಿಸಿದ್ದ. ಹೇಗೂ ಎಟುಕದ ಹೂವಾಗಿದ್ದ. ಇಂದು ಅದೇ ಪ್ರೀತಿಯ ಮರುಕಳಿಕೆ" ಈ ಮಾತುಗಳ ಹಿಂದೆ ಅವಳಿಗೆ ಕೆಟ್ಟ ಉದ್ದೇಶವು ಇರಲಿಲ್ಲ. ಒಳ್ಳೆಯ ಮನೋಭಾವವು ಇರಲಿಲ್ಲ. ತೋರಿದ್ದು ಆಡಿದ್ದಳು. ಅವಳ ಮತ್ತು ಹರೀಶ್‌ನ ಬಗ್ಗೆ ಏನಾದ್ರೂ ಆಡಿದ್ದರೇ.... ಅದರ ಪರಿಣಾಮ ಏನಾಗುತ್ತಿತ್ತೋ ಅಂತು ಅಂತಹ ಸಾಹಸ ಮಾಡಲಿಲ್ಲ.

ಅವಳು ಹೋದ ಎಷ್ಟೋ ಹೊತ್ತಿನ ಮೇಲೆ ಸುಮತಿಯಲ್ಲಿ ಚಲನೆಯುಂಟಾಯಿತು. 'ನೀನು ಸುಖವಾಗಿರಬೇಕು, ನಿಂಗೆ ನೋವಾದರೆ ನಂಗೆ ಪ್ರಾಣ ಹೋದಂಗೆ ಆಗುತ್ತೆ. ನಿನ್ನ ಜೊತೆ ನಾನು ಉರುಳಿಬಿಡ್ತಾ ಇದ್ದೆ. ಲವ್ ಅಟ್ ದ ಫಸ್ಟ್ ಸೈಟ್ ಅಂದರೆ ಗೊತ್ತ? ಬೇರೆ ಹೆಣ್ಣುಗಳಲ್ಲಿ ನನ್ನ ಪ್ರೀತಿಯ ಹೆಣ್ಣನ್ನ ಹುಡುಕ್ತಾ ಇದ್ದೆ. ನಾನು ಮೊದಲ ಸಲ ಹನ್ನೆರಡು ವರ್ಷದ ಹಿಂದೆ ಅವಳನ್ನು ನೋಡಿದ್ದು. ಅವ್ಳ ಲೋಕದಲ್ಲಿ ಹಾಯಾಗಿದ್ದಾಳೆ. ಎಚ್ಚರಿಸಿ ನೋವುಂಟು ಮಾಡೋದ್ಬೇಡ. ನನ್ನ ಪ್ರೀತಿ ಹೃದಯದಲ್ಲೇ ಉಳಿದು ಹೋಗ್ಲಿ' ಆ ಮಾತುಗಳಿಗೆಲ್ಲ ಅರ್ಥ ಹುಡುಕತೊಡಗಿದಳು. ಈ ದೇವದಾಸನ ಪಾರ್ವತಿ ಯಾರು?

ಅವಳ ಕಣ್ಣಿನಿಂದ ಒಂದೊಂದೇ ಹನಿ ತೊಟ್ಟಿಕ್ಕತೊಡಗಿತು. ಎಷ್ಟೋ ಹೊತ್ತು ಅದೇ ಸ್ಥಿತಿಯಲ್ಲಿ ಕೂತಿದ್ದಳು.

ಆನಂದರಾಯರು ಬದುಕಿರುವವರೆಗೆ ಆರಾಮಾಗಿ ಓದಿಕೊಂಡು ಇದ್ದಳು. ಅವಳೆಂದೂ ಪ್ರೀತಿ, ಪ್ರೇಮ ಜೀವನ ಸಂಗಾತಿಯ ಬಗ್ಗೆ ತಲೆ ಕೆಡಿಸಿಕೊಂಡಿರಲಿಲ್ಲ. ಆಮೇಲೆ.... ಈಗ... ಅಂಥ ಭಾವನೆಗಳೊಳಗೆ ಮುಳುಗಿರಲೇ ಇಲ್ಲ.

ಡಯಲ್ ಎತ್ತಿ ತಿರುಗಿಸಿದಳು. ಸುಬ್ಬಯ್ಯನ ಕೊನೆಯ ಮಗಳು "ಹಾಗೇ ಇಡಕೊಂಡಿರಿ. ಅಪ್ಪ ಸಂಧ್ಯಾವಂದನೆ ಮಾಡ್ತಾ ಇದ್ದಾರೆ" ಹೇಳಿದಳು. ಆಮೇಲೆ ಐದು ನಿಮಿಷದ ನಂತರವೇ ಲೈನ್ ಮೇಲೆ ಬಂದಿದ್ದು "ಹೇಗಿದ್ದಿ, ತಾಯಿ?" ಅವರ ಪ್ರಶ್ನೆಗೆ ಉತ್ತರಿಸಲಿಲ್ಲ. "ತಾತ ಬರೆದುಕೊಟ್ಟ ಪ್ರೊನೋಟ್‌ನ ಹಣ ಪರೀಕ್ಷಿತ್ ಕೊಟ್ನಾ?" ಅವಳ ಸ್ವರ ಉದ್ವೇಗದಿಂದ ಕಂಪಿಸುತ್ತಿತ್ತು. "ಹೆ....ಹೆ....ಹೆ....." ನಗು ತೂರಿ ಬಂತು. "ಹೌದು, ಆದ್ರೆ ಹೇಳ್ಬೇಡಾಂತ ತಾಕೀತು ಮಾಡಿದ್ರು. ನಂಗೆ ಹಣ ಮಾತ್ರ ಮುಖ್ಯವಾಗಿತ್ತು. ಸರಿ... ಅಂದುಬಿಟ್ಟೆ" ಹೊರಳಿ ಹೊರಳಿ ಬಂದವು ಮಾತುಗಳು.

"ನೀವು ನನ್ನನ್ನು ಕೇಳಬಹುದಿತ್ತು" ಉದ್ವಿಗ್ನಳಾದಳು.

"ನಾನು ಅದೇ ಉದ್ದೇಶದಿಂದ್ಲೇ ಬಂದಿದ್ದು. ಒಟ್ಟಾಗಿ ಸಿಗೋದು ಅನುಮಾನವಾಗಿತ್ತು. ಆ ಪುಣ್ಯಾತ್ಮ ಕೊಟ್ಟ ನನ್ನ ಮಗ್ಗ ಮಧ್ವೆ ನಡ್ಸಿ ಕೊಟ್ಟ. ಕಡೆಗೆ ಕೇಳಿದ್ದಕ್ಕೆ... ಜೋರು ಮಾಡಿದ್ರು "ನಾನು ಸುಮತಿನ ಪ್ರೀತಿಸ್ತೀನಿ ರೀ... ಅವ್ಳಿಗೋಸ್ಕರ ಏನು ಬೇಕಾದ್ರೂ ಮಾಡ್ತೀನಿ- ನಾನೇನು ಹೇಳ್ಲಿ?" ಅಂದು ನುಡಿದ ಸತ್ಯ ಇಂದು ಬಯಲಾಗಿತ್ತು.

ಅವಳ ಕೈಯಲ್ಲಿನ ಫೋನ್ ಜಾರಿ ಬಿತ್ತು. ಕುಸಿದಂತೆ ಕೂತಳು. ಪರೀಕ್ಷಿತ್‌ನ ರಾತ್ರಿಗಳನ್ನು ನೆನೆಸಿಕೊಂಡು ಗಡಗಡ ನಡುಗಿದಳು.

ನವಿರಾದ ಕಂಪನಗಳ ದಾಳಿಯ ಜೊತೆ ಅರ್ಥವಿಲ್ಲದ ಆಂದೋಲನ, ಭಯ, ಕೂತಲ್ಲಿಂದ ಅಲ್ಲಾಡಲಿಲ್ಲ.

ಬಂದ ಹರೀಶ್ ಮೌನವಾಗಿ ನಿಂತ. ಅವನ ನಿರೀಕ್ಷೆ ಹುಸಿಯಾಗಿರಲಿಲ್ಲ. ತದೇಕಚಿತ್ತನಾಗಿ ನೋಡಿದ. ಪ್ರತಿಕ್ರಿಯೆ ಗಮನಿಸುವುದಕ್ಕೆ ಮುನ್ನ ಪರೀಕ್ಷಿತ್ ಎದೆಯ ಅನಿಸಿಕೆಗಳು ಸುಮತಿಗೆ ತಿಳಿದು ಗೊಂದಲವಾಗದಂತೆ ನೋಡಿಕೊಳ್ಳುವುದರ ಜೊತೆಗೆ, ಅದನ್ನ ಅಳಿಸಿಹಾಕಬೇಕಿತ್ತು.

"ಗುಡ್ ಮಾರ್ನಿಂಗ್ ಮೇಡಮ್" ಸಲ್ಯೂಟ್ ಹೊಡೆದ.

"ವೆರಿ ಗುಡ್ ಮಾರ್ನಿಂಗ್ - " ಚೇತರಿಸಿಕೊಳ್ಳಲು ಪ್ರಯತ್ನಿಸಿದಳು "ಇವತ್ತು ಹಾಲಿಲ್ಲ, ಹರೀ ಒಂದಿಷ್ಟು ಕಾಫಿ ಬೇಕೇ ಬೇಕು" ಈಗಿನ ಸ್ಥಿತಿಯಲ್ಲಿ ಅವಳು ಒಂಟಿಯಾಗಿ ಉಳಿಯಬೇಕಿತ್ತು.

ಹರೀಶ್ ಸುಲಭವಾಗಿ ಅರ್ಥ ಮಾಡಿಕೊಂಡ "ನಾನು ತಗೊಂಡ್ಬರ್ತೀನಿ" ಬಾಗಿಲು ಮುಚ್ಚಿಕೊಂಡು ಹೋದ. ಎದುರಿಗೆ ಬಂದ ಸುಶೀಲ ಹೇಳಿದ್ದನ್ನು ವರದಿ ಒಪ್ಪಿಸಿದ್ದಳು "ಗೊತ್ತಿತ್ತೋ ಇಲ್ಲವೋ, ಇವತ್ತು ನಾನೇ ಹೇಳ್ದೆ. ಪರೀಕ್ಷಿತ್ ಸುಮತೀನ ಎಂದಿನಿಂದ್ಲೋ ಪ್ರೀತಿಸ್ತಾ ಇದ್ದಾನೆ. ಇಂದು ಕೂಡ ಅವ್ಳಿಗೋಸ್ಕರ ಏನಾದ್ರೂ ಮಾಡ್ತಾನೆ" ಅವನು ಹೇಳಿದ್ದಕ್ಕಿಂತ ಹೆಚ್ಚಿನ ಪಾತ್ರವಹಿಸಿದಕ್ಕೆ ಇನ್ನು ಎರಡು ನೋಟು ಅಭಿನಂದನೆ ಸಲ್ಲಿಸಿದ್ದ.

ಬರೀ ಸ್ನೇಹವೆಂದು ತಿಳಿದ ಸುಮತಿ ದಿಗ್ಭ್ರಮೆಗೊಂಡಿದ್ದಳು. ಹನ್ನೆರಡು ವರ್ಷದ ಹಿಂದೆ ಅವನ ಮನದಲ್ಲಿ ಮೂಡಿದ ಚಿತ್ರ ನಾನೇ. ಆ ಪ್ರೀತಿಯ ಹುಡುಕಾಟ ವಿಕೃತವೆನಿಸಿದ್ದರೂ ಕನಿಕರಗೊಂಡಳು. ಇಂದು ಆನಂದರಾಯರು ಬದುಕಿದ್ದರೆ ಏನನ್ನುತ್ತಿದ್ದರೋ! ಬಹುಶಃ ನಿರಾಕರಿಸುತ್ತಿದ್ದರೇನೋ! ಅವರು ಮೊಮ್ಮಗಳಿಗಾಗಿ ಎಂಥ ಶಿಲ್ಪ ಮನದಲ್ಲಿ ಕೆತ್ತಿಟ್ಟು ಕೊಂಡಿದ್ದರೋ ಯಾರಿಗೂ ಸರಿಯಾಗಿ ವಿವರಿಸದೆ ಹೋಗಿಬಿಟ್ಟರು. ಕಡೆಗೆ ಸುಮತಿಗೂ ಗೊತ್ತಿಲ್ಲ.

"ಈಗ್ಬಂದೆ...." ಬಾತ್ ರೂಂಗೆ ಹೋದಳು.

ಕಾಫಿಯ ಬಟ್ಟಲನ್ನೇ ನೋಡುತ್ತ ಕೂತ. ಅದರ ಪಾಡಿಗೆ ಅದು ತಣ್ಣಗಾಯಿತು. ಸುಮತಿಯ ಮನದಲ್ಲಿ ವಿಪ್ಲವ ಸಾಗಿರಬಹುದೆಂದುಕೊಂಡ. ಪರೀಕ್ಷಿತ್‌ನ ಅನುಮಾನ

ಒಂದು ಪರ್ಸೆಂಟ್ ಕೂಡ ನಿಜವಲ್ಲ. ತನ್ನ ಬಗ್ಗೆ ಸುಮತಿ ತೋರುವ ಆದರ, ಆತ್ಮೀಯತೆ ಪ್ರೇಮವಲ್ಲ. ತನ್ನ, ಹೂಗಳ ಮಧ್ಯದ ಮಧುರಾನುಭೂತಿಯಂತೆ. ಅದು ಅತ್ಯಂತ ಪವಿತ್ರ. ಕಲ್ಮಶ ರಹಿತ.

ಒಳಗೆ ಹೋಗಿ ತಿಂಡಿ ಮಾಡಿಟ್ಟ. ಹೇಗೆ, ಎತ್ತ, ಯಾವ ಕಡೆಯಿಂದ ನಡೆಸಿದರೆ ಗುರಿ ತಲುಪಬಹುದು. ಇಂಥದ್ದೇ ಒಂದು ಧಾಟಿಯಲ್ಲಿ ಯೋಚಿಸತೊಡಗಿದ.

ಸ್ನಾನ ಮುಗಿಸಿ ಬಂದ ಮೇಲೆ ತಿಂಡಿ ಕೊಟ್ಟು, ತಾನು ತಿಂದ "ಮೇಡಮ್, ನೀವ್ಯಾಕೆ ಆಫೀಸ್‌ಗೆ ಅಷ್ಟೊಂದು ಸಿಂಪಲ್ಲಾಗಿ ಹೋಗ್ತೀರಾ?" ಅವನ ಅಪರೂಪದ ಪ್ರಶ್ನೆಗೆ ಬಲವಂತವಾಗಿ ನಕ್ಕಳು. "ನಿನ್ನ ಪ್ರಶ್ನೆಗೆ ಉತ್ತರ ಆಗತ್ಯವೇ ಇಲ್ಲ. ನಾನು ಇರೋದು.. ಹಾಗೇ!" ಆಫೀಸ್‌ಗೆ ಹೊರಡುವ ಸಿದ್ಧತೆ ನಡೆಸತೊಡಗಿದಳು.

ಹರೀಶನೇ ತಂದು ಆಫೀಸ್ ಬಳಿ ಇಳಿಸಿದ. "ನಿರ್ದಿಷ್ಟ ಜಾಗ ತಲುಪಿಬಿಟ್ಟಿದ್ದೀನಿ. ಭರವಸೆಯಿಂದ ಹೇಳ್ತಾ ಇದ್ದೀನಿ" ಚೇಷ್ಟೆಯ ದನಿಯಲ್ಲಿ ಹೇಳಿದ. ಅವಳಿಗೆ ಆಶ್ಚರ್ಯವಾಯಿತು. ಸುಶೀಲಳಿಂದ ವಿಷಯ ಹರೀಶ್‌ಗೆ ತಿಳಿದಿರಬಹುದೆ? ಮೌನವಾಗಿ ಒಳಗೆ ಹೋದಳು.

ಇಂದು ಬೇಗ ಬಂದಿದ್ದ ಪರೀಕ್ಷಿತ್ ಬುಲಾವ್ ಕಳಿಸಿದ್ದ "ಏನೋ ಅರ್ಜೆಂಟಂತೆ ತಕ್ಷಣ ನೋಡೋಕೆ ಹೇಳಿದ್ದಾರೆ" ಆಫೀಸ್ ಬಾಯ್ ಉಸುರಿದ.

ಸ್ಪ್ರಿಂಗ್ ಡೋರ್ ತಳ್ಳಿಕೊಂಡು ಒಳಗಡಿ ಇಟ್ಟಾಗ ಸಿಗರೇಟು ಸೇದುತ್ತಿದ್ದ "ಯೆಸ್... ಕಮಿನ್" ಎಂದವನ ನೋಟ ಅಚಲವಾಯಿತು. ಇಂದು ಹೊಸದಾಗಿ ನಳನಳಿಸುವಂತೆ ಕಂಡಿತು ಅವಳ ಮುಖ. ಹುಬ್ಬು ಕುಣಿಸಿ ಛೇಡಿಸಿದ "ಏನು...ವಿಶೇಷ?" ಅವನ ಬೆರಳುಗಳ ಮಧ್ಯೆ ಉರಿಯುತ್ತಿರುವ ಸಿಗರೇಟನ್ನೇ ನೋಡಿದ "ನಂಗೆ ಸಿಗರೇಟು ವಾಸ್ನೆ ಇಷ್ಟವಾಗೋಲ್ಲ!" ಎಂದಳು.

"ಸಾರಿ..." ಕೈಯಲ್ಲಿನ ಸಿಗರೇಟು ತುಂಡನ್ನ ಆಷ್‌ಟ್ರೇನೊಳಕ್ಕೆ ಅದುಮಿ ಜೋರಾಗಿ ಕಾಲಿಂಗ್ ಬೆಲ್ ಒತ್ತಿದ. "ತಗೊಂಡ್ಹೋಗು..." ಕಣ್ಣು ಸನ್ನೆಯಿಂದಲೇ ಹೇಳಿದ ಆಫೀಸ್ ಬಾಯ್‌ಗೆ.

"ಈಗ...ಕೂತ್ಕೊಳ್ಳಿ" ಸೀಟು ಕಡೆ ಕೈ ತೋರಿಸಿದ.

ಸುಮತಿ ಕೂತರು ಎಂದಿನಂತೆ ಮುಖವೆತ್ತಿ ಅವನ ಕಣ್ಣುಗಳನ್ನು ದಿಟ್ಟಿಸಲು ಸಾಧ್ಯವಿಲ್ಲ. 'ಅವನ ಪ್ರೀತಿಯ ಹುಡುಗಿ ನಾನೇ' ಎನ್ನುವ ಅನಿಸಿಕೆ ಅವಳ ಮನಸ್ಸಿನ ಸಮತೋಲನ ಸ್ಥಿತಿಯನ್ನ ಕಂಗೆಡಿಸುತ್ತಿತ್ತು. ಅಂದಿನ ಅವನ ಪ್ರೀತಿಗೆ ಅರ್ಥವಿತ್ತು. ಸ್ವಾರ್ಥ ಲೇಪನ. ಆನಂದರಾಯರ ಕೋಟ್ಯಂತರ ರೂಪಾಯಿಗಳ ಆಸ್ತಿಗೆ ಅವಳು ವಾರಸುದಾರಳು. ಇಂದು...

"ನಂಗೆ ಪೇಷನ್ಸ್ ತುಂಬ ಕಡ್ಮೆ, ನೀನೇ ಎಂ.ಡಿ. ಅಂತ ತಿಳ್ಕೊಂಡ್ ನೋಡ್ಬಿಡು. ನಾನು ಸಹಿ ಹಾಕಿಬಿಡ್ತೀನಿ" ಮುಂದಿದ್ದ ಫೈಲನ್ನೇ ಅವಳತ್ತ ಜರುಗಿಸಿದ.

ಉದ್ವಿಗ್ನತೆ - ಅವಳ ತಲೆ ತಿರುಗಿದಂತಾಯಿತು. ಅವನು ಪಟ್ಟ ಮಾನಸಿಕ ಹಿಂಸೆಗೆ

ತಾನು ಕಾರಣವೆನ್ನುವುದರ ಜೊತೆಗೆ ಅಂದಿನ ರಾತ್ರಿಯ ದೃಶ್ಯ ಕಣ್ಮುಂದೆ ಇಣಕಿ ತಬ್ಬಿಬ್ಬು ಮಾಡುತ್ತಿತ್ತು.

ಫೈಲು ಮೇಲಿಟ್ಟ ಅವಳ ಕೈ ಬೆರಳುಗಳು ನಡುಗುವುದನ್ನ ನೋಡಿ ಆತಂಕಗೊಂಡ "ಸುಮ, ಹುಷಾರಾಗಿದ್ದೀಯಾ ತಾನೇ?" ಕೂಡಲಾರದೆ ಮೇಲೆದ್ದಳು. "ಸಾರಿ ಸರ್..." ಫೈಲು ಬಿಟ್ಟು ಹೊರ ನಡೆದಳು. ಅವನಿಗೆ ವಿಚಿತ್ರವಾಗಿ ಕಂಡಿತು.

ಹಿಂದೆಯೇ ಹರೀಶ್ ಪ್ರವೇಶಿಸಿದ. ನಾಲ್ಕು ಗುಲಾಬಿಗಳ ಜೊತೆ ಅಚ್ಚ ಬಿಳಿಯ ನಂದಿ ಬಟ್ಟಲು ಹೂವಿನ ಬಿಳಿಯ ಪ್ಲಾಸ್ಟಿಕ್ ಕವರ್ ಹಿಡಿದಿದ್ದ.

"ಸಾರಿ ಸರ್, ಮೇಡಮ್‌ಗೆ ಕೊಡೋಕಾಗ್ಲಿಲ್ಲ!" ಎಂದವನು ಕೂತ. ಆ ಗಿಡಗಳಲ್ಲಿನ ಹೂಗಳನ್ನ ದೇವರಿಗೆ ಬಿಟ್ಟರೇ. ಮೇಡಮ್‌ಗೆ ಕೊಡೋದು, ನಂಗೆ ಅವ್ರು, ದೇವರು ಬೇರೆ ಅನಿಸಿಲ್ಲ. ಈ ಬಡ ಭಕ್ತನ ಮೇಲೆ ಅವರ ಕರುಣೆ ಅಪಾರ" ಅವನ ಗಂಟಲು ಭಾರವಾಯಿತು.

ಸಾವಿರ ವೋಲ್ಟೇಜ್ ವಿದ್ಯುತ್ ಅವನ ಮೈಯಲ್ಲಿ ಹರಿದಾಡಿದಂತಾಯಿತು. ಬೆವತುಬಿಟ್ಟ. ಎಲ್ಲಾ ತಿರುಗುಮುರುಗು ಎಂದು ಅವನ ಮಾತುಗಳಲ್ಲಿ ಅಸತ್ಯವನ್ನು ಗುರ್ತಿಸಲಾರ, ಪರೀಕ್ಷಿತ್.

"ಹರೀ..." ತಲೆ ಹಿಡಿದು ಕೂತ.

ನಿಧಾನವಾಗಿ ಹರೀಶ್ ರಾತ್ರಿಯ ವಿಷಯ ವಿವರಿಸಿದ.

"ನಂದು ತಪ್ಪೇ ಇರ್ಬಹ್ದು. ನಂಗೆ ಬೇರೆ ದಾರಿ ಇರ್ಲಿಲ್ಲ. ಸರ್. ಮೇಡಮ್ ತುಂಬ ನೊಂದು ಆ ಹೆಣ್ಣು ಯಾರೂಂತ ತಿಳ್ಕೋ ಪರೀಕ್ಷಿತ್ ಬದ್ಕು ದುರಂತವಾಗ್ಬಾರ್ದು ಅಂದಿದ್ರು" ಅತ್ತೇಬಿಟ್ಟ.

ಪರೀಕ್ಷಿತ್ ತಲೆಯೆತ್ತಲಿಲ್ಲ. ಸುಬ್ಬಯ್ಯ ಸುಶೀಲ ಅಂಥ ವ್ಯಕ್ತಿಗಳ ಮಾತುಗಳಿಗೆ ತಾನು ಪ್ರಾಮುಖ್ಯತೆ ಕೊಟ್ಟನೇ? ಅಲ್ಲವೆನಿಸಿತು. ಅವನು ಆನಂದರಾಯರ ಮೊಮ್ಮಗಳ ಸಂಗಾತಿಯಾಗುವ ಲಕ್ಷಣಗಳನ್ನ ಹರೀಶ್‌ನಲ್ಲಿ ಗುರುತಿಸಿಕೊಂಡಿದ್ದ. ಅದಕ್ಕೆ ಅವರುಗಳ ಮಾತುಗಳು ರೆಕ್ಕೆಗಳಾಗಿರಬಹುದು.

ಹರೀಶ್ ಬೊಗಸೆಯಲ್ಲಿನ ಹೂಗಳನ್ನು ಪರೀಕ್ಷಿತ್ ಮುಂದಿಡಿದ "ನೀವಿಂಥ ಕಲ್ಪನೆ ಮಾಡಿದ್ದೀರಂತ ತಿಳಿದ್ರೂ ಮೇಡಮ್ ನೊಂದ್ಕೋತಾರೆ. ನಮ್ಮಗಳ ನಡುವಿನ ಸ್ನೇಹ, ಆತ್ಮೀಯತೆ ಅತ್ಯಂತ ಪವಿತ್ರವಾದದ್ದು. ನಾನು ಪೂಜಿಸೋ ದೇವರು ಅವರು."

ಎದ್ದ ಪರೀಕ್ಷಿತ್ ಕಣ್ಣುಗಳಲ್ಲಿ ಕಂಬನಿ ತುಂಬಿಕೊಂಡಿತು. "ಹರೀಶ್...." ಅವನನ್ನ ತಬ್ಬಿಕೊಂಡುಬಿಟ್ಟ. ಜಗತ್ತನ್ನ ಗೆದ್ದು ಅವನ ಪಾದತಲದಲ್ಲಿ ಅರ್ಪಿಸಿದ ಸೇನಾಪತಿಯಂತೆ ಕಂಡ ಹರೀಶ್.

ಅವನಿಂದ ಬಿಡಿಸಿಕೊಂಡು "ಎಕ್ಸ್‌ಕ್ಯೂಜ್...ಮಿ" ಫೋನೆತ್ತಿಕೊಂಡು ಮಾರುತಿಗೆ ಕ್ಯಾರಿಯರ್ ಕಳಿಸಲು ಹೇಳಿದ. "ಮೇಡಮ್, ನಿಮ್ಮ ಜೊತೆಯಲ್ಲೇ ಊಟ ಮಾಡ್ತಾರೆ.

ನಂಗೆ ಇನ್ನೂ ವಿಪರೀತ ಕೆಲ್ಸ." ಕಣ್ಹೊಡೆದ. "ಇಬ್ಬರು ಕಡೆನು ನಾನೇ" ಹೊರ ನಡೆದ.

ಟ್ಯಾಕ್ಸಿಯಲ್ಲಿ ಬಂದು ಕೂತವನೆ ಕಣ್ಣೀರು ಸುರಿಸಿದ, ಯಾಕೆ? ವಿವರಿಸಲಾರ. ಅವನಿಗೆ ಗೊತ್ತಿಲ್ಲ. ಸ್ಟೀರಿಂಗ್ ವ್ಹೀಲ್ ಮೇಲೆ ತಲೆ ಇಟ್ಟು ಕಣ್ಣು ಮುಚ್ಚಿದ.

ಲಂಚ್ ಬ್ರೇಕ್‌ನಲ್ಲಿ ಸುಮತಿ ಹುಡುಕಿಕೊಂಡು ಬಂದಳು "ಹರೀ... ಇದೇನಿದು?" ತಲೆಯೆತ್ತಿ ನಸು ನಕ್ಕ "ಈಗ ನಿಮ್ಮ ಸಹಕಾರ ಬೇಕು. ಹಳೆ ದೇವದಾಸು ಕತೆ ಆಗೋದ್ಬೇಡ. ಈಗಿನ ಪಾರ್ವತಿ ಅವ್ರ ಪ್ರೇಮ ಪ್ರವಾಹದಲ್ಲಿ ಒಂದಾಗ್ಬೇಕು" ಎಂದ. ಅವನ ತುಂಬಿದ ಕಣ್ಣುಗಳನ್ನೇ ನೋಡಿದ. ಜಗವೊಂದು ಅವನ ಪಾಲಿಗೆ ಹೂಬನ.

"ಕ್ಯಾರಿಯರ್ ಇಟ್ಕೊಂಡ್ ಕಾಯ್ತ ಇದ್ದಾರೆ. ಇದ್ವರ್ಗೂ ಪ್ರೇಮಿಸದಿದ್ರೂ, ಮುಂದೆ ಪ್ರೀತಿಸ್ಬಹ್ದು. ಅವರು ಎಲ್ಲಾ ಹೂಗಳಲ್ಲಿ ಹುಡ್ಕಿದ್ದು ನಿಮ್ಮನ್ನೇ" ರಾತ್ರಿಯ ವಿಷಯ ವಿವರಿಸಿದ.

"ಬೇಗ...ಹೋಗಿ" ಅವಸರಿಸಿದ.

ಸ್ಪ್ರಿಂಗ್ ಡೋರ್ ತಳ್ಳಿಕೊಂಡು ಬಂದ ಸುಮತಿ ತಲೆಯೆತ್ತಲಾರದೆ ನಿಂತಳು. ಸ್ವರವೆಳೆದು, ಹತ್ತಿರಕ್ಕೆ ಹೋದ ಪರೀಕ್ಷಿತ್ ಉಗುಳು ನುಂಗಿದ.

"ಅರ್ಹತೆ ಇದೆಯೋ, ಇಲ್ಲವೋ ನಾನಂತು ಪ್ರೀತಿಸ್ದೇ" ಇನ್ನ ಅನುಮಾನಿಸಿದ "ಪರೀಕ್ಷಿತ್..." ತಲೆಯೆತ್ತಿದಳು. ಮುಂದೆ ಪ್ರೀತಿಸುವ ಭರವಸೆ ಸಿಕ್ಕಿರಬಹುದು. ಬಲವಾಗಿ ಅಪ್ಪಿಕೊಂಡ ಅವನ ಹುಡುಕಾಟದ ಸಾಕ್ಷಾತ್ಕಾರ.

ಟ್ಯಾಕ್ಸಿಯೊಳಗೆ ಕೂತ ಹರೀಶ್ ಅವರಿಗಾಗಿ ಕಾಯುತ್ತಿದ್ದ. ಜಗತ್ತು ಅವನಿಗೊಂದು ಪ್ರೀತಿಯ ಹೂಬನವಾಗಿ ಕಂಡಿತು. ಪ್ರೀತಿಸುವುದು ಮಾನವನ ಹಕ್ಕು, ಬೇರೆಯವರು ತಮ್ಮನ್ನು ಪ್ರೀತಿಸಬೇಕೆನ್ನುವುದು ಸ್ವಾರ್ಥ. ಗುಲಾಬಿ, ನಂದಿ ಬಟ್ಟಲು ಹೂಗಳು ಅವನ ಸುತ್ತಲು ರಾಶಿ ರಾಶಿಯಾದವು. ಅದರ ಪ್ರೀತಿಯಲ್ಲಿ ಅವನು ಸುಖಿ.

* * *